പ്രത്യയശാസ്ത്രവും നാടകവും

prathyayasasthravum nadakavum

•

dr. n r gramaprakash

•

chintha *first edition*
may 2013

•

typesetting
star communications, thiruvananthapuram

•

published
chintha publishers, thiruvananthapuram

•

printed

•

cover
ambeesh

•

വിതരണം

ദേശാഭിമാനി ബുക്ക് ഹൗസ്

H O തിരുവനന്തപുരം–695 035
www.chinthapublishers.com
chinthapublishers@gmail.com

ബ്രാഞ്ചുകൾ

ഹെഡ്ഡാഫീസ് ബ്രാഞ്ച് കുന്നുകുഴി • ഓവർബ്രിഡ്ജ് തിരുവനന്തപുരം • കെ എസ് ആർ ടി സി ബസ് സ്റ്റേഷൻ ആലപ്പുഴ • കെ എസ് ആർ ടി സി ബസ് സ്റ്റേഷൻ എറണാകുളം • മച്ചിങ്ങൽ ലെയ്ൻ തൃശൂർ • ഐ ജി റോഡ് കോഴിക്കോട് • കെ എസ് ആർ ടി സി ബസ് സ്റ്റേഷൻ കോഴിക്കോട് • എൻ ജി ഒ യൂണിയൻ ബിൽഡിങ് കണ്ണൂർ • സെൻട്രൽ ബസ് ടെർമിനൽ കോംപ്ലക്സ് താവക്കര കണ്ണൂർ

CO - 1904 / 3209

പ്രത്യയശാസ്ത്രവും നാടകവും

ഡോ. എൻ ആർ ഗ്രാമപ്രകാശ്

ചിന്ത പബ്ലിഷേഴ്സ്
തിരുവനന്തപുരം-695 035

ഡോ. എൻ ആർ ഗ്രാമപ്രകാശ്

തൃശൂർ ജില്ലയിലെ അന്തിക്കാട് ഗ്രാമത്തിൽ ജനനം. അന്തിക്കാട് ഹൈസ്കൂൾ, തൃശൂർ സെന്റ് തോമസ് കോളേജ്, ശ്രീ കേരള വർമ കോളേജ് എന്നിവിടങ്ങളിൽ വിദ്യാഭ്യാസം. യു ജി സി ധന സഹായത്തോടെ സ്കൂൾ ഓഫ് ഡ്രാമ കേന്ദ്രമാക്കി, കേരളത്തിലെ ബോധനനാടകവേദി എന്ന വിഷയത്തിൽ നടത്തിയ ഗവേഷണ ത്തിന് കോഴിക്കോട് സർവകലാശാല ഡോക്ടറേറ്റ് നൽകി.

വിവിധ സർവകലാശാലകളിൽ ബോർഡ് ഓഫ് സ്റ്റഡീസ് അംഗ മായും റിസർച്ച് ഗൈഡായും പ്രവർത്തിക്കുന്നു. വൈലോപ്പിള്ളി സംസ്കൃതിഭവൻ, കേരള സംഗീത നാടക അക്കാദമി എന്നിവ യിലെ ഭരണസമിതി അംഗമായിരുന്നിട്ടുണ്ട്.

ഏറ്റവും നല്ല നാടകവിമർശനഗ്രന്ഥത്തിനുള്ള കേരള സർക്കാർ അവാർഡ് 1997 ലും കേരള സംഗീത നാടക അക്കാദമിയുടെ അവാർഡ് 2010 ലും ലഭിച്ചു. എസ് എൻ ട്രസ്റ്റിനു കീഴിലുള്ള നാട്ടിക, കണ്ണൂർ, ചേളന്നൂർ, ഷൊർണ്ണൂർ കോളേജുകളിൽ മലയാളം അധ്യാ പകനായി മൂന്നു പതിറ്റാണ്ട് പ്രവർത്തിച്ചു.

നാട്ടിക എസ് എൻ കോളേജുകളിൽ മലയാളം വകുപ്പുമേധാവി യായിരിക്കെ, 2006 ആഗസ്റ്റിൽ കേരള കലാമണ്ഡലം കൽപ്പിത സർവകലാശാലയുടെ സ്പെഷ്യൽ ഓഫീസറായി കേരള സർ ക്കാർ നിയമിച്ചു. തുടർന്ന് കലാമണ്ഡലത്തിന്റെ സെക്രട്ടറിയായും 2007 ൽ സർവകലാശാലാപദവി സർക്കാർ അംഗീകരിച്ചതോടെ ആദ്യ രജിസ്ട്രാർ ആയും നിയമിതനായി. *വാതായനങ്ങൾ* (സാ ഹിത്യവിമർശനം), *പ്രേക്ഷകരുടെ അരങ്ങ്*, *നാടകം: പാഠവും പ്ര യോഗവും* (നാടകപഠനങ്ങൾ), *കേരളത്തിലെ ബോധനനാടകവേദി* (ഗവേഷണപഠനം); *തെരുവുനാടകം: സിദ്ധാന്തവും പ്രയോഗവും*, *നവീനനാടകങ്ങൾ* (സമാഹാരങ്ങൾ); *ഏകാന്തപഥിക* (ജീവച രിത്രം) *സെത്സ്വാനിലെ നല്ല സ്ത്രീ* (പരിഭാഷ), *തൊഴിൽകേന്ദ്ര ത്തിലേക്ക്* (നാടകം); *കൂത്തമ്പലം* (മോണോഗ്രാഫ്); *മോഹിനി യാട്ടം — ഒരു കൈപ്പുസ്തകം* എന്നിവയാണ് പ്രസിദ്ധീകരിച്ച പുസ്തകങ്ങൾ.

ഭാര്യ	:	ബീന കെ ആർ (റവന്യൂവകുപ്പ് ഉദ്യോഗസ്ഥ)
വിലാസം	:	രാഗലയ, പൂങ്കുന്നം തൃശൂർ–2
ഫോൺ	:	9995431033
email	:	graman. nr @ gmail.com

ഉള്ളടക്കം

വിമർശപർവം

ആമുഖം

***പ്രേ**ക്ഷകരുടെ അരങ്ങ്*, *പ്രത്യയശാസ്ത്രവും നാടകവും* എന്നീ രണ്ടു പുസ്തകങ്ങളിൽനിന്നും തെരഞ്ഞെടുത്ത ലേഖനങ്ങളുടെ സമാഹാരമാണ് ഇപ്പോൾ ചിന്ത പ്രസിദ്ധീകരിക്കുന്ന *പ്രത്യയശാസ്ത്രവും നാടകവും*. മേലെഴുതിയ രണ്ടു പുസ്തകങ്ങളും അവ വെളിച്ചം കണ്ടതിനു ശേഷമുള്ള വർഷങ്ങളിൽ വിവിധ സർവകലാശാലകളിലെ നാടകപഠനത്തിനുള്ള റഫറൻസ് ഗ്രന്ഥങ്ങളായി പരിഗണിച്ചു വരുന്നു. പ്രത്യേകിച്ച് ഇടതുപക്ഷ നാടകവേദിയെക്കുറിച്ചുള്ള ആധികാരികവിവരങ്ങൾ ലഭിക്കുന്നവ എന്ന നിലയിൽ ഇവ കൂട്ടിച്ചേർത്തൊരുക്കുന്ന പുസ്തകം നാടകപ്രേമികൾക്കും വിദ്യാർഥികൾക്കും ഒരുപോലെ ഉപകരിക്കുമെന്നാണു പ്രതീക്ഷ.

തെരുവു നാടകവേദി, ലോക തൊഴിലാളിവർഗ നാടകവേദി, ഓഗസ്തോബോളിന്റെ മർദിതരുടെ നാടകവേദി തുടങ്ങിയ വിഷയങ്ങളിൽ കിട്ടാവുന്നിടത്തോളം വിവരങ്ങൾ ഇതിൽ ഉൾപ്പെടുത്തിയിട്ടുണ്ട്. ഈ വിഷയങ്ങളിൽ കൂടുതൽ അന്വേഷണത്തിനോ ലേഖനമെഴുത്തിനോ അധികമാരും മുതിർന്നിട്ടില്ലെന്നത് പൊതുവെ കേരളത്തിലെ നാടകസംബന്ധിയായ പഠനഗവേഷണങ്ങളുടെ അഭാവത്തെയാണു കാണിക്കുന്നത്.

നാലു ഭാഗങ്ങളായാണ് ഉള്ളടക്കം ചിട്ടപ്പെടുത്തിയിട്ടുള്ളത്. പ്രത്യയശാസ്ത്രപർവം, പ്രേക്ഷകപർവം, സംവിധായകപർവം, വിമർശപർവം എന്നിങ്ങനെയാണ് ഈ വർഗീകരണം. പ്രസിദ്ധീകരിച്ച കാലത്തുനിന്നും വലുതായ മാറ്റം ഇപ്പോഴും ആവശ്യമില്ലാത്തവയാണ് ലേഖനങ്ങൾ. മാറ്റം വേണ്ടിയിരുന്ന ഒരു ലേഖനം നവോത്ഥാനനാടകത്രയവും സ്ത്രീവാദവും ആണ്. *അടുക്കളയിൽനിന്ന് അരങ്ങത്തേക്ക്*, *മറക്കുടയ്ക്കുള്ളിലെ മഹാനഗരം*, *ഋതുമതി* എന്നീ നാടകങ്ങളിൽ തെളിഞ്ഞുകാണുന്ന സ്ത്രീവാദമാണ് അന്വേഷണ വിഷയം. 1992 ൽ ഈ ലേഖനമെഴുതുമ്പോൾ *തൊഴിൽ കേന്ദ്രത്തിലേക്ക്* എന്ന അന്തർജ്ജനസമാജത്തിന്റെ നാടകം വായിച്ചിട്ടു

ണ്ടായിരുന്നില്ല. പഴയ തലമുറയിൽനിന്നു കേട്ടിരുന്നതല്ലാതെ, അതേക്കുറിച്ച് വിശദപഠനങ്ങളോ ആഖ്യാനങ്ങളോ ശ്രദ്ധേയമായ രീതിയിൽ ആനുകാലികങ്ങളിൽ പ്രത്യക്ഷപ്പെടുന്നത് തൊണ്ണൂറുകളുടെ അവസാനത്തിലാണ്. നേരത്തെ വായിച്ചിരുന്നുവെങ്കിൽ ആ ലേഖനത്തിൽ *തൊഴിൽ കേന്ദ്രത്തിലേക്കു*കൂടി ഉൾപ്പെടുത്തുമായിരുന്നു. ഈ കോട്ടം തീർത്തത് ആ നാടകത്തിന്റെ അപൂർവമായ കോപ്പി എഡിറ്റ് ചെയ്തു പുനഃപ്രസിദ്ധീകരിക്കുക വഴിയാണ്. 2008 ൽ ഇപ്പോഴത് സർവകലാശാലാതലത്തിൽ പാഠപുസ്തകമാണ്. മറ്റൊന്നു പറയാനുള്ളത് പ്രത്യയശാസ്ത്രവും പ്രതിരോധവും എന്ന ലേഖനം ഉൾപ്പെടുത്തിയതിനെക്കുറിച്ചാണ്. മാധ്യമരംഗത്തെ ഒരിടപെടൽ എന്ന നിലയ്ക്കെഴുതിയ ലേഖനം ചേർക്കാൻ മറ്റൊരു സമാഹാരമില്ലെന്നതുകൊണ്ട് ഇവിടെ ചേർത്തുവെന്നേയുള്ളൂ. നാടകമടക്കമുള്ള പ്രതിരോധങ്ങൾ ഈ കാലത്തെ തീക്ഷ്ണസന്ധികളിൽ എങ്ങനെ പ്രയോജനപ്പെടുത്താമെന്ന വിചാരത്തിലേക്ക് ഈ ലേഖനവും ശ്രദ്ധക്ഷണിക്കുന്നുണ്ട്.

കഴിഞ്ഞ നൂറ്റാണ്ടവസാനം മലയാളത്തിലെ പുതു നാടകവേദിയുടെ കരുത്തും സൗന്ദര്യവും അരങ്ങിലവതരിപ്പിച്ച ഏഴു നാടകങ്ങളുടെ രംഗപാഠത്തെക്കുറിച്ചുള്ള ആസ്വാദനങ്ങളാണ് സംവിധായകപർവത്തിലുള്ളത്. മലയാളത്തിൽ വളരെ വളരെ വിരളമായ ഒന്നാണ് തിയേറ്റർ ക്രിട്ടിസിസം. ഭാവിക്കായി ഒരു നാടകനിരൂപകനു നൽകാവുന്ന ഏറ്റവും വലിയ സംഭാവന രംഗാവതരണപഠനങ്ങളാണ്. പലപ്പോഴും രണ്ടോ മൂന്നോ വേദികളിൽ അരങ്ങേറിയ നവീനരംഗാവതരണങ്ങളെക്കുറിച്ച് പിൽക്കാലം അജ്ഞരായിരിക്കുകയെന്നത് വളരെ ദുഃഖകരമാണ്. ഒരു കൂട്ടായ്മയുടെ സർഗാവിഷ്കാരത്തിനു യാതൊരു തെളിവുമില്ലാതെ പട്ടുപോകുന്ന ഗതികേടാണ് നമ്മുടെ നാട്ടിലുള്ളത്. ആധുനിക രംഗവേദി എക്കാലവും ഓർത്തുവയ്ക്കേണ്ടുന്ന ഈ രംഗാവതരണങ്ങളെക്കുറിച്ച് എഴുതാനായതിൽ, വളരെ ക്ലേശങ്ങൾ സഹിച്ചാണെങ്കിലും, ഈ ലേഖകൻ കൃതാർഥനാണ്.

നാടക നിരൂപണമെന്നപേരിൽ നാടകത്തിന്റെ കഥ ചുരുക്കി പറഞ്ഞ്, കഥാപാത്രങ്ങളെക്കുറിച്ച് ഏതാനും നല്ല വാക്കുകളെഴുതി അവസാനിപ്പിക്കുന്നതിൽനിന്നും വ്യത്യസ്തമായി നാടകപാഠത്തെ സമീപിക്കാനാവുമോ എന്നു പരിശോധിക്കുന്ന ലേഖനങ്ങളാണ് വിമർശകപർവത്തിലുള്ളത്. പുസ്തകറിവ്യൂ ആണെങ്കിലും നാടകസംബന്ധമായി ഒരു ചെറുകുറിപ്പിനുപോലും മലയാളത്തിൽ പ്രാധാന്യമുണ്ടെന്ന ബോധ്യവും ഇവ ഉൾപ്പെടുന്നതിനു കാരണമായി.

വളരെ വേഗത്തിൽ അച്ചടി ജോലികൾ പൂർത്തീകരിച്ച് സമാഹാരത്തെ അരങ്ങിലെത്തിച്ച ചിന്ത പബ്ലിഷേഴ്സിന്റെ അണിയറക്കാരെ നന്ദിപൂർവം സ്മരിക്കുന്നു.

ഒരുപക്ഷേ, മലയാള നാടകവേദിക്കും ഒരു പൂക്കാലം വന്നുകൂടായ്കയില്ല. ആ കാത്തിരിപ്പിനിടെ, സാന്ത്വനമേകാൻ ഈ സമാഹാരത്തിലെ ലേഖനങ്ങൾക്കു കഴിയുമെന്നു വിശ്വസിക്കുന്നു.

കൃതജ്ഞതാപൂർവം

പൂങ്കുന്നം **ഡോ. എൻ ആർ ഗ്രാമപ്രകാശ്**

പ്രത്യയശാസ്ത്രപർവം

1

അരങ്ങിലെ വർഗസമരം

ചിട്ടപ്പെടുത്തിയ സങ്കേതങ്ങളാകുന്ന ആടയാഭരണങ്ങൾ ആധുനിക നാടകകലയിൽ നിന്ന് ഉരിഞ്ഞുമാറ്റിയാൽ ബാക്കിവരുന്ന ശുദ്ധരൂപത്തിന് നാടൻകലകളുമായാണ് ജന്മബന്ധം. ആദിമസമൂഹത്തിൽ ആശയവിനിമയത്തിന്റെ ഉപാധി, അവയവങ്ങളുടെ ചലനംകൊണ്ടു നെയ്യുന്ന ഭാഷയായിരുന്നുവല്ലോ. ഇരതേടിയുള്ള അലച്ചിലിനിടയിലും ശത്രുനിഗ്രഹത്തിനായുള്ള പാച്ചിലിനിടയിലും അവർ പ്രകടിപ്പിച്ച വികാരസ്തോഭങ്ങളുടെ അനുകരണമാണ് നാടകമെന്ന മാധ്യമത്തിന്റെ പ്രാകൃതദശ. നായാട്ടുസമൂഹമനുഷ്യന്റെ എല്ലാ അലച്ചിലും പാച്ചിലും ഗോത്രസന്നിധിയിലേക്കു തന്നെ തിരിച്ചുവരാനുള്ളതായിരുന്നു. ആദിവേട്ടക്കാരന്റെ ബൂമറാങ്ങിനെപ്പോലെ, അവർ ലക്ഷ്യം നിറവേറ്റി തിരിച്ചെത്തുന്നു. വേട്ടയാടിയും കന്നുകാലികളെ മേച്ചും വൻമൃഗങ്ങളോട് എതിരിട്ടും ശത്രുക്കളെ കീഴടക്കിയും വിജയികളായെത്തുന്നവർ, ഗോത്രസമൂഹത്തിന്റെ ഒത്തുചേരൽവേളകളിൽ അനുഭവങ്ങൾ പങ്കുവയ്ക്കുന്നു. അവർ അഭിമുഖീകരിച്ച അസാധാരണവും സാഹസികവുമായ അനുഭവങ്ങൾ, അവരെ ആകർഷിച്ച കാഴ്ചകൾ, അത്ഭുതപ്പെടുത്തിയ ജീവികൾ, രൂപങ്ങൾ, ശബ്ദങ്ങൾ എന്നിവ മറ്റുള്ളവർക്ക് പറഞ്ഞുകൊടുക്കുകയും അതിൽ തൃപ്തിയാകാതെ അനുകരിച്ചുകാണിക്കുകയും ചെയ്യുന്നിടത്ത് നാടകകല പിറവിയെടുത്തു. ഈ അനുകരണം പക്ഷേ, ആദിമജനതയ്ക്ക് കലയോ കളിയോ ആയിരുന്നില്ല. സമൂഹത്തെ നിലനിർത്താനുള്ള പോരാട്ടത്തിന് ഉൾക്കരുത്ത് സമ്പാദിക്കാനുള്ള ഒരനുഷ്ഠാനമായിരുന്നു. വേട്ടയുടെ വിജയകരമായ പരിസമാപ്തി അനുകരിക്കുന്ന ഗോത്രവീരന്മാർ സങ്കൽപ്പത്തെ യാഥാർഥ്യമാക്കാനുള്ള ഇച്ഛാശക്തി ആർജിക്കുകയാണ്. പ്രകൃതിയുടെ ഉഗ്രഭാവത്തിനു മുന്നിൽ ഗോത്രമനുഷ്യർ അനുഭവിക്കുന്ന നിസ്സഹായത ഒരുപരിധിവരെ

ഇല്ലാതാക്കാൻ ഇത്തരം അനുകരണങ്ങളിലൂടെ അവർക്കു കഴിഞ്ഞിട്ടുണ്ടാകാമെന്ന ജോർജ് തോംസന്റെ നിരീക്ഷണം ഓർക്കുക[1] വേട്ടയ്ക്ക് മുൻപോ പിൻപോ ഗോത്രജനതയുടെ മുൻപാകെ വേട്ടയാടൽ അവതരിപ്പിക്കുന്നതിലൂടെ പൊരുതാനും വിജയം നേടാനുമുള്ള ദാർഢ്യം സമ്പാദിക്കുകയാണ്. എന്തിനെ അനുകരിക്കുന്നുവോ അതിനുമേൽ ആധിപത്യം സ്ഥാപിക്കുമെന്ന വിശ്വാസപ്രഖ്യാപനം കൂടിയാണത്. നൃത്തവും നാട്യവും അധ്വാനത്തിന്റെ കാര്യക്ഷമത വർധിപ്പിക്കുവാൻ അല്ലെങ്കിൽ അധ്വാനത്തെ ആയാസരഹിമാക്കുവാൻ ഉള്ള ഉപകരണം തന്നെയായിരുന്നു. ഗോത്രജനതയ്ക്ക് "കലാസൃഷ്ടികളെന്ന് നാം വിളിക്കുന്ന പ്രാകൃതസമൂഹങ്ങളിലെ സൃഷ്ടികളെല്ലാം ആ സമൂഹത്തിലെ അധ്വാനോപകരണങ്ങളുടെ രൂപത്തിലുള്ളവയായിരുന്നു"വെന്ന് മാർക്സിയൻ സൗന്ദര്യശാസ്ത്രജ്ഞനായ സിഡ്നി ഫിങ്കൽസ്റ്റൈൻ പ്രസ്താവിക്കുന്നു. സൗന്ദര്യശാസ്ത്രരംഗത്ത് മാർക്സിയൻ ചിന്തയുടെ പ്രസക്തി ആഴത്തിൽ വിശകലനം ചെയ്യുന്ന 'സൗന്ദര്യവും സത്യവും' എന്ന ലേഖനത്തിൽ ഈ പ്രസ്താവത്തെ ഫിങ്കൽസ്റ്റൈൻ ഇങ്ങനെ വിശദീകരിക്കുന്നു.

'ഇവിടെ അധ്വാനോപകരണങ്ങൾ എന്ന വാക്ക് അതിന്റെ വിശാലമായ അർഥത്തിലാണ് ഉപയോഗിച്ചിട്ടുള്ളത്. പണിക്കോപ്പുകളും ആയുധങ്ങളും വീട്ടുപകരണങ്ങളും മാത്രമല്ല ഇതിലുൾക്കൊള്ളുന്നത്. താരാട്ടുകളും പണിപ്പാട്ടുകളും മാന്ത്രികചിത്രങ്ങളും കവിതയും സംഗീതവും മുഖംമൂടിയും നൃത്തവുമെല്ലാം സംയോജിപ്പിച്ചുകൊണ്ടുള്ള മാന്ത്രികാനുഷ്ഠാനങ്ങളും ഉൾക്കൊള്ളുന്നു. കാരണം ഈ പാട്ടുകളും മാന്ത്രികചിത്രങ്ങളും അനുഷ്ഠാനങ്ങളുമെല്ലാം അധ്വാനത്തിന്റെ സ്ഥൂലോപകരണങ്ങളെപ്പോലെതന്നെ മനുഷ്യനും പ്രകൃതിയും തമ്മിലുള്ള ബന്ധത്തിലും വേട്ടയിലും യുദ്ധത്തിലും വസന്തകാലകൃഷിയിലും പ്രസവത്തിലും എല്ലാം, വിജയലബ്ധിക്കുവേണ്ടിയുള്ള പ്രക്രിയയിൽ ഇടനില കൈക്കൊള്ളുന്നു.[2]

ശാസ്ത്രജ്ഞന്മാർ ഉണ്ടാകുന്നതിനുമുമ്പുതന്നെ പ്രകൃതിയെ 'നിയന്ത്രി'ക്കാൻ മനുഷ്യർ പഠിച്ചിരുന്നതുപോലെ 'ശുദ്ധകലാകാരൻ' ജനിക്കുന്നതിനു മുമ്പുതന്നെ സമൂഹത്തിലെ ഒരംശമെന്നനിലയിൽ കല അതിന്റേതായ ധർമം നിർവഹിച്ചുപോന്നിരുന്നുവെന്നാണല്ലോ മേൽനിരീക്ഷണം വ്യക്തമാക്കുന്നത്. മനുഷ്യസമൂഹം, പണിയെടുക്കുന്നവരും പണിയെടുപ്പിക്കുന്നവരും എന്ന നിലയിൽ വിഭക്തമാവുകയും അധ്വാനവും ചിന്തയും രണ്ടായി പിളരുകയും ചെയ്തതോടെയാണ് കലയ്ക്ക് ശുദ്ധമായ ലക്ഷ്യനിർവചനമുണ്ടായത്. സമൂഹബോധത്തെ ക്രിയാത്മകമായി ഉണർത്തുകയെന്ന ജൈവദൗത്യത്തിനുപകരം സമ്പത്തിന്റെയും അധികാരത്തിന്റെയും നിയമസംഹിതകളെ ചായം പുരട്ടി അവതരിപ്പിക്കുന്ന പുതുചുമതല കല ഏറ്റെടുത്തു. കലയുടെ പ്രയോജനം, ജനജീവിതത്തിന്റെ പൊതു നന്മയല്ലെന്ന വ്യാഖ്യാനം ഉടലെടുത്തു. കലയ്ക്ക് അതിന്റേതായ നിയമങ്ങളുണ്ടായി. ഋഷിതുല്യർക്കേ കവിയാകാൻ കഴിയൂവെന്ന് അർഥ

മുള്ള സൂക്തങ്ങളും വന്നു.[3] കലയെ അതിന്റെ പിറവിധർമത്തിൽനിന്ന് പിഴുതുമാറ്റിയത് അധ്വാനത്തിന്റെ സർഗാത്മകത അധ്വാനിക്ക് അന്യമാക്കിയ വർഗസമൂഹത്തിന്റെ സംഭാവനയാണ്.

ജന്മംകൊണ്ട് സാമൂഹ്യാധിഷ്ഠിതമായ കല കർമംകൊണ്ട് വ്യക്ത്യധിഷ്ഠിതമായി ചിട്ടപ്പെടുത്താൻ ഉപരിവർഗ ചിന്തകൾക്ക് കഴിഞ്ഞുവെങ്കിലും ഇതിനു സമാന്തരമായി അധ്വാനിക്കുന്ന ബഹുഭൂരിപക്ഷത്തിന്റെ അടിച്ചമർത്തപ്പെട്ടവരുടെ കൂട്ടായ്മയിൽനിന്നുയിർകൊണ്ട സമൂഹകലയും വളർന്നുവന്നു. എന്നാൽ സമൂഹത്തിന്റെ വിവിധതലങ്ങളിൽ അധ്വാനിക്കുന്നവരുടെ ജീവിതക്ഷേമം അപഹരിക്കപ്പെട്ടതുപോലെ, അവഗണിക്കപ്പെട്ടതുപോലെ, അവരുടെ കലയെ 'പ്രാകൃതകല,' 'നാടൻകല,' 'ആദിവാസികല' എന്നുതുടങ്ങിയുള്ള വിദ്യകളിൽ രണ്ടാംതരം മാത്രമാക്കി, ചൂഷകരുടെ കലയോ ക്ലാസിക്കലും സംസ്കൃതവും പൊതുസമ്മതവുമാക്കി. സാമൂഹികാംഗീകാരം നേടിയുള്ള വിദ്യകളിൽ രണ്ടാംതരം മാത്രമാക്കി. ചൂഷകരുടെ കലയോ, ക്ലാസിക്കലും സംസ്കൃതവും പൊതുസമ്മതവുമാക്കി. സാമൂഹികാംഗീകാരം നേടിയ പൊതുസമ്മതകലയിലൂടെ ജനമനസുകളെ വ്യവസ്ഥാനുകൂലമാക്കാൻ വളരെ തന്ത്രപൂർവം പരിശ്രമിക്കുകയും ചെയ്തു. ധനദേവതയെ കിടപ്പറയിൽ പ്രതിഷ്ഠിച്ചവർ, പൂമുഖത്ത് വിദ്യാദേവതയെ പ്രദർശിപ്പിച്ചു. മൂലധന സഞ്ചയത്തിനുപിന്നിലെ ചൂഷണപ്രക്രിയയെ കലയുടെ വർണമറകൊണ്ട് അലങ്കരിച്ചു. കവിസദസുകളും സാംസ്കാരികസദ്യകളും കൊണ്ടാടുകയും 'നവരത്ന'ങ്ങളെ അഥവാ പ്രതിഭാധനന്മാരെ പോറ്റുകയും ചെയ്തു. കൊട്ടാരനീതിയെ ജനനീതിയാക്കുന്ന ജോലി ഈ പ്രതിഭാധനന്മാരുടെ ശിരസിലായിരുന്നു. സിംഹാസനത്തിന്റെ നീതിസംഹിതകൾ ജനസമക്ഷം അവതരിപ്പിക്കാൻ ഉപയോഗിച്ച പ്രബലമാർഗം കലയാണ്. കലകളിൽ ദൃശ്യകല; ദൃശ്യകലകളിൽ നാടകം, നാടകവേദി ചൂഷകന്റെ പ്രത്യയശാസ്ത്രമർദനോപകരണങ്ങളിൽ ഫലപ്രദമായ ഒന്നായിരിക്കുന്നത്, അതിനുള്ള ശക്തമായ ആശയസംവേദനശേഷിമൂലമാണ്.

ചൂഷണത്തിന്റെ മൂർത്തമായ മാർഗങ്ങളിൽ നിലാവുവിരിക്കുമാറ് നാടകവേദിയെ പരുവപ്പെടുത്തിയെടുത്ത ചൂഷകന്റെ തന്ത്രത്തെ, ലാറ്റിനമേരിക്കൻ ജനകീയനാടകപ്രവർത്തകനായ ഓഗസ്റ്റോ ബോൾ ഇപ്രകാരം വെളിപ്പെടുത്തുന്നു:

> തുറസായ സ്ഥലത്ത് സ്വതന്ത്രരായ ജനങ്ങൾ അവതരിപ്പിക്കുന്ന സംഘഗാനമായിരുന്നു, ആദിയിൽ നാടകവേദി. ആർക്കും പങ്കെടുക്കാവുന്ന ആഘോഷം. പിന്നീട് ഭരണവർഗം നാടകവേദിയിൽ ആധിപത്യം സ്ഥാപിക്കുകയും മതിലുകൾ തീർക്കുകയും ചെയ്തു. ആദ്യം ജനങ്ങളെ രണ്ടായി തിരിച്ചു. അഭിനേതാക്കളും പ്രേക്ഷകരും രണ്ടാമത്. അഭിനേതാക്കളെ മുഖ്യ കഥാപാത്രമെന്നും ഉപകഥാപാത്രങ്ങളെന്നും തരംതിരിച്ചു. ഇതോടെ, മർദനോപകരണമെന്നനിലയിൽ നാടകവേദി പ്രവർത്തനസജ്ജമായി.[4]

ജനങ്ങളെ പ്രേക്ഷകരാക്കി, ആസ്വാദകരമാക്കി മാറ്റിനിർത്തുന്നതോടെ, കണ്ണിൽച്ചോരയില്ലാത്ത സാമൂഹ്യസംവിധാനത്തിൽ, നിഷ്ക്രിയരായ കാഴ്ചക്കാർ മാത്രമായിരിക്കണം അവരെന്ന അധീശവർഗതൽപ്പരുമാണ് പ്രകടമാവുന്നത്. പാശ്ചാത്യ നാടകസിദ്ധാന്തത്തിൽ 'ത്രീ എ (Three A) എന്നൊരു സങ്കൽപ്പമുണ്ട്. നാടകകൃത്ത്, നടന്മാർ, സദസ്സ് (Author, Actor, Audience) എന്നീ മൂന്ന് ഘടകങ്ങളെക്കുറിച്ചുള്ള സങ്കൽപ്പം. ഇതിൽ നടന്മാർ സംവിധായകന്റെ കരുക്കൾമാത്രമാണ്. അപ്പോൾ സദസിന് എന്ത് എങ്ങനെ നൽകണമെന്നു തീരുമാനിക്കാനുള്ള അവകാശം നിക്ഷിപ്തമായിരിക്കുന്നത് നാടകകൃത്തിലും സംവിധായകനിലുമാകുന്നു. വ്യവസ്ഥാപിതനാടകവേദിയിൽ ഇവർ നിർവഹിക്കുന്നത് ഉപരിവർഗ സാംസ്കാരികദൗത്യംതന്നെയാണ്. മർദകവാഴ്ചയുടെ സാമൂഹികക്രമത്തിലെ അനുസരണയുള്ള വീട്ടുമൃഗങ്ങളാക്കി ജനങ്ങളെ പരുവപ്പെടുത്താൻ നാടകകൃത്തും സംവിധായകനും ചേർന്നു നടത്തുന്ന ഗൂഢാലോചനയാകുന്നു ബൂർഷ്വാ നാടകവേദി. ബൂർഷ്വാ നാടകപണ്ഡിതന്മാരും പ്രയോക്താക്കളും നാടകവും പ്രേക്ഷകനും തമ്മിലുള്ള ബന്ധം, നാടകത്തിന്റെ വിജയം, ഇവയെക്കുറിച്ച് സംസാരിക്കുമ്പോൾ ഊന്നാറുള്ള മൂന്ന് വസ്തുക്കളുണ്ട്. ഒന്ന്: പ്രാഥമികമായും നാടകം ഒരു വിനോദോപാധിയാണ്. സുപ്രസിദ്ധ അമേരിക്കൻ നാടകകൃത്തും സംവിധായകനുമായ ജോർജ് എം കോഹന്റെ അഭിപ്രായത്തിൽ പ്രേക്ഷകൻ നാടകശാലയിലേക്കു വരുന്നത് കരയാനും ചിരിക്കാനും അത്ഭുതപ്പെടാനുമാണ്. ഈ ആഗ്രഹങ്ങളെ തൃപ്തിപ്പെടുത്താനാവശ്യമായ ഘടകങ്ങളാണ് നാടകക്കാരൻ നൽകേണ്ടത്. രണ്ട്: നാടകപ്രമേയവുമായി പ്രേക്ഷകർ എത്രമാത്രം താദാത്മ്യപ്പെടുന്നുവോ അതനുസരിച്ചാണ് നാടകത്തിന്റെ വിജയം തിട്ടപ്പെടുത്തുന്നത്. അരിസ്റ്റോട്ടിലിന്റെ അതിപ്രസിദ്ധമായ 'വികാരവിരേചന' സിദ്ധാന്തവും 'താദാത്മ്യവാദ'വും ഒരുക്കുന്ന തണലിലാണ് ഈ മാനദണ്ഡത്തിന്റെ നിലനിൽപ്പ്. മൂന്ന്: നാടകം സംഘർഷത്തിന്റെ കലയാണ്. പ്രധാനമായും ഈ മൂന്ന് പരികൽപ്പനകളുടെ പരിസരത്തിനകത്താണ് ബൂർഷ്വാ നാടകവേദി നിലകൊള്ളുന്നത്.

ജീവിതത്തിന്റെ കയ്പുനീർ നിത്യേന പാനം ചെയ്തുകൊണ്ടിരിക്കുന്നത് പാവം ജനത്തിന് എല്ലാം മറന്ന് ആസ്വദിക്കാൻ പാകത്തിലാണ് തങ്ങൾ നാടകമൊരുക്കുന്നതെന്ന അവകാശവാദം, മനഃക്ലേശംമാറ്റാൻ 'ദിവ്യതൈലം വിൽക്കുന്ന വഴിവാണിഭക്കാരന്റെ വാചകക്കസർത്തിനൊപ്പം നിൽക്കുന്നതാണ്. വികാരത്തിന്റെ വേലിയേറ്റവും വിഭ്രാന്തിയും പശ്ചാത്തലവും കൂട്ടിച്ചേർത്തൊരുക്കുന്ന 'സുഖദായിനിനാടക'ങ്ങളുടെ ഫോർമുല, 'കണ്ണീരും കഴുതച്ചിരിയും മെലോഡ്രാമയും കൊണ്ടുള്ള വികാരവിൽപ്പനയാണെന്ന് സി എൻ ശ്രീകണ്ഠൻനായർ ഒരിക്കൽ എഴുതുകയുണ്ടായി.[5] കച്ചവടകൗതുക നാടകവേദിക്കാരുടെ 'തിക്താനുഭവ പരിഹാരരസായന' നിർമിതി സാധിക്കുന്നത് രംഗസജ്ജീകരണങ്ങളുടെ ആകർഷകത്വം, ദീപവിതാനത്തിന്റെയും സംഗീതത്തിന്റെയും മാസ്മര

സ്വഭാവം, ലൈംഗികതയുടെ ഉന്മാദസുഖം, സാഹസികതയുടെ കൊഴുപ്പ്, പ്രണയത്തിന്റെ ശീതളിമ എന്നിങ്ങനെ നിരവധി ഘടകങ്ങളുടെ വിവിധ അനുപാതത്തിലുള്ള കലർപ്പുമുഖേനയാണ്. എന്നാൽ, ബൂർഷ്വാ നാടകവൈദ്യന്മാർ വിധിക്കുമ്പോലെ, രണ്ടോ മൂന്നോ മണിക്കൂറുകൾകൊണ്ട് ഭേദമാക്കാൻ കഴിയുന്ന വികാരരോഗമാണോ മനുഷ്യജീവിതത്തിലെ തിക്താനുഭവങ്ങൾ! ഒരു ശരാശരി മനുഷ്യന്റെ ജീവിതപ്രാരാബ്ധങ്ങളുടെ ഉത്ഭവം സാമ്പത്തികമായ ഇല്ലായ്മകളിലും പ്രതിസന്ധികളിലും കേന്ദ്രീകരിക്കുന്നു എന്നതാണ് യാഥാർത്ഥ്യം. ദാരിദ്ര്യത്തിന്റെയും തൊഴിലില്ലായ്മയുടെയും നടുക്കയത്തിൽ പായുന്ന മനുഷ്യാത്മാക്കൾക്ക് ഏതാനും മണിക്കൂറുകളുടെ വിശ്രാന്തി നൽകാൻ ഈ മായികനാടകങ്ങൾക്ക് സാധ്യമായേക്കാം. എന്നാൽ നാടകത്തിന്റെ തിരശീലവീഴുന്നതോടെ വീണ്ടും അയാൾ ജീവിതവ്യഥകളിലേക്കു തന്നെയാണ് ചെന്നുവീഴുന്നത്. സായാഹ്നത്തിൽ മെലോഡ്രാമയും രാത്രിയിൽ സാമ്പത്തിക സൗകര്യമനുസരിച്ച് ലഹരിയോ വാലിയംഗുളികകളോ മനോവിഷമങ്ങളിൽ നിന്ന് അയാളെ മുക്തനാക്കിയേക്കാം. അടുത്ത പ്രഭാതത്തിൽ അയാളെ കാത്തിരിക്കുന്നത് വലിയ പ്രാരാബ്ധങ്ങളാണ്. ഇത്തരം ചുളുക്കു വിദ്യകൾകൊണ്ട് ശാശ്വത പരിഹാരമുണ്ടാക്കുന്നവയല്ല ജീവിതദുരിതങ്ങൾ. ബൂർഷ്വാ മാധ്യമങ്ങൾ നിരന്തരം പ്രവർത്തിച്ചുകൊണ്ടിരിക്കുന്നത് ദുരിതങ്ങളുടെ കാരണമന്വേഷിക്കാനുള്ള ചോദനയെ മന്ദീഭവിപ്പിക്കലും മാറ്റത്തിനായുള്ള പരിശ്രമങ്ങളെ തടയലുമാണ്. കരഞ്ഞും ചിരിച്ചും അന്തുതപ്പെട്ടും എല്ലാം മറക്കാൻ പ്രേക്ഷകരെ പരിശീലിപ്പിക്കുകവഴി നാടകവേദി കൃത്യനിർവഹണം നടത്തുന്നു.

ബൂർഷ്വാ നാടകവേദിയെ 'മിഥ്യാബോധത്തിന്റെ അരങ്ങ്' എന്ന് ബ്രെഹ്ത് വിശേഷിപ്പിക്കുകയുണ്ടായി. മനുഷ്യരുടെ ബോധമേഖലയുടെ അടിസ്ഥാനഗുണമായ യുക്തിചിന്തയെ നിഷേധിക്കുകയും ചോദ്യങ്ങളുയർത്തുവാനുള്ള ശേഷിയെ തടവറയിലടയ്ക്കുകയും ചെയ്യുന്നുവെന്നതാണ് ഈ വിശേഷിപ്പിക്കലിന് കാരണം. നിലവിലുള്ള സാമൂഹ്യസാഹചര്യത്തിൽ കുബേരപുത്രിയും കൂലിപ്പണിക്കാരനും തമ്മിലുള്ള വിവാഹം ഇത്ര ലളിതമായി നടക്കുമോ? നാടകത്തിലെ സമ്പന്നകുമാരിയുടെ പ്രേമനൈരാശ്യമോ സ്ത്രീധനത്തിന്റെ പേരിൽ കുരുതിയാകേണ്ടിവന്ന സ്വന്തം സഹോദരിയുടെ അനുഭവമോ ഏതാണ് നമ്മളിൽ രോഷമുണർത്തേണ്ടത്? തോക്കും വാളുമേന്തി ഒരു ധീരസാഹസികന് ഒറ്റയടിക്ക് അവസാനിപ്പിക്കാൻ കഴിയുന്നതാണോ സാമൂഹ്യചൂഷണം തുടങ്ങിയ നിരവധി സംശയങ്ങളിലേക്ക് ഉണരേണ്ട പ്രേക്ഷകമനസിനെ തളർത്താനുള്ള ഉപാധികളാണ് ബൂർഷ്വാ നാടകവേദി കരുതിവയ്ക്കുന്നത്. അതിന്റെ മൗലികധർമം ഇന്ദ്രിയപ്രവർത്തനങ്ങളെ മന്ദീഭവിപ്പിക്കലാണ്. നാടകരംഗത്തെ സംഭവങ്ങളെ വസ്തുനിഷ്ഠമായി ശ്രദ്ധിക്കാൻ പ്രേക്ഷകനെ ഒരിക്കലും അനുവദിക്കരുത്. അതിന് സൗകര്യംകിട്ടിയാൽ ഉറങ്ങിക്കിടക്കുന്ന വിമർശനബുദ്ധി ഉണരാൻ ഇടവരും. നാടകത്തിന്റെ മിഥ്യാബോധം നിഹ

നിക്കപ്പെടുകയും ചെയ്യും. പ്രേക്ഷകനിൽ മസ്തിഷ്കമാന്ദ്യം ഉണ്ടാകുകയെന്നാണല്ലോ ഇതിന്റെ അർഥം. രാഷ്ട്രത്തിന്റെ നിലനിൽപ്പിനെ ഉലയ്ക്കുന്ന സാമ്പത്തിക പ്രതിസന്ധിയും ഭാവിയെ ഇരുണ്ടതാക്കുന്ന ശിഥിലീകരണശക്തികളുടെ വളർച്ചയും പെരുകുന്ന തൊഴിലില്ലായ്മയും സ്ത്രീപീഡനങ്ങളും അറിഞ്ഞ് കലുഷവും ഉൽകണ്ഠാകുലവുമാകേണ്ട ജനമനസുകളെ മയക്കുവിദ്യയാൽ തളർത്തുവാൻ കഴിയുന്നുവെന്നതാണ് ബൂർഷ്വാ നാടകവേദിയുടെ വിജയം. രാജ്യത്തെ സ്ഥിതിഗതികൾ വഷളാകുമ്പോൾ ഭരണവർഗം ചിത്രങ്ങളിലൂടെ സംഗീതം പൊഴിക്കുമെന്ന് ടോം തോമസിന്റെ നാടകത്തിലെ ഒരു കഥാപാത്രം പറയുന്നത് ഈ അർഥത്തിലാണ്.[6] സംഘർഷത്തിന്റെ നിമ്നോന്നതങ്ങളിലൂടെ കടന്നുപോകുന്ന 'നാടകീയ മുഹൂർത്തങ്ങളാൽ ദീപ്തമായ' പ്രമേയം. പ്രേക്ഷകന്റെ പ്രജ്ഞയിൽ കനത്ത ആഘാതമേൽപ്പിക്കുന്നു. നാടകത്തിന്റെ ജീവാത്മാവും പരമാത്മാവും സംഘർഷമാണെന്നവർ സിദ്ധാന്തിക്കുന്നു. ഉദീരണം (exposition), വ്യാമിശ്രണം (complication), പ്രതിസന്ധി അഥവാ പരകോടി (climax), പരിണാമം (resolution), പതനം അഥവാ വിനാശം (conclusion or catastrophe) ഇത്രയും തലങ്ങളുള്ള 'അരിസ്റ്റോട്ടിലിയൻ മാതൃക'യും മുഖം, പ്രതിമുഖം, ഗർഭം, വിമർശം, നിർവഹണം എന്നിങ്ങനെ പഞ്ചസന്ധികളുള്ള 'ഭരതർഷിപ്രോക്തരീതി'യുമാണ് സംഘർഷം വഴി നാടകീയത സൃഷ്ടിക്കാനുള്ള ഈ തലങ്ങളിലൂടെ സഞ്ചരിക്കുന്ന സംഘർഷം ഏതെല്ലാം വിധത്തിലാകണം പ്രമേയത്തിൽ പ്രത്യക്ഷപ്പെടേണ്ടത്, വ്യക്തിയും സമൂഹവും, വ്യക്തിയും വ്യക്തിയും, വ്യക്തിയിൽത്തന്നെയുള്ള രണ്ടു ശക്തികൾ, വ്യക്തിയും വിധിയും, ഇവയാണ് മിക്കവാറും നാടകത്തിൽ സംഘർഷത്തിലാകുന്ന വിരുദ്ധശക്തികൾ. നന്മതിന്മകളുടെ ധർമാധർമങ്ങളുടെ വ്യക്തിത്വവൽക്കരണവുമാകാം. ഈ വിരുദ്ധകോടികൾ സമന്വയിക്കുന്നതോ ഏതെങ്കിലുമൊന്ന് വിജയിക്കുന്നതോ ആകാം നാടകാന്ത്യം. ആദ്യജോടി, സമൂഹത്തിൽ ഒറ്റയാൻ പ്രവർത്തനം നടത്തുന്ന, ജനകീയ ബന്ധമില്ലാത്ത, വസ്തുനിഷ്ഠസാഹചര്യങ്ങൾ പഠിക്കാത്ത ശുദ്ധനോ അല്ലെങ്കിൽ എല്ലാ നിമയങ്ങളെയും ധിക്കരിക്കുന്ന അരാജകവാദിയെയോ ന്യായീകരിക്കുകയോ ആദർശവൽക്കരിക്കുകയോ ചെയ്യുന്നു. രണ്ടാമത്തേതിൽ തിന്മകളുടെ സാമൂഹ്യകാരണങ്ങളെ അവഗണിക്കുകയോ വ്യക്തികളാണ് പ്രശ്നങ്ങൾക്ക് കാരണമെന്ന് ശഠിക്കുകയോ പരിഹാരമെന്ന് നിർദേശിക്കുകയോ ചെയ്യുന്നു. മൂന്നാമത്തേതിൽ മനുഷ്യന് ഒരു വ്യക്തിയെന്ന നിലയിലുള്ള സാമൂഹ്യപ്രസക്തിയെ നിഷേധിക്കുമ്പോൾ, മനുഷ്യഭാഗധേയത്തെ നിർണയിക്കുന്നത് വിധിയാണെന്ന് സമർഥിക്കുകയാണ് നാലാമത്തേതിൽ. കഥാപാത്രവളർച്ചയുടെ ഏതെങ്കിലും സന്ധിയിൽ, അവർ അഭിമുഖീകരിക്കുന്ന ജീവിതപ്രശ്നങ്ങളെ സമൂഹത്തിലെ സാമ്പത്തികസംഘർഷത്തിന്റെ വെളിച്ചത്തിൽ പരിശോധിക്കുക ഇവരുടെ ലക്ഷ്യമല്ല. ഈ സംഘർഷ സിദ്ധാന്തവക്താക്കൾതന്നെ വർഗസംഘർഷം, അരങ്ങിൽ പ്രത്യക്ഷപ്പെടുന്നതിനെ ഭയക്കുകയും

അത്തരം നാടകങ്ങളെ കയ്യോടെ പ്രചാരപരമെന്ന് മുദ്രകുത്തി ആഭിജാതനിരയിൽ നിന്ന് മാറ്റിനിർത്തുകയും ചെയ്തുവന്നിട്ടുണ്ട്. വർഗസമരമെന്ന യാഥാർഥ്യത്തെ സിദ്ധാന്തത്തിലും പ്രയോഗത്തിലും അകറ്റി നിർത്തുകയും ചെയ്തു. വിമർശന ബുദ്ധിയെ മരവിപ്പിക്കുന്ന ഈ സങ്കേതത്തിൽ അവതരിപ്പിക്കാൻ ശ്രമിച്ച വർഗസമരപ്രമേയങ്ങളും വികാരത്തെ ഉണർത്തുക മാത്രമേ ചെയ്തിട്ടുള്ളൂവെന്ന് ഓർക്കുക. ഈ സാഹചര്യത്തിലാണ്, നാടകരംഗത്തെ വിപ്ലവപ്രയോഗമായ ബ്രെഹ്ത്തിന്റെ വൈരുധ്യാത്മക നാടകവേദി അതുല്യതയെ വരിക്കുന്നത്. രൂപത്തിലും പ്രമേയത്തിലും വിപ്ലവാത്മകസമീപനമാണ് ബ്രെഹത്ത് പുലർത്തിയത്. പ്രേക്ഷകന് സ്വന്തം അവസ്ഥയെ തിരിച്ചറിയാനും അവന്റെ വിശകലനശേഷിയെ വളർത്തിയെടുക്കാനും സാമൂഹ്യമാറ്റത്തിന്റെ ചാലകശക്തിയായി അവനെ ഉയർത്താനും പ്രേരിപ്പിക്കുന്നതാണ് വൈരുധ്യാത്മകനാടകവേദി അഥവാ എപ്പിക് തിയേറ്റർ[7]. അരിസ്റ്റോട്ടിലിന്റെ സങ്കൽപ്പമനുസരിച്ച് നിലനിൽക്കുന്ന ഡ്രമാറ്റിക് തിയേറ്റർ രംഗസംഭവങ്ങളിൽ പ്രേക്ഷകനെ ആമഗ്നമാക്കി അവന്റെ കർമശക്തി കുറയ്ക്കുമ്പോൾ, എപ്പിക് തിയേറ്റർ പ്രേക്ഷകനെ നിരീക്ഷകനാക്കി അവന്റെ കർമശക്തിയെ ഉണർത്തുന്നുവെന്ന് ബ്രെഹ്ത്ത് വിശദമാക്കുന്നുണ്ട്. ആദ്യത്തേത് പ്രേക്ഷകന് വികാരാനുഭൂതിയും അനുഭവവും ഉളവാക്കുമ്പോൾ രണ്ടാമത്തേത് അവന്റെ യുക്തിചിന്തയെ ഉണർത്തുകയും അവനിൽ ലോകവീക്ഷണം സൃഷ്ടിക്കുകയും ചെയ്യുന്നു. വികാരവും യുക്തിയും തമ്മിലുള്ള വ്യത്യാസമാണ് ഇവയുടെ കാതൽ. ജീവിതവ്യാഖ്യാനമല്ല, ജീവിതാവസ്ഥകളെ മാറ്റിത്തീർക്കലാണ് നാടകവേദിയുടെ ലക്ഷ്യമാകേണ്ടതെന്ന് ബ്രെഹ്ത്തിന്റെ നാടകപ്രയോഗങ്ങൾ ബോധ്യപ്പെടുത്തുന്നു.

പ്രേക്ഷകരെ സ്വന്തമായ അസ്തിത്വം ഇല്ലാത്തവരാക്കുകയെന്നത് ബൂർഷ്വാ നാടകസങ്കേതത്തിന്റെ ആദ്യനടപടിയാണ്. വ്യക്തികൾക്കല്ല ആൾക്കൂട്ടത്തിനാണ് അവിടെ സ്ഥാനം. പ്രേക്ഷകരെ 'തിയേറ്റർ ക്രൗഡ്' എന്ന പദംകൊണ്ട് വിശേഷിപ്പിക്കുന്നത് ശ്രദ്ധിക്കുക. 'കോടീശ്വരനും തോട്ടിയും കുലീനയും തെരുവുപെണ്ണും വൃദ്ധനും ബാലനും എല്ലാം ചേർന്ന സങ്കരപിണ്ഡമാണത്[8]' എന്ന് സദസിനെ വിശേഷിപ്പിക്കുന്നിടത്ത്, പ്രേക്ഷകന്റെ വ്യക്തിസത്തയെ നിഷേധിക്കുക, വർഗപരമായ വേരുകളെ ഇല്ലാത്തവരാക്കുക എന്ന കാര്യസാധ്യമുണ്ട്. വർഗ–ജാതി–മത–പ്രായ വ്യത്യാസങ്ങളെ താൽക്കാലികമായി മറക്കുക എന്നാണ് ഇതുകൊണ്ടുദ്ദേശിക്കുന്നത്. ആൾക്കൂട്ടത്തിലെ ഒരംഗമായിത്തീരുന്നതോടെ, ചിന്താമാന്ദ്യവും വിമർശനബുദ്ധിവിനാശവുമുണ്ടാകുമെന്ന 'മോബ് സൈക്കോളജി' അറിഞ്ഞു പ്രയോഗിക്കുകയാണ് ബൂർഷ്വാ നാടകക്കാരൻ. പ്രേക്ഷകനെ ആൾക്കൂട്ടത്തിലെ ഒരംഗംമാത്രമാക്കുന്ന പ്രവൃത്തി, വളരെമുമ്പുതന്നെ ആരംഭിക്കുന്നുണ്ട്. പത്രപരസ്യം, ബാനർ, നോട്ടീസ്, കൂറ്റൻ ബോർഡുകൾ ഇവയുടെ ചുമതല ഇതാണ്. ഒരേ ആകൃതിയിലും നിറത്തിലും ഉള്ള ടിക്കറ്റുകൾ, ഒരേ വാതിലിൽക്കൂടി അകത്തേക്ക് നയിക്കപ്പെടൽ,

ഒരേ രീതിയിൽ അടുത്തടുത്ത് വരിയായി ക്രമീകരിച്ചിട്ടുള്ള കസേരകളിൽ ഒരൊറ്റ കേന്ദ്രത്തിലേക്ക് നോക്കിയുള്ള ഇരിപ്പ്, ഇത്രയുമാകുമ്പോൾ ഓരോ വ്യക്തിയും അവനെപ്പറ്റി പകുതി മറന്നുകഴിയും. നാടകം തുടങ്ങുംമുമ്പുള്ള പ്രേക്ഷകന്റെ ശ്രദ്ധ തൊണ്ണൂറു ശതമാനവും അരങ്ങിൽ കേന്ദ്രീകരിച്ചിരിക്കണമെന്നാണ് നിയമം. സദസിലെ വെളിച്ചം അണയുന്നു. പിന്നെ, നൂറുകണക്കിനാളുകളുടെ കണ്ണുകൾക്കും മസ്തിഷ്കപ്രവർത്തനത്തിനുംമേൽ കുടിലനീതിനടത്തുന്നത് അരങ്ങിലെ പ്രകാശധോരണിയാണ്. ഇത് പ്രേക്ഷകനിൽ ഒരുതരം 'ഹിപ്പ്നോസിസ്' സൃഷ്ടിക്കുന്നു. സംഭവങ്ങളുടെ വശീകരണശക്തി പ്രേക്ഷകനെ ഒരബോധാവസ്ഥയിലാക്കി, രംഗത്ത് ദത്തശ്രദ്ധനാക്കുന്നു. കൃത്രിമമായ ഈ ഐക്യം കെട്ടിപ്പടുക്കുന്നതിന് 'വ്യൂഹവൽക്കരണം' (regimentation) എന്ന പദംതന്നെയാണ് നാടകകലയിലും പ്രയോഗിക്കുന്നത്. വ്യക്തികളെക്കൊണ്ട് സൈന്യത്തെ സൃഷ്ടിക്കുന്ന പ്രക്രിയയാണിത്. പട്ടാളത്തിൽ ചേരുന്നതുമുതൽ പടിപടിയായി വ്യക്തി നശിപ്പിക്കപ്പെടുകയും സംഘം സൃഷ്ടിക്കപ്പെടുകയുമാണ് ചെയ്യുന്നത്. പേരിനുപകരം നമ്പരും ഒരേ ആകൃതിയിലുള്ള യൂണിഫോറവും ആയുധവും ഒരേ ക്രമത്തിലുള്ള സംഘജീവിതവും നടത്തത്തിൽപ്പോലും നിഷ്കർഷിക്കപ്പെടുന്ന ഐക്യരൂപ്യവും എല്ലാംകൂടി കാലക്രമത്തിൽ വ്യക്തിയെ സംഘത്തിന്റെ ഒരവയവം മാത്രമാക്കിത്തീർക്കുന്നു. ആൾക്കൂട്ടമനഃശാസ്ത്രത്തിന്റെ സമർഥമായ പ്രയോഗം. ഇതൊരു ഫാഷിസ്റ്റ് രീതിതന്നെയാണ്. ഹിറ്റ്ലറുടെ വിജയം ആൾക്കൂട്ടമനഃശാസ്ത്രത്തിന്റെ വിദഗ്ധമായ പ്രയോഗമായിരുന്നുവെന്ന വില്യം റെയ്ക്കിന്റെ നിരീക്ഷണം ഓർക്കുക. നാസികൾ എപ്പോഴും ശ്രമിച്ചിരുന്നത് വ്യക്തികളുടെ വികാരങ്ങളെ ഇളക്കിവിടാനായിരുന്നു. കഴിയുന്നത്ര വാദപ്രതിവാദങ്ങളെ ഒഴിവാക്കുകയെന്ന തന്ത്രം അവർ സ്വീകരിച്ചു. വിദൂരമായ ലക്ഷ്യങ്ങളെ ചൂണ്ടിക്കാണിച്ച് ജനങ്ങളെ ആവേശംകൊള്ളിക്കുക. അതേസമയം സമീപത്തുള്ള പ്രശ്നങ്ങളുടെനേരെ കണ്ണടയ്ക്കുക. ജനങ്ങളുടെ നിലപാട് എപ്പോഴും മുകളിൽനിന്നു പകർന്നുകൊടുക്കുന്ന ആശയങ്ങളാണ് രൂപപ്പെടുത്തുകയെന്ന ഫാഷിസ്റ്റ് തത്വശാസ്ത്രത്തിന്റെ പ്രയോഗകലയാണ് ബൂർഷ്വാ നാടകവേദി. ബൂർഷ്വാ സാമൂഹ്യനീതിയുടെ സഹജഭാവമായ നിയന്ത്രണത്തിന്റെയും അടിച്ചമർത്തലിന്റെയും ആധിപത്യവാസനയുടെയും സാംസ്കാരികരൂപമാണത്.

അധ്വാനോപകരണമെന്നനിലയിൽ വികസിച്ചുവന്ന നാടകകല, ചൂഷകരുടെ ആധിപത്യം ഉറപ്പിക്കാനുള്ള ആയുധമായി ഉപയോഗിക്കപ്പെടുന്നുവെന്ന അറിവും ഈ ഉപയോഗത്തെ തുറന്നുകാട്ടാനുള്ള ശക്തി പകരും. നാടകത്തിന്റെ ജനകീയവേരുകൾ മനസിലാക്കുന്നത്, അധീശവർഗത്തിൽനിന്ന് ഈ മാധ്യമത്തെ തിരിച്ചുപിടിക്കാനും ഇതേ മാധ്യമത്തിലൂടെ മർദകവാഴ്ചക്കെതിരെ ആഞ്ഞടിക്കുന്ന പ്രചാരണക്കൊടുങ്കാറ്റ് അഴിച്ചുവിടാനുമുള്ള സാംസ്കാരികമുന്നേറ്റങ്ങൾക്ക് ആവേശമുണ്ടാക്കും. ബൂർഷ്വാ നാടകവേദിയുടെ ചട്ടക്കൂടിൽനിന്നു വിപ്ലവപ്രമേയം അവത

രിപ്പിച്ചുകൊണ്ട് തുടങ്ങിയ ഇത്തരം മുന്നേറ്റങ്ങൾ, ബൂർഷ്വാ അരങ്ങിന്റെ അതിരുകളെ തകർക്കുകയും അരങ്ങിലെ വർഗസമരം തെരുവിലേക്ക് വ്യാപിപ്പിക്കുകയും ചെയ്തിരിക്കുന്നു. എല്ലാവിധ അടിച്ചമർത്തലുകൾക്കും നിയന്ത്രണങ്ങൾക്കും എതിരേ പൊരുതുന്ന അധഃസ്ഥിതന്റെ സാംസ്കാരിക സമരരൂപമാണ് തെരുവുനാടകവേദി. തെരുവരങ്ങിൽ ഇറങ്ങിച്ചെന്ന് ജനങ്ങളുടെ പ്രശ്നങ്ങൾ അവതരിപ്പിക്കുന്ന തെരുവരങ്ങിൽ ജനങ്ങൾക്കും അഭിനേതാക്കൾക്കുമിടയിൽ മതിലുകളില്ല. അവിടെ പ്രേക്ഷകനും നടനുമില്ല. പ്രേക്ഷകനെ രംഗസംഭവങ്ങളിൽ ആമഗ്നനാക്കും വിധമുള്ള സജ്ജീകരണങ്ങളോ വേഷഭൂഷകളോ ഇല്ല. അവിടെ പ്രധാനം വിഷയമാണ്, അവതരിപ്പിക്കുന്ന പ്രശ്നമാണ്. സംവാദത്തെ സ്വാഗതം ചെയ്യുന്ന തെരുവുനാടകവേദിയിൽ കോറസ് ഒറ്റസ്വരത്തിൽ ആവശ്യപ്പെടുന്നത് 'കാണൂ, ചിന്തിക്കൂ' എന്നാണ്. സ്ഥിതിഗതികൾ ഇങ്ങനെ തുടർന്നാൽ മതിയോ? മാറ്റമുണ്ടാകേണ്ടേ? മാറണമെന്നുതോന്നിയാൽ, വരൂ, മാറ്റത്തിന് നമുക്കൊന്നിച്ച് ശ്രമിക്കാം എന്നാണത് ആഹ്വാനംചെയ്യുന്നത്. സ്വതന്ത്രമായ ഘടനകൊണ്ടും വിപ്ലവപരമായ പ്രമേയം കൊണ്ടും വിമോചനത്തിനായുള്ള സാംസ്കാരിക പ്രവർത്തനമാകുന്നു, തെരുവുനാടകവേദി.

ദേശാഭിമാനി വാരിക, ജനുവരി 1991

അടിക്കുറിപ്പുകൾ

1. *The Art of Peotry* (The Prehistoric Aegean-Geroge Thomson) from Marxists on Literature, p. 69. Penguin Books LTd 1977.
2. *മാർക്സിസവും സൗന്ദര്യശാസ്ത്രവും*, പു. 17 ചിന്ത പബ്ലിഷേഴ്സ് 1980.
3. നാന്യൃഷി: കവിരിത്യുക്ത, മൃഷിശ്ച കില ദർശനാത്, നാന്യൃഷി കുരുതേ കാവ്യം തുടങ്ങിയവ.
4. *Theatre of the Oppressed*. p. 119. Pluto London. 1989.
5. *തനതു നാടകവേദി* (നാടകക്കളരി ലേഖനങ്ങൾ) സി ജെ സ്മാരക സമിതി, നാഷണൽ ബുക്സ്റ്റാൾ.
6. *Their Threatre and Ours, by Tom Thomson*, p. 138-146. Theatres of the Left, Roultedge & Kegan Paul, 1985.
7. *The Modern Theatre is the Epic Theatre* p. 37. ed. John Willett Methuen 1986.
8. *നാടകവും പ്രേക്ഷകനും* (നാടകദർപ്പണം), എൻ എൻ പിള്ള, പു. 77 98, നാഷണൽ ബുക്സ്റ്റാൾ 1990.

2

പ്രത്യയശാസ്ത്രവും നാടകവും

ഭരണകൂടത്തെ സംബന്ധിച്ച മാർക്സിയൻ വീക്ഷണത്തിന്റെ സൈദ്ധാന്തിക വികാസമാണ് ലൂയി അൽത്തൂസറുടെ *പ്രത്യയശാസ്ത്രവും പ്രത്യയശാസ്ത്രപരമായ ഭരണകൂടോപകരണങ്ങളും* എന്ന ലേഖനം. ഭരണകൂടാധികാരവും (State Power) ഭരണകൂടോപകരണങ്ങളും (State Apparatuses) എന്ന വർഗീകരണത്തെ, ഒന്നുകൂടെ, സൂക്ഷ്മമായി അദ്ദേഹം വിശകലനം ചെയ്തു. ഗവൺമെന്റ് കാര്യനിർവഹണസമിതികൾ, പട്ടാളം, പൊലീസ്, കോടതി, കാരാഗൃഹം എന്നിവയെ ഭരണകൂടത്തിന്റെ മർദനോപകരണങ്ങൾ (Repressive state Apparatuese - RSA) എന്നും മതം, വിദ്യാഭ്യാസസ്ഥാപനങ്ങൾ, കുടുംബം, നിയമം, രാഷ്ട്രീയപ്പാർട്ടികൾ, ട്രേഡ് യൂണിയനുകൾ, സംവേദനമാധ്യമങ്ങൾ, സംസ്കാരം എന്നിവയെ ഭരണകൂടത്തിന്റെ പ്രത്യയശാസ്ത്രോപകരണങ്ങൾ (Ideological state Apparatuses - ISA) എന്നുമാണ് അൽത്തൂസർ വിളിക്കുന്നത്. രണ്ടിന്റെയും ധർമം ഒന്നാണ്. പ്രവർത്തനരീതിയിലാണ് വ്യത്യാസം. ചൂഷണാധിഷ്ഠിതമായ ഉൽപ്പാദനബന്ധങ്ങളുടെ നിലനിൽപ്പിനും പുനരുൽപ്പാദനത്തിനും അനുകൂലമായ അന്തരീക്ഷം സൃഷ്ടിക്കുകയെന്നതാണ് ഇവയുടെ ധർമം. ആദ്യത്തേത് (RSA) ഹിംസ (Violence)യിലൂടെ പ്രവർത്തിക്കുമ്പോൾ, രണ്ടാമത്തേത് (ISA) പ്രത്യയശാസ്ത്ര (Ideology)ത്തിലൂടെ പ്രവർത്തിക്കുന്നു.

ജനങ്ങൾക്കിടയിൽ സ്വാധീനമുള്ള തിയേറ്റർ എന്ന സാംസ്കാരിക സ്ഥാപനം, ഒരു പ്രത്യയശാസ്ത്രോപാധിയാണ്. ഭരണവർഗത്തിന്റെ ആശയങ്ങൾ ഉൽപ്പാദിപ്പിക്കുകയും അവയെ സാധൂകരിക്കുകയും ചെയ്യുന്ന കമ്പോളനാടകങ്ങളുടെ പ്രത്യയശാസ്ത്രദൗത്യം എളുപ്പത്തിൽ തിരിച്ചറിയാൻ കഴിയുന്നു. ചൂഷകന്റെ കല/ചൂഷിതന്റെ കല എന്ന അറിവ് ഇതിന് ധാരാളമാണ്. എന്നാൽ കലാപരമായി മേന്മ പുലർത്തുന്നതോ

ഉത്തമസഹൃദയർ അംഗീകരിച്ച് ആദരിക്കുന്നതോ ആയ തിയേറ്റർ രൂപങ്ങളുടെ രാഷ്ട്രീയാന്തർഗതങ്ങൾ വായിച്ചെടുക്കാൻ സൂക്ഷ്മദൃക്കുകൾക്കേ കഴിയൂ. അത്തരമൊരു വായനയുടെ ഫലമാണ് ലാറ്റിനമേരിക്കൻ നാടകപ്രവർത്തകനായ ഓഗസ്റ്റോബളിന്റെ കണ്ടെത്തലുകൾ. കുലീനവർഗത്തിന്റെ ആധിപത്യത്തിനെതിരെ അസംതൃപ്തരായ പൗരന്മാരിൽ നിന്ന് ഉയർന്നുവന്നേക്കാവുന്ന പ്രതിഷേധങ്ങളെ അമർച്ച ചെയ്യാനുള്ള ഉപാധികളിലൊന്നായി അരിസ്റ്റോട്ടിലിന്റെ ദുഃഖാന്തര നാടകനിർവചനത്തെയും പ്രയോഗത്തെയും അദ്ദേഹം വിലയിരുത്തി (Aristotle's coercive of tragedy).

ഭരണകൂടത്തിന്റെ മർദനോപകരണങ്ങൾ (RSA) മുഖ്യമായും ഹിംസാത്മകമെങ്കിലും ചിലപ്പോൾ പ്രത്യയശാസ്ത്രത്തിന്റെ സഹായം തേടും. മറിച്ച് പ്രത്യയശാസ്ത്രോപകരണങ്ങൾ, ആവശ്യമെങ്കിൽ മർദനരീതികളെയും അവലംബിക്കും. രണ്ടാമത്തേതിന് ഉദാഹരണമായി വിദ്യാലയം/കുടുംബം/പള്ളി തുടങ്ങിയ സ്ഥാപനങ്ങൾ സ്വീകരിക്കാറുള്ള ശിക്ഷാനടപടികളാണ് അൾത്തൂസർ ചൂണ്ടിക്കാണിക്കുന്നത്. ട്രാജഡിയെ മർദനസംവിധാനമെന്നു വിലയിരുത്തിയപ്പോൾ ഒഗസ്റ്റോബോൾ ഒരുപടി മുന്നോട്ടുപോയി. ഇവിടെ ഹിംസ പ്രവർത്തനക്ഷമമാകുന്നത് ഭൗതികതലത്തിലല്ല മറിച്ച് മാനസികതലത്തിലാണ് (Psychological Violence). ശകാരം, ശാപം, ആക്രോശം, ഭീഷണി തുടങ്ങിയവയെ ഇത്തരം ഹിംസയിൽ പെടുത്താം. പരോക്ഷസൂചനകളിലൂടെ ഭീഷണിപ്പെടുത്തി പൗരസഞ്ചയത്തെ സ്ഥിതവ്യവസ്ഥാനുകൂലികളാക്കുകയെന്ന ധർമമാണ് ട്രാജഡി നിറവേറ്റുന്നത്. എങ്ങനെയാണ് ഈ മർദന സംവിധാനം പ്രവർത്തിക്കുന്നതെന്ന് പരിശോധിക്കാം.

ലക്ഷ്യം വികാരവിരേചനം

> ഗംഭീരവും സ്വയം പൂർണവും നിശ്ചയദൈർഘ്യമുള്ളതുമായ ഏതെങ്കിലും സംഭവത്തിന്റെ അനുകരണമാണ് ദുരന്തനാടകം. നാടകത്തിന്റെ വിവിധഭാഗങ്ങളിൽ വേറെ വേറെ പ്രകാരങ്ങളിൽ പ്രയോഗിക്കപ്പെടുന്ന ശബ്ദചമൽക്കാരങ്ങളോടു കൂടിയ ഭാഷയാണ് അതിന്റെ ഉപകരണം. എന്നാലത് ആവിഷ്കൃതമാകുന്നത് നാടകീയ രൂപത്തിലാണ്. ആഖ്യാനരൂപത്തിലല്ല. അതിൽ കരുണയും ഭീതിയും ഉദ്ദീപിപ്പിക്കുന്ന സംഭവങ്ങൾ ചിത്രീകരിച്ച് അതതു മനോവികാരങ്ങളുടെ വിരേചനം (Catharsis) നടത്തുന്നു."

കാവ്യമീമാംസ (*Poetics*) യിൽ ദുരന്തനാടകത്തിന് അരിസ്റ്റോട്ടിൽ നൽകിയ നിർവചനമാണ് മേലെ ഉദ്ധരിച്ചത്.

പ്രേക്ഷകരുടെ വികാരവിരേചനമാണ് ദുരന്തനാടകത്തിന്റെ ലക്ഷ്യം. ഇതിവൃത്തഗതി ഏതെല്ലാം ഘട്ടങ്ങളിലൂടെ കടന്നുപോയാലാണ് ഈ ലക്ഷ്യത്തിലെത്തുകയെന്ന് അരിസ്റ്റോട്ടിൽ വിശദമാക്കിയിട്ടുണ്ട്. നായകന്

ഒരു പിഴവുപറ്റുക— വമാവ്യശേമ, ഇതോടെ കഥയ്ക്ക് വഴിത്തിരിവ്, (സ്ഥിതി, വിപര്യയം) - Peripetia സംഭവിക്കുന്നു. പിഴവെന്തെന്ന് നായകൻ തിരിച്ചറിയുന്നു. - anagnorisis - നായകൻ ഫലം അനുഭവിക്കുന്നു - catastrophe. ഇതാണ് യഥാർഥ ദുരന്തനാടകഘടന. സോഫോക്ലിസിന്റെ *ഈഡിപ്പസ്* നാടകത്തെ മുൻനിർത്തി അരിസ്റ്റോട്ടിൽ നിർവചനത്തെ വിശദീകരിക്കുന്നു. തീബ്സിനെ ബാധിച്ച പ്ലേഗുബാധയുടെ കാരണമറിയാൻ ആളയച്ചുവരുത്തിയ പ്രവാചകനോടുള്ള പെരുമാറ്റത്തിൽ തന്നെ ഈഡിപ്പസിനു പിഴവു പറ്റുന്നു. അഹന്തയും ധീരതയും ധിക്കാരവും ഒപ്പം ജനസ്നേഹവും രാജാവിനുണ്ട്. ഈഡിപ്പസിന്റെ ധിക്കാരം നിറഞ്ഞ പെരുമാറ്റത്തിൽ കോപാകുലനായ തിറേസിയേസിന്റെ 'നിങ്ങൾ തേടുന്ന കൊലയാളി നിങ്ങൾ തന്നെ' എന്ന വാക്കുകളോടെ നായകന്റെ ജീവിതത്തിന് വിപര്യയം സംഭവിച്ചുതുടങ്ങി. ദൂതനും ഇടയനും നൽകുന്ന വാർത്തകളിലൂടെ അഭിജ്ഞാനം (discovery) സംഭവിച്ചു. ഈഡിപ്പസ് വധിച്ചത് സ്വന്തം പിതാവ് ലയൂസിനെയാണെന്നും വിവാഹം ചെയ്തിരിക്കുന്നത് സ്വന്തം മാതാവ് യകോസ്തയെയാണെന്നും വെളിപ്പെട്ടു കഴിഞ്ഞു. ഇനി നായകന്റെ ജീവിതത്തിലെ നിരന്തരമായ തിരിച്ചടികളാണ്. ഈഡിപ്പസ് ചെയ്ത വലിയ പിഴവ് പിതാവിനെ വധിച്ചതും മാതാവിനെ വേട്ടതുമാണ്. അയാൾ ചെയ്ത തെറ്റിന് ഏറ്റവും ക്രൂരമായ ശിക്ഷതന്നെ ഏറ്റുവാങ്ങുന്നു. യകോസ്ത വസ്ത്രാഞ്ചലത്തിൽ സ്വജീവനൊടുക്കി. അവരുടെ വസ്ത്രത്തിൽ നിന്ന് ഊരിയെടുത്ത സ്വർണസൂചി കൊണ്ട് കുത്തിപ്പൊട്ടിച്ച, ചോരയൊലിക്കുന്ന കണ്ണുകളോടെ, ആർത്തലച്ചു കരഞ്ഞുകൊണ്ട് പ്രേക്ഷകർക്കുമുമ്പാകെ ഈഡിപ്പസ് പ്രത്യക്ഷപ്പെടുന്നു. സദ്ഗുണസമ്പന്നനായ രാജാവിനു വന്നുപെടുന്ന സ്ഥിതിവിപര്യയത്തിൽ കരുണതോന്നുന്ന പ്രേക്ഷകരിൽ, രാജാവിന്റെ യാതനാദൃശ്യം ഭീതിയുണർത്തുകയും അവരിലെ ചീത്ത ചിത്തവൃത്തികൾ വിശുദ്ധീകരിക്കപ്പെടുകയും ചെയ്യുന്നു. ഇതാണ് വികാരവിരേചനം കൊണ്ട് ഉദ്ദേശിക്കുന്നത്.

ഈഡിപ്പസും പ്രേക്ഷകരും

അപ്പോളോ ദേവന്റെ പൂജാരിയുടെ പ്രവചനം ഫലിച്ചുവെന്ന് നാടകാന്ത്യത്തിൽ പ്രേക്ഷകർ അറിയുന്നു. ദൈവവിധികൾ അലംഘനീയമാണെന്നു ഒന്നുകൂടെ ജനങ്ങളെ ബോധ്യപ്പെടുത്താൻ ഇതുകൊണ്ടു സാധ്യമാണ്. ഒന്നുകൂടെ സൂക്ഷ്മമായി അന്വേഷിച്ചാൽ മറ്റു ചില ധർമങ്ങൾകൂടി ഈ നാടകം നിറവേറ്റുന്നതായി കാണാം. ഇത്രയും ഭയാനകമായ അന്ത്യമനുഭവിക്കാൻ തക്ക വലിയ എന്തു പിഴയാണ് ഈഡിപ്പസ് ചെയ്തത്! അയാൾ തന്നെ വളർത്തി വലുതാക്കിയ മാതാപിതാക്കളെ ഉപേക്ഷിച്ചു. പ്രവാചകനോട് ധിക്കാരമായി പെരുമാറി. സ്വന്തം പിതാവിനെ വധിച്ചു. അമ്മയുമൊത്ത് സഹശയനം ചെയ്തു. അറിഞ്ഞോ അറിയാതെയോ ചെയ്ത ഈ കൃത്യങ്ങൾ സദുദ്ദേശ്യത്തോടെ ആയിരുന്നിട്ടും എന്തുകൊണ്ട് ഈ ഭീകരാനുഭവം? കാരണമുണ്ട്. സമുദായഭദ്രതയെ

കാത്തുപോന്ന ചില ആചാര്യ മര്യാദകളെ (Social Ethos) ആണ് അറിഞ്ഞോ അറിയാതെയോ നായകൻ ലംഘിച്ചിരിക്കുന്നത്. ഇതിന് കടുത്തശിക്ഷ അനുഭവിച്ചെങ്കിലേ സമുദായത്തിന്റെ സമനില പുനഃസ്ഥാപിക്കാനാവൂ.

സ്ഥിതിവ്യവസ്ഥയുടെ ആചാര്യ മര്യാദകളെ ധിക്കരിക്കുന്നവരെ അച്ചടക്കം പരിശീലിപ്പിക്കുന്ന മാധ്യമമായി ദുരന്തനാടകം പ്രവർത്തിക്കുന്നുവെന്നു ചുരുക്കം. ഈഡിപ്പസിന്റെ ദുരന്തം പ്രേക്ഷകരിലുണ്ടാക്കുന്ന ആഘാതമെന്തെന്ന് പരിശോധിച്ചാൽ ഇതു വ്യക്തമാകും. ജനങ്ങൾ സ്നേഹിക്കുകയും ആരാധിക്കുകയും ചെയ്യുന്ന മഹാനായ രാജാവാണ് ഈഡിപ്പസ്. നാടകം ആരംഭിച്ചു നായകൻ രംഗത്തെത്തുന്നതോടെ പ്രേക്ഷകർ നായകനുമായി താദാത്മ്യബന്ധം സ്ഥാപിക്കുന്നു. അഭിനയിക്കാതെതന്നെ പ്രേക്ഷകർ അഭിനയരസം അനുഭവിക്കുന്നു. നായകനോടൊപ്പം പ്രേക്ഷകരിലും... ഉത്തേജിപ്പിക്കപ്പെടുന്നു. നായകൻ നിർഭാഗ്യത്തിലേക്കു വീഴാൻ തുടങ്ങുന്നതോടെ പ്രേക്ഷകർ ഒന്നു പിൻവാങ്ങുന്നു. എന്നാൽ വളരെ യുക്തിസഹമായി നായകൻ തെറ്റു ചെയ്തുവെന്ന് തിരിച്ചറിയുകമൂലം പ്രേക്ഷകരുടെ താദാത്മ്യബന്ധം മുറിയുന്നില്ല. നായകൻ ശിക്ഷ അനുഭവിക്കുന്നു. ഗുണവാനായ നായകനുണ്ടായ സ്ഥിതിവിപര്യയം കണ്ട് കരുണ തോന്നിയ പ്രേക്ഷകർക്ക് യാതനാദൃശ്യം ഭീതിയുണ്ടാക്കുന്നു. (Pity and Fear പറയാനുള്ള സൗകര്യം കരുതി മലയാളത്തിൽ ഭയകരുണങ്ങൾ എന്നാണ് പ്രയോഗിക്കാറ്. കരുണം ഭയവും എന്നതാണ് ക്രമം.) പ്രേക്ഷകരും യുക്തിപൂർവം ആലോചിക്കുന്നു. ഭരണഘടനാ വിരുദ്ധമോ സമുദായാചാരവിരുദ്ധമോ ആയി തന്നിലുള്ള ചിന്തകളെ തിരിച്ചറിയുന്നു. അവയെ മനസിൽ നിന്നു പിഴുതുമാറ്റുന്നു. അയാളിലുള്ള അശുദ്ധവികാരപ്രവണതകൾ - Hamartia, വിശുദ്ധീകരിക്കപ്പെടുന്നു. വികാരവിരേചനത്തിലൂടെ, നിലനിൽക്കുന്ന വ്യവസ്ഥയിലെ അനുസരണയുള്ള കുഞ്ഞാടായി അയാൾ തിരിച്ചുവരുന്നു.

ദുരന്തനാടകത്തിന്റെ ഘടനയും യഥാതഥമായ സങ്കേതവും അനുസരിക്കുന്ന നാടകങ്ങൾക്കു പൊതുവിൽ, പ്രേക്ഷകമനസിനെ ഭയപ്പെടുത്താൻ കഴിയും. സമുദായ വ്യവസ്ഥയുമായി ഇടയുകയും നിരന്തരം പീഡനം ഏറ്റുവാങ്ങുകയും ചെയ്യുന്ന നായകന്മാരെ അതിലളിതവും വികാരമൂർച്ചയേറിയതുമായ സംഭവമുഹൂർത്തങ്ങളിലൂടെ അവതരിപ്പിക്കുന്നത് അത്തരം ജീവിതം ഒരിക്കലും തെരഞ്ഞെടുക്കരുതേ, എന്ന് പ്രേക്ഷകരെ ഉപദേശിക്കുന്നതിന് തുല്യമാണ്. പുറമേയ്ക്ക് ശാന്തമായി അനുഭവപ്പെടുന്ന രാഷ്ട്രീയകാലാവസ്ഥയിൽ, സ്വയം കൃതനാർഥമെന്നോണം, സ്വന്തം കുടുംബസൗഖ്യങ്ങളെ തകർക്കാൻ സാധാരണ ആരും ഇഷ്ടപ്പെടുകയില്ലല്ലോ. കേരളത്തിന്റെ സവിശേഷ ചരിത്രഘട്ടങ്ങളിൽ ഉയർന്നുവന്നു. പ്രസക്തി ബോധ്യപ്പെടുത്തിയ *പാട്ടബാക്കി, നമ്മളൊന്ന്, നിങ്ങളെന്നെ കമ്യൂണിസ്റ്റാക്കി, ഇങ്ക്വിലാബിന്റെ മക്കൾ* തുടങ്ങിയ രാഷ്ട്രീയ നാടകങ്ങളുടെ നിരയിലേക്ക് കയറിനിൽക്കാൻ *ചരിത്രം അവസാനിക്കു*

ന്നില്ല (കണ്ണൂർ സംഘചേതന അരങ്ങേറിയത്) എന്ന നാടകത്തിന് കഴിയാതെ പോകുന്നത് അത് ഉള്ളിൽ വഹിക്കുന്ന ദുരന്ത നാടകഘടന കൊണ്ടുകൂടിയാണ്. ഇത് മാർക്സിന്റെയോ അദ്ദേഹത്തിന്റെ തത്വശാസ്ത്രത്തിന്റെയോ പരാജയമല്ല. നാടകം സ്വീകരിച്ച രൂപത്തിന്റെയും രചനയുടെയും ദൗർബല്യമാണ് പ്രധാന കാരണം. പുതിയ കാലത്തിന് പുതിയ രൂപമെന്ന് ബ്രെഹ്ത്തിന്റെ ഊന്നലും *ഗലീലിയോവിന്റെ ജീവിതം*, *കൊക്കേഷ്യൻ ചോക്കുവൃത്തം* എന്നീ നാടകങ്ങളുടെ രചനയും അവതരണവും ഇക്കാര്യത്തിൽ ഇടതുപക്ഷ നാടകപ്രവർത്തകർക്ക് പാഠമാകേണ്ടതാണ്.

ഒരു രാഷ്ട്രീയതത്വശാസ്ത്രത്തിൽ വിശ്വസിക്കുന്നവരെ ഉറപ്പിച്ചു നിർത്താനും സഹയാത്രികരെ ആകർഷിക്കാനും ഇന്നത്തെ അവസ്ഥയിൽ ഒരു രാഷ്ട്രീയനാടകത്തിനു കഴിയണം. ഭരണവർഗത്തിന്റെ പ്രത്യയശാസ്ത്രോപകരണങ്ങൾക്കെതിരെ പ്രതിരോധമുയർത്തുന്ന ശക്തിയായി, എങ്കിലേ നാടകവേദി വളരുകയുള്ളൂ. എന്നാലിന്ന് മലയാളത്തിൽ, ഇടതുപക്ഷ രാഷ്ട്രീയത്തിന്റെ ലേബലൊട്ടിച്ച് അരങ്ങേറുന്ന ഒട്ടുമിക്ക നാടകങ്ങളും വിപരീതഫലമാണ് ഉണ്ടാക്കുന്നതെന്ന് ഖേദപൂർവം ചൂണ്ടിക്കാണിക്കട്ടെ.

(*ദേശാഭിമാനി* വാരിക, 1995 മെയ് 7)

3

നവോത്ഥാന നാടകത്രയവും സ്ത്രീവാദവും

നമ്പൂതിരി നാടകത്രയമെന്നു വിളികൊണ്ട *അടുക്കളയിൽ നിന്ന് അരങ്ങത്തേക്ക്* (വി ടി ഭട്ടതിരിപ്പാട്), *മറക്കുടയ്ക്കുള്ളിലെ മഹാനരകം* (എം ആർ ബി) *ഋതുമതി* (എം പി ഭട്ടതിരിപ്പാട്) എന്നിവയുടെ പ്രമേയ കേന്ദ്രം നമ്പൂതിരിസമുദായത്തിലെ സ്ത്രീകൾ ഒരു കാലത്ത് അനുഭവിച്ചിരുന്ന നരകവേദനകളും അവയിൽ നിന്നുള്ള മോചനവുമാണ്. ഈ നാടകങ്ങളുടെ സ്ത്രീവാദത്തെ ധ്വനിപ്പിക്കുന്ന വാക്കുകളാണ് 'അടുക്കള' 'മറക്കുട' 'ഋതുമതി' എന്നിവ. സ്ത്രീകളേറ്റുവാങ്ങുന്ന പീഡനവും സ്ത്രീപുരുഷബന്ധത്തിലെ ഹീനതകളും സമുദായപരിഷ്കരണം ദേശസ്വാതന്ത്ര്യത്തിന്റെ ഭാഗമായും വിലയിരുത്തുവാനുള്ള വീക്ഷണ വിശാലത നമ്പൂതിരി പരിഷ്കരണപ്രസ്ഥാനം പ്രകടിപ്പിച്ചിരുന്നു. സ്ത്രീകളെ അടുക്കളയിൽ നിന്ന് അരങ്ങത്തേക്ക് മോചിപ്പിക്കുന്നതിലൂടെ മാത്രമേ സമുദായ പരിഷ്കരണത്തിന് പൂർണത കൈവരൂ എന്ന ബോധ്യത്തിന്റെ ചരിത്രസാക്ഷ്യങ്ങളാണ് ഈ നാടകങ്ങൾ. തന്റെ നാടകം 'കന്യകമാരുടെ കരപല്ലവികളിൽ' അർപ്പിച്ചുകൊണ്ട് വി ടിയും 'സമുദായത്തിലെ സപത്നികൾക്ക്' സമർപ്പിച്ചുകൊണ്ട് എം ആർ ബിയും ഈ തിരിച്ചറിവിന് അടിവരയിടുന്നു.

ഒന്ന്

"ഋതുമതിയായൊരു പെൺകിടാവെന്നാകി-
ലതുമതി ഞായം പഠിപ്പു നിർത്താൻ
അവളെന്നും പിന്നെയടുക്കള തന്നുള്ളി-
ലവശമിരുന്നു നരച്ചീടേണം;
കുടയെടുത്തീടേണം, കുപ്പായമൂരണം
കുടില സമുദായ നീതി നോക്കൂ."

*ഋതുമതി*യുടെ അവതാരികയായി നിബന്ധിച്ചിട്ടുള്ള ഈ ശ്ലോകം ഫ്യൂഡൽ മേധാവിത്വകാലത്തെ ഒരു നമ്പൂതിരി സ്ത്രീയുടെ ദുരിതപൂർണ്ണമായ ജീവചരിത്രം ഒന്നൊതുക്കി പറഞ്ഞതാണ്, ഋതുമതിയാകുന്നതോടെ ആരംഭിക്കുന്ന പീഡാനുഭവങ്ങൾ ജീവിതാന്ത്യം വരെ അവളെ പിന്തുടരുന്നു. പ്രായത്തികവിനെ പുളകമായും അഭിമാനമായും ഏറ്റുവാങ്ങുന്ന ഇക്കാലത്ത്, ഒരു നമ്പൂതിരി പെൺകിടാവിനെ തുറിച്ചു നോക്കുന്നത് കഠിനമായ ജാത്യാചാരങ്ങളാണ്. അവളുടെ ആഹ്ലാദങ്ങളും പൊട്ടിച്ചിരികളും പൂമുഖത്ത് ഊരിവീഴുകയും അകത്തളങ്ങളിലെ ഇരുട്ടും ശൂന്യതയും അവളെ വന്ന് പൊതിയുകയും ചെയ്യുന്നു. പിന്നെ ജീവിതമല്ല നരകസഞ്ചാരമാണ് അവളുടേത്.

ചാതുർവർണ്ണ്യ വ്യവസ്ഥയുടെ പിൻബലത്തിൽ ജാതിയുടെയും ഭൂവുടമസ്ഥതയാൽ സമ്പദ്ക്രമത്തിന്റെയും മേൽത്തട്ടിലായിരുന്ന നമ്പൂതിരിസമുദായത്തെ കീഴൊതുക്കിയിരുന്ന യാഥാസ്ഥിതിക മനോഭാവങ്ങളുടെയും ജാത്യാചാരങ്ങളുടെയും തിക്തഫലം ഏറെ അനുഭവിക്കേണ്ടി വന്നത് അന്തർജനങ്ങൾക്കാണ്. ഭൂസ്വത്ത് സംരക്ഷിക്കുന്നതിനോ സമ്പാദിക്കുന്നതിനോ വേണ്ടി നടപ്പിലാക്കിയ വിവാഹസമ്പ്രദായം സ്ത്രീപുരുഷ ബന്ധത്തെ ഹീനവും മനുഷ്യത്വവിരുദ്ധവും ആക്കിത്തീർത്തു. ഒരു മനുഷ്യാത്മാവിന്റെ പരിഗണന ലഭിക്കാത്ത സ്വത്വമായിരുന്നു സ്ത്രീകളുടേത്. ഋതുമതിയായാൽ ഉമ്മറത്ത് വരാൻ പാടില്ല. പഠിക്കാൻ പാടില്ല. ഘോഷ ധരിക്കണം. മറക്കുട ചൂടാതെ പുറത്തിറങ്ങരുത്. മേൽവസ്ത്രം ഉപേക്ഷിക്കണം. ഇങ്ങനെ അരുതുകളുടെ കാണാച്ചങ്ങലകളിൽ ബന്ധിതരായ ഇവരെക്കുറിച്ചാണ് "ഒരു ചേലപ്പുതപ്പിന് രണ്ടുകാലും ഓരോലക്കുടയും വെച്ചുകൊടുത്താൽ അതൊരന്തർജനമായി" എന്ന് എം ആർ ബി പറഞ്ഞത്.

ഇല്ലത്തെ മൂത്ത പുത്രനു മാത്രമെ സ്വജാതിയിൽനിന്നു വേളി കഴിക്കാൻ പാടുള്ളൂ. മറ്റ് പുത്രന്മാർ ജൈവചോദനയുടെ തൃപ്തിക്കായ് വല്ല നായർ തടവാടുകളെയും മണത്തുനടക്കണം. സൂരിനമ്പൂതിരിപ്പാടിന്റെ അപരന്മാരാവുകയെന്ന വിധി! പെൺമക്കളുള്ള നമ്പൂതിരി ഇല്ലങ്ങൾക്ക് അവരുടെ വേളി ഒരു തീരാവേദനയായിരുന്നു. 'കൊട്ടെണ്ണക്കുട'വും 'തങ്കക്കൊട'വും തമ്മിലുള്ള വേളി (*അടുക്കളയിൽ നിന്ന് അരങ്ങത്തേക്ക്* രംഗം 12) ഇതിന്റെ ഫലമാണ്. മൂന്നും നാലും കെട്ടി അകത്തിരുത്തിയിട്ടുള്ള കിഴവൻ നമ്പൂതിരി ഇല്ലത്ത് സാമ്പത്തിക പ്രയാസമുണ്ടായാൽ പരിഹാരം കണ്ടത് വേളിയിലൂടെയായിരുന്നു. വേളി കഴിഞ്ഞ് ദിവസങ്ങൾക്കുള്ളിൽ പെൺകിടാങ്ങൾ വിധവകളാകേണ്ടി വരുന്നത് അപൂർവമായിരുന്നില്ല. ആയുസുള്ള മംഗല്യച്ചരട് നമ്പൂതിരി പെൺകിടാങ്ങളുടെ സ്വപ്നമായിരുന്നു. വിധവാവിവാഹം അനുവദിച്ചിരുന്നില്ല. ഇത്തരം സാഹചര്യത്തിലുണ്ടായേക്കാവുന്ന സദാചാരഭ്രംശത്തെ സ്മാർത്ത വിചാരത്തിലൂടെ നേരിട്ടു. വിചാരണയെ അഭിമുഖീകരിക്കേണ്ടിവന്ന 'സാധന'ങ്ങളും സ്ത്രീകൾ തന്നെ (ഇത്തരമൊരു സമുദായത്തിലെ പൊയ്മുഖങ്ങളെയാ

ണല്ലോ *ഭ്രഷ്ടി*ലെ നായിക ചീന്തിയെറിഞ്ഞത്). ചുരുക്കത്തിൽ അന്ന് നിലവിലുണ്ടായിരുന്ന സാമൂഹ്യ സംവിധാനത്തിൽ വ്യക്തി പ്രത്യേകിച്ച് സ്ത്രീ അപ്രധാനമാണ്. "ആയനിയൂണി'നു മലർവറക്കുന്നതുപോലും അവൾ അറിയണമെന്നില്ല. വരൻ ആർപ്പും കോപ്പുമായി വരുമ്പോളല്ലേ കന്യക തന്റെ വിവാഹക്കാര്യം ഗ്രഹിക്കുന്നത്? സമൂഹ സംവിധാനത്തിന്റെ അച്ചുതണ്ടായ പുരുഷാധിപത്യത്തിന്റെ ബലിയാടുകളാണ് അബലകൾ. കുലമഹിമ, ഗോത്രപ്രഭാവം, സ്ത്രീധനത്തുക എല്ലാം വ്യക്തിത്വത്തെ തേജോവധം ചെയ്യാനുള്ള ദിവ്യായുധങ്ങളാണ്. ബഹുഭാര്യാത്വം, ബഹുഭർതൃത്വം, പുനർവിവാഹനിഷേധം, മക്കത്തായം, മരുമക്കത്തായം എല്ലാം പൗരോഹിത്യ സ്വേച്ഛാധിപത്യത്തിന്റെ കളിപ്പാട്ടങ്ങളാണ്." (*കണ്ണീരും കിനാവും*, വി ടി ഭട്ടതിരിപ്പാട്, പേജ് 136.)

നമ്പൂതിരി സമുദായ പരിഷ്കരണം ലക്ഷ്യമാക്കി രൂപംകൊണ്ട യോഗക്ഷേമസഭയുടെ അജണ്ടയിൽ ഇംഗ്ലീഷ് വിദ്യാഭ്യാസവും കനിഷ്ഠവിവാഹവും ആയിരുന്നു പ്രധാനം. പിന്നീട് ഉയർന്നുവന്ന നമ്പൂതിരി യുവജനസംഘം സ്ത്രീകളുടെ ഘോഷബഹിഷ്കരണം, വിധവാവിവാഹം എന്നിവയ്ക്ക് ഊന്നൽ നൽകി. നമ്പൂതിരി യുവജനസംഘത്തിന്റെ മുന്നണിയിലുണ്ടായിരുന്ന വി ടി, എം ആർ ബി, ഇ എം എസ്, എം പി ഭട്ടതിരിപ്പാട്, ഐ സി പി നമ്പൂതിരി, പരിയാനംപറ്റ തുടങ്ങിയ അന്നത്തെ യുവാക്കളെ അതിനു പ്രേരിപ്പിച്ചത്, വി ടിയുടെ ഭാഷയിൽ

> എന്നോടൊപ്പം മനവളപ്പിൽ ജീവിതമാരംഭിച്ച സഖികളുടെ മുരടിച്ച ജീവിതചിത്രങ്ങൾ ദയനീയങ്ങളായി തോന്നി. സ്വാഭിലാഷത്തിന്റെ തണലിലായിരുന്നു മധുരസ്വപ്നം നുകരുന്ന പെൺകിടാങ്ങളെ നായാടിപ്പിടിച്ചു നെടുമംഗല്യ ചരടിട്ട് കുടുക്കി ഔപാസനത്തിന്റെ വൈശ്യത്തിന്റെയും ഉച്ചിഷ്ടം തീറ്റി അധിവേദനത്തിലേക്കും വൃദ്ധഭർതൃത്വത്തിലേക്കും ബാല്യവൈവിധ്യത്തിലേക്കും നയിക്കുന്ന ഘോഷയാത്ര (*കണ്ണീരും കിനാവും* പേജ് 139)

നൽകിയ കിടിലം കൊള്ളിക്കുന്ന അനുഭവമാണ്. നമ്പൂതിരിയെ മനുഷ്യനാക്കുകയെന്ന മുദ്രാവാക്യത്തിന്റെ പ്രചോദനവും ഈ ഘോഷയാത്രയായിരുന്നില്ലേ?

സ്ത്രീകളുടെ മോചനമില്ലാതെ സമൂഹമോചനമില്ലെന്നറിഞ്ഞ ഉൽപ്പതിഷ്ണുക്കളായ ഈ യുവാക്കളുടെ കലാപശബ്ദം പൂമുഖത്ത് മുഴങ്ങിയെന്നല്ലാതെ, അന്തഃപുരത്തിനകത്ത് ഒരനുരണനവും സൃഷ്ടിച്ചില്ല. സ്ത്രീകളുടെ പിന്തുണയോ പങ്കാളിത്തമോ ഇല്ലാതെ ഈ പ്രസ്ഥാനത്തിന് മുന്നോട്ടു പോകുക അസാധ്യമാവുമായിരുന്നു. അകത്തുള്ളോരുടെ മനസിൽ തങ്ങളുടെ വിപ്ലവസന്ദേശങ്ങൾ എത്തിക്കാനുള്ള മാർഗങ്ങളെക്കുറിച്ച് അവരാലോചിച്ചു. കണ്ടെത്തിയവയിലൊന്ന് തുണ്ടുകടലാസുകളിൽ കുറേ ചോദ്യങ്ങളെഴുതി വിതരണം ചെയ്യലായിരുന്നു. പലവർണങ്ങളിലുള്ള കടലാസുതുണ്ടുകളിൽ 'ഇങ്ങനെ തെരണ്ടു

തീണ്ടാർന്നിരുന്നാൽ മത്യോ?' 'ഇല്ലത്തിന്റെ പൂമുഖത്തിന് പുറത്തൊരു ലോകമുണ്ട് അതറിയ്യോ?' തുടങ്ങിയ കുറേ ചോദ്യങ്ങളെഴുതി നമ്പൂതിരിമാർ പുറത്തുപോയ തക്കത്തിന് കുട്ടികളുടെ കൈയിൽ കൊടുത്തുവിട്ട് അകത്തു വിതരണം ചെയ്തു. അന്തർജനങ്ങളോട് ചോദ്യരൂപത്തിൽ സംസാരിച്ച തുണ്ടുകടലാസുകൾ അകത്തും പുറത്തും ചർച്ചാവിഷയമായി. എന്നാൽ ഈ ചെറിയ വെളിച്ചംകൊണ്ട് മാറ്റാനാകാത്ത കൂരിരുട്ടാണ് സമുദായത്തെ പൊതിഞ്ഞിരുന്നത്. ഇനിയെന്ത് മാർഗം? ഏതു മാധ്യമം? ഈ അന്വേഷണമാണ് യുവജനസംഘത്തെ നാടകവേദിയിലേക്ക് നയിച്ചത്. 'ദൃശ്യകല'ക്കു നൽകിയ അഭിമുഖത്തിൽ വി ടി പറഞ്ഞു.

> അക്കാലത്തെ സ്ഥിതി വെച്ചു നോക്കുമ്പോൾ ഞങ്ങളുടെ പുരോഗമനാശയങ്ങൾ പ്രചരിപ്പിക്കുവാൻ നാടകം തന്നെയാണ് നല്ലതെന്ന് പിന്നീട് തോന്നി. കഥയും നോവലും അന്തഃപുരങ്ങളിൽ കടന്നു ചെല്ലില്ല. കഥകളിയും കൂത്തും കണ്ടുശീലിച്ച അന്തർജനങ്ങളുടെ മനസിൽ എത്തണമെങ്കിൽ ഒരു ദൃശ്യരൂപം തന്നെ വേണം.

ഇങ്ങനെ ബോധപൂർവമായ പര്യാലോചനയുടെ ഫലമത്രേ നവോത്ഥാന നാടകത്രയം.

രണ്ട്

കണ്ണീരുപ്പും തീവ്രാനുഭവങ്ങളുടെ കയ്പുനീരും ചേർത്ത് ജീവിതമുണ്ണാൻ വിധിക്കപ്പെട്ട നമ്പൂതിരി സ്ത്രീകളുടെ പ്രതിനിധികളാണ് തേതിയും ഇട്ടിപ്പാപ്തിയും ദേവകിയും. അവരുടെ ജീവിതത്തിന്റെ നരകഭാവങ്ങൾ തീക്ഷ്ണമായി ചിത്രീകരിച്ചിട്ടുള്ളത് എം ആർ ബി ആണ്. വേളി നിശ്ചയിച്ചു കഴിഞ്ഞാൽ ഭർത്താവിന്റെ സ്നേഹവചസ്സുകളെക്കുറിച്ചോ, മധുരമായ ദാമ്പത്യ ജീവിതത്തെക്കുറിച്ചോ അല്ല ഒരു പെൺകിടാവിന് ഓർക്കനുണ്ടാവുക. നേരത്തെ ഈ ഇല്ലത്തു ചെന്നു പറ്റിയ ആത്തേമ്മാരുമായി കലഹിക്കേണ്ടി വരുന്ന ഭീകരനിമിഷങ്ങളെക്കുറിച്ചാണ്. ഇത്തരമൊരു ഭീകരാന്തരീക്ഷത്തിലേക്കാണ് 'മറയ്ക്കുള്ളിലെ മഹാനരകത്തിലെ ഇട്ടിപ്പാപ്തി പ്രവേശിക്കുന്നത്. ചെറിയ ചെറിയ വിട്ടുവീഴ്ചകൾ പോലും വലുതാക്കുകയും മർദിക്കുവാനുള്ള കാരണമാക്കുകയും ചെയ്യുന്ന മൂസ് ഒരിക്കൽ കുളിച്ചു വരുന്ന ഇട്ടിപ്പാപ്തിയുടെ തലയിൽ ഉമിക്കൊട്ട ചൊരിയുന്നു. അബദ്ധത്തിൽ തടഞ്ഞു വീണു കൽച്ചട്ടി പൊട്ടിയതിന് അവളെ ആവണപ്പലക കൊണ്ട് എറിയുന്നു. സ്ഥാലിപാകത്തിന് ഇരിക്കുമ്പോൾ തുടയിമേൽ പഴുത്ത കൊടിലു വെച്ച് പൊള്ളിക്കുന്നു. ഔപാസനകുണ്ഡത്തിന്റെ മുമ്പിലിരുന്നു പവിത്രം കെട്ടവേ താഴ്ന്നു കിടക്കുന്ന കാതിൽ പിടിച്ച് വടക്കിനിയിലേക്ക് വലിച്ചിഴച്ചു കൊണ്ടുപോയി മർദിക്കുന്നു. മുമ്പേ എത്തിയ ആത്തേമ്മാരാകട്ടെ അടുക്കളക്കാരിയെ എന്ന വണ്ണമാണ് അവളോട് പെരുമാറിയത്. പാപ്തിയുടെ

മുഖത്തേക്ക് വെള്ളമൊഴിക്കാനും മുകളിലത്തെ നിലയിലേക്ക് കയറിച്ചെന്നപ്പോൾ തള്ളി താഴെയിടാനും അവർ മടിക്കുന്നില്ല. കോൽവിള ക്കെടുത്ത് ഉപയോഗിച്ചതിന് മൂത്തവേളി ഇട്ടിനങ്ങയ്യ ഇടിയും മഴയും നിറഞ്ഞ ഒരു രാത്രി പാപ്തിയെ പുറത്താക്കി വാതിലടയ്ക്കുന്നു. ഇത വൾക്ക് സഹിക്കാനായില്ല. ആ രാത്രി അവളിലുടലെടുത്ത കാറ്റും കോളും നിറഞ്ഞ ചിന്തകൾ ("ഈ ചരട് കഴുത്തിൽ കെട്ടിയതിൽ പിന്നെ എനിക്ക് നരകമേണ്ടായിട്ടുള്ളൂ. എന്നേങ്കിലും ഞാൻ വേണ്ടോണം ഒന്നുടുത്ത്ണ്ടോ? ഉണ്ട്ട്ണ്ടോ? ഒറങ്ങിട്ടുണ്ടോ? ഇപ്പദാ പട്ട്യപ്പോലെ വടക്കോർത്തേറേത്ത് വെറച്ചങ്ങനെ കെടക്കേണ്ടീം വന്നു.") അവളെ കടുത്ത തീരുമാനത്തി ലേക്ക് നയിച്ചു. അവൾ കഴുത്തിലെ ചെറുതാലി പൊട്ടിച്ചെറിഞ്ഞു. പകരം തോർത്തുമുണ്ടു കെട്ടി ആത്മഹത്യ ചെയ്തു. അങ്ങനെ ഇട്ടിപ്പാപ്തി നാടകത്രയത്തിലെ ദുരന്തനായികയായി. മറ്റ് രണ്ട് നാടകങ്ങളിലും നായി കമാരെ കിഴവൻ വേളിയിൽ നിന്ന് രക്ഷപ്പെടുത്തുവാൻ ആളുണ്ടെന്ന ശുഭാപ്തി വിശ്വാസം ജനിപ്പിക്കാൻ പ്രണയസൂചേന ആദ്യമേ നിൽക്കു ന്നുണ്ട്. അത്തരമൊരു സാധ്യതയില്ലാത്ത ഇട്ടിപ്പാപ്തിയുടേത് ഓരോ നിമി ഷവും ദുരന്തത്തിലേക്ക് അടുക്കുന്ന ജീവിതമാണ്.

നമ്പൂതിരി സമുദായത്തിന്റെ മർമത്തിൽ പഴകി പഴുത്തുകിടക്കുന്ന ഒരു ഘോരവ്രണത്തെ ചൂണ്ടിക്കാണിപ്പാൻ വേണ്ടി താനെഴുതിയ കഥ യാണ് യോഗക്ഷേമസഭയുടെ വാർഷികത്തിന് അരങ്ങേറാൻ പാകത്തിൽ ദൃശ്യകാവ്യമാക്കിയതെന്ന് എം ആർ ബി മുഖവുരയിൽ പറയുന്നുണ്ട്. പെൺകിടാങ്ങളുള്ള എല്ലാ അമ്മമാരും ഈ നാടകം വായിക്കണമെന്നും നാടകകൃത്ത് ശഠിക്കുന്നു. പാവമായ ഇട്ടിപ്പാപ്തിയുടെ പ്രേതത്തിന് തന്റെ ഓമനകളെ ഒരു ഗൃഹസ്ഥന് കൊടുക്കുവാൻ കൊതിക്കുന്ന അമ്മമാരോട് ഇങ്ങനെ പറയാതെ ഗതികിട്ടുകയില്ല. "ഇതു നോക്കൂ. ഒരു ഗൃഹസ്ഥൻ കെട്ടിച്ച മാംസച്ചരടിനെക്കാൾ ഈ തോർത്തുമുണ്ടിൻ കുടുക്കാണ് എനി ക്കൊരാശ്വാസം നൽകിയത്. സൂക്ഷിച്ചോളൂ" എന്ന്. തീർച്ചയായും ഇല്ല ത്തിന്റെ അകത്തളത്തിലിരുന്ന് ഈ നാടകം കണ്ട അന്തർജനങ്ങളുടെയും പെൺമക്കളുടെ പിതാക്കന്മാരുടെയും മിഴികളിൽ കണ്ണീർത്തടാകങ്ങൾ സൃഷ്ടിക്കാൻ പര്യാപ്തമായ ദൃശ്യങ്ങൾ ഈ നാടകത്തിലുണ്ട്.

മറക്കുടയ്ക്കുള്ളിലെ മഹാനരകത്തിൽ നിന്ന് ഇട്ടിപ്പാപ്തിമാരെ മോചിപ്പിക്കാൻ കരുത്തുള്ള പ്രക്ഷോഭക്കൊടുങ്കാറ്റ് സമുദായത്തിനുള്ളിൽ തന്നെ രൂപമെടുത്തതിന്റെ തെളിവാണ് വി ടിയുടെ നാടകം. കാലഗണ നാക്രമത്തിൽ ഒരു വർഷം മൂത്തവളാണ് ഈ നാടകത്തിലെ നായിക തേതി. നാലാം വേളിക്കാരനായ കർക്കിടാങ്കുന്നത്ത് അച്ഛൻ നമ്പൂതിരി യുടെ ശുഷ്കാലിംഗനത്തിൽ ചെന്നുപെടും മുമ്പേ തേതിയെ അവളുടെ സഹോദരൻ കുഞ്ചുവും ഉറ്റ തോഴൻ മാധവനും കൂട്ടുകാരും ചേർന്ന് രക്ഷപ്പെടുത്തുന്നതായി നാടകത്തിൽ ചിത്രീകരിച്ചിരിക്കുന്നു. വേളി തട യുന്നത് കോടതി ഉത്തരവാണെങ്കിലും ജാത്യാചാരങ്ങളെ വെല്ലുവിളി ച്ചുകൊണ്ട് തേതിക്ക് വരണമാല്യം ചാർത്താനുള്ള കർമവീര്യം മാധവനു

നൽകിയത് സമുദായപരിഷ്കരണസംഘമാണ്. യോഗക്ഷേമസഭ, നമ്പൂതിരി യുവജനസംഘം, *ഉണ്ണിനമ്പൂതിരി* മാസിക ഇവയുടെ പ്രവർത്തനങ്ങളെക്കുറിച്ചുള്ള സൂചന ചില രംഗങ്ങളിൽ വളരെ സമർഥമായി നൽകിയിരിക്കുന്നു. *ഉണ്ണിനമ്പൂതിരി* കയ്യിൽ പിടിച്ചു കൊണ്ടുള്ള മാധവന്റെ ആത്മഗതം പ്രത്യേക പരാമർശം അർഹിക്കുന്നു. സമുദായത്തിലും പുറത്തും നടന്നിരുന്ന ചർച്ചകളെക്കുറിച്ച് ഏകദേശ ധാരണ പതിനൊന്നാം രംഗത്തിൽ നിന്നും ലഭിക്കുന്നുണ്ട്.

മാധവൻ താമസിക്കുന്ന മദിരാശി കൃഷ്ണവിലാസം ബംഗ്ലാവിൽ വെച്ച് നടക്കുന്ന സായാഹ്ന ചർച്ചയിൽ സുഹൃത്തുക്കളായ വി എം പരശുരാമയ്യങ്കാർ, ആർ കെ എന്നിവരാണ് പങ്കെടുക്കുന്നത്. *സൺഡെ ടൈംസിൽ* മി എം എസ് അന്തർജനങ്ങളുടെ 'ഘോഷസമ്പ്രദായ'ത്തെക്കുറിച്ചെഴുതിയ ലേഖനത്തെ ആസ്പദമാക്കി തുടങ്ങിയ ചർച്ച മരുമക്കത്തായത്തിന്റെ ഗുണവും ദോഷവും നമ്പൂതിരി സമുദായത്തിലെ സ്വത്ത് സംബന്ധം വഴി നായർ സമുദായത്തിൽ വന്നുചേരുന്നത്. അപ്ഫന്മാരുടെ ഗതി, കൂട്ടുകുടുംബം, ഉണ്ണിനമ്പൂതിരി പ്രസ്ഥാനം, കൊച്ചി കൊൺസിലിൽ പാസായ നമ്പൂതിരിബിൽ തുടങ്ങിയവയിലേക്ക് നീളുന്നു. സ്ത്രീകളുടെ നിലയെക്കുറിച്ച് സമൂഹത്തിൽ നിലവിലുള്ള വ്യത്യസ്തമായ വീക്ഷണങ്ങൾ, ഘോഷസമ്പ്രദായം വിദ്യാഭ്യാസത്തിനും തൊഴിലിനും തടസമാണെന്ന് കൃഷ്ണൻ നമ്പ്യാർ, വി എം മാധവൻ എന്നിവരുടെയും 'എഡ്യുക്കേഷൺ സ്തിരികൾക്ക് നോട്ട് നെസസ്സരി. അവാള്ക്ക് ആത്തിൽ വേലൈ' എന്ന അയ്യങ്കാരുടെയും അഭിപ്രായങ്ങളിലൂടെ പ്രകടമാക്കുന്നു. ഈ ചർച്ചാവേളയിലാണ് തേതിയുടെ വേളി നടക്കാൻ പോകുന്ന വിവരം കമ്പി വഴി കുഞ്ചു മാധവനെ അറിയിക്കുന്നത്. മാധവനും സുഹൃത്തുക്കളും കർമനിരതരാകുന്നു. കോടതി ഇഞ്ചക്ഷൻ കൽപ്പന പ്രകാരം വേളി തടയുന്നു. പിന്നീട് അവിടെ എത്തിച്ചേർന്ന മാധവൻ കുഞ്ചുവിന്റെയും അച്ഛൻ നമ്പൂതിരിയുടെയും സമ്മതത്തോടെ തേതിയെ വേളി കഴിക്കുന്നു.

അവസാന രംഗം, നമ്പൂതിരി യുവജനസംഘത്തിന്റെ ഒരു വിശേഷാൽ യോഗം അവതരിപ്പിക്കുന്നു. നിലവിലുള്ള വിവാഹ സമ്പ്രദായത്തിന്റെ ദൂഷ്യത്തെക്കുറിച്ചും അത് നിർത്തലാക്കേണ്ട ആവശ്യകതയെക്കുറിച്ചുള്ള കുഞ്ചുവിന്റെ പ്രസംഗം, മൂടിപ്പുതപ്പിച്ച് വേദിയിലേക്ക് ആനയിച്ച തേതിയുടെ മൂടുപടം മാധവൻ വലിച്ചുകീറുന്നത്. (ഇതിനെ നാടകത്തിനുള്ളിലെ നാടകമെന്ന് പറയാം) നമ്പൂതിരി യുവജനസംഘത്തിന്റെ ലണ്ടൻ ശാഖക്കാർ അയച്ച ആശംസ, കർക്കടാങ്കുന്നത്ത് നങ്ങേമ്മ അന്തർജനത്തിന്റെ മംഗളാശംസ, സ്ത്രീധനത്തുക കരുതിവെച്ചിരുന്നത് അച്ഛൻ നമ്പൂതിരി സ്വമനസാലെ സഭയ്ക്ക് സംഭാവന ചെയ്യുന്നത് തുടങ്ങിയ രംഗക്രിയകൾ ആണ് ഈ നാടകത്തിന്റെ സമുദായ പരിഷ്കരണോദ്ദേശ്യം കൂടുതൽ വ്യക്തമാക്കുന്നത്. നാടകീയതയുടെ പശ്ചാത്തലത്തിൽ തങ്ങൾക്ക് പറയാനുള്ളത് പറയാൻ നാടകകൃത്തിനും കൂട്ടർക്കും

സാധ്യമായി. അത് നേരിട്ട് കിനിഞ്ഞിറങ്ങുന്നത് പ്രേക്ഷകരുടെ മനസിലേക്കാണ്. മാധവൻ തേതിയുടെ മൂടുപടം നറുനറുങ്ങനെ ചീന്തുമ്പോൾ ജാത്യാചാരങ്ങളുടെ മൂടുപടം ചീന്തൽ തന്നെയായി അത് മാറുന്നു. ഓതിയ്ക്കൽ അച്ഛൻ നമ്പൂതിരി തുടങ്ങിയ പഴമക്കാരിൽ പരിഭ്രമവും കൃഷ്ണൻനമ്പ്യാർ തുടങ്ങിയ ഉൽപ്പതിഷ്ണുക്കളിൽ ആശ്ചര്യപുളകവും വിതച്ചുകൊണ്ട് പ്രത്യക്ഷയാകുന്ന പരിഷ്കൃത വേഷധാരിണിയായ വധു അവരവർ മനസിൽ കാണുന്ന സമുദായ ഭാവിതന്നെയാകുന്നു.

സമുദായത്തിനുള്ളിൽ സംഘടിതരായ യുവജനങ്ങളാണ് തേതിയെ രക്ഷപ്പെടുത്തുന്നതെങ്കിൽ ഇഷ്ടമില്ലാത്ത വേളിക്ക് നിർബന്ധിച്ചതിനെ പ്രതിഷേധിച്ച് സ്വന്തം മാർഗം സ്ഥാപിച്ചെടുത്ത ധീരോദാത്തനായികയാണ് ഋതുമതിയിലെ ദേവിക. പ്രായപൂർത്തിയായതോടെ പഠിപ്പുനിർത്തേണ്ടിവന്ന ദേവികയെ അമ്മാവന്റെ വീട്ടിൽ നിന്ന് അച്ഛന്റെ ഇല്ലത്തേക്ക് കൂട്ടിക്കൊണ്ടുപോകുന്നു. ബ്ലൗസും മുണ്ടും ധരിക്കുന്നതിനെ ഇല്ലത്തുള്ളവർ എതിർക്കുന്നു. 'എന്റെ മേലത്തെ തൊലിയൂരാം എന്നാലും ഞാൻ ബ്ലൗസൂരില്ല' എന്ന് ദേവകി തുറന്നടിക്കുന്നു. ഇതുമൂലം അവൾക്ക് നിരവധി പീഢനങ്ങൾക്കിരയാകേണ്ടി വന്നു. ഒരിക്കൽ അച്ഛന്റെ അനുജൻ അവളെ ചവിട്ടി വീഴ്ത്തുന്നു. അവളുടെ സ്വഭാവം അപ്പാടെ മാറി. അന്തർമുഖിയും ഏകാന്തത ഇഷ്ടപ്പെടുന്നവളും ആയി. ഇതോടെ അവളെ കാരണവന്മാരുടെ പ്രേതം ബാധിച്ചെന്ന് പറഞ്ഞ് മന്ത്രവാദ ചികിത്സ നടത്തുന്നു. ഇങ്ങനെയെല്ലാമുള്ള സമ്മർദങ്ങളെ അവൾ ചെറുത്തുനിന്നു. വാസുദേവനും സംഘവും എത്തി ബലമായി അവളെ രക്ഷപ്പെടുത്തുന്നതുവരെ. പക്ഷേ ഈ രക്ഷപ്പെടുത്തലിനേക്കാൾ ഗംഭീരം അവളുടെ ചെറുത്തുനിൽപ്പുതന്നെയാണ്. ദേവകിക്കയച്ച കത്തിൽ വാസുദേവൻ നൽകുന്ന ഒരു ഉപദേശമുണ്ട്. "തത്തക്ക് കൂടുതൊറന്നു കൊടുക്കണ ധർമബുദ്ധീല്ല്യാ ലോകത്തിന്, അതതിന്റെ ചെറകൊണ്ട്ന്നെ തെല്ലിപ്പൊളിക്കണം." സമുദായത്തിലെ പരിവർത്തന ശ്രമങ്ങളെ സ്ത്രീകൾ സ്വന്തമാക്കേണ്ട മുൻകൈയിനെക്കുറിച്ചുള്ള ആഹ്വാനം കൂടിയാണ് ഈ ഉപദേശം.

ഫ്യൂഡൽ കാലഘട്ടത്തിൽ നമ്പൂതിരി സമുദായത്തിലെ സ്ത്രീകൾ അനുഭവിച്ച വേദനകളുടെ സത്യസന്ധമായ സാക്ഷ്യങ്ങളായി ഈ നാടകങ്ങൾ നിലകൊള്ളുന്നു. ഇല്ലത്തെ സ്ത്രീകളുടെ വിശേഷിച്ച് കൗമാരത്തിൽ തന്നെ വൈധവ്യശാപം നേടിയ സഹോദരിമാരുടെ ദുരിതം കണ്ട് കനച്ച മനസുകളുമായാണ് യുവാക്കൾ സമുദായ പരിഷ്കരണ പ്രവർത്തനങ്ങളിൽ ഇറങ്ങിയത്. സ്ത്രീകളുടെ പിന്തുണയും പങ്കാളിത്തവും ആർജിക്കാൻ ദൃശ്യകലയെ ബോധപൂർവം കൂട്ടുപിടിക്കുകയും ചെയ്തു.

ചോദ്യങ്ങളുന്നയിക്കുന്ന വർണക്കടലാസുകൾ അകത്തളങ്ങളിൽ വിതരണം ചെയ്ത സംഭവത്തെക്കുറിച്ച് നേരത്തെ എഴുതിയല്ലോ. വളരെ വർഷങ്ങൾക്കുശേഷം, ഒരന്തർജനത്തിന്റെ ശവസംസ്കാര വേളയിൽ അവരുടെ മറക്കുട ചിതയിലേക്കെടുത്തപ്പോൾ അതിന്റെ ഓലകൾക്കിട

യിൽ നിന്ന് ഒരു വർണക്കടലാസ് കണ്ടുകിട്ടിയ ആവേശപൂർണമായ അനുഭവം വി ടി രേഖപ്പെടുത്തിയിട്ടുണ്ട്. തീർച്ചയായും അവരുടെ മനസിന്റെ അളുക്കുകൾ മാറ്റിനോക്കാനാവുമായിരുന്നെങ്കിൽ കുഞ്ചുവിന്റെ പ്രസംഗമോ ഇട്ടിപ്പാപ്തിയുടെ ആത്മഗതമോ ദേവകിയുടെ രോഷമോ കണ്ടെത്താനാവുമായിരുന്നു തീർച്ച. അങ്ങനെ മലയാളത്തിലെ നവോത്ഥാന നാടകവേദിക്ക് തുടക്കമിട്ട നമ്പൂതിരി നാടകത്രയം കേരളത്തിലെ സ്ത്രീവാദ നാടകവേദിയുടെ ചരിത്രം എവിടെ നിന്നെങ്കിലും തുടങ്ങണം എന്നാഗ്രഹിക്കുന്നവർക്ക്, മുന്നിൽ വന്നു നിൽക്കുന്നു. ജന്മ ദൗത്യം നിറവേറ്റി, ചാരിതാർഥ്യം പൂണ്ട ചിരിയുമായി. നാടക പ്രസ്ഥാനമില്ലായിരുന്നുവെങ്കിൽ ഇന്നത്തെ നമ്പൂതിരി സമുദായം ഉണ്ടാകുമായിരുന്നില്ലെന്ന പ്രേംജിയുടെ വാക്കുകളിൽ നിറഞ്ഞു നിൽക്കുന്നതും ഈ ചാരിതാർഥ്യമാണ്.

(*ദേശാഭിമാനി* വാരിക, 1992 നവംബർ 8)

4

അമർഷം കൊള്ളുന്ന അരങ്ങുകൾ

"**സ്ത്രീ**കൾക്ക് സവിശേഷമായ ഒരു കലയും സംസ്കാരവുമുണ്ട്. അത് അവതരിപ്പിക്കാൻ സ്ത്രീകൾക്കേ കഴിയൂ." അമേരിക്കയിലെ സ്ത്രീവിമോചന നാടകവേദികളിലൊന്നായ 'ഇറ്റ് ഈസ് ഓൾ റൈറ്റ് ടു ബി എ വുമൺ' തിയേറ്ററിന്റെ മുന്നണി പ്രവർത്തക, സ്യൂപേർഗട്ടിന്റെ സ്വരമാണിത്. ഇന്നേവരെയുള്ള കലയും സംസ്കാരവും ശാസ്ത്രവും പുരുഷകേന്ദ്രീകൃതമാണ്. പാതിയാകാശത്തിന് ഉടമകളായ സ്ത്രീകളെ അവഗണിച്ചും അടിച്ചമർത്തിയും ചൂഷണം ചെയ്തും പുരുഷൻ ഈ രംഗങ്ങളിൽ നേതൃത്വമുറപ്പിച്ചു. ഇങ്ങനെ ഭ്രഷ്ടരാക്കപ്പെട്ടവരുടെ നാവുകൾ; മനസുകൾ എതിർപ്പിന്റെയും രോഷത്തിന്റെയും സ്വരഭേദവുമായി അരങ്ങിൽ പിടഞ്ഞെണീറ്റതോടെ സ്ത്രീവിമോചന നാടകവേദി സംഭവിച്ചു.

അർഹമായ ഇരിപ്പിടങ്ങൾ തിരിച്ചുപിടിക്കാനുള്ള വാശി ഈ കലാപരിശ്രമങ്ങളെ കലാപങ്ങളാക്കുന്നു. അമേരിക്കയിലും ബ്രിട്ടനിലും ഫ്രാൻസിലും തുടർന്ന് മറ്റു യൂറോപ്യൻ രാഷ്ട്രങ്ങളിലും പടർന്നുകയറിയ സ്ത്രീകളുടെ നാടകവേദിക്ക് അറുപതുകൾ മുതൽക്കേ ചരിത്രമുള്ളൂവെങ്കിലും അവഗണിക്കാനാവാത്ത ചൈതന്യമായി അത് ഇന്ന് വളർന്നിരിക്കുന്നു. സ്ത്രീകളുടെ നാടകവേദിയെക്കുറിച്ച് പഠനം നടത്തിയ ഹെലൻ കെയ്സറുടെ അഭിപ്രായത്തിൽ ആദ്യത്തെ പത്തുവർഷത്തിനുള്ളിൽ അമേരിക്കയിലും ബ്രിട്ടനിലും മാത്രമായി നാനൂറോളം സ്ത്രീവിമോചന നാടകങ്ങൾ പ്രശസ്തമായ രീതിയിൽ അവതരിപ്പിച്ചിട്ടുണ്ട്. വെറുമൊരു 'മന്ദമാരുത'നെന്ന പുരുഷനിരൂപകന്മാരുടെ അലസനിരീക്ഷണത്തെ അട്ടിമറിച്ച് സ്ത്രീകൾക്കു നേരെയുള്ള എല്ലാവിധ കൈയേറ്റങ്ങൾക്കുമെതിരെ ആഞ്ഞടിക്കുന്ന പ്രചണ്ഡവാതമായി മാറിയ സ്ത്രീവിമോചന നാടകവേദിക്കുള്ളത് പിടിച്ചടക്കലുകളുടെ ചരിത്രമാണ്.

'പാവക്കൂടി'നു പുറത്ത്

സ്ത്രീകളുടെ പേരുചൊല്ലി ഇറക്കിയതോ, സ്ത്രീകളെ മുഖ്യകഥാപാത്രമാക്കിയതോ ആയ നാടകങ്ങൾ ലോകനാടകവേദിയിൽ അപൂർവമല്ലതന്നെ. '*ആന്റിഗണി* മുതൽ *അഭിജ്ഞാനശാകുന്തളം* വരെ' '*ഗോൾഡ് ഹൗസ്* മുതൽ *സെത്സ്വാനിലെ നല്ല സ്ത്രീ* വരെ' ഉദാഹരണങ്ങളായി നിരത്താനുമുണ്ട്. സാമൂഹ്യരാഷ്ട്രീയ പരിതോവസ്ഥകളെ അവതരിപ്പിക്കുന്നതിന് സ്ത്രീയെ ഒരു നിമിത്തമായി ഉപയോഗിക്കുന്നതോ, ചിറകരിഞ്ഞ് കൂട്ടിലടച്ച സ്ത്രീയുടെ വേദന, ആത്മനിന്ദ, രോദനം തുടങ്ങിയ സെന്റിമെന്റൽ അംശങ്ങളെ ചിത്രീകരിക്കുന്നതോ ആയ നാടകങ്ങളായിരുന്നു ഇവയിൽ ഏറിയപങ്കും.

സുരക്ഷിതത്വത്തിന്റെ മോഹവല ചീന്തിയിറങ്ങിയ നോറയുടെ ഭാവിയെക്കുറിച്ചുള്ള വേവലാതികൾ കെടാതെ കിടക്കുകതന്നെയായിരുന്നു. നോറയെ സമൂഹം എങ്ങനെ സ്വീകരിച്ചു? അവൾക്ക് ചിറകുകൾ തിരിച്ചുകിട്ടിയോ? കാലുകൾകൂടെ വരിയപ്പെട്ടോ? അവൾ എങ്ങനെ ജീവിക്കും? എന്നു തുടങ്ങിയ നിരവധി ഉൽക്കണ്ഠകൾക്ക് ഉത്തരവുമായാണ് ഈ നൂറ്റാണ്ടിന്റെ രണ്ടാംപകുതിയിൽ സ്ത്രീകളുടെ നേതൃത്വത്തിലുള്ള നാടകവേദി ഉയിർക്കൊണ്ടത്. പ്രപഞ്ചത്തെമുഴുവൻ സ്ത്രീയുടെ പക്ഷത്തുനിന്ന് നോക്കിക്കാണാനുള്ള തീവ്രയത്നങ്ങളുടെ തുടക്കമായിരുന്നു ഇത്. മനുഷ്യജീവിയെന്നനിലയിൽ അസ്തിത്വം സ്ഥാപിച്ചെടുക്കാനും സർവവിധ നിന്ദകൾക്കും ചൂഷണങ്ങൾക്കും പീഡനങ്ങൾക്കുമെതിരെ പത്തിവിടർത്തിപ്പോരാടാനുമുള്ള അദമ്യമായ ആവേശം ഇവർ പ്രകടമാക്കി.

> ക്ഷോഭിക്കുക, അസ്വസ്ഥരാക്കുക, നിങ്ങളെങ്ങനെ ജീവിക്കുന്നുവെന്ന് സ്വയം അറിയുക... ലൈംഗികതയെക്കുറിച്ച് ആൾക്കാർ ധാരാളം സംസാരിക്കുന്നു. അതെവിടെയാണ് ഇല്ലാത്തത്. അടുക്കളയിൽ, സ്കൂളിൽ, കിടപ്പറയിൽ എല്ലായിടത്തുമുണ്ട്... രാവിലെ നിങ്ങൾ, കാമുകന് അല്ലെങ്കിൽ ഭർത്താവിന് മുട്ട ശരിയാക്കാനെടുക്കുന്ന ചീനച്ചട്ടിപോലും ഒരു രാഷ്ട്രീയകാര്യമാണ്. ഒരു സ്ത്രീയെന്ന നിലയ്ക്കുള്ള നിങ്ങളുടെ അടിമത്തത്തെ അത് പ്രകാശിപ്പിക്കുന്നു. നിരവധി കാര്യങ്ങൾ, ജീവിതമണ്ഡലങ്ങൾ, ജീവിതം മുഴുവൻ നിങ്ങൾക്കവയിൽ തിരയേണ്ടിവരുന്നു. എങ്ങനെയാണ് നിങ്ങൾ അടിച്ചമർത്തപ്പെടാതിരിക്കുന്നതെന്ന്. അത് കാണുക. അതിനെ വെറുക്കുക. അവസാനിപ്പിക്കുക. മുഴുവൻ ലോകവും അത് പിന്തുടരും.

ഇങ്ങനെ പോകുന്നു ഇവരുടെ വാദങ്ങൾ. വ്യക്തിപരമായത് രാഷ്ട്രീയമാണ് (personal is politics) എന്നിടത്താണ് ഇവരുടെ സൈദ്ധാന്തിക ക്ഷേത്രം.

നാടകവേദിയിലെ വിപ്ലവം

നാടകസംഘങ്ങൾക്കു നൽകിയ പേരിലൂടെ തങ്ങളിൽ പുകയുന്ന ക്ഷോഭവും നീറുന്ന അസ്വസ്ഥതയും ഇവർ വെളിപ്പെടുത്തി. നോക്കുക, മോൺസ്ട്രസ് റെജിമെന്റ് 'ഗേ സ്വീറ്റ് ഷോപ്പ്' 'റെഡ് ലാഡർ തിയേറ്റർ' 'സർക്കിൾ ഓഫ് ദ വിച്ച്' 'കാരവൻ തിയേറ്റർ' 'ദി അലൈവ് ആന്റ് ട്രിക്കിങ് തിയേറ്റർ' 'വിമൺ ഓഫ് ദ ബേണിങ് സിറ്റി' 'ദ കട്ടിങ് എഡ്ജ്' ഇവയെല്ലാം നാടകസംഘങ്ങളുടെ പേരുകളാണ്. വിരുദ്ധോക്തിയും ആക്ഷേപഹാസ്യവും പ്രയോഗിക്കുന്നിടത്തും പകയുടെ വിത്തുകുഴിച്ചി ട്ടിരിക്കുന്നു. കേൾക്കുന്നമാത്രയിൽത്തന്നെ ഞെട്ടലുളവാകണം എന്ന് ഇവർ ആഗ്രഹിക്കുന്നു.

കിളിവാതിലിലൂടെ ലോകം കാണാനും കരഞ്ഞുകൊണ്ട് കാലം കഴി ക്കാനും വിധികിട്ടിയവളെ അരങ്ങത്തെത്തിച്ച് പുരുഷന്റെ മുഖത്തു നോക്കി I believe that before all else I am a reasonable human being, just as you are* എന്ന് ഉറച്ചു പറയാനുള്ള ആത്മബലം നൽകുന്നതിൽ, ഈ നൂറ്റാണ്ടിന്റെ മധ്യാഹ്നത്തിൽ പാശ്ചാത്യ സമ്പന്നരാഷ്ട്രങ്ങളിൽ കത്തി ക്കയറിയ പുരോഗമനോന്മുഖ രാഷ്ട്രീയ പ്രവർത്തനങ്ങളും നാടകവേദി യിലെ വിപ്ലവപ്രയോഗങ്ങളും വലിയ പങ്കുവഹിച്ചിട്ടുണ്ട്.

അമേരിക്കയിൽ വ്യാപകമായിക്കൊണ്ടിരിക്കുന്ന കറുത്തവർഗക്കാ രുടെ പ്രതിഷേധം, വിയത്നാമിലെ അമേരിക്കൻ ഇടപെടലിനെതിരെ ഉണർന്ന ജനവികാരം, ബ്രിട്ടനിലെ ഇടതുപക്ഷരാഷ്ട്രീയത്തിന്റെ വളർച്ച, ഫ്രാൻസിലെ വനസ്ത കലാപം, യൂറോപ്യൻ സോഷ്യലിസ്റ്റ് സമൂഹങ്ങ ളിൽ സ്ത്രീകൾ കൈവരിച്ച അസൂയാർഹമായ സാമൂഹ്യപദവി തുട ങ്ങിയ വസ്തുനിഷ്ഠ രാഷ്ട്രീയ സാഹചര്യങ്ങൾ ഉദാഹരണമായി ചൂണ്ടി ക്കാണിക്കാം. നഗരപ്രാന്തത്തിൽ ജോലിതേടിയെത്തിയവരും ഇടത്തര ക്കാരുമായ സ്ത്രീകൾ പൗരാവകാശസംരക്ഷണപ്രവർത്തനങ്ങളിലും യുദ്ധവിരുദ്ധ പ്രസ്ഥാനങ്ങളിലും സജീവമായി പങ്കെടുത്തു. വിമോചന പാഠശാലകളിൽ പഠിപ്പിക്കുക, വോട്ടർ രജിസ്ട്രേഷൻ പ്രോജക്ടുകൾ ഏറ്റെടുക്കുക, ലൈബ്രറികൾ സ്ഥാപിക്കുക എന്നിവയ്ക്കായി അവർ ധാരാളം സമയം വിനിയോഗിച്ചു. സ്വാതന്ത്ര്യമാർച്ചുകളിൽ പങ്കെടുക്കു കയും അറസ്റ്റിനും മർദനത്തിനും വിധേയരാവുകയും ചെയ്തു. ഈദൃ ശപ്രവർത്തനങ്ങൾ, തങ്ങൾ സമൂഹജീവിതത്തിലും വ്യക്തിജീവിത ത്തിലും നേരിടുന്ന ചൂഷണത്തിനും ലിംഗപരമായ അസമത്വത്തിനും എതിരെ ശബ്ദമുയർത്താനുള്ള ശക്തി അവരിൽ പകർന്നു. മാത്രവുമല്ല, പുരുഷനൊപ്പം പ്രവർത്തിക്കുന്ന പൗരാവകാശ പ്രസ്ഥാനങ്ങളിലും സ്ത്രീകൾ അവഗണിക്കപ്പെടുകയാണെന്ന തിരിച്ചറിവ് അവരെ പ്രകോ പിതരാക്കി. കവർ ഒട്ടിക്കുക, ടൈപ്പ് ചെയ്യുക, മുറി തൂത്തുവാരുക, ഫയൽ സൂക്ഷിക്കുക, പുരുഷനെ അനുഗമിക്കുക, സൊറ പറയാനിരിക്കുക, പ്രക

* ഡോൾസ് ഹൗസ് നോറയുടെ വാക്കുകൾ.

ടനത്തിൽ ആളെക്കൂട്ടുക തുടങ്ങിയ പ്രവൃത്തികളിൽ സ്ത്രീയെ ഒതുക്കാൻ പുരുഷന്മാരുടെ നേതൃത്വം പ്രത്യേകം ശ്രദ്ധിച്ചിരുന്നത് അവർക്ക് ബോധ്യപ്പെട്ടു. നയപരമായ തീരുമാനങ്ങൾ എടുക്കുന്ന സമിതികൾ സ്ത്രീകൾക്ക് വിലക്കപ്പെട്ടിരുന്നു. അവരുടെ നിരീക്ഷണങ്ങൾക്ക് വലിയ സ്ഥാനം കൽപ്പിക്കപ്പെട്ടിരുന്നില്ല.

മുറിവേറ്റ അഭിമാനവുമായി ഈ സംഘങ്ങളിൽനിന്നു തിരിഞ്ഞുനടന്നവരാണ് ലോക സ്ത്രീവിമോചനപ്രസ്ഥാനങ്ങളുടെ പഥപ്രദർശകരായിത്തീർന്നത്. ഇവരുടെ കൂട്ടായ്മകളിൽ ആദ്യസംഘമെന്നു പറയാവുന്ന ഒന്നത്രേ അമേരിക്കയിലെ ജോലിയെടുക്കുന്ന ചില സ്ത്രീകൾ ചേർന്ന് രൂപം നൽകിയ 'നാഷണൽ ഓർഗനൈസേഷൻ ഫോർ വിമെൻ' (NOW) ഈ സംഘത്തിന്റെ ചുരുക്കപ്പേരുതന്നെ 'നൗ' അർഥവത്താണ്. *ഫെമിനിൻ മിസ്റ്റിക്* എന്ന പ്രസിദ്ധഗ്രന്ഥം രചിച്ച ബെറ്റി ഫ്രീഡ്മാനായിരുന്നു ഈ സംഘത്തിന്റെ നേതാക്കളിൽ ഒരാൾ. 'നൗ'വിന്റെ രൂപീകരണത്തിന് സമാന്തരമായും സ്വാധീനഫലമായും അമേരിക്കയിലെ വിവിധ നഗരങ്ങളിലും യൂറോപ്യൻ നാടുകളിലും സ്ത്രീവിമോചനസംഘങ്ങൾ പിറവിയെടുക്കാൻ തുടങ്ങി. ഈ സംഘങ്ങളിലേക്ക് സ്ത്രീകളെ ആകർഷിക്കാനും പങ്കാളികളാക്കാനും തുടങ്ങിവെച്ച ബോധവൽക്കരണ പ്രവർത്തനത്തിനുള്ള ശക്തമായ മാധ്യമമായി, ഇവരുടെ കൈയിലെ നാടകവേദി.

'വിരൂപസൗന്ദര്യം'

ഇതേ കാലങ്ങളിൽ പാശ്ചാത്യ നാടകവേദി പരീക്ഷണങ്ങളുടെ രംഗഭൂമികൂടിയായിരുന്നുവെന്നോർക്കുക. 'അബ്സേർഡ് തിയേറ്റർ' 'തിയേറ്റർ ഓഫ് ക്രുവൽട്ടി' 'ആങ്ഗറി തിയേറ്റർ' 'പുവർ തിയേറ്റർ' എപ്പിക് തിയേറ്റർ' തുടങ്ങിയ വിസ്ഫോടനങ്ങളുടെ കാലം. ഇവയിൽ പുവർ തിയേറ്ററും എപ്പിക് തിയേറ്ററും ആങ്ഗറി തിയേറ്ററും വിമോചനപ്പോരാട്ടങ്ങൾക്ക് ശക്തിപകരുന്ന നാടകപ്രവർത്തനമാണ് നടത്തിവന്നത്. പ്രത്യേകിച്ചും ബർത്തോൾഡ് ബ്രെഹ്ത്തിന്റെ 'എപ്പിക് തിയേറ്റർ.' ഫെമിനിസ്റ്റ് നാടകകൃത്തുക്കളായി പിന്നീട് അറിയപ്പെട്ട പല സ്ത്രീകളും ഇത്തരം നാടകസംഘങ്ങളിൽ പ്രവർത്തിച്ചിരുന്നു. അമ്പതുകളിൽ ജെർട്രൂഡെ സ്റ്റെയിന്റെ കൃതികൾക്ക് രംഗഭാഷ്യം നൽകിയ രാഷ്ട്രീയ നാടകവേദി. 'ലിവിങ് തിയേറ്ററി'ൽ നിന്ന് ആവേശം കൊണ്ട് പ്രവർത്തിച്ചുതുടങ്ങിയ 'ഓപ്പൺ തിയേറ്ററി'ന്റെ (1963) സജീവ പ്രവർത്തകരായിരുന്ന മെഗാൻ ടെറിയും റൊബർട്ടാ സ്കാലറും ഉദാഹരണങ്ങൾ. 'എലക്ട്രാ സ്പീക്സ് എന്ന പ്രസിദ്ധ നാടകം അവതരിപ്പിച്ചുകൊണ്ടിരുന്ന 'വിമൻസ് എക്സ്പെരിമെന്റൽ തിയേറ്ററി'ൽ മുഖ്യസംഘാടകയായി മാറി പിന്നീട് സ്കാലർ. വ്യവസ്ഥാപിത സൗന്ദര്യബോധം പുരുഷകേന്ദ്രീകൃതമെന്ന് ആക്ഷേപിച്ച സ്കാലർ തങ്ങളുടെ നവ സൗന്ദര്യബോധത്തിന് 'Ugly Aesthetics' എന്ന പേരുകൊടുത്തു. *ഹോട്ട് ഹൗസ്, കാം ഡൗൺ മദർ, കീപ്പ് ടൈറ്റ്ലി ക്ലോസ്ഡ് ഇൻ എ കൂൾ ഡ്രൈപ്ലേസ്, അമേരിക്കൻ കിങ്സ് ഇംഗ്ലീഷ് ഫോർ ക്യൂൻസ്*

തുടങ്ങിയ ഒട്ടേറെ പ്രശസ്ത നാടകങ്ങൾ എഴുതിയ മെഗാൻ ടെറിയുടെ സംഭാവന പ്രത്യേക പഠനത്തിനു വിധേയമാക്കാവുന്നവിധം വിപുലമാണ്. കാറൈൻ ചർച്ചിൽ, സുസാൻ മില്ലർ, ഇവാ മെറിയാം, ഡേവിഡ് റൂഡ്കിൻ, ആന്നെ ജെല്ലിക്കോ, പാമെ ജെംസ് തുടങ്ങിയ ഒട്ടേറെപ്പേർ ഇന്ന് സ്ത്രീ വിമോചന നാടക പ്രസ്ഥാനത്തിന്റെ മുൻനിരയിലുണ്ട്.

കാറ്റ് ഇന്ത്യയിലേക്കും

പാശ്ചാത്യ വനിതാവിമോചന പ്രസ്ഥാനങ്ങളുടെ ക്ഷോഭക്കാറ്റ് വളരെ വൈകാതെ ഇന്ത്യയിലും അടിച്ചുകയറി. അന്താരാഷ്ട്ര വനിതാദശകമായിരുന്ന എഴുപതുകൾ മുതലേ, സ്ത്രീകളുടെ വിമോചനദാഹത്തിന് സംഘടിതരൂപമുണ്ടാക്കാൻ തുടങ്ങി. 1975ൽ ഹൈദരാബാദ് കേന്ദ്രീകരിച്ച് രൂപംകൊണ്ട 'പ്രോഗ്രസീവ് ഓർഗനൈസേഷൻ ഓഫ് വിമൻ', ഇതേ കാലത്തുതന്നെ ഔറംഗബാദിൽ സംഘംചേർന്ന ലീഗ് ഓഫ് വിമൻ സോൾജേഴ്സ് ഫോർ ഇക്വാലിറ്റി' ഇവ രണ്ടും ഈ രംഗത്തെ ആദ്യ ഗ്രൂപ്പുകളാണ്. ഇന്ന് ദില്ലി, ബോംബെ, ഹൈദരാബാദ്, ബാംഗ്ലൂർ, കൽക്കത്ത എന്നീ നഗരങ്ങൾ ആസ്ഥാനമാക്കി നിരവധി ഫെമിനിസ്റ്റ് ഗ്രൂപ്പുകൾ പ്രവർത്തിക്കുന്നുണ്ട്. വിദ്യാസമ്പന്നകളും ഇടത്തരക്കാരും ഉദ്യോഗസ്ഥകളുമായ സ്ത്രീകളാണ് ഇവയുടെ മുന്നണിയിൽ. ഇന്ത്യയിൽ സ്ത്രീകൾക്കെതിരെ വ്യാപകമായിരിക്കുന്ന കൈയേറ്റശ്രമങ്ങളും സ്ത്രീധനപീഡനങ്ങളും തൊഴിൽചൂഷണവുമെല്ലാം ഇത്തരം സംഘങ്ങളുടെ പെട്ടെന്നുള്ള ഉത്ഭവത്തിനും പടർച്ചയ്ക്കും കാരണമാകുന്നു. ആശയപ്രചാരണത്തിനും ബോധവൽക്കരണത്തിനും നൃത്തം, സംഗീതം, നാടകം തുടങ്ങിയ ദൃശ്യകലകളെ ഇവരിൽ ചില ഗ്രൂപ്പുകൾ സമർഥമായി ഉപയോഗിക്കുന്നുണ്ട്.

സ്ത്രീവാദ നാടകവേദിയിൽമാത്രം ശ്രദ്ധിക്കുന്ന സംഘങ്ങളുമുണ്ട്. ഉദാഹരണത്തിന് 'നിരാകാർ' (ബോംബെ) വിവാദി (ന്യൂദില്ലി) എന്നിവയെ ചൂണ്ടിക്കാട്ടാം. തന്റെ അതിപ്രഗത്ഭമായ അഭിനയശേഷിയിലൂടെ ഇന്ത്യൻ സ്ത്രീയുടെ 'ശക്തി' വിളംബരം ചെയ്യുന്ന മല്ലികാ സാരാഭായിയുടെ ഏകാംഗപ്പടയും ഇക്കൂട്ടത്തിലുണ്ട്. ബോംബെ കേന്ദ്രീകരിച്ച് പ്രവർത്തിക്കുന്ന 'സ്ത്രീമുക്തിവാദി സംഘടന' (മറാട്ടി), '83 മുതൽ 89 വരെയുള്ള കാലയളവിൽ ആയിരത്തോളം തെരുവുവേദികളിൽ അവതരിപ്പിച്ചിട്ടുണ്ടത്രേ!

കേരളത്തിലെ പ്രസ്ഥാനം

'മാനുഷി', 'സമത', ശാസ്ത്രസാഹിത്യ പരിഷത്ത് വനിതാവിഭാഗം എന്നിവയാണ് കേരളത്തിലെ സ്ത്രീവാദ നാടകവേദിയുടെ വക്താക്കൾ. 'മാനുഷി' സ്വതന്ത്രമായ അസ്തിത്വം അവകാശപ്പെടുന്ന ഫെമിനിസ്റ്റ് ഗ്രൂപ്പാണ്. 'സമത'യ്ക്ക് ഇടതുപക്ഷപ്രസ്ഥാനങ്ങളുടെ പിൻബലമുണ്ട്. തൊണ്ണൂറുശതമാനവും പുരുഷന്മാർ അംഗങ്ങളായുള്ള ജനകീയ ശാസ്ത്ര

പ്രസ്ഥാനമായ ശാസ്ത്രസാഹിത്യ പരിഷത്തിന്റെ വനിതാവിഭാഗമാണ് തിയേറ്ററിനെ സംഘടിതവും ഫലപ്രദവുമായി ഉപയോഗിക്കുന്നതെന്ന വസ്തുത ശ്രദ്ധേയമാണ്. 1983 മുതൽ സ്ത്രീധന സമ്പ്രദായത്തിന്റെ തിന്മ കളിലേക്ക് വിരൽചൂണ്ടുന്ന *പരസുപുരം ചന്ത*, *സീത* എന്നീ രണ്ട് തെരു വുനാടകങ്ങൾ 'ശാസ്ത്രകലാജാഥ'യിൽ അവതരിപ്പിച്ചിരുന്നു.

'89 ലാണ് സ്ത്രീകളുടേതുമാത്രമായ തിയേറ്റർ ഗ്രൂപ്പിന് പരിഷത്ത് രൂപം നൽകിയത്. ഈ വർഷം രണ്ടു ഗ്രൂപ്പുകളായി കേരളം മുഴുവൻ സഞ്ചരിച്ച വനിതാ കലാജാഥ 150 ഓളം വേദികളിൽ ആറ് പരിപാടികൾ വീതം അവതരിപ്പിക്കുകയുണ്ടായി. തെരുവുനാടകം, സംഗീതശിൽപ്പം, സംഘഗാനം എന്നീ കലാരൂപങ്ങളാണ് ഇവർ ഉപയോഗിക്കുന്നത്. സീത യുടെ അജയ്യത വിളംബരം ചെയ്യുന്ന *ഞാൻ സ്ത്രീ* പുരുഷനിൽ നിന്നും സമൂഹത്തിൽ നിന്നും നേരിടുന്ന ഇരട്ടച്ചൂഷണത്തെ അവതരിപ്പിക്കുന്ന *തിരിച്ചറിവ്, കാണാപ്പണിയുടെ തീക്കുണ്ഡം*, *എൻ ജാതി* എന്നിവ എടു ത്തുപറയേണ്ടവതന്നെ. ഇടതുപക്ഷ സംഘടനകളുടെ തണലിൽ, കഴിഞ്ഞ നിയമസഭാ തിരഞ്ഞെടുപ്പുകാലത്ത് രാഷ്ട്രീയ പ്രചാരണ നാട കങ്ങളുമായി രംഗത്തുവന്ന 'സമത' ഇന്ന് കൂടുതൽ സ്വതന്ത്രമായ അസ്തിത്വമുള്ളതും സ്ത്രീപ്രശ്നകേന്ദ്രീകൃത പരിപാടികൾ അവതരി പ്പിക്കുന്നതുമായ വനിതാസംഘമായിട്ടുണ്ട്. *ഭാരതദുർദശ* എന്ന് തിരഞ്ഞെ ടുപ്പുനാടകം, സ്ത്രീധനക്രൂരതയ്ക്കെതിരെ പ്രതികരിക്കുന്ന *സ്ത്രീ*, *ഉണർത്തുപാട്ടുകൾ* എന്നിവ ശ്രദ്ധേയങ്ങളായിരുന്നു. 3000 വേദികളിൽ ഇവർ പ്രത്യക്ഷപ്പെട്ടിട്ടുണ്ടെന്നാണ് കണക്ക്. തങ്കമണി സംഭവത്തിൽ പ്രതിഷേധിക്കുന്ന തെരുവുനാടകവുമായി രംഗത്തുവന്ന 'മാനുഷി' ഇന്ന് ഏറെക്കുറെ നിർജീവമാണ്.

'ബോധന', 'മാനവി', 'ചോദന', 'ചേതന', 'മാനുഷി' തുടങ്ങി ഒട്ടേറെ സ്ത്രീവിമോചനസംഘങ്ങൾ കേരളത്തിൽ പ്രവർത്തിക്കുന്നുണ്ടെങ്കിലും വളരെ ദുർബലമായ അടിത്തറയാണ് ഇവയ്ക്കുള്ളത്. മുംബൈ ന്യൂദില്ലി പോലെയുള്ള കേന്ദ്രങ്ങളിലെ സ്ത്രീവിമോചന നാടകവേദികൾപോലെ ഇവിടെ അവ പച്ചപിടിക്കാത്തതിന് ഒരു കാരണം ഇതാകാം. തിയേറ്റ റിന്റെ അപാരസാധ്യതകളെ, സങ്കേതങ്ങളെ സമർഥമായി പ്രയോഗിക്കുന്ന 'നിരാകാർ' വിവാദി തുടങ്ങിയ ഗ്രൂപ്പുകളിൽ നിന്നു വ്യത്യസ്തമായി, ചെലവു കുറഞ്ഞതും ലളിതവുമായ തെരുവുകലയിലാണ് കേരളത്തിലെ സംഘങ്ങൾ ഊന്നിയിരിക്കുന്നത്

മാതൃഭൂമി ആഴ്ചപ്പതിപ്പ്, ഒക്ടോബർ 1990

5

ദൃശ്യകലകളുടെ ബോധനധർമം

ഒന്ന്

കലകളുടെയെല്ലാം ആദിമാതാവ് നൃത്തമാണെന്ന പ്രസ്താവം കലാസൗന്ദര്യശാസ്ത്രവും ചരിത്രവും ശരിവയ്ക്കുന്നു. മനുഷ്യശരീരത്തിന്റെ താളാത്മകമായ ചലനമാണല്ലോ നൃത്തം. കൂട്ടായ അധ്വാനത്തിൽ ഏർപ്പെടുന്ന മനുഷ്യരുടെ ശരീരാവയവങ്ങൾ അധ്വാനപ്രക്രിയയുടെ വിവിധ ഘട്ടങ്ങൾ വ്യത്യസ്ത ചലനങ്ങൾ സൃഷ്ടിക്കുന്നു. ചലനം ആവർത്തിച്ചുവരുമ്പോൾ അത് താളാത്മകമാകുന്നു. അധ്വാനവേളയിൽ ഉണർന്ന വ്യത്യസ്ത ശരീരചലനങ്ങളുടെ സാധ്യമായ ഭംഗികളെ ക്രമീകരിച്ച് വിശ്രമാവസരങ്ങളിലോ ഉത്സവാന്തരീക്ഷത്തിലോ അനുഷ്ഠാനവേളകളിലോ പുനരാവിഷ്കരിച്ചതാണ് ആദിമനൃത്തം. ശരീരത്തിന്റെ ചലനം (coporal movement) നൃത്തത്തിന്റെ ആദിമൂലമായതുപോലെ ശാബ്ദികചലനം ഭാഷയുടെ (oral movement) ഭാഷയുടെ ഉത്ഭവഹേതുവായി. മനുഷ്യരാശിയുടെ എന്നപോലെ നൃത്തരൂപങ്ങളുടെയും പ്രാകൃതദശയായിരുന്നു ഇതെന്നു കാണാം. ഭാഷയോടൊപ്പം ആദിമജനതയുടെ വികാരാവിഷ്കാരത്തിൽ നിന്ന് ഉളവാകുന്ന ചലനമാണെന്ന് *എൻസൈക്ലോപീഡിയ ബ്രിട്ടാനിക്ക* നിർവചിക്കുന്നു.

ശരീരത്തിന്റെ താളാത്മകചലനത്തിന് ലഭിച്ച ശാബ്ദികമായ അകമ്പടിയാണ് വായ്ത്താരി. വായ്ത്താരികളിൽ പൊതുവെ സ്വീകാര്യമായവ ചിട്ടപ്പെടുത്തുകയും പിന്നീട് അവയ്ക്കനുസൃതമായി ചുവടുവയ്പുകൾ ക്രമീകരിക്കുകയും ചെയ്തു. ആവിഷ്കാരോപാധി എന്ന നിലയിൽ ഭാഷ വികസിച്ചതോടെ വായ്ത്താരിയുടെ താളക്രമമനുസരിച്ച് ആശയങ്ങളടങ്ങിയ കവിതകളുണ്ടായി. ആശയങ്ങളുടെ പ്രതീകമായി വാക്കുകളെ

നിർമിച്ചുതുടങ്ങുന്നത് ഭാഷയുടെ വികാസഘട്ടമാണല്ലോ. അതുപോലെ ആശയപ്രകാശനത്തിന് ഉപയുക്തമാംവിധം ശരീരാവയവങ്ങൾകൊണ്ട് പ്രതീകങ്ങൾ–മുദ്രകൾ–മെനഞ്ഞെടുക്കാൻ തുടങ്ങിയതോടെ നൃത്തത്തിന്റെ ശൈശവാവസ്ഥ പിന്നിടുകയും നൃത്യത്തിന്റെയും നാട്യത്തിന്റെയും ഘട്ടത്തിലേക്ക് പ്രവേശിക്കുകയും ചെയ്തുവെന്നു പറയാം.

അടിസ്ഥാനപരമായി, ഭാഷ എന്നപോലെ നൃത്തം, നൃത്യം, നാട്യം ചിത്രമെഴുത്ത്, പ്രതിമാനിർമാണം തുടങ്ങിയ കലകളെല്ലാംതന്നെ ആശയവിനിമയോപാധി എന്ന നിലയിലാണ് വളർന്നുവന്നത്. പരസ്പരം വിചാരവികാരങ്ങൾ പങ്കുവയ്ക്കുന്നതിലൂടെ നമ്മളൊന്നാണെന്നും ഒന്നിച്ചു നിൽക്കുന്നതാണ് നിലനിൽപ്പിന് ആവശ്യമെന്നും മറ്റുമുള്ള സമൂഹചിന്ത ഉളവാക്കാൻ സഹായകമായി കലകളുടെ ഉപലബ്ധി.

ഏതെങ്കിലും ഒരു പ്രകൃതിശക്തിയെ അനുകരിക്കുന്നതിലൂടെ ആ ശക്തിയുടെ മേൽ അധീശത്വം നേടാൻ കഴിയുമെന്ന മാന്ത്രികവിശ്വാസം ആദിമജനതയുടെ ജീവിതത്തിന് വളരെയേറെ കരുത്തു നൽകിയിരുന്നുവെന്ന് കാണാം. പ്രകൃതിയോട് മല്ലടിച്ചുള്ള ജീവിതാധ്വാനത്തെ ആയാസരഹിതമാക്കാനും പ്രയത്നലഘൂകരണത്തിനും ഊർജസമ്പാദനത്തിനും കലകൾ അവരെ സഹായിച്ചിട്ടുണ്ട്. ഇരുണ്ട ഗുഹാഭിത്തികളിൽ കൊത്തിവച്ച മൃഗവേട്ടയുടെ ചിത്രമായാലും സംഘംചേർന്ന് അവതരിപ്പിക്കുന്ന നായാട്ടു നൃത്തമായാലും ഈ ധർമം കല നിറവേറ്റുന്നു. വേട്ടയും അതിന്റെ വിജയകരമായ പരിസമാപ്തിയും വിഡംബനനൃത്തത്തിലൂടെ അവതരിപ്പിക്കുന്ന ഗോത്രജനത, മിഥ്യയെ യാഥാർഥ്യമാക്കാനുള്ള പരിശ്രമത്തിലാണെന്ന് ജോർജ് തോംസൺ അഭിപ്രായപ്പെട്ടിട്ടുണ്ട്.[1] അജ്ഞാതമായ പ്രകൃതിശക്തിക്കുമുമ്പിൽ നിസ്സഹായരായ അവർ ഒരുപരിധിവരെ തങ്ങളുടെ ദൗർബല്യത്തെ ഇപ്രകാരത്തിൽ മറികടന്നു. എന്നു മാത്രമല്ല നൃത്തമവസാനിക്കുന്നതോടെ മുമ്പത്തെക്കാൾ സമർഥരായ വേട്ടക്കാരായി അവർ മാറിയിരിക്കുമെന്നും അദ്ദേഹം സമർഥിക്കുന്നു.

ഉദരപൂരണത്തിനായുള്ള പ്രവൃത്തികളിൽ സഹായിയായിരുന്നു കലയെന്ന് ഇതിലൂടെ തെളിയിക്കുന്നുണ്ടല്ലോ. അവന്റെ കർമവീര്യമുണർത്താനുള്ള ബോധനരീതിയായിരുന്നു നൃത്തവും മറ്റുകലകളും എന്നർഥം. മഴ, വെയിൽ ഇവയ്ക്കോ സമൃദ്ധമായ വിളവിനോ വേണ്ടി അവർ ആടുകയോ പാടുകയോ ചെയ്തത് സംഘമായിട്ടായിരുന്നു. പ്രേക്ഷകർ അല്ലെങ്കിൽ ആസ്വാദകൻ എന്നൊരു വിഭാഗം അന്നുണ്ടായിരുന്നില്ല.

വർഗവിഭജിതസമൂഹത്തിന്റെ ആവിർഭാവത്തോടെയാണ് 'ശുദ്ധമായ കല' 'പ്രതിഭാശാലിയായ കലാകാരൻ' എന്നീ സങ്കൽപ്പങ്ങൾ ഉടലെടുക്കുന്നത്. അധ്വാനവേളകളിൽ നിന്ന് കലയെ വേർപെടുത്തുകയും അമൂർത്തവൽക്കരിക്കുകയും ചെയ്തത് ഇപ്പോൾ മാത്രമാണ്. കല കലയ്ക്കുവേണ്ടി അല്ലെങ്കിൽ ആനന്ദത്തിനുവേണ്ടി എന്ന വാദഗതികളും സൗന്ദര്യാനുഭൂതി പകരുക എന്നതിൽക്കവിഞ്ഞൊരു ധർമവും കലയ്ക്കി

ല്ലെന്ന ശാഠ്യവും കലയുടെ ചരിത്രത്തിലേക്ക് പ്രവേശിക്കുന്നത് ഇക്കാലത്തു മാത്രമാണ്. ബഹുഭൂരിപക്ഷത്തിന്റെ അധ്വാനത്തിൻമേൽ വിശ്രമമന്ദിരങ്ങൾ പണിത ന്യൂനപക്ഷം, സംഘകലയുടെ 'ആസ്വാദകരും' സംരക്ഷകരുമായി. സംഘകല ദൃശ്യകലയാകുന്നത് ഇതോടെയാണെന്ന് ഊഹിക്കാം. മാനവസമൂഹത്തിന്റെ ഉൽപ്പാദനപ്രവർത്തനത്തിൽ പങ്കാളിയായിരുന്ന ദൃശ്യകലാസമുച്ചയത്തെ അവർ വീട്ടുമുറ്റത്തെ കാഴ്ചവസ്തുവാക്കി. ദൃശ്യകലയെ ശൈലീകരിക്കാനും പരിഷ്കരിക്കാനും അവരുടെ അലസനിമിഷങ്ങൾ വിനിയോഗിക്കപ്പെട്ടു. പ്രാകൃതവും നാടോടിയുമായ സംഘകാലരൂപങ്ങളിൽനിന്ന് നവദൃശ്യകലാരൂപങ്ങൾ ചിട്ടപ്പെടുത്തുകയും അവ ക്ലാസിക് കലകളായി നിലകൊള്ളുകയും ചെയ്തു. എഴുത്തും വായനയും ചിന്തയും സ്വന്തമാക്കിയ ന്യൂനപക്ഷം ക്ലാസിക് കലകൾക്ക് സിദ്ധാന്തപദ്ധതികളും ചമച്ചു. 'നാട്യശാസ്ത്രവും ദശരൂപകവും മറ്റും പിറവികൊണ്ടു. കലയുടെ പ്രയോജനത്തെക്കുറിച്ചുള്ള അഭിപ്രായങ്ങളും തർക്കങ്ങളും ഉടലെടുത്തു.

എന്നാൽ ഈ തർക്കങ്ങളിലെല്ലാം കല സംവേദനമാധ്യമമാണ് എന്ന വസ്തുതയെ ആരും നിഷേധിക്കുന്നില്ല. ആനന്ദാനുഭൂതി പകരുകയാണ് കലയുടെ ലക്ഷ്യമെന്ന് വാദിക്കുമ്പോഴും 'പകരുക' എന്ന പ്രക്രിയ നടത്താൻ കലയ്ക്കു കഴിയുമെന്ന വാസ്തവം മറച്ചുവെക്കാൻ കഴിയില്ല. കല അധ്വാനോപകരണമെന്നനിലയിലും ഭാഷയെന്ന നിലയിലും ആദിമജനത ഉപയോഗിച്ചുവെന്ന സിഡ്നി ഫിങ്കൽസ്റ്റൈന്റെ പ്രസ്താവന ഒന്നുകൂടി ആവർത്തിക്കട്ടെ: കല ഒരു പ്രകാശനോപാധിയും ബോധനോപാധിയുമായിരുന്നു. ആദി മനുഷ്യന്റെ ബോധമണ്ഡലത്തിലേക്ക് ഊർജചാലുകൾ കീറിയ കലയുടെ ജന്മദൗത്യം കലയുടെ പ്രയോജനചിന്തയെ പ്രബലമായി സ്വാധീനിക്കുകയും ചെയ്തു.

രണ്ട്

പാശ്ചാത്യ കാവ്യശാസ്ത്രത്തിന്റെ ആചാര്യനായ അരിസ്റ്റോട്ടിലിനെയും ഭാരതീയ നാട്യാചാര്യനായ ഭരതനെയും ഉദ്ധരിച്ചുകൊണ്ട് ഇതു വ്യക്തമാക്കാം. കലയിലെ ആശയവാദികൾക്ക് ആചാര്യസ്ഥാനീയരാണ് ഇവരെന്ന് ഓർക്കുക. 'നാട്യം ധർമാനുസാരിയും അർഥജനകവും കീർത്തികരവും ഉപദേശകരവുമാ'ണെന്ന് ഭരതൻ പറയുന്നു. ലോകത്തിൽ സംഭവിക്കാവുന്ന എല്ലാത്തരം കർമങ്ങളും അത് പ്രദർശിപ്പിക്കുന്നു. ഉത്തമൻ, മധ്യമൻ, അധമൻ എന്നതരത്തിലുള്ള മനുഷ്യരുടെ കർമത്തെ ആശ്രയിക്കുന്നതും ഹിതോപദേശകരവുമായി നാട്യം ഭവിക്കും. എല്ലാവർക്കും എല്ലാത്തരം ഉപദേശവും നൽകാൻ പര്യാപ്തമാണ് നാട്യം. ദുഃഖാർത്തന്മാർക്കും ശ്രമാർത്തന്മാർക്കും ശോകാർത്തന്മാർക്കും തപസ്വികൾക്കും യഥാകാലം അത് വിശ്രാന്തി നൽകും. ധർമവും യശസ്യവും ആയുഷ്യവും ഹിതകരവും ബുദ്ധിവിവർധകവും ലോകോപദേശകജനകവുമായി നാട്യം

തീരും എന്നു ഭരതൻ ആശംസിക്കുന്നു.[2] (*നാട്യശാസ്ത്രം*, 1.9. 1.86 ശ്ലോകങ്ങൾ) ഉപദേശപ്രധാനമാണ് നാട്യമെന്ന് ഭരതന് സംശയമില്ല. ബുദ്ധിവിവർധനത്തെ ലക്ഷ്യമാക്കിയുള്ള ഉപദേശം തന്നെയാണല്ലോ ആധുനിക വിദ്യാഭ്യാസപദാവലിയിലെ ബോധനവും.

പാശ്ചാത്യനായ അരിസ്റ്റോട്ടിലാകട്ടെ, നാട്യകലയുടെ പ്രയോജനം വികാരവിമലീകരണമാണ് (Catharsis) എന്നു തറപ്പിച്ചു പറഞ്ഞിട്ടുണ്ട്. ദുരന്ത നാടകത്തെക്കുറിച്ച് ചർച്ചചെയ്യവേ *കാവ്യനീതി*യുടെ (Poetics) ആറാം അധ്യായത്തിൽ കഥാർസീസിനെക്കുറിച്ച് പരാമർശിക്കുകമാത്രമേ ചെയ്യുന്നുള്ളൂ. നാടകപ്രയോജനത്തെക്കുറിച്ച് വിശദമായി പിന്നീട് ചർച്ച ചെയ്യാമെന്ന് എഴുതിയെങ്കിലും *കാവ്യനീതി*യിൽ അതു വിട്ടുകളഞ്ഞിരിക്കയാണ്. എന്നാൽ പിന്നീടെഴുതിയ 'രാജനീതി'യിൽ സംഗീതമഭ്യസിക്കുന്നതിന്റെ പ്രയോജനത്തെക്കുറിച്ചുള്ള അദ്ദേഹത്തിന്റെ അഭിപ്രായം കൂട്ടിച്ചേർത്തുവേണം നാട്യകലയുടെ പ്രയോജനത്തെക്കുറിച്ചുള്ള അഭിപ്രായം മനസിലാക്കേണ്ടതെന്ന് ഹംഫ്രിഹൗസിനെപ്പോലുള്ള സൗന്ദര്യശാസ്ത്രപണ്ഡിതന്മാർ നിർദേശിക്കുന്നുണ്ട്. ആ അഭിപ്രായം ഇതാണ്, 'സംഗീതം അഭ്യസിക്കേണ്ടത് കേവലം ഒരു ഉദ്ദേശ്യം നേടാൻവേണ്ടിയല്ല. അനേകം ഉദ്ദേശ്യങ്ങൾ കൈവരുത്താൻ വേണ്ടിയാണ്. അതായത് 1. വിദ്യാനുശീലനും 2. വിരേചനാത്മകമായ ലാഭത്തിനും 3. മനഃസ്കാരത്തിനും വേണ്ടി (അതിനോടുകൂടി മനോരഞ്ജനത്തിനും ശ്രമപരിഹാരത്തിനും എന്നും ചേർക്കാം) അഭ്യസിക്കണം.[3] (*രാജനീതി* ഏഴാം അധ്യായം).

ഇവിടെയും വളരെ വ്യക്തമാണ്, നാട്യകലയ്ക്കുള്ള ബോധനപരമായ പങ്കിൽ അരിസ്റ്റോട്ടിൽ ഊന്നൽനൽകുന്നു. എല്ലാ ദൃശ്യകലകളും ഒരു സംഘം മറ്റൊരു സംഘത്തെ അഭിസംബോധനചെയ്യുന്നതാണ്. ഇവിടെ ആദ്യസംഘം രണ്ടാമത്തെ സംഘത്തിന് ഒരു സന്ദേശം കൈമാറുന്നുണ്ട്. മനുഷ്യർ തമ്മിലുള്ള ആശയവിനിമയം അസാധ്യമായിരിക്കുന്ന ദശാസന്ധിയാണ് ഈ യുഗമെന്നും ഭാഷ നിരർഥകമായ ഒരേർപ്പാടാണെന്നും സമർഥിക്കാൻ അസംബന്ധനാടകവേദിയുടെ (Theatre of the Absurd) വക്താവായ യുജിൻ അയനസ്കോയ്ക്ക് നാട്യകലയെ തന്നെ ആശ്രയിക്കേണ്ടിവന്നു. എന്നോർക്കുക (ഉദാ. The Lesson എന്ന അയനസ്കോയുടെ നാടകം) അയനസ്കോയുടെ നാടകത്തിൽ ഒരു സന്ദേശവുമില്ലെന്ന നാടകനിരൂപകന്മാരുടെ വിമർശനത്തോട് നാടകകൃത്തിന്റെ ചുമതല അഞ്ചൽശിപായിയുടേതല്ലെന്നു തട്ടിക്കയറുകപോലുമുണ്ടായി അദ്ദേഹം. എന്നിട്ടും നാടകത്തിനുള്ള ബോധനശക്തിയെ ആശ്രയിക്കുന്നുവെങ്കിൽ, അതിനർഥം അദ്ദേഹം പരോക്ഷമായി നാടകത്തിനും കലയ്ക്കും അതായിരിക്കുകയെന്നതിൽക്കവിഞ്ഞൊരു ലക്ഷ്യമില്ലെന്ന ആശയവാദികളുടെ പക്ഷംചേരുകയെന്നതുതന്നെയാണ്.

ബോധനശാസ്ത്രത്തിൽക്കവിഞ്ഞ യാതൊന്നുമല്ല തന്റെ രംഗപ്രയോഗരീതിയെന്ന് തറപ്പിച്ചുപറഞ്ഞ ഈ നൂറ്റാണ്ടിലെ നാടകപ്രതിഭയാണ് ബർത്തോൾഡ് ബ്രെഹ്ത്. 'നാടകത്തിന്റെ മുഖ്യവിഷയം ഇന്നത്തെ മനു

ഷ്യർ തമ്മിലുള്ള ബന്ധങ്ങളായിരിക്കണം. ഏതുതരം പെരുമാറ്റങ്ങളാണ് മനുഷ്യവംശത്തിൽ ഏറ്റവും പ്രയോജനകരമെന്നു കണ്ടുപിടിച്ച് അവയെ ജനങ്ങൾക്ക് അടിവരയിട്ടുകാട്ടിക്കൊടുക്കുകയാണ് ഞാൻ ചെയ്യുന്നത്. ഞാനവയെ ദൃഷ്ടാന്തരകഥകളിലൂടെ കാണിച്ചുകൊടുക്കുന്നു. ഇങ്ങനെ പ്രവർത്തിച്ചാൽ ഇന്നതുസംഭവിക്കും. വേറേതരത്തിൽ പ്രവർത്തിച്ചാൽ മറിച്ചു സംഭവിക്കും. ഇത് പ്രതിബദ്ധകലയല്ല. ഏറിയാൽ ബോധന ശാസ്ത്രം (Pedagogy)മാത്രം.[4]

ജനങ്ങളെ പഠിപ്പിക്കുകയാണ് നാടകത്തിന്റെ ചുമതലയെന്നതിൽ ബ്രെഹ്ത് ഊന്നുന്നു. നാഗരികരെ നല്ലതെന്തെന്നു പഠിപ്പിക്കുകയാണ് (To teach the citizens what is best) നാടകകൃത്തിന്റെ ചുമതലയെന്ന് *തവളകൾ* എന്ന നാടകത്തിലൂടെ അരിസ്റ്റോഫനീസെന്ന ഗ്രീക്കുനാടക കാരൻ പറഞ്ഞുവെച്ചിരുന്നല്ലോ. ബ്രെഹ്ത്തിനു പഠിപ്പിക്കാനുള്ളത് നാഗ രികനെയല്ലെന്നുമാത്രം. മർദിത ജനലക്ഷങ്ങളെയാണ് ബ്രെഹ്ത് മുന്നിൽക്കാണുന്നത്. സ്വന്തം നിലയറിയാൻ, സ്വയമാരെന്നറിയാൻ, ഭാവിയെ പിടിച്ചെടുക്കാൻ അവരെ തയാറാക്കുകയാണ് അദ്ദേഹത്തിന്റെ ലക്ഷ്യം.

രാജാക്കന്മാരുടെയും പ്രഭുക്കന്മാരുടെയും കൊട്ടാരത്തിലെ അന്തഃ ഛിദ്രങ്ങളും അധികാരമോഹങ്ങളും വ്യക്തിമനസുകളുടെ ഏറ്റുമുട്ടലു കളും കൊണ്ട് നാടകീയമായിരുന്ന രംഗവേദിയിൽ ഒരു പത്രവാർത്ത യ്ക്കും ദൃശ്യാവിഷ്കാരമുണ്ടാകാമെന്നുവന്നു. എണ്ണവിലക്കയറ്റം, യുദ്ധം, സാമൂഹ്യ സമരങ്ങൾ, കുടുംബം, മതം, ഗോതമ്പ്, ഇറച്ചി, വാണിഭം, എല്ലാം നാടകാവതരണത്തിനു വിഷയമായി. കാണികൾക്കറിയാത്ത കാര്യങ്ങൾ ഗായകസംഘങ്ങൾ അവർക്കു പറഞ്ഞുകൊടുത്തു. ഫിലിമു കൾ ലോകംമുഴുവനുമുള്ള സംഭവങ്ങളുടെ ചലനം കാണിച്ചുകൊടു ത്തു. സ്ഥിതിവിവരക്കണക്കുകൾ പ്രോജക്ട് ചെയ്യപ്പെട്ടു. ബോധനത്തിന്റെ ദൃശ്യമാധ്യമമായി നാടകവേദി ബ്രെഹ്ത്തിലൂടെ മൗലികത വീണ്ടെടു ത്തു. ജനങ്ങളെ ബോധവൽക്കരിക്കാനുള്ള മാധ്യമമായും വിപ്ലവായുധ മായും നാടകവേദിയെ പ്രയോജനപ്പെടുത്തിയതിന്റെ നിരവധി ഉദാഹര ണങ്ങൾകൊണ്ട് സമ്പന്നമാണ് ബ്രെഹ്ത്തിന്റെ നൂറ്റാണ്ട് എന്ന വസ്തുത ആഹ്ലാദകരമാണ്.

മൂന്ന്

ജനഹൃദയങ്ങളുമായി നേരേ സംവദിക്കുന്ന മാധ്യമമെന്ന നിലയിൽ അരങ്ങിനുള്ള സവിശേഷസിദ്ധി മതപരമോ രാഷ്ട്രീയമോ ആയ പ്രചാര ണത്തിനും സാമൂഹ്യവിമർശനത്തിനും ഉപയോഗിച്ചതിന്റെ ഉദാഹരണ ങ്ങൾ ദൃശ്യകലകളുടെ കാര്യത്തിൽ അതിദീർഘവും സമ്പന്നവുമായ പാരമ്പര്യമുള്ള കേരളത്തിലെ ക്ലാസിക്കൽ നാടൻകലകളിൽ കാണാം. കൂത്തും പാഠകവും കൂടിയാട്ടവും ജനങ്ങളിൽ ആസ്തികബോധം വളർത്തുക ലക്ഷ്യമാക്കി പുരാണകഥാപ്രചരണം നടത്തിയാണ് വളർന്ന

ത്. ബുദ്ധമതാധിപത്യത്തിനെതിരെ വൈദികമതപ്രചാരണം നടത്തി സംഘക്കളി. ഇതിഹാസത്തിൽ നിന്നു പ്രമേയങ്ങൾ സ്വീകരിച്ച്, കേരളീയ ഫ്യൂഡൽ സമൂഹത്തിന്റെ ജീർണതകളെ അതിനിശിതമായി വിമർശിക്കാൻ കുഞ്ചൻനമ്പ്യാർ തുള്ളലെന്ന ദൃശ്യകലാരൂപത്തെ വളർത്തിയെടുത്തു. അധഃസ്ഥിതവർഗത്തിന്റെ ജീവിതക്ലേശങ്ങളും മനോവേദനകളും ആത്മരോഷവും ഉടയോനെതിരെയുള്ള അമർത്തിയ പ്രതിഷേധവും നാടൻകലകൾക്കു ശക്തിപകർന്നു. തങ്ങൾക്കു വിദ്യനിഷേധിക്കുകയും തങ്ങളെ കഠിനാധ്വാനത്തിൽ തളയ്ക്കുകയും ചെയ്ത ഉടയോന്റെ സംസ്കാരത്തിനെതിരെ രൗദ്രസംഗീതവും ദ്രുതതാളവും അമർത്തിച്ചവിട്ടലും ഭയാനകശബ്ദങ്ങളും വിചിത്രവേഷങ്ങളുമുള്ള കലാരൂപങ്ങളെക്കൊണ്ട് അടിച്ചമർത്തപ്പെട്ടവൻ പ്രതിരോധമുയർത്തി, ക്ലാസിക് കലകളിൽ നിന്ന് അകന്ന് ആര്യേതരമായ സംസ്കാരത്തിൽ നിന്ന് തിരഞ്ഞെടുത്ത പ്രമേയങ്ങളാണ് മിക്കപ്പോഴും അവർ ഉപയോഗിച്ചത്. അവരുടെ കലകളിൽ ദ്രാവിഡമൂലമുള്ള ഭദ്രകാളി നിറഞ്ഞുനിന്നു.

ഒരു സംഘശക്തിയുടെ ആശയപ്രചാരണത്തിനായി ദൃശ്യകലകളെ ബോധപൂർവം പ്രയോജനപ്പെടുത്തിയതിന് ഈ നൂറ്റാണ്ടിലെ ആദ്യ കേരളീയമാതൃക വി ടി ഭട്ടതിരിപ്പാടിന്റെ *അടുക്കളയിൽനിന്ന് അരങ്ങത്തേക്ക്* (1930) എന്ന സാമുദായിക പ്രഹസനമാണ്. കമ്യൂണിസ്റ്റുപ്രസ്ഥാനത്തിന്റെ വളർച്ചാഘട്ടത്തിൽ ആശയപ്രചരണത്തിന് നാടകത്തോടൊപ്പം കോൽകളി, കൈകൊട്ടിക്കളി, കുമ്മി, പൂരക്കളി, ഓട്ടൻതുള്ളൽ തുടങ്ങിയ കലാരൂപങ്ങളും വ്യാപകമായി ഉപയോഗിച്ചു. ഒരു സംഘടിതപ്രസ്ഥാനത്തിന്റെ ബോധവൽക്കരണത്തിന് ദൃശ്യകലകളെ ഉപയോഗിക്കുന്നിടത്ത് തെളിഞ്ഞ ലക്ഷ്യനിർവചനമുണ്ട്. പ്രവർത്തനത്തിനു പ്രേരണ നൽകുന്ന ബോധവൽക്കരണമാണത്. സംഘത്തിന്റെ ബുദ്ധിപരമായ പ്രവർത്തനങ്ങൾക്കു വൈകാരികപിന്തുണ നൽകാൻ കലകൾക്കാവും. സാമൂഹ്യപരിഷ്കരണത്തിനും വിപ്ലവത്തിനും വേണ്ടിയുള്ള യത്നങ്ങളിൽ *അടുക്കളയിൽ നിന്ന് അരങ്ങത്തേക്കും* *മറക്കുടയ്ക്കുള്ളിലെ മഹാനരകവും* *പാട്ടബാക്കിയും* *നമ്മളൊന്നും* *നിങ്ങളെന്നെ കമ്യൂണിസ്റ്റാക്കിയും* വഹിച്ച പങ്ക് കേരളചരിത്രത്തിലെയും മലയാളനാടകവേദിയിലെയും ഉജ്വല അധ്യായങ്ങളാകുന്നത് ഈ ചുമതലാനിർവഹണംകൊണ്ടാണ്. പുരോഗമനോന്മുഖവും കർമപ്രേരകവും രണോത്സുകവുമായ ഈ നാടകപ്രവർത്തനത്തിന്റെ തുടർച്ചയാണ് തെരുവുനാടകവേദി. പ്രൊസീനിയം സ്റ്റേജിന്റെ ചിട്ടവട്ടങ്ങൾ ഉപേക്ഷിച്ച് ലഘുവായ വേഷസാമഗ്രികളും പ്രേക്ഷകരുമായുള്ള ഹൃദയബന്ധവും പ്രക്ഷോഭത്തിന്റെ സ്വരവും നടന്റെ അഭിനയശേഷിയും കൈമുതലാക്കി ഏതു നാട്ടുമൂലയിലും പ്രത്യക്ഷപ്പെട്ട് അവതരണം നടത്താവുന്ന അയഞ്ഞ രൂപഘടനയാണ് തെരുവുനാടകത്തിന്റേത്. എൺപതുകളിൽ തെരുവുരംഗാവതരണങ്ങളിലൂടെ കേരളീയരുടെ ശ്രദ്ധപിടിച്ചുവാങ്ങിയ പ്രസ്ഥാനമാണ് ശാസ്ത്രകലാജാഥ. വിദ്യാഭ്യാസം, ആരോഗ്യം, വികസനം, ശാസ്ത്രബോധം, പരിസ്ഥിതി, ലോകസമാധാ

നം, സ്ത്രീവിമോചനം, ദേശീയോദ്ഗ്രഥനം, സാക്ഷരത, സംസ്കാരം തുടങ്ങിയ വ്യത്യസ്ത മേഖലകളിലെ പ്രശ്നങ്ങൾ ദൃശ്യകലാമാധ്യമത്തിലൂടെ ജനങ്ങൾക്കു മുമ്പാകെ അവതരിപ്പിക്കുന്ന ശാസ്ത്രകലാജാഥ, കേരളത്തിലെ ബോധന നാടകവേദിക്കു മാതൃകയാണ്.

കേളി, നവംബർ 1992

കുറിപ്പുകൾ

1. *മാനവസത്ത*, ജോർജ് തോംസൺ, ചിന്ത പബ്ലിഷേഴ്സ്.
2. *ഭാരതീയ കാവ്യശാസ്ത്രം*, ഡോ. ടി ഭാസ്കരൻ, കേരളഭാഷാ ഇൻസ്റ്റിറ്റ്യൂട്ട് പു. 100.
3. *യവനകാവ്യതത്വങ്ങൾ*, വേദബന്ധു, കേരളഭാഷാ ഇൻസ്റ്റിറ്റ്യൂട്ട്, പു. 92.
4. *ബ്രെഹ്ത്തിന്റെ കല*, സച്ചിദാനന്ദൻ, ഫീനിക്സ് പ്രസിദ്ധീകരണം, പു. 26,27.

7

നാടക ദാർശനികനായ ശങ്കരപ്പിള്ള

നാടകവേദിയെ അഗാധമായി സ്നേഹിക്കുകയും പഠിക്കുകയും അനുഭവിക്കുകയും ആ സ്നേഹവും അറിവും അനുഭൂതിയും നാടകപ്രണയികൾക്കു പകരാൻ ജീവിതകാലം മുഴുവൻ വിനിയോഗിക്കുകയും ചെയ്ത നാടകകലാകാരനായിരുന്നു ജി ശങ്കരപ്പിള്ള. ജീവിതത്തിൽ അദ്ദേഹം നേരിയ കൊച്ചുകൊച്ചു സന്തോഷങ്ങളും വലിയ ദുഃഖങ്ങളും നാടകലോകത്തുനിന്നു തന്നെയായിരുന്നു. വിശ്വനാടകവേദിയിലെ വ്യത്യസ്ത പ്രസ്ഥാനങ്ങളെയും രൂപങ്ങളെയും പരിചയപ്പെടുത്തുന്ന നിരവധി നാടകങ്ങൾ, പ്രൗഢഗംഭീരങ്ങളായ ലേഖനങ്ങൾ, മലയാളത്തിൽ ആധികാരികമായ ആദ്യത്തെ നാടകസാഹിത്യചരിത്രം; ഇബ്സെൻ, ബെർതോൾഡ് ബ്രെഹ്ത് എന്നിവരെക്കുറിച്ചുള്ള പഠനങ്ങൾ; കേരളം മുഴുക്കെ നാടകപ്രവർത്തകരുമായി സ്ഥാപിച്ച സൗഹൃദം, തന്റെ സാമീപ്യം കൊണ്ടു സമ്പന്നമാക്കിയ നിരവധി നാടകസദസുകൾ, കേരളത്തിലെ ഏക നാടക പഠനകേന്ദ്രത്തിന്റെ സ്ഥാപകനേതൃത്വം അങ്ങനെ ഒരു കാലയളവിന്റെ നാടകാഭിരുചികളെ ആരോഗ്യകരമായി സ്വാധീനിക്കാൻ വേണ്ടതിലധികം ചെയ്തുവച്ചിട്ടുണ്ട് ശങ്കരപ്പിള്ള.

1956 ൽ *സ്നേഹദൂതനു*മായി നാടകലോകത്തു പ്രത്യക്ഷപ്പെട്ട ശങ്കരപ്പിള്ള പിന്നീടുള്ള മൂന്നര ദശാബ്ദക്കാലം, മലയാള നാടക വേദിയെ നവീകരിക്കാനുള്ള ആസൂത്രിതയത്നത്തിനായി ചെലവിട്ടു. അത് നിഷ്ഫലമായില്ലെന്നു നമ്മുടെ നാടകവേദിയിലെ പുതുമുദ്രകൾ തെളിയിക്കുന്നു. ശങ്കരപ്പിള്ളയുടെ ദൃഢപ്രവർത്തനങ്ങളോടു ചേർത്തുപറയാവുന്ന ചില ദിശാവ്യതിയാനങ്ങൾ മലയാള നാടകവേദിയിൽ സംഭവിച്ചു. അവയിൽ ചിലതു ചൂണ്ടിക്കാണിക്കുകയാണ് ഈ ലേഖനം കൊണ്ട് ഉദ്ദേശിക്കുന്നത്.

ഒന്ന്

രംഗാവിഷ്കാര സമ്പ്രദായങ്ങളിലെ നൂതന പരീക്ഷണങ്ങൾ ഈ നൂറ്റാണ്ടിൽ ലോക നാടകവേദിയെ ഇളക്കിമറിച്ചുവല്ലോ. സാഹിത്യത്തിന്റെ ആധിപത്യത്തിൽ നിന്ന് വിട്ട് തനതായ അസ്തിത്വം നേടിയെടുക്കാനുള്ള നാടകമെന്ന മാധ്യമത്തിന്റെ പിടച്ചിൽ കൂടിയായിരുന്നു ഈ പരീക്ഷണങ്ങൾ. രംഗഭാഷയിലെ ഈ പുതുപ്രവണതകൾക്ക് നേതൃത്വം നൽകിയത് ഗോർഡൻ ക്രെയിഗ്, അഡോൾഫ് അപ്പിയ, സ്റ്റാനിസ്ലാവ്സ്കി, മേയർഹോൾഡ്, ജെസ്നർ, ഗ്രോട്ടോവ്സ്കി, ബെർതോൾഡ് ബ്രെഹ്ത് തുടങ്ങിയ പ്രഗത്ഭമതികളാണ്. ഇവരുടെ പരിശ്രമങ്ങൾ രംഗപ്രസാധന (Theatre production)ത്തെ സർഗാത്മക കലയാക്കി ഉയർത്തി. വായിച്ചു രസിക്കാനുള്ള കാവ്യമായി നാടകത്തെയും മൊഴി പറയാനുള്ള മേടകളായി അരങ്ങിനെയും കണക്കാക്കിയിരുന്ന യാഥാസ്ഥിതിക നാടകധാരണകളിലുണ്ടായ വിസ്ഫോടനം നിരന്തരമായ വായനയിലൂടെ അറിഞ്ഞ കുറച്ചു മലയാളികളിലൊരാളാണ് ശങ്കരപ്പിള്ള. നാടകത്തിന്റെ സമുചിതമായ സ്ഥാനം നാടകശാലയ്ക്കകത്താണെന്ന എറിക് ബെന്റ്ലിയുടെ പ്രസ്താവം ഒരു മുഴക്കമായി അദ്ദേഹം സ്വീകരിച്ചു. അരങ്ങുദീപം മുഖത്തു തെളിയുമ്പോഴെ ഒരു നാടകത്തിന്റെ ഓജസ്സും പ്രസാദവും തെളിയൂ എന്ന ആധുനികപക്ഷത്ത് അദ്ദേഹം നിലയുറപ്പിച്ചു. 1963ലെ മലയാള നാടകസാഹിത്യത്തെ അക്കാലത്തെ നാടകവേദിയുടെ പശ്ചാത്തലത്തിൽ വിലയിരുത്തവെ, ശങ്കരപ്പിള്ള എഴുതി:

> 'വായിക്കാൻ മാത്രം പറ്റിയ നാടകം' എന്ന് ഒരു നാടകത്തിന് വിധിയെഴുത്തു നടത്തുന്നയാൾ ഒന്നുകിൽ നാടകത്തിന്റെ സാമ്രാജ്യമെന്തെന്ന് പൂർണമായി ബോധ്യം വന്നിട്ടില്ലാത്തയാളാണ്; അല്ലെങ്കിൽ അൽപ്പമൊരു ആത്മവഞ്ചനയോടെ നാടകം മോശമാണ് എന്നു ധ്വനിപ്പിക്കുവാൻ ശ്രമിക്കുന്ന മിടുക്കനാണ്.

എഴുത്തുകാരന്റെ ആധിപത്യത്തിൽ നിന്നും സാഹിത്യശൈലിയുടെ തടവിൽനിന്നും അരങ്ങിനെ മോചിപ്പിക്കാൻ, മലയാളത്തിലെ മുൻനിര നാടകകൃത്തുക്കളിൽ ഒരാൾ തന്റെ ജീവിതം ചെലവഴിച്ചത്, രംഗപ്രയോഗം വികസിക്കുന്ന നാടകവേദി വളരുകയില്ല എന്ന തിരിച്ചറിവുകൊണ്ടുതന്നെയാണ്. അന്റോയിനും അർത്തോഡും ബ്രെഹ്ത്തും ഉയർത്തിയ പ്രകമ്പനങ്ങൾ നാടകമാധ്യമത്തിൽ ലയിച്ചുചേരുകയും ഗ്രോട്ടോവ്സ്കിയും പീറ്റർ ബ്രൂക്കും പുതുശബ്ദങ്ങൾ പുറപ്പെടുവിക്കുകയും ചെയ്തു തുടങ്ങിയ കാലത്തെ മലയാള നാടകവേദിയുടെ പ്രാകൃത്യാവസ്ഥ, നൂറ്റാണ്ടുകളുടെ രംഗകാലപാരമ്പര്യത്തിനുടമകളായ കേരളീയരെ ലജ്ജിപ്പിക്കുന്നതായിരുന്നുവല്ലോ. നാടകകൃത്ത് എഴുതിവച്ച വരികൾ അരങ്ങിൽ വന്നു വിളിച്ചു പറഞ്ഞാൽ അഭിനയമായി. നടൻ പുറപ്പെടുവിക്കുന്ന ആക്രോശങ്ങളുടെ പേരിൽ നാടകം വിലമതിക്കപ്പെട്ടു. അശ്ലീലച്ചുവയുള്ളതും ദ്വയാർഥപ്രയോഗ സമ്പന്നവും തരംതാണ ഫലിതം നിറഞ്ഞതു

മായ സംഭാഷണങ്ങൾ കയ്യടിവാങ്ങി. കണ്ണഞ്ചിക്കുന്ന ദീപപ്രസരണവും കട്ടൗട്ടറുകളും രംഗം ഭരിച്ചു. അതേസമയം രംഗപ്രയോഗ സാധ്യതകളുള്ളതും ആധുനികാഭിരുചികൾ പ്രകടമാക്കുന്നതുമായ *സമത്വവാദി, 1128 ൽ ക്രൈം 27* പോലുള്ള നാടകങ്ങൾ ലൈബ്രറി ബുക്കുകളായി മാത്രം പരിഗണിക്കപ്പെട്ടു. ഇതായിരുന്നു അമ്പതുകളിലെ സ്ഥിതി. ശങ്കരപ്പിള്ള തന്റെ അസ്വസ്ഥത വാക്കുകളിൽ ഇങ്ങനെ പ്രകടിപ്പിച്ചു.

> ഇരുപതാം നൂറ്റാണ്ടിന്റെ ഇങ്ങേത്തലയ്ക്കലെ വിശ്വനാടകവേദിയിലെ പരീക്ഷണങ്ങൾപോലും അൽപ്പാൽമായിട്ടാണെങ്കിലും നമ്മുടെ നാടക സാഹിത്യത്തിൽ തിരനോട്ടം കഴിച്ചിട്ടുണ്ടിന്ന്. പക്ഷേ നാടകവേദിയുടെ സ്ഥിതി പത്തൊമ്പതാം ശതകത്തിൽത്തന്നെയല്ലേ? മറ്റു പല നാടുകളിലും കാണാൻ കഴിയാത്ത ഈ ഒരു പൊരുത്തക്കേട് നാടകത്തിന്റെ ചരിത്രവും വികാസപരിണാമങ്ങളും രേഖപ്പെടുത്താൻ ആഗ്രഹിക്കുന്ന ഇന്നത്തെ ഒരു നാടകവിദ്യാർഥിയെ ധർമസങ്കടത്തിൽ ആഴ്ത്തില്ലേ?

...സാഹിത്യവും രംഗവേദിയും തമ്മിലുള്ള ഈ അന്തരം എത്രകണ്ടു നികത്തുവാൻ കഴിയുന്നുണ്ടോ അത്രകണ്ടു മാത്രമേ നമ്മുടെ നാടകം വളരാൻ പോകുന്നുള്ളൂ എന്നു വിശ്വസിക്കുന്ന ഒരാളാണ് ഈ ലേഖകൻ. നാടകത്തിന്റെ എല്ലാ മണ്ഡലങ്ങളിലും രചന, രംഗപ്രയോഗം, നിരൂപണം എന്നിവയിലെല്ലാം തന്നെ വ്യാപൃതരാകുന്നവർ ഈ സത്യം അറിയേണ്ട അളവിൽ അറിയുകയും അർഹിക്കുന്ന ഗൗരവത്തോടെ കൈകാര്യം ചെയ്യുകയും തന്നെ വേണം.

ഗ്രന്ഥശാലകളിലും വായനമുറികളിലും തമോവലയബന്ധിതമായി കഴിയുന്ന നല്ല നാടകങ്ങളെ രംഗത്തു കൊണ്ടുവരാനും മുന്തിയ നാടകങ്ങളെന്നു നാടകബാഹ്യമായ കാരണങ്ങൾ കൊണ്ടുകൂടി പ്രകീർത്തിക്കപ്പെടുന്ന നാടകങ്ങളുടെ മാറ്റുരച്ചു നോക്കാനും രംഗപ്രസാധനകലയും സർഗാത്മകതയുള്ള സംവിധായകരും വളർന്നു വരണമെന്ന് അദ്ദേഹം ആത്മാർഥമായി ആഗ്രഹിച്ചു. നാടകരചന പോലെയും അഭിനയം പോലെയും ആത്മാവിഷ്കാരത്തിനു പ്രാധാന്യമുള്ള സർഗാത്മകമായ ഒന്നാണ് സംവിധാനമെന്നു പ്രഖ്യാപിച്ചു. വിജ്ഞന്മാർ അഭിനന്ദിച്ചാലേ തന്റെ സാമർഥ്യം തെളിയിക്കപ്പെടൂ എന്നു പ്രസ്താവിക്കുകയും തങ്ങളുടെ കാർമികത്വത്തിൽ അരങ്ങേറുന്ന നാടകത്തിന്റെ മുന്നോടിയായി പ്രത്യക്ഷപ്പെട്ട് അനുഗ്രഹത്തിനായി പ്രാർഥിച്ചു പിൻവാങ്ങുകയും ചെയ്യുന്ന നാട്യശാസ്ത്രവിധികളിൽ തെറ്റു പറ്റാത്ത പരിശീലനവും അവഗാഹവും കൈമുതലായുള്ളവരെങ്കിലും വിനയശീലരായ സൂത്രധാരന്മാരുടെ പാരമ്പര്യമാണ് നമ്മുടേതെന്നു ശങ്കരപ്പിള്ള ഓർമപ്പെടുത്തി. കലാംശവും വിദ്യാംശവും സമന്വയിപ്പിച്ച് സംവിധാന കർമത്തിന്റെ ഔന്നിത്യം വെളിപ്പെടുത്തി. മൂന്നു രീതികളിൽ നാടക വേദിയിൽ ഉണ്ടാകേണ്ട ഈ പരിവർത്തനത്തെ അദ്ദേഹം സ്വപ്രവൃത്തിയിലൂടെ സമ്പന്നമാക്കി.

ഒന്ന്: രംഗവേദിയിലെത്താൻ ഭാഗ്യമുണ്ടായിട്ടില്ലാത്തതോ അപൂർവം വേദികളിൽ പ്രത്യക്ഷപ്പെട്ടിട്ടുള്ളതോ ആയ മലയാളത്തിലെ ഒന്നാംകിട നാടകങ്ങളുടെ സംവിധായക ചുമതല ഏറ്റെടുത്തു. സി ജെ തോമസിന്റെ *ആ മനുഷ്യൻ നീ തന്നെ*, 1128 ൽ ക്രൈം –27, പുളിമാനയുടെ *സമത്വവാദി*, സി എൻ ശ്രീകണ്ഠൻനായരുടെ *സാകേതം* എന്നീ നാടകങ്ങൾ ശങ്കരപ്പിള്ള സംവിധാനം ചെയ്ത് അവതരിപ്പിച്ചു. ഈ നാടകങ്ങൾക്ക് താൻ നൽകിയ ധ്വനിപാഠം അവയുടെ ഒരേയൊരു വ്യാഖ്യാനമാണെന്ന അർഹതയോ ശാഠ്യമോ അദ്ദേഹത്തിനുണ്ടായിരുന്നുമില്ല. *സമത്വവാദിയുടെ സംവിധായകക്കുറിപ്പിൽ അദ്ദേഹം എഴുതുന്നു.*

> *സമത്വവാദി* എന്ന നാടകം സംവിധായകന്റെ ദൃഷ്ടിയോടെ ഞാനിവിടെ വിശകലനം ചെയ്തവതരിപ്പിക്കുമ്പോൾ അത് ഈ നാടകത്തിനുള്ള ഒരേ ഒരു വ്യാഖ്യാനമായിക്കൊള്ളണമെന്നില്ല. ഓരോ സംവിധായകനും ഓരോ രീതിയിൽ ഈ നാടകത്തെ കാണാം. താൻ കാണുന്ന ആ പ്രത്യേക രീതിയനുസരിച്ച് അരങ്ങെന്ന മാധ്യമത്തിലൂടെ – രംഗവേദി, നടീനടന്മാർ, ചമയം, രംഗസംവിധാനം, ദീപസംവിധാനം ആദിയായവയിലൂടെ – അഭിവ്യഞ്ജിപ്പിക്കുന്നു എന്നതിലാണ് മൂന്ന് അസൽ നാടകങ്ങളുടെ സമകാലിക വ്യാഖ്യാനമെന്ന വെല്ലുവിളി ഏറ്റെടുക്കാനുള്ള പ്രേരണയും അതിലൂടെ നാടകഭാഷയുടെ കരുത്തു വരുമെന്ന ശുഭാപ്തിവിശ്വാസവും ഈ ഉദാരവീക്ഷണം നൽകുന്നുണ്ട്.

രണ്ട്: തന്റെ നേതൃത്വത്തിലും സാന്നിധ്യത്തിലും നടന്ന നാടകക്കളരികളിലൂടെ രംഗപ്രസാധനകല വളരേണ്ടതിന്റെ ആവശ്യകത പ്രചരിപ്പിച്ചു ബോധ്യപ്പെടുത്തി. അഭിനയം, സംവിധാനം ഇവയെ കേന്ദ്രീകരിച്ച് പരിശീലനത്തിനു പ്രാധാന്യം നൽകി.

മൂന്ന്: തന്റെ കാർമികത്വത്തിൽ ആരംഭിച്ച സ്കൂൾ ഓഫ് ഡ്രാമയുടെ സിലബസിൽ പ്രയോഗത്തിന് ഊന്നൽ നൽകി.

ഈ പരിശ്രമങ്ങളുടെ സദ്ഫലങ്ങൾ മലയാളനാടകവേദിയിൽ ശ്രദ്ധേയമാംവിധം അനുഭവവേദ്യമായിട്ടുണ്ടെന്ന് കഴിഞ്ഞ രണ്ടു ദശാബ്ദക്കാലമായി കേരളീയരംഗവേദി കൈവരിച്ച വളർച്ച പരിശോധിച്ചാലറിയാം.

രണ്ട്

കേരളത്തിൽ അതിശക്തമായ ഒരു അമച്വർ നാടകപ്രസ്ഥാനത്തിന് രൂപം കൊടുക്കുകയെന്നത് ശങ്കരപ്പിള്ളയുടെ തീവ്രാഭിലാഷമായിരുന്നു. ആർട്സ് ആന്റ് സ്പോർട്സ് ക്ലബ് വാർഷികങ്ങൾക്ക് അവതരിപ്പിക്കാനോ, ഉത്സവപ്പറമ്പുകളെ മുഖരിതമാക്കാനോ ലക്ഷ്യം വെച്ച് ഉത്സാഹികളായ കുറച്ചു യുവാക്കൾ ചമച്ചെടുക്കുന്ന അപക്വ നാടകസന്തതികൾ. അമച്വർ നാടകവേദിയുടെ കരുത്തായി വിശേഷിപ്പിക്കപ്പെടുന്ന അവസ്ഥയ്ക്കും മാറ്റം വരുത്താൻ അദ്ദേഹം ശ്രമിച്ചു. ഒരു ദേശത്തിന്റെ നാട

കാഭിരുചിയെ ആരോഗ്യപൂർണമാക്കാനുള്ള പ്രഥമ പ്രവർത്തനവും ശക്തിയും സംഭാവന ചെയ്യാൻ കഴിവുള്ള അമചർ നാടകവേദിയിൽ ബോധപൂർവം നടത്തേണ്ടുന്ന പ്രവർത്തനങ്ങളിലേക്ക് ലോകനാടകവേദിയുടെ ചരിത്രത്തെ സാക്ഷിയാക്കി, അദ്ദേഹം കലാകേരളത്തിന്റെ ശ്രദ്ധ ക്ഷണിച്ചു. ലോകനാടകവേദിയിൽ നവീന പാതകൾ തെളിയിക്കുകയും നിരവധി നാടക പ്രതിഭകളെ വെളിച്ചത്തു കൊണ്ടുവരികയും ചെയ്തത് അമചർ നാടകസംഘങ്ങളായിരുന്നുവല്ലോ. അന്റോയിൽ ആദ്രേയുടെ *തിയറ്റർ ലാബ്റെ* (ഫ്രാൻസ്), സ്റ്റാനിസ്ലാവ്സ്കി പ്രവർത്തിച്ച മോസ്കോ ആർട്ട് തിയറ്റർ (റഷ്യ), യേറ്റ്സ്, ജെ എം സിഞ്ച്, ലേഡി ഗ്രിഗറി എന്നിവർ നേതൃത്വം നൽകിയ ലിറ്റിൽ തിയറ്റർ (ഐർലന്റ്) 'ബെർത്തോൾഡ് ബ്രെഹ്ത്തിന്റെ ബെർളിൻ ഐൻസെബിൾ (ജർമനി) യുജീൻ ഒനീലിന്റെ നാടകങ്ങൾ അരങ്ങേറിയ 'പ്രൊവിൻസ് ടൗൺ പ്ലെയേഴ്സ്' (അമേരിക്ക) തുടങ്ങിയ നിരവധി ഉദാഹരണങ്ങൾ വിശ്വനാടകവേദിയിലുണ്ട്. "ഷാ ഇബ്സൻ, സ്ട്രിൻഡ് ബർഗ്, ഓനീൽ, പിരാൻഡലോ, ലോർക്ക, ബ്രെഹ്ത്ത് എന്നിങ്ങനെ ഈ നൂറ്റാണ്ടിന്റെ നാടകപ്രതിഭയെ കരുപിടിപ്പിച്ചവരും വളർത്തിയവരുമായ എല്ലാ നാടകകൃത്തുക്കളുടെയും വളർച്ചയിൽ ഈ പ്രസ്ഥാനത്തിനുണ്ടായിരുന്ന പങ്ക് ഇന്ന് സംശയാതീതമായി തെളിയിക്കപ്പെട്ടിട്ടുണ്ടെന്ന് എഴുതിയത് ഈയൊരു ധൈര്യത്തിലാണ്. നാടകാവതരണ സങ്കേതങ്ങളിൽ പുതുപരീക്ഷണങ്ങൾ നടത്താനും നവീന നാടകാഭിരുചികൾ സൃഷ്ടിക്കാനും കഠിനയത്നം ചെയ്യേണ്ടത് അമചർ നാടകവേദിയാണ്. 'ഓരോ പ്രദേശത്തും കലോത്സുകരായി പ്രവർത്തിക്കുന്ന ആളുകളും അവരുടെ സംഘങ്ങളും സാഹസികങ്ങളായ പരീക്ഷണങ്ങളിലൂടെ ജനതയുടെ നാടകബോധത്തെ വളർത്തിയെടുക്കാൻ ശ്രമിക്കേണ്ടതുണ്ട്. അവർക്കു സാമ്പത്തിക പ്രശ്നങ്ങളില്ലാത്തതുകൊണ്ട് (അവ പരിഗണിക്കേണ്ട കാര്യമില്ലാത്തതുകൊണ്ട്) ധീരമായി പലതും ചെയ്യാം. പരാജയങ്ങൾ പലതുണ്ടായാലും രക്തസാക്ഷിത്വം വരിച്ചുകൊണ്ടും അവർ ചെയ്യേണ്ടതതാണ്. ഈ പരീക്ഷണങ്ങളെ അംഗീകരിച്ച് ഉപയോഗിക്കാൻ പ്രൊഫഷണൽ നാടകക്കാരൻ മുന്നോട്ടു വരുമെന്നും അവരെ സ്വാഗതം ചെയ്യാൻ നാടകാവബോധമുള്ള നല്ലവരായ പ്രേക്ഷകർ തയാറാവുമെന്നും ശങ്കരപ്പിള്ള സമർഥിച്ചു. പ്രൊഫഷണൽ നാടകങ്ങളിലെ അംഗീകൃത വൈകൃതങ്ങളെ ഉടച്ചുമാറ്റാനുള്ള ഉപകരണങ്ങൾ നൽകാൻ ബാധ്യതയാണ് അമചർ നാടകക്കാർക്കുള്ളത്. നമ്മുടെ പ്രൊഫഷണൽ നാടകവേദി പുതുമകൾ സ്വീകരിക്കാൻ വിമുഖതയുള്ളതല്ലെന്നും നാടകത്തെ സമൂഹത്തിന്റെ എല്ലാ ശിഖരങ്ങളിലും എത്തിക്കാൻ പ്രൊഫഷണലിസ്റ്റുകൾക്കേ കഴിയൂ എന്നും പ്രസ്താവിക്കുന്ന ശങ്കരപ്പിള്ള പ്രൊഫഷണൽ നാടകവേദിക്ക് അർഹമായ അഭിനന്ദനവും അംഗീകാരവും നൽകുന്നുണ്ട്.

അമചർ വിപരീതം പ്രൊഫഷണൽ എന്ന അബദ്ധധാരണയെ അദ്ദേഹം ശ്രദ്ധാപൂർവം തിരുത്തുകയും അവ പരസ്പരപൂരകമാണെന്ന

ആരോഗ്യകരമായ വീക്ഷണം ആവർത്തിച്ചുറപ്പിക്കുകയും ചെയ്യുന്നു. പ്രൊഫഷണൽ നാടകവേദിക്കു കലവറ ആവശ്യമാണെങ്കിൽ അതിന്റെ വളർച്ചയ്ക്ക്, മരത്തിന്റെ വളർച്ചയ്ക്ക് വേരുകളും മനുഷ്യന്റെ വളർച്ചയ്ക്ക് പോഷകാഹാരവും പോലെ സമ്പത്താവശ്യമാണെങ്കിൽ അതു നൽകുവാൻ ഒരു ഏജൻസി ഉണ്ടായിരിക്കണം. അത്തരം ഒരു ഏജൻസിയായി അമച്വർ നാടകവേദിയെ കണക്കാക്കാമെന്ന് ശങ്കരപ്പിള്ള വാദിച്ചു. അതുകൊണ്ടുതന്നെ ശക്തവും സമ്പന്നവുമായ അമച്വർ നാടകവേദി ഉണ്ടാകേണ്ടത് കലോപാസകന്മാരുടെ എന്നപോലെ പ്രൊഫഷണൽ നാടകവേദിയുടെയും ആവശ്യമാണ്. പ്രൊഫഷണൽ നാടകവേദിയോട് മത്സരിച്ചു ജയിക്കലല്ല അമച്വർ നാടകവേദിയുടെ ദൗത്യം. 'നാടകവേദിയിലെ നെടുന്തൂണുകളെ തങ്ങളുടെ പൽഞരക്കം കൊണ്ട് തകർത്തു കളയാമെന്ന വ്യാമോഹം ആവശ്യമില്ല. വൈരസ്യജനകമായ ആവർത്തനങ്ങളുടെ ജീർണത പുറ്റുകൾപോലെ അകത്തു വളർന്ന് ആ തൂണുകൾ തറ പറ്റിച്ചുകൊള്ളുമെന്ന് അദ്ദേഹം ആശ്വസിക്കുന്നു.

മൂന്ന്

നാടകമെന്ന കലയോട് ഉന്മാദപൂർണമായ സ്നേഹം സ്ഥാപിച്ചവരാണ് അമച്വർ നാടകവേദിയെ ഒരു പ്രസ്ഥാനമായി (movement) മുന്നോട്ടു കൊണ്ടുപോകുന്നത്. കലയോടുള്ള ഉന്മാദസ്നേഹം തന്നെയാണ് ശങ്കരപ്പിള്ളയുടെ നേതൃത്വത്തിൽ പ്രസാധന ലിറ്റിൽ തിയറ്റർ, (ചിറയൻകീഴ്), കെ ടി മുഹമ്മദിന്റെ 'എക്സ്പിരിമെന്റൽ' തിയറ്റർ (കോഴിക്കോട്), സി എൻ ശ്രീകണ്ഠൻനായർ നയിച്ച 'നവരംഗം' (കോട്ടയം), കൃഷ്ണപിള്ള, വിക്രമൻ നായർ സി ജെ തോമസ് തുടങ്ങിയവരുടെ നേതൃത്വത്തിലുണ്ടായിരുന്ന 'നവസംസ്കാരസമിതി' (തിരുവനന്തപുരം) അയ്യപ്പപ്പണിക്കർ പി കെ വേണുക്കുട്ടൻ നായർ, വേണു എന്നിവർ തുടങ്ങിവെച്ച 'സുവർണ രേഖ' (തിരുവനന്തപുരം), തുടങ്ങിയ അമച്വർ നാടകസംഘങ്ങളെ സൃഷ്ടിച്ചുവിട്ടത്. എന്നിട്ടും ഇറങ്ങാത്ത നാടകലഹരിയാണ് കേരളത്തിലെ നാടകക്കളരി പ്രസ്ഥാനത്തിന് തുടക്കമിട്ടത്. നിലനിന്നിരുന്ന നാടകാവതരണ സമ്പ്രദായങ്ങളോട് പലവിധത്തിൽ കലഹമുള്ളതും അവയെ വെറുക്കുകയും എതിർക്കുകയും ചെയ്യുന്നവരുമായ കുറേ 'മണ്ടന്മാരുടെ' സംഘമായിരുന്നു അതിന്റെ പിന്നിൽ. വാങ്മയ കലയ്ക്കെന്നപോലെ രംഗകലയ്ക്കും അതിന്റേതായ ഭാഷയും വ്യാകരണവുമുണ്ടെന്ന് സ്ഥാപിക്കാനുള്ള വ്യഗ്രത, നാടകവിശകലനം, സംവിധാനം അഭിനയം, ആസ്വാദനം എന്നീ ജീവത്തായ ഘടകങ്ങളുടെ സമഗ്രപരിവർത്തനവും ആധുനികീകരണവും — ഇതായിരുന്നു നാടകക്കളരിയുടെ ലക്ഷ്യം. നാടകക്കളരിയുടെ ആശയപശ്ചാത്തലം ശങ്കരപ്പിള്ള ഇപ്രകാരം വ്യക്തമാക്കി.

'യഥാർഥത്തിലുള്ള നാടകസഹൃദയത്വം വളർന്നതും വികസിച്ചതും വരാൻവേണ്ട ഒരു അവബോധം നാടകകുതുകികളിൽ സംജാതമാക്കുക എന്നതാണ് അതിന്റെ ലക്ഷ്യം. ആ അവബോധമുണ്ടാക്കുവാൻ നാട

കത്തെ ശാസ്ത്രീയമായി വിശകലനം ചെയ്തു. മനസിലാക്കുക, അരങ്ങ് എന്ന മാധ്യമത്തെ, സുവിശദമായി പരിശോധിക്കുക, രംഗവേദിയിലൂടെ ഒരു നാടകകൃതി ആവിഷ്കൃതമാക്കുവാൻ ആവശ്യമായി വരുന്ന എല്ലാ പ്രക്രിയകളും ശാസ്ത്രീയമായിത്തന്നെ ഗ്രഹിക്കുക, എന്നിവയൊക്കെ വേണ്ടിവരും. നാടകലോകത്തിൽ പ്രവർത്തിച്ചു കാലഘട്ടങ്ങളുടെ നാടകകൗതുകം അണഞ്ഞുപോകാതെ സൂക്ഷിച്ച, പല നിലയിലും പെട്ട പലരുടെയും അനുഭവകഥനം കേൾക്കേണ്ടതും ആവശ്യം. ഇതെല്ലാം ഉൾക്കൊള്ളിച്ചുകൊണ്ടുള്ള ഒരു പ്രവർത്തനപദ്ധതി നാടകക്കളരിക്ക് അനിവാര്യമാണ്. പേര് സൂചിപ്പിക്കുന്നതുപോലെ തന്നെ അതൊരു കളരിയാവണം. അഭ്യാസത്തിനാവശ്യമായ തയാറെടുപ്പിന്റെ കളിക്കളം. ശാസ്ത്രീയപഠനം കൊണ്ട് തത്വപരവും പ്രായോഗികവുമായി — നാടകത്തെ സമഗ്രരൂപത്തിൽത്തന്നെ ദർശിച്ച് അത് അർഹിക്കുന്ന ഗൗരവത്തോടെ സമീപിക്കുവാനുള്ള ഒരു അവബോധം ഉണ്ടാക്കിക്കൊടുക്കുക എന്നതാണ് ഈ കളരിയുടെ ലക്ഷ്യം, ആദ്യത്തെ നാടകക്കളരി 1967ൽ ശങ്കരപ്പിള്ള അധ്യാപകനായിരുന്ന ശാസ്താംകോട്ട ദേവസ്വംബോർഡ് കോളേജിൽവച്ചുതന്നെ നടത്തി. പിന്നീട് സി ജെ സ്മാരകസമിതിയുടെയും (കൂത്താട്ടുകുളം) സുവർണരേഖയുടെയും (തിരുവനന്തപുരം) എഫ് എ സി ടി യുടെയും (കൊച്ചി) ആഭിമുഖ്യത്തിൽ നാടകക്കളരികൾ സംഘടിപ്പിക്കപ്പെട്ടു. സംഗീത നാടക അക്കാദമിയുടെ നേതൃത്വത്തിൽ തൃശൂർവച്ചു രണ്ടു നാടകക്കളരികൾ നടന്നു. പിന്നീട് കേരളത്തിൽ വിവിധ സംഘടനകളുടെയും സ്ഥാപനങ്ങളുടെയും രക്ഷാധികാരത്തിൽ നടന്ന കളരികൾ നാടകശിൽപ്പശാലകൾക്കും ഇവ മാതൃകയായി. എന്നു മാത്രമല്ല ഒട്ടുമുക്കാലും നാടകക്യാമ്പുകളിൽ ശങ്കരപ്പിള്ള എത്തുകയും ചെയ്തിരുന്നു. ഏതു രാഷ്ട്രീയപ്പാർട്ടിയായാലും സംഘമായാലും വേണ്ടില്ല, വിഷയം നാടകമാണെങ്കിൽ എത്താൻ ശങ്കരപ്പിള്ളയ്ക്കു മടിയില്ല. ഒരു ആത്മസമർപ്പണത്തിന്റെ അംശം ഈ ചര്യയിലുണ്ടല്ലോ. അദ്ദേഹത്തിന്റെ ലേഖനങ്ങളിൽ ഭൂരിപക്ഷവും ഇത്തരം നാടക സദസുകളിലെ പ്രഭാഷണങ്ങൾക്കുവേണ്ടി തയാറെടുക്കപ്പെട്ടവയായിരുന്നുവെന്നു കാണാം.

നാടകക്കളരിയും മറ്റു ഗൗരവപൂർണമായ സംരംഭങ്ങളും കേരളത്തിന്റെ നാടകവേദിയിൽവരുത്തിത്തീർത്ത മാറ്റങ്ങൾ വസ്തുനിഷ്ഠമായ വിലയിരുത്തലിനു വിധേയമാക്കേണ്ടിയിരിക്കുന്നു. എന്നാൽ രണ്ടു ദശാബ്ദത്തിനു ശേഷം ശങ്കരപ്പിള്ള തന്നെ നാടകക്കളരിയുടെ ഫലത്തെ ഇപ്രകാരം അവതരിപ്പിച്ചു.

> 'നാടകവേദിയും സാഹിത്യവും തമ്മിലുണ്ടായിരുന്ന നമ്പൂതിരി ബാന്ധവം' പോലുള്ള ശിഥില 'സമ്മന്ത'ത്തിനു മാറ്റം വരാൻ ആരംഭിച്ചതും കച്ചവടനാടകത്തിന്റെ കുപ്പായത്തിനൊത്ത് ആളെ ശരിപ്പെടുത്തുന്ന വിദ്യ മാറിയതും നാടക സാഹിത്യത്തിന്റെ സർഗാത്മകഭാഷയെ തത്തുല്യമായ അരങ്ങിന്റെ ഭാഷയിലേക്ക് ക്രിയാ

ത്മകനായ ഒരു സംവിധായകൻ എങ്ങനെ മാറ്റുന്നു എന്ന അറിവ് വളരാനാരംഭിച്ചതും ഈ കാലത്തായിരിക്കണം.

സമഗ്രമായ വിലയിരുത്തലിന് അദ്ദേഹം തയാറായിരുന്നില്ലെങ്കിലും ഇന്നത്തെ അമച്വർ നാടകവേദി വളരെയേറെ നവീകരിക്കപ്പെട്ടിട്ടുണ്ട്. രംഗ ജംഗമങ്ങളുടെ ആലഭാരത്തിൽനിന്നു മോചനം നേടാനും നടന്റെ ശരീര ഭാഷയിൽ ആസ്ഥാനമുറപ്പിക്കാനും അതിനു കഴിഞ്ഞിട്ടുണ്ട്. ദീപവിതാ നത്തിന്റെയും ചമയത്തിന്റെയും മിതത്വവും ധ്വനിപൂർണതയും അതറി യുന്നുണ്ട്. ആരോഗ്യപൂർണമായ നാടകസങ്കൽപ്പവും സർഗപ്രതിഭയും പുലർത്തുന്ന നിരവധി യുവസംവിധായകർ ഇന്നു കേരളത്തിലുണ്ട്. അവ രുടെ പരിമിതമായ വൃത്തത്തിൽ രംഗപ്രയോഗങ്ങൾ നടത്തുന്നുമുണ്ട്. ഏറ്റവും ആധുനികനായ പാശ്ചാത്യനാടകകൃത്തിനെ അവതരിപ്പിക്കാൻ ഇവർക്കു കഴിയുന്നു. ബ്രെഹ്ത്തും ബെക്കറ്റും ലെഡിഗ്രിഗറിയും ജെ എം സിഞ്ചും എഡ്വേർഡ് ആൽബിയും മരിയോഫ്രെറ്റിയും ക്ലിഫോർഡ് ഓഡറ്റും, ഷെനെയും എഡ്വേർഡ് ബോണ്ടും വിജയ് ടെണ്ടുൽക്കറും ബാദൽ സർക്കാറും ഉൽപ്പൽദത്തും ഗിരീഷ് കർണാടും മറ്റും കേരള ത്തിലെത്തിയത് നമ്മുടെ അമച്വർ നാടകസംഘങ്ങൾ വഴിയാണ്. ഏതു രംഗകലയിലും മാറ്റം വരേണ്ടത് രംഗകലാകാരന്മാരിലൂടെയാണെന്ന പ്രസ്താവത്തിന്റെ ശരി തെളിഞ്ഞ കാലയളവും കൂടിയാണിതെന്നു പറ യാം.

നാല്

വസ്തുനിഷ്ഠമായ വിലയിരുത്തലിനു വിധേയമാക്കേണ്ട മറ്റൊരു പ്രവണത തനതു നാടകവേദിയാണ്. അറുപതുകളുടെ ആരംഭ ത്തിൽത്തന്നെ തദ്ദേശീയമായ നാടകവേദി (Indigenous Theatre) ക്കുവേ ണ്ടിയുള്ള അന്വേഷണങ്ങൾ ഇന്ത്യയുടെ വിവിധ ഭാഗങ്ങളിൽ പ്രത്യക്ഷ പ്പെട്ടുതുടങ്ങിയിരുന്നു. കൊളോണിയൽ നാടകാഭിരുചികളിൽനിന്നു കുത റിച്ചാടാനും നാടിന്റെ കലാപൈതൃകവുമായി ബന്ധമുള്ള നാടകസമ്പ്ര ദായം സ്ഥാപിക്കാനുമുള്ള ഇന്ത്യൻ നാടകപ്രവർത്തകരുടെ അഭിവാഞ്ഛ ഇതിൽ കാണാം. ഈ പരിശ്രമങ്ങളുടെ അനുരണനമാണ്. നാടകക്കളരി കളിൽ ചർച്ചാവിഷയമായിത്തീർന്ന തനതു നാടകം. യൂറോപ്പിലെയും ഏഷ്യയിലെയും വികസിത നാടകവേദികൾക്ക് അവയുടെ കലാപാരമ്പ ര്യത്തിൽ നിന്ന് ഊർജം ആവാഹിക്കാൻ കഴിഞ്ഞതെങ്ങനെയെന്ന് ചൂണ്ടി ക്കാണിച്ച് ക്ലാസിക് - ഫോക് കലാപാരമ്പര്യത്തിന്റെ സമ്പന്നതയിൽ കഴിഞ്ഞിട്ടും ദരിദ്രമായിരിക്കുന്ന കേരളീയ നാടകവേദിയുടെ അവസ്ഥ യിൽ പരിതപിച്ച സി എൻ ശ്രീകണ്ഠൻനായർ തനതു നാടകത്തിന്റെ സൈദ്ധാന്തികനായി. കേരളത്തിന്റെ തനതു പാരമ്പര്യത്തിൽ നിന്നും ഊർജം നുകർന്ന് ഒരു നവീനനാടകവേദിയെപ്പറ്റി ചിന്തിച്ചുതുടങ്ങാൻ കാലമായി എന്നാണെന്റെ അഭിപ്രായം.

> തിറയുടെയും കഥകളിയുടെയും കേരളത്തിൽ പ്രതിഷ്ഠ നേടിയ നാട്യശാസ്ത്ര സങ്കേതങ്ങളുടെയും ഉറവകളിൽനിന്ന് ഔഷധവീര്യവും ഓജസും ഉൾക്കൊണ്ടാൽ മലയാളനാടകവേദി ദീനപ്പായയിൽനിന്നും എഴുന്നേറ്റുവരും

(*തനതു നാടകവേദി*) – ഇതായിരുന്നു ശ്രീകണ്ഠൻനായരുടെ വിശ്വാസം. ശങ്കരപ്പിള്ളയും കാവാലം നാരായണപ്പണിക്കരും ഈ ആശയത്തിന്റെ പ്രചാരണത്തിനും പ്രയോഗത്തിനും മുന്നോട്ടുവന്നു.

അങ്ങനെ കേരളീയ രംഗകലകളിൽനിന്നും ആവിഷ്കാര സമ്പ്രദായങ്ങൾ സ്വാംശീകരിക്കാനും (പ്രത്യേകിച്ച് അഭിനയം, ചമയം, തൗര്യത്രികം ഇവയിൽ നിന്ന്) പരമ്പരാഗത കലാരൂപങ്ങളിൽ പുതിയ ഭാവം നിറയ്ക്കാനും പഴങ്കഥകൾക്കും ഐതിഹ്യങ്ങൾക്കും നാടകരൂപത്തിൽ പുനർവ്യാഖ്യാനം നൽകാനുമുള്ള ധീരപരീക്ഷണങ്ങൾ നടന്നു. 'കലി' (ശ്രീകണ്ഠൻനായർ), *കിരാതം, മൂധേവിത്തെയ്യം, കറുത്ത ദൈവത്തെത്തേടി* (ശങ്കരപ്പിള്ള) *സൗപർണിക* (നരേന്ദ്രപ്രസാദ്), *കാവലത്തിന്റെ നാടകങ്ങൾ, താളക്കൂത്ത്* (ചുമ്മാർ ചൂണ്ടൽ), *കനലാട്ടം* (പി എം താജ്), *പുലിജന്മം* (എൻ പ്രഭാകരൻ) തുടങ്ങിയവ തനതു നാടകങ്ങളായി ചൂണ്ടിക്കാണിക്കപ്പെടുന്നു. കാവാലം പിന്നീട് ഈ പ്രസ്ഥാനത്തിന്റെ നേതൃത്വമേറ്റെടുത്തു. എന്നാൽ തനതു നാടകജ്വരം അമചർ നാടകസംഘങ്ങളെയും സ്കൂൾ–കോളേജ് യുവജനോത്സവങ്ങളെയും പിടികൂടിയപ്പോൾ അതൊരു നിരർഥക അഭ്യാസമായി പരിണമിച്ചു. നാടകത്തിനിടയ്ക്ക് തെയ്യത്തിലെയും കഥകളിലെയും പടയണിയിലെയും വേഷങ്ങൾ പ്രത്യക്ഷപ്പെട്ടേ പറ്റൂവെന്നായി. താളവും ചുവടുമില്ലാത്ത കഥാപാത്രങ്ങൾ ചലിക്കില്ല. നീട്ടിവലിച്ചുള്ള ഉച്ചാരണം അലോസരം സൃഷ്ടിച്ചു. ഭാരതീയവും കേരളീയവുമായ അഭിനയസങ്കേതങ്ങൾ ഉപയോഗിക്കാനും ഉൾക്കൊള്ളാനുമുള്ള ജാഗ്രത വളർന്നുവെങ്കിലും തനതു നാടകത്തിന്റെ ഈ പരിണതിയിൽ ശങ്കരപ്പിള്ള പൂർണതൃപ്തനായിരുന്നില്ല. *മലയാള നാടക സാഹിത്യചരിത്ര* (കേരള സാഹിത്യ അക്കാദമി, 1987)ത്തിന്റെ കലാശത്തിൽ അദ്ദേഹം പ്രകടിപ്പിച്ച ആശങ്കകൾ ഇതിനു തെളിവാകുന്നു.

"നിധിയിരിപ്പും പൂട്ടിവച്ച് സ്വന്തം ദാരിദ്ര്യത്തിൽ സംതൃപ്തനായി, സമ്പാദ്യങ്ങളെപ്പറ്റി പരിപൂർണ അജ്ഞനായി, തുരുമ്പുപിടിച്ച നിലവറതാക്കോൽ വലിച്ചെറിയണമോ വേണ്ടയോ എന്നു സന്ദേഹിച്ചു നിൽക്കുന്ന സമ്പന്നവും പുരാതനവുമായ തറവാട്ടിലെ അനന്തരാവകാശി" അവസാനം നിലവറ തുറന്ന് സമ്പത്ത് ധൂർത്തടിക്കാനും വികലമായി ഉപയോഗിക്കാനും തുടങ്ങിയതിലെ ഖിന്നത ശങ്കരപ്പിള്ളയെ ബാധിച്ചിരുന്നു. നാടകശതാബ്ദിയോടടുപ്പിച്ച് സ്വയം വിമർശനത്തോടുകൂടി അദ്ദേഹം അവതരിപ്പിച്ചതും, പിന്നീട് വികസിപ്പിക്കപ്പെടാതെ പോയതുമായ 'അർഥപൂർണമായ നാടകവേദി' (Meaningful Theatre) എന്ന സങ്കൽപ്പം ഈ ഖിന്നതയിൽ നിന്നു രക്ഷ നേടാനുള്ള തുടക്കമായിരുന്നുവെന്നു തോന്നുന്നു.

“മലയാള നാടകം അതിന്റെ യഥാർഥത്തിലുള്ള അടിസ്ഥാനം ഇനിയും കണ്ടെടുക്കേണ്ടിയിരിക്കുന്നു എന്നതാണ് എന്റെ വിനീതമായ വിശ്വാസം” അദ്ദേഹം എഴുതി:

> നമ്മുടെ നാടകവേദിയുടെ ഇതുവരെയുള്ള ചരിത്രം മുന്നിൽ കണ്ടുകൊണ്ട് ഇപ്പറയുന്നത് അഹന്തയോ അജ്ഞതയോ അല്ലേ എന്ന ചോദ്യം വരാം. അഹന്തയല്ല തീർച്ചയായും. അജ്ഞതയാണെന്ന് ഞാനൊട്ടു സമ്മതിക്കാൻ ഭാവവുമില്ല. പക്ഷേ, ആ അടിസ്ഥാനം നാളത്തെ നാടകം കണ്ടെത്തുമെന്ന് എനിക്ക് തീർച്ചയുണ്ട്.

ഈ ശുഭാപ്തിവിശ്വാസം മറ്റൊരിടത്തും അദ്ദേഹം പ്രകടിപ്പിച്ചിട്ടുണ്ട്. ഇന്ന് മലയാള നാടകവേദിയിൽ ഈ കലയെ ഗൗരവപൂർവം വീക്ഷിക്കാനാഗ്രഹിക്കുന്ന ശ്രദ്ധാർഹമായ ഒരു തലമുറ ഉണ്ടായിട്ടുണ്ട്, നവീനമായ സമീപനങ്ങൾക്ക് അതിനിന്ന് ആഗ്രഹമുണ്ട്. പുതിയ സങ്കൽപ്പങ്ങൾ ഉൾക്കൊള്ളണമെന്നും പുതിയ ശിൽപ്പവിദ്യാഭ്യാസ സങ്കൽപ്പങ്ങൾ പരീക്ഷിച്ചുനോക്കണമെന്നും ഉള്ള വിചാരമുണ്ട്. ആ വിചാരങ്ങൾ വാചകത്തിൽ മാത്രം ഒതുക്കി ചർച്ച ചെയ്തവസാനിപ്പിക്കാനാഗ്രഹിക്കാത്ത മനോഭാവവും കാണുന്നു. ഇത്തരമൊരു തലമുറയെ വാർത്തെടുക്കുന്നതിന് ജീവിതം നൽകിയ അദ്ദേഹത്തിന്റെ ജീവിതവൃത്തിയും നാടകവൃത്തിയും വ്യത്യസ്തമാകാതിരുന്നതും അതുകൊണ്ടു തന്നെ.

(*സാഹിത്യലോകം* 1991 നവംബർ – ഡിസംബർ)

8

പ്രത്യയശാസ്ത്രവും പ്രതിരോധവും

മൂന്നാം ലോക രാജ്യങ്ങളുടെ ഭൗതിക ചുറ്റുപാടുമാത്രമല്ല സാംസ്കാരിക പരിസ്ഥിതിയും സാമ്രാജ്യത്വത്തിന്റെ ആധിപത്യ മോഹങ്ങളാൽ മലിനീകരിക്കപ്പെട്ടുകൊണ്ടിരിക്കുകയാണ്. നഗ്നമായ അടിച്ചമർത്തലിന്റെയും പട്ടാളഭരണത്തിന്റെയും മാർഗങ്ങളിലൂടെ ജനതയുടെ വിമോചനദാഹത്തെ കെടുത്താനാവില്ലെന്ന അറിവാണ് സാംസ്കാരികമായ അധിനിവേശങ്ങൾക്ക് അവരെ പ്രേരിപ്പിക്കുന്നത്.

പ്രതീകങ്ങളും സന്ദേശങ്ങളും പ്രേക്ഷണം ചെയ്യുന്നതിലും സ്വീകരിക്കുന്നതിലും ഉണ്ടായ വലിയ മുന്നേറ്റങ്ങൾ സംസ്കാരവ്യവസായത്തിന്റെയും മാധ്യമമർദനത്തിന്റെയും മേഖലകളിലേക്കുള്ള സാമ്രാജ്യകുതിപ്പ് ആയാസരഹിതമായിട്ടുണ്ട്. വാർത്താവിനിമയ ശാസ്ത്രത്തിന്റെ വളർച്ച, ആശയവിനിമയരംഗത്തെ വ്യവസായവൽക്കരണം, വിവരസ്ഫോടനം എന്നിവ മനുഷ്യരാശിയുടെ ഭാവിഭാഗധേയങ്ങളെക്കുറിച്ച് ഉണർത്തിയ ശുഭപ്രതീക്ഷകളെ മഞ്ഞുവെള്ളത്തിലാഴ്ത്തിക്കൊണ്ടാണ് ഈ രംഗത്ത് അധീശവർഗകുത്തക വ്യാപിച്ചത്. വിവരങ്ങളുടെയും വാർത്തകളുടെയും എളുപ്പത്തിലുള്ള ലഭ്യത സാംസ്കാരികരംഗത്തെ ജനാധിപത്യവൽക്കരണം, യാഥാർഥ്യത്തെക്കുറിച്ചുള്ള അവബോധം സൃഷ്ടിക്കുകവഴി സമൂഹവികസന പ്രക്രിയയിൽ ജനങ്ങളുടെ വിശാലമായ പങ്കാളിത്തം, ആഗോള സമൂഹസൃഷ്ടി തുടങ്ങിയ ആഗ്രഹങ്ങൾ സ്വപ്നമായവശേഷിക്കുകയും മാനസിക കോളനിവൽക്കരണത്തിനുള്ള ആയുധശാലയായി വാർത്താവിനിമയ ശാസ്ത്രവും മറ്റും മാറിത്തീരുകയും ചെയ്തു. വാർത്താവിതരണത്തിന് പ്രകടമായ ഗണ്യമായ അസന്തുലിതാവസ്ഥയും അസമത്വവും വിവരങ്ങളും ഏകദിശാപ്രവാഹവും ബഹുഭൂരിപക്ഷത്തിനും അപ്രാപ്യമായ അവസ്ഥയും ആശയവിനിമയത്തെക്കുറിച്ച് പഠിക്കാൻ യുനെസ്കോ

നിയോഗിച്ച അന്താരാഷ്ട്ര കമീഷന്റെ (സീൻ മാക്ബ്രൈഡ് ചെയർമാനായ ഈ കമീഷനിൽ പൈലോ ഫെയ്റർ, ഗാർഷ്യാ മാർക്വെസ്, ബി ജി വർഗീസ് തുടങ്ങിയവർ അംഗങ്ങളായിരുന്നു) റിപ്പോർട്ടിൽ പ്രത്യേകം എടുത്തു പറയുന്നുണ്ട്.

മുതലാളിത്തത്തിന്റെ തകർച്ചയും സോഷ്യലിസ്റ്റ് ലോകത്തിന്റെ പിറവിയും ഈ നൂറ്റാണ്ടിന്റെ പ്രഭാത കാഴ്ചയാണ്. തുടർന്ന് ലോകമെങ്ങും കേട്ടത് ചൂഷണത്തിന്റെ തുടലുകൾ പൊട്ടിച്ച് മുന്നോട്ടായുന്ന മർദിത ലക്ഷണങ്ങളുടെ ആരവമാണ്. അതിന്ന് തുടരുകയും ചെയ്യുന്നു. ഈ വിപ്ലവ വിജയങ്ങളും വിമോചന പോരാട്ടങ്ങളും നൽകിയ ഞെട്ടലാണ്. സാമ്രാജ്യാധിപത്യങ്ങളെയും ഉപരിവർഗ പ്രത്യയശാസ്ത്രകാരന്മാരെയും മുമ്പില്ലാത്ത വിധത്തിൽ സ്ഥിതവ്യവസ്ഥയുടെ പിന്തുണക്കാരും ആരാധകന്മാരുമാക്കി ജനസഞ്ചയത്തെ പരുവപ്പെടുത്താനും വിമോചന മേഖലകളിലെ ഭരണക്കേടുകളെയും അപചയങ്ങളെയും പെരുപ്പിച്ചെടുക്കാനും മാധ്യമവഴികളിലേക്ക് തിരിയാൻ പ്രേരിപ്പിച്ചതെന്ന് കരുതാം.

നിലവിലുള്ള ഉൽപ്പാദനബന്ധങ്ങളെ തുടർന്നുകൊണ്ട് പോകാനും പുനരുൽപ്പാദിപ്പിക്കാനും ആവശ്യമായ സാഹചര്യം ഒരുക്കുന്ന ചുമതലയാണ് വർഗവിഭജിത സമൂഹങ്ങളിൽ ഭരണകൂടത്തിന്റേത്. ചൂഷണാധിഷ്ഠിത വ്യവസ്ഥയുടെയും ഉൽപ്പാദനോപാധികളിലുള്ള വർഗാധിപത്യത്തിന്റെയും നിലനിൽപ്പ് ഉറപ്പാക്കുന്നത് ചോദ്യം ചെയ്യൽ ശീലവും കാല പ്രവണതയും ഇല്ലാത്ത ജനതയെ വളർത്തിക്കൊണ്ടാണ്. നിശ്ശബ്ദ സംസ്കാരത്തിന്റെ ഉടമകളായ ജനസമൂഹങ്ങളെ സൃഷ്ടിക്കുന്നത് ഭരണകൂടത്തിന്റെ മർദനോപകരണങ്ങളും പ്രത്യയശാസ്ത്രോപകരണങ്ങളും ചേർന്നാണ്. ഈയൊരു സൈദ്ധാന്തിക കാഴ്ചപ്പാടിൽ നിന്നുകൊണ്ടാണ് മാധ്യമമേധാവിത്വത്തെ ഇവിടെ വിശദീകരിക്കുന്നത്.

1930 കളിലാരംഭിച്ച ആഗോളസാമ്പത്തികക്കുഴപ്പത്തിന്റെ ഘട്ടത്തിൽ അമേരിക്കയിൽ വളർന്ന പോപ്പുലർ സംസ്കാരവും ദേശീയതയെച്ചൊല്ലി ജനങ്ങളെ വികാരംകൊള്ളിച്ച് സ്വേഛാധിപത്യ ഭരണകൂടത്തിന്റെ ചെയ്തികളിൽ നിന്ന് ശ്രദ്ധതിരിക്കാൻ നാസികൾ പ്രചരിപ്പിച്ച കപടഫോക് സംസ്കാരവും മനുഷ്യമനസിൽ ആധിപത്യം സ്ഥാപിക്കേണ്ടതെങ്ങനെയെന്ന ബൂർഷ്വാ ആലോചനകൾക്ക് പഠനക്കളരിയായി. സാംസ്കാരിക രംഗത്ത് പ്രത്യധീശത്വം സ്ഥാപിക്കേണ്ടതിനെക്കുറിച്ച് ഗ്രാംഷിയുടെ സംസ്കാര വ്യവസായത്തെക്കുറിച്ച് ആഡോണയുടെയും പരികൽപ്പനകൾ രൂപം കൊള്ളുന്നത് ഇതേ കാലയളവിലാണെന്നത് യാദൃച്ഛികമല്ല. പത്രങ്ങൾ, ആനുകാലികങ്ങൾ, പുസ്തകങ്ങൾ, ചിത്രകഥകൾ, സിനിമ, ടെലിവിഷൻ, വീഡിയോ പാഠശാലകൾ, അക്കാദമിക് ഫൗണ്ടേഷനുകൾ തുടങ്ങിയ നിരവധി മാർഗങ്ങളിലൂടെയാണ് ബൂർഷ്വാസി തന്റെ മൂല്യബോധം (സംസ്കാരിക ചരക്കുകളാക്കി) ജനങ്ങൾക്കിടയിൽ വിതരണം ചെയ്യുന്നത്. സ്ഥിതവ്യവസ്ഥ ശാശ്വതമാണെന്നും മനുഷ്യചരിത്രത്തിന്റെ സുവർണഘട്ടമാണെന്നും ഈ മായികലോകത്ത് ചെലവിടാനുള്ള

അൽപ്പായുസേ മനുഷ്യനുള്ളൂവെന്നും ബൂർഷ്വാലോകത്തിനപ്പുറമുള്ള ലോകങ്ങൾ തകർന്നുപൊടിഞ്ഞു കൊണ്ടിരിക്കുകയാണെന്നും സംസ്കാരികവ്യവസായത്തിലെ വിവരദല്ലാളന്മാർ വിളിച്ചു പറഞ്ഞുകൊണ്ടിരിക്കുന്നു. ധനാരാധന ജീവിതബോധത്തിന്റെ അഭേദ്യഭാഗമാക്കി തീർക്കുന്നു. സ്വകാര്യ സ്വത്താർജനത്തിനും വിദ്യാഭ്യാസത്തിനും ഇഷ്ടമുള്ള തൊഴിൽകണ്ടെത്തുന്നതിനും ബൂർഷ്വാവ്യവസ്ഥയിൽ പരിപൂർണ സ്വാതന്ത്ര്യമുണ്ടെന്നവർ ഉൾബോധിപ്പിക്കുന്നു. എന്നാൽ ദാരിദ്ര്യവും ദുരിതവുമുണ്ടെങ്കിലത് അവരവരുടെ വ്യക്തിപരമായ കഴിവില്ലായ്മയാണ്. കയ്യൂക്കുള്ളവനേ കാര്യക്കാരനാകാൻ കഴിയൂ. ജീവിക്കാൻ പഠിക്കുക. മൽസരിക്കുക, സ്വന്തം സ്ഥാനം പിടിച്ചുപറ്റുക, ഇതാണ് ബൂർഷ്വാമുദ്രാവാക്യം, മായികമായ മാധ്യമലോകത്തെ സ്വർണപുഷ്പം ഒരു നാൾ തന്റെ മുറ്റത്ത് വിരിയും. അല്ലെങ്കിൽ വെള്ളിത്തിരയിൽ നിന്നും പുഞ്ചിരിച്ചും പാടിയും ഇറങ്ങിവരുന്ന വീരനായകനിൽ രക്ഷാചിന്തകളുമർപ്പിച്ച് അപ്പവും വീഞ്ഞുമായി കാത്തിരിക്കുക. അങ്ങനെ നീണ്ട കാത്തിരിപ്പുകളുടെയും പൊള്ളയായ വാഗ്ദാനങ്ങളുടെയും ലോകത്ത് ജീവിക്കാൻ അവർ വിധിക്കപ്പെട്ടിരിക്കുന്നു.

ഞെരിഞ്ഞമർന്ന പൊതുമണ്ഡലം

കമ്യൂണിസ്റ്റ് ലോകത്തിലെ സർഗശോഷണത്തെക്കുറിച്ചും തടവറകളെക്കുറിച്ചും ഇരുമ്പുമറകളെക്കുറിച്ചും ബൂർഷ്വാസിയുടെ മാധ്യമ യജമാനന്മാരും വിവരദല്ലാളന്മാരും വിക്ഷേപിച്ചുകൊണ്ടിരുന്ന ദൃശ്യ ശ്രാവ്യ നുണകളെ ഒരല്ലലുമില്ലാതെ നുണഞ്ഞുകൊണ്ടിരുന്ന ജനായത്തത്തിന്റെ പുണ്യഭൂമികളിലെ പ്രജകൾ, പരോക്ഷമായി ചൂഷക വ്യവസ്ഥയ്ക്ക് സമ്മതമേകുകയായിരുന്നു. അതേസമയം തങ്ങളിൽ നിന്ന് സ്വാതന്ത്ര്യത്തിന്റെ പറുദീസകൾ നഷ്ടമായിക്കൊണ്ടിരിക്കുകയാണെന്ന യാഥാർഥ്യം അവരറിഞ്ഞുമില്ല. ലിബറൽ ജനാധിപത്യങ്ങളിൽ മസ്തിഷ്കമാന്ദ്യം വ്യാപിക്കുകയാണെന്നും അതിന്റെ ഉറവിടം മാധ്യമങ്ങളാണെന്നും ആദ്യം തിരിച്ചറിഞ്ഞത് സാംസ്കാരിക വിമർശകരാണ്. ചിന്താപരമായ അത്തരമൊരുണർവാണ് പൊതുമണ്ഡലത്തിന്റെ തകർച്ചയെക്കുറിച്ചുള്ള ഹേബർമാസിന്റെ നിരീക്ഷണങ്ങൾ.

സ്വതന്ത്രവും സ്വച്ഛവും ബാഹ്യ ഇടപെടലിൽനിന്ന് മുക്തവുമായ രാഷ്ട്രീയ ചർച്ചാവേദികൾ മുതലാളിത്ത സമ്പത്ത് വ്യവസ്ഥയ്ക്കൊപ്പം വളർന്നിരുന്നു. വ്യവസായിക വിപ്ലവത്തിനുശേഷം ശക്തിയാർജിച്ച ലിബറൽ ജനാധിപത്യത്തിന്റെ അഥവാ ബൂർഷ്വാ രാഷ്ട്രീയവർഗത്തിന്റെ സംഭാവനയാണിത്. പൗരസമൂഹത്തിലെ വിവിധ സ്ഥാപനങ്ങൾ, പത്ര ഡിബേറ്റിങ് സൊസൈറ്റികൾ, പുസ്തകപ്രസാധക സംരംഭങ്ങൾ, ലൈബ്രറികൾ, പാഠശാലകൾ എന്നിവയിലൂടെ ഉരുത്തിരിയുന്ന പൊതുജനാഭിപ്രായമെന്ന രാഷ്ട്രീയശക്തി പള്ളിയുടെയും ഭരണകൂടത്തിന്റെയും അധികാരമേഖലയിൽ നിന്ന് സ്വതന്ത്രമായിരുന്നു. ഈ പൊതുമണ്ഡലത്തിന്റെ

ആന്തരികഘടനയെ പോഷിപ്പിക്കുന്നതിന് സ്വതന്ത്രസ്ഥാപനങ്ങളും വ്യക്തികളും ധനസഹായം നൽകിയിരുന്നു. എല്ലാവർക്കും പ്രവേശനമുള്ള വിപണിയുടേതിന് തുല്യം എല്ലാ വിഭാഗത്തിൽപ്പെട്ടവർക്കും കടന്നുവരാനും സ്വതന്ത്രമായി ആശയവിനിമയം നടത്താനും പൊതുമണ്ഡലത്തിൽ ഇടമുണ്ടായിരുന്നു. അധികാരവിരുദ്ധമായ രാഷ്ട്രീയ നിരീക്ഷണങ്ങളും യുക്ത്യധിഷ്ഠിതമായ വാദഗതികളും അവിടെ സ്വാഗതം ചെയ്യപ്പെട്ടു.

നവോത്ഥാനത്തിന്റെയും വിജ്ഞാനോദയത്തിന്റെയും പൈതൃകമുണ്ടുവളർന്ന പൊതുമണ്ഡലത്തെ അതിന് പിറവി കൊടുത്തവർ തന്നെ ഞെരിച്ചമർത്തിയെന്ന് ഹേബർമാസ് വിമർശിക്കുന്നു. മുതലാളിത്തം കുത്തകമൂലധനാധിപത്യത്തിലേക്ക് വളർന്നതോടെ സംഭവിച്ച വിപര്യയമാണിത്. അമിതമായ മൂലധന കേന്ദ്രീകരണം സമ്പദ്ക്രമത്തിനുണ്ടാക്കിയ സമ്പദ് വിതരണത്തിലെ അസമത്വം പൊതുമണ്ഡലത്തിലും പ്രതിഫലിച്ചു. കുത്തക മൂലധനത്തിന്റെ കോർഡിനേറ്റർ ആയി മാറിയ ഭരണകൂടം വിവരവിനിമയത്തിൽ നിയന്ത്രണങ്ങൾ ഏർപ്പെടുകയും പബ്ലിക് റിലേഷൻസ് വകുപ്പുകൾ സ്ഥാപിച്ച് പൊതുമണ്ഡലത്തിൽ ഇടപെടുകയും ചെയ്തു. സമൂഹാംഗമെന്ന നിലയിൽ നിന്ന് ഒറ്റപ്പെട്ട വ്യക്തിയായി, വിവേകിയായ രാഷ്ട്രീയ ജീവി എന്ന നിലയിൽനിന്ന് വെറും ഉപഭോക്താവായി. ഭരണകൂട ഉടമസ്ഥതയിലും കുത്തക മൂലധനത്തിന്റെ മുൻകൈയിലും തുടങ്ങിയ ബഹുജനമാധ്യമങ്ങൾ പൗരനെ കൈകാര്യം ചെയ്യാൻ തുടങ്ങി. രാഷ്ട്രീയവേദിയിൽ സ്വതന്ത്രനാണെന്ന് (വോട്ട്, അഭിപ്രായസ്വാതന്ത്ര്യം തുടങ്ങിയവ) അഭിമാനിക്കുന്നവർ യഥാർഥത്തിൽ കുത്തക മൂലധനത്തിന്റെ വിപണിയുടെ അദൃശ്യകരങ്ങളാൽ കൊള്ളയടിക്കപ്പെടുന്നുണ്ട്. ഈ ഭീദിതമായ യാഥാർഥ്യം മൂടിവയ്ക്കാനാണ് മാധ്യമങ്ങൾ പ്രയോജനപ്പെടുന്നത്. ഇങ്ങനെ ഭരണകൂടത്തിനും പൗരസമൂഹത്തിനുമിടയിൽ പൊതുമണ്ഡലത്തിനുണ്ടായിരുന്ന സ്ഥലം ബൂർഷ്വാസി തന്നെ ഞെരിച്ചമർത്തിയതെങ്ങനെയെന്ന് വിശദീകരിക്കുന്ന ഹേബർമാസ് അഴിച്ചുമാറിയത് ലിബറൽ ജനാധിപത്യത്തിന്റെ പൊയ്മുഖങ്ങളാണ്.

തൊഴിൽ കേന്ദ്രത്തിലോ ചായക്കടയിലോ ഇരുന്ന് പത്രം വായിക്കുകയും അഭിപ്രായം കൈമാറുകയും വിമർശനങ്ങൾ ഉന്നയിക്കുകയും ചെയ്തിരുന്ന മനുഷ്യരുടെ ചിന്താലോകവും വീട്ടിലെ ആതിഥേയമുറിയിലെ ടി വിയുടെ മുമ്പിലെ ഏകാകിയായ മനുഷ്യന്റെ ചിന്താലോകവും തമ്മിലുള്ള വ്യത്യാസം ആലോചിച്ചു നോക്കുക. സമൂഹത്തിൽനിന്ന് അകന്നുപോകുന്ന ഈ ഏകാകികളെയാണ് ഏകപക്ഷീയമായ ആശയമർദത്തിലൂടെ കീഴടക്കുന്നത്. അവന്റെ പ്രതിരോധവാസനകളെ, ഐക്യപ്പെടാനുള്ള വെമ്പലുകളെ, വിചാരശേഷിയെയെല്ലാം അത് ഉന്മൂലനം ചെയ്യുന്നു.

ഭൗതിക ഉൽപ്പാദനോപാധികൾ കൈവശമുള്ള വർഗം ആത്മീയ ഉൽപ്പാദനോപാധികളെയും നിയന്ത്രിക്കുമെന്ന മാർക്സിയൻ നിരീക്ഷണത്തെ മുൻനിർത്തി റാൽഫ് മിലിബാദ് ഇപ്രകാരം എഴുതി.

> ബഹുജനമാധ്യമങ്ങൾ ലക്ഷ്യമാക്കുന്നത് തൊഴിലാളികൾക്കിടയിൽ വളർന്നുവരുന്ന വർഗബോധത്തെ തടയലും മൂലധനവ്യവസ്ഥയ്ക്കെതിരെ വളർന്നുവരാൻ ഇടയുള്ള യുക്തിസഹവും പുരോഗമനപരവുമായ ബദലുകളെ മറച്ചുവയ്ക്കലുമാണ്. ഭരണകൂടത്തിന്റെ ഉടമസ്ഥതയിലുള്ള റേഡിയോ ടെലിവിഷൻ ശൃംഗലകളുടെയും ലക്ഷ്യം അതുതന്നെ. അവ വ്യവസ്ഥാവിരുദ്ധ പ്രവർത്തനങ്ങളെ ദുർബലമാക്കുന്നു. (*മാർക്സിസും രാഷ്ട്രീയവും*)

ഉപരിവർഗസേവയിൽ അധൃഷ്യത അവകാശപ്പെടാൻ കഴിയുന്ന ബഹുജനമാധ്യമങ്ങൾ സിനിമയും ടെലിവിഷനുമാണ്. ദൃഷ്ടിഗോചരമായതിനോടുള്ള അമിതവിശ്വാസമാണ് ഇവ ചൂഷണം ചെയ്യുന്നത്. ദൃഷ്ടിപദത്തിലൂടെയാണ് പ്രവേശനം സാധ്യമാക്കുന്നത്. ആയിരം കേൾവിയെക്കാൾ ശക്തി ഒരു കാഴ്ചക്കുണ്ടെന്ന ചൈനീസ് പഴമൊഴിയും ഇവിടെ ഓർക്കാവുന്നതാണ്. ദേശകാലങ്ങളുടെ അതിർത്തിരേഖകൾ മായിച്ച് പ്രത്യക്ഷമായോ പരോക്ഷമായോ അനുഭവിക്കാൻ ഇടയില്ലാത്ത ലോകങ്ങളിലേക്ക് പ്രേക്ഷകരെ കൊണ്ടുപോകുന്നു. ദൃശ്യബിംബങ്ങൾ കാഴ്ചവെക്കുന്നത് വസ്തുനിഷ്ഠ യാഥാർഥ്യങ്ങളുടെ പ്രതിരൂപമാണ്. പ്രേക്ഷകനാകട്ടെ പ്രതിരൂപങ്ങളെ യാഥാർഥ്യമായി ഏറ്റുവാങ്ങുന്നു.

ഉപയോഗിക്കുന്നവന്റെ പക്ഷപാതങ്ങൾക്കനുസരിച്ച് കാണേണ്ടതുമാത്രം കാണുന്ന കണ്ണാണ് ക്യാമറ. പ്രേക്ഷകർ എന്ത്, എങ്ങനെകാണണമെന്ന് വിധിക്കാനും അതിന് കഴിയുന്നു. ശബ്ദവെളിച്ചങ്ങളുടെ വിശ്വാസയോഗ്യമായ സംഗമത്തിലൂടെ വരുന്ന ചലനബിംബങ്ങൾ പ്രേക്ഷകന്റെ ഭാവനക്കോ പ്രതികരണത്തിനോ പിടികിട്ടാത്ത വേഗത്തിലാണ് പാഞ്ഞുപോകുന്നത് മനുഷ്യബോധത്തെ ജാഗ്രത്താക്കേണ്ട ഇടവേളകളിൽ അവനെ ആലസ്യം അഭ്യസിപ്പിക്കുകയും മറുലോക സ്വപ്നത്തിലൂടെ ഇഹലോക യാഥാർഥ്യത്തിൽ നിന്ന് വലിച്ചെടുക്കുകയും ചെയ്യുന്ന മായാവിനികളാണ് ദൃശ്യമാധ്യമങ്ങൾ.

പ്രതിരോധത്തിന്റെ പടവുകൾ

ദൃശ്യബിംബങ്ങൾ ഒരുക്കുന്ന വിഭ്രാന്തവും മാരകവുമായ വിരുന്നിലേക്ക് കൂടുതൽ കൂടുതൽ കേരളീയർക്ക് ക്ഷണം കിട്ടിക്കൊണ്ടിരിക്കുകയാണ്. മുന്നാലോചനകളോ എതിർപ്പുകളോ ഒഴിവാക്കി ഈ വിഷം നിറച്ചപാത്രങ്ങളെ ചുണ്ടോടടുപ്പിക്കവെ ചിന്താജഡം ശരീരത്തിനും പ്രേക്ഷകർ അർഹരാവുന്നു. കേരളത്തിന് സ്വന്തമായ സമരപൈതൃകത്തിനും പുരോഗമനോന്മുഖതയ്ക്കും മേലെ വന്നുവീഴുന്ന ഈസ്റ്റ് മാൻകളർ പുതപ്പുകൾ മലയാളികളുടെ സ്വാസ്ഥ്യം കെടുത്തിത്തുടങ്ങിയിരിക്കുന്നു. അധീശവർഗരാഷ്ട്രീയ പ്രവർത്തനത്തെ കവിഞ്ഞുനിൽക്കുന്ന കീഴാളവർഗ രാഷ്ട്രീയബോധം, കേരളത്തിന് സ്വന്തമായുള്ള സാംസ്കാരിക പ്രതിരോധപ്രവണതകളെ ഉണർത്തിയെടുക്കേണ്ട കാലമാണിത്.

ബഹുമുഖമായ മാധ്യമപ്രതിരോധത്തിന്റെ ആസന്ന പരിസരം പത്ര–മാസിക– പുസ്തക പ്രചാരണം തന്നെയാണ് ജില്ലകൾതോറും ശാഖ തുറക്കുന്ന ബൂർഷ്വാ വർഗീയമാധ്യമങ്ങളുടെ സംഘടിതമായ ആശയവിഷവിതരണത്തെ ചെറുക്കേണ്ട പ്രധമമാർഗം. ലിഖിതമാധ്യമങ്ങളാണ് അതേസമയം അതിവേഗത്തിൽ പടർന്നുകൊണ്ടിരിക്കുന്ന ഇലക്ട്രോണിക് മാധ്യമങ്ങൾക്കെതിരെ ദീർഘവീഷണത്തോടെയുള്ള ആസൂത്രിത ബദൽ പ്രവർത്തനങ്ങൾ പടുത്തുയർത്തേണ്ടതുണ്ട്. നഗരങ്ങളിൽ നിന്ന് ഗ്രാമങ്ങളിലേക്ക് വ്യാപിക്കുന്ന കേബിൾ ടി വി സ്റ്റാർ ടി വി ശൃഖലകൾ ഇച്ഛകളെ നിയന്ത്രിക്കുകയും നയിക്കുകയും ചെയ്യുന്ന കാലം അതിവിദൂരമല്ല. അത് കേരളീയരെ തനതും മൗലികവുമായ സംസ്കാര വിശേഷണങ്ങളിൽ നിന്ന് അറുത്തുമാറ്റുകയും അന്താരാഷ്ട്രവിപണിയുടെ ഭാഗമാക്കി തീർക്കുകയും ചെയ്യും. ഭീതിതമായ ഈ അവസ്ഥയെ മുൻകണ്ട് പ്രവർത്തിക്കേണ്ടതുണ്ട്.

റേഡിയോ/ ടെലിവിഷൻ ഇവ ഒട്ടും തന്നെ സംവാദാത്മകമല്ല എന്നത് നമ്മുടെ ഉത്തരവാദിത്വം വർധിപ്പിക്കുന്നു. ഇവയിലൂടെയുള്ള വിവരങ്ങളുടെ ഏകദിശാപ്രവാഹത്തിലടങ്ങിയ അധീശഭാവഭീകരത തിരിച്ചറിഞ്ഞ ബെർതോൾഡ് ബ്രെഹ്ത്, റേഡിയോക്ക് ഇന്നുള്ളതിനേക്കാൾ വ്യത്യസ്തമായ ഒരു ഭാവി വിഭാവനം ചെയ്യുകയുണ്ടായി. റേഡിയോയെ വിതരണോപാധി എന്ന നിലയിൽ നിന്ന് ആശയവിനിമയോപാധിയാക്കി മാറ്റണം. പൊതുജനജീവിതത്തിൽ സങ്കൽപ്പിക്കാവുന്ന ഏറ്റവും അതിശയകരമായ ആശയവിനിമയോപാധി ആയിരിക്കും റേഡിയോ ബൃഹത്തായ ശൃംഖല. അതായത് പ്രേക്ഷണം ചെയ്യുന്നതോടൊപ്പം സന്ദേശം സ്വീകരിക്കുവാനും അതിനു കഴിയണം. കേൾക്കാൻ മാത്രമല്ല പറയാൻ കൂടി ശ്രോതാവിനെ അനുവദിക്കണം. അയാളെ ഒറ്റപ്പെടുത്താതെ അയാളുമായി പരസ്പരബന്ധം പുലർത്തണം (തിയറി ഓഫ് റേഡിയോ, 1932). എന്നാൽ ഇങ്ങനെ ഒരു ഭാവി റേഡിയോ/ടെലിവിഷൻ എന്നിവയ്ക്ക് നൽകി സ്വന്തം ഭാവി അപകടപ്പെടുത്താനുള്ള മൗഢ്യം അധീശവർഗം കാണിക്കുമെന്ന് പ്രതീക്ഷിച്ചുകൂടാ.

ഉടമവർഗത്തിന്റെ മൂലധനശക്തിക്കും അധികാരശക്തിക്കും ബദലായി തിരിച്ചറിവിന്റെ ശക്തിയെവെക്കുകയെന്നതാണ് സാംസ്കാരിക പ്രത്യധീശത്തിനായുള്ള പ്രവർത്തനത്തിന്റെ കാതൽ. ഇതിന്റെ ബദൽ ആശയവിനിമയം എന്നോ പ്രതിവൃത്താന്ത പ്രവർത്തനമെന്നോ വിളിക്കാം. തങ്ങളുടെ വർഗാധിപത്യത്തിന് ഭീഷണിയാവുന്ന വൃത്താന്തങ്ങളും ആശയങ്ങളും മറച്ചുവെച്ചും വളച്ചൊടിച്ചും ബൂർഷ്വാസി അവതരിപ്പിക്കുമ്പോൾ, പകരം വിവരങ്ങളുടെ യഥാർഥ മുഖം അനാവരണം ചെയ്യലാണത്. പൊലീസ് അതിക്രമം, സ്ത്രീപീഡനം, വർഗീയസംഘർഷം, പ്രതിച്ഛായാചർച്ച തുടങ്ങിയ കൗതുകവാർത്തകളുടെ രാഷ്ട്രീയാർഥം അത് വെളിപ്പെടുത്തും. സ്വത്താർജനത്വര, മത്സരം, ഉപഭോഗതൃഷ്ണ, അസൂയ, സാമർഥ്യപരീക്ഷ തുടങ്ങിയവ മുതലാളിത്ത മൂല്യങ്ങളുടെ ഉൽപ്പാദന

ത്തിനെതിരെ അധ്വാനമഹിമയുടെ സൗഹാർദത്തിന്റെയും ഐക്യത്തിന്റെയും ലളിതജീവിതശൈലിയുടെയും സഹകരണത്തിന്റെയും മൂല്യസങ്കൽപ്പങ്ങൾ അവതരിപ്പിക്കണം. ദുരിതങ്ങൾക്കും പീഡനങ്ങൾക്കുമെതിരെ രോഷത്തിന്റെ തീനാമ്പുകളുയർത്താൻ കഴിവുറ്റതാകണം പ്രതിവൃത്താന്തപ്രവർത്തനം. ഓരോ വാർത്തയും ജനങ്ങളെ കർമോന്മുഖരാക്കുന്നതും സംഘടിപ്പിക്കാനും പോരാടാനും ആഹ്വാനം ചെയ്യുന്നതുമാകണം. ബഹുജനങ്ങളെ കേന്ദ്രീകരിച്ചും അവരുടെ പ്രസ്ഥാനത്തെ ബലപ്പെടുത്തിയുമുള്ള പ്രതിവൃത്താന്തപ്രവർത്തനം സാംസ്കാരിക രംഗത്തെ വർഗസമരത്തിന്റെ ആദ്യപടവുകളാണ്.

1930കൾ തുടങ്ങി കേരളത്തിലെ കർഷകത്തൊഴിലാളി ബഹുജന പ്രസ്ഥാനങ്ങളുടെ മുൻകയ്യിൽ ഉയർന്നുവന്ന വായനശാലകളെ പുതുരീതികളാൽ സജ്ജമാക്കേണ്ടതുണ്ട്. ഇടതുപക്ഷപ്രസിദ്ധീകരണങ്ങളും ബൂർഷ്വാപ്രസിദ്ധീകരണങ്ങളും ചേർത്തുവെച്ച് വായിക്കുകയും വിശകലനം നടത്തുകയും ചെയ്യുന്ന മാധ്യമവിമർശന ക്ലബുകൾ സ്ഥാപിക്കണം. വാരാന്ത്യങ്ങളിൽ റേഡിയോ/ടെലിവിഷൻ പരിപാടികളിലെ സെക്കുലർ/ കീഴാളവർഗ/ സ്ത്രീവിരുദ്ധ നിലപാടുകൾ സ്ത്രീകളടക്കമുള്ള കുടുംബസദസ്സുകളിൽ ചർച്ച ചെയ്യണം. ജനപ്രീതി നേടിയ സീരിയലുകളും സിനിമകളും അഴിച്ചുപരിശോധിച്ച് അവയിൽ രാഷ്ട്രീയാർഥങ്ങൾ കണ്ടെത്തണം.

ദൃശ്യവിനിമയത്തിന് പ്രാധാന്യമുള്ള ആശയാവിഷ്കാരോപാധികൾ വ്യാപകമായി പ്രയോജനപ്പെടുത്തണം. കവലകൾതോറും വാർത്താബോർഡുകൾ സ്ഥാപിക്കുകയും അവ നിരന്തരം പുതിയ സന്ദേശങ്ങളാൽ ബൂർഷ്വാ വൃത്താന്തങ്ങളെ പ്രതിരോധിച്ചുകൊണ്ടിരിക്കുകയും വേണം. ചൈനയിൽ പ്രചാരത്തിലുള്ള വലിയ അക്ഷരങ്ങളും ചിത്രങ്ങളും അടങ്ങിയ 'ഡാസിബോ' എന്നറിയപ്പെടുന്ന പടുകറ്റൻ പോസ്റ്ററുകൾ പരീക്ഷിക്കാവുന്നതാണ്. സിനിമാ പോസ്റ്ററുകൾ നിർമാണ മാതൃകയിൽ ഉണ്ടാക്കുന്ന വൻകഷണങ്ങൾ ചേർത്ത് ഒട്ടിച്ചാൽ മതിയാകും. ഇവ താഴെ നിന്നുള്ള വിവരങ്ങളുടെയും അഭിപ്രായങ്ങളുടെയും പ്രവാഹംതന്നെ സൃഷ്ടിക്കുകയും മേലാളവർഗത്തിന്റെ ഉറക്കം കെടുത്തുകയും ചെയ്യും.

സാധാരണ മനുഷ്യരുടെ ജീവിതപരിസരങ്ങളിലേക്ക് തുറക്കുന്ന ഡോക്യുമെന്ററികളുടെയും ഫീച്ചർഫിലിമുകളുടെയും കാര്യത്തിൽ നാം ഏറെ ദരിദ്രരാണ്. വലിയ മുതൽമുടക്കില്ലാത്തതും ജനങ്ങളുടെ പിന്താങ്ങോടെ നിർമാണവും വിതരണവും നടത്തുന്നതുമായ ജനകീയ സിനിമാ സംരംഭങ്ങൾ (ഉദാഹരണം *അമ്മ അറിയാൻ*) തുടർന്നുകൊണ്ടു പോകണം. നവകൊളോണിവൽക്കരണത്തെ ചെറുക്കാൻ ക്യാമറയും ഫിലിമും സമരായുധങ്ങളാക്കിയ ലാറ്റിനമേരിക്കൻ സാഹസികതകൾ (ഉദാഹരണം: അവർ ഓഫ് ഫർണസസ്) ആവേശകരമായ മാതൃകകളാണ്. ജനകീയ പ്രതിരോധമാധ്യമമെന്ന നിലയിൽ തിയേറ്ററിനുള്ള സ്ഥാനം ഏറെ വിശദീകരിക്കേണ്ടതില്ല. ഐറിഷ് ദേശീയ സമരം, സോവിയറ്റ് പ്രൊലിത്ത്

കുൽത്കാലം, കേരളത്തിലെ കമ്യൂണിസ്റ്റ് പാർട്ടിയുടെ വളർച്ചാഘട്ടം തുടങ്ങിയ എത്രയോ ചരിത്രാനുഭവങ്ങൾ നമുക്കുമുന്നിലുണ്ട്. സാമ്പത്തികം, ആൾശേഷി, വിനിമേയത എന്നിങ്ങനെ ഏത് മാനദണ്ഡം നോക്കിയാലും ജനകീയ പ്രതിരോധത്തിന്റെ കരുത്തുറ്റ സഖാക്കളാകാൻ കഴിയുക തിയേറ്ററിനാണ്.

ചെറിയതരം ഫിലിമുകൾ, വീഡിയോ കോമിക്കുകൾ, ടെലിവിഷൻ വാർത്തകൾ, എഫ് എം റേഡിയോ, അനധികൃത റേഡിയോ സ്റ്റേഷനുകൾ തുടങ്ങിയ ചില ആധുനിക സാങ്കേതികരീതികൾ ബദൽ ആശയവിനിമയത്തിനായി വികസിത രാഷ്ട്രീയങ്ങളിലെ ജനകീയ പ്രസ്ഥാനങ്ങൾ ഉപയോഗിക്കുന്നുണ്ട്. ഭാവിയിൽ ലഭ്യതയനുസരിച്ച് ഇന്നാട്ടിലും ഉപയോഗിച്ചേക്കാം. എന്നാൽ കീഴാളവർഗ സാംസ്കാരിക പ്രസ്ഥാനത്തിന്റെ അടിസ്ഥാനബലം മനുഷ്യവിഭവശേഷിയെ കേന്ദ്രീകരിച്ചുള്ളതാകാനേ കഴിയൂ. പരമ്പരാഗതമായി ഉപയോഗിച്ചുവരുന്ന നോട്ടീസുകൾ, ലഘുലേഖകൾ, പോസ്റ്ററുകൾ, ഫോട്ടോ–ചിത്ര പ്രദർശനങ്ങൾ, പത്രങ്ങൾ, വാർത്താപത്രികകൾ, പൊതുയോഗങ്ങൾ ഉത്സവങ്ങൾ എന്നിവയ്ക്ക് പുതുജീവനും ശൈലിയും നൽകണം. ഒരു പോസ്റ്റർ ഒട്ടിക്കുന്ന സ്ഥലം തെരഞ്ഞെടുക്കുന്നതുമുതൽ പത്രപ്രസിദ്ധീകരണം നടത്തുന്നതുവരെയുള്ള ചെറുതും വലുതുമായ ആശയവിനിമയപ്രവർത്തനങ്ങളിലൂടെ പ്രസ്ഥാനം നേടിയ പരിചയം ക്രോഡീകരിച്ച് രേഖപ്പെടുത്തി പുതിയ തലമുറക്ക് കൈമാറാനുള്ള ശാസ്ത്രീയസംവിധാനം ജനകീയ പ്രതിരോധ പ്രസ്ഥാനത്തിനുണ്ടാകണം. ആൾക്കൂട്ട മനശാസ്ത്രജ്ഞന്മാരുടെയും മാധ്യമവിദഗ്ധരുടെയും തലച്ചോറുകൾകൊണ്ട് ഉപരിവർഗം പടച്ചുവിടുന്ന മനസാകർഷിക്കും തന്ത്രങ്ങളോട് പൊരുതാൻ ജനകീയപ്രസ്ഥാനങ്ങൾക്കുള്ളത് മുന്നേ പോയവരുടെ പ്രവർത്തനപരിചയവും അനുഭവസമ്പത്തുമാണ്.

ബഹുമുഖമായ മാധ്യമപ്രതിരോധത്തിന്റെ പ്രസക്തിയിലേക്കും പ്രയോഗങ്ങളിലേക്കും ശ്രദ്ധക്ഷണിക്കുകമാത്രമേ ഇവിടെ ചെയ്തുള്ളൂ. ഈ ചർച്ച തന്നെ വികസിപ്പിക്കേണ്ടതുണ്ട്. ലോകക്രമത്തിലുണ്ടായിക്കൊണ്ടിരിക്കുന്ന വിസ്ഫോടനങ്ങൾ സംസ്കാരികരംഗത്തെ വർഗസമരത്തിന്റെ പ്രസക്തി വർധിപ്പിച്ചിട്ടുണ്ട്. മാധ്യമമർദനത്തിലൂടെ അധീശവർഗം ബോധമണ്ഡലത്തിൽ നേടുന്ന മേൽക്കോയ്മ, വർഗസമരത്തെ കൂടുതൽ സങ്കീർണമാക്കിയിരിക്കുന്നു. സമുദായമാകെ തന്നെ രണ്ട് ഗാംഭീരശത്രുപാളങ്ങളായി, നേരിട്ട് അഭിമുഖമായി നിൽക്കുന്ന രണ്ടു വർഗങ്ങളായി പിളർന്നിരിക്കുന്നുവെങ്കിലും പീഡിതവർഗത്തിന് മുന്നിൽ ശത്രുവർഗം വളരെ പ്രത്യക്ഷരായല്ല ഇന്ന് നിൽക്കുന്നത്. തന്റെ വസ്ത്രത്തിലും ടൂത്ത്പേസ്റ്റിലും ഭക്ഷണത്തിലും പാഠപുസ്തകങ്ങളിലും സ്പർശിക്കുന്നത് ശത്രുവിനെയാണെന്ന് മാധ്യമങ്ങളാൽ മലിനീകരിക്കപ്പെട്ട അവന്റെ മനസ്സ് പെട്ടെന്നറിയുന്നില്ല. അജ്ഞാതമേഖലകളിൽനിന്ന് സമ്മോഹനാസ്ത്രമയയ്ക്കുന്ന മായാരാക്ഷസരൂപങ്ങളാണ് ശത്രുപാളയത്തിലുള്ളത്.

ത്യാഗോജ്വലമായ പോരാട്ടത്തിലൂടെ, രക്തസാക്ഷിത്വങ്ങളിലൂടെ

നേടിയ കേരളത്തിന്റെ സാംസ്കാരിക സവിശേഷതകളെ വിഷയമാക്കാൻ അനുവദിച്ചുകൂടാ. ജനകീയസമരങ്ങളിലൂടെ സമ്പാദിച്ച ജീവിതക്ഷേമത്തിനും ഒഴിവുവേളക്കും മേലുള്ള ബൂർഷ്വാമാധ്യമങ്ങളുടെ തേർവാഴ്ച തിരിച്ചറിഞ്ഞേ പറ്റൂ. ഒരു പത്രം വായിക്കുന്നതും ഒരു സിനിമ കാണുന്നതും രാഷ്ട്രീയ പ്രവർത്തനമാണെന്ന അറിവിലേക്കുണരലാണ് ബദൽ മാധ്യമപ്രവർത്തനത്തിന്റെ സാഫല്യം.

(ചിന്ത വാരിക)

പ്രേക്ഷകപർവം

9

തെരുവുനാടകത്തിന്റെ സൗന്ദര്യശാസ്ത്രം

എഴുപതുകളുടെ ആദി മുതൽ ഇന്ത്യയുടെ രാഷ്ട്രീയ സാംസ്കാരികരംഗത്തെ സജീവസാന്നിധ്യമാണ് തെരുവുനാടകങ്ങൾ. അധികാര കേന്ദ്രങ്ങളുടെ സ്വേച്ഛാപ്രവൃത്തികളെയും ജനവിരുദ്ധ രാഷ്ട്രീയനയങ്ങളെയും അവ തെരുവിൽ വിചാരണ ചെയ്തു. ജനങ്ങളുടെ രാഷ്ട്രീയ സാംസ്കാരികബോധത്തെ നവീകരിക്കാനും തിരുത്താനും വിപ്ലവോന്മുഖമാക്കാനുമുള്ള തെരുവുനാടകത്തിന്റെ മാധ്യമബലം ഇന്ന അംഗീകരിക്കപ്പെട്ടിട്ടുണ്ട്. നാടകവേദിയിൽ അഖിലേന്ത്യാപ്രശസ്തരായ ഹബീബ് തൻവീറും ഉൽപ്പൽദത്തും ബാദൽ സർക്കാരും ജി ശങ്കരപ്പിള്ളയും പ്രസന്നയും, സഫ്ദർ ഹാശ്മിയും തെരുവുനാടകവേദിക്ക് തങ്ങളുടേതായ സംഭാവന അർപ്പിച്ചവരാണ്. ആയിരിക്കണക്കിന് തെരുവുനാടകസംഘങ്ങൾ ഇന്ത്യയിലെമ്പാടും പ്രവർത്തിക്കുന്നതായി കണക്കാക്കപ്പെടുന്നു. സഫ്ദർ ഹാശ്മിയുടെ സ്മരണാർഥം 1989 ഏപ്രിൽ 12ന് ആചരിച്ച 'തെരുവുനാടകദിന'ത്തിൽ ഇന്ത്യയൊട്ടുക്ക് മുപ്പതിനായിരത്തോളം തെരുവുനാടകങ്ങൾ അരങ്ങേറിയെന്ന വസ്തുത തെരുവുനാടകവേദിയുടെ ജനസമ്മതിയും വ്യാപ്തിയും തെളിയിക്കുന്നു.

ഇരുപതാംനൂറ്റാണ്ടിന്റെ ആരംഭത്തിൽ സോവിയറ്റ് യൂണിയൻ, ബ്രിട്ടൻ, ജർമനി എന്നീ രാഷ്ട്രങ്ങൾ കേന്ദ്രീകരിച്ച് വളർന്നുവന്ന തൊഴിലാളികളുടെ നാടകപ്രസ്ഥാനമാണ് (Workers Theatre Movement) തെരുവുനാടക സങ്കേതം വ്യാപകമാക്കിയത്. പിന്നീട് ഭരണകൂടത്തിന്റെ കയ്യേറ്റങ്ങൾക്കും ഉപരിവർഗ ചൂഷണങ്ങൾക്കുമെതിരെ അത് ലോകത്തെവിടെയും പ്രക്ഷോഭകന്റെ ആയുധമായി പ്രത്യക്ഷപ്പെട്ടു. സ്പെയിനിലെ ആഭ്യന്തരയുദ്ധവേളയിൽ, വിയത്നാം ജനതയുടെ സാമ്രാജ്യത്വവിരുദ്ധ പോരാട്ടത്തിൽ, വിപ്ലവം കഴിഞ്ഞയുടനെ ക്യൂബയിൽ, ഫ്രാൻസിലെ

വിദ്യാർഥിക്കലാപവേളയിൽ, ലാറ്റിനമേരിക്കയിലെയും ആഫ്രിക്കയിലെയും ദേശീയസമരങ്ങൾക്കൊപ്പം എല്ലാം തെരുവുനാടകം ആശയപോരാളിയായി രംഗത്തുവന്നു. രാഷ്ട്രീയ സമരത്തിലെ ഈ പ്രത്യക്ഷപങ്കാളിത്തം തെരുവുനാടകത്തെ ലോക രാഷ്ട്രീയനാടകവേദിയുടെതന്നെ ഭാഗമാക്കി. 'ന്യൂസ്പേപ്പർ തിയേറ്റർ', 'ഡോക്യുമെന്ററി തിയേറ്റർ', 'അജിർപ്രോപ് തിയേറ്റർ', 'ഗറില്ല തിയേറ്റർ', 'തേഡ് തിയേറ്റർ' 'ഗട്ട് തിയേറ്റർ' 'ഫോറം തിയേറ്റർ' എന്നിങ്ങനെ വിവിധ പേരുകളിൽ വ്യത്യസ്തദേശങ്ങളിൽ അറിയപ്പെടുന്ന തെരുവുനാടകവേദി രാഷ്ട്രീയനാടകവേദിയുടെ ഭാഗമായിരിക്കെത്തന്നെ സ്വന്തമായ അസ്തിത്വമുള്ളതും തനതായ സൗന്ദര്യശാസ്ത്രം ആവശ്യപ്പെടുന്നതുമായ ദൃശ്യകലാസങ്കേതമായി വളർന്നിരിക്കുന്നു. നിർഭാഗ്യകരമെന്നുപറയട്ടെ, ഇതംഗീകരിച്ചുകൊണ്ടുള്ള ഗൗരവപൂർണമായ വിലയിരുത്തലുകളോ ഒരു ജനകീയ കലാമാധ്യമത്തിനു ലഭിക്കേണ്ട പരിചരണമോ തെരുവുനാടകപ്രസ്ഥാനത്തിന്റെ കാര്യത്തിൽ ഉണ്ടായിട്ടില്ല.

ഒന്ന്

തമിഴ്നാട്ടിലെ 'തെരുകൂത്തും' (കൂത്ത് = play), ആന്ധ്രാപ്രദശിലെ 'വീഥിനാടക'വും നമ്മുടെ പാരമ്പര്യത്തിലുണ്ടെങ്കിലും സ്ട്രീറ്റ് തിയേറ്ററിന് സമാനമായ തെരുവുനാടകവേദിയെന്ന പ്രയോഗത്തിനാണ് നാട്ടിൽ പ്രചാരം. വിശേഷണത്തിന്റെ വ്യത്യാസമനുസരിച്ച് ഭിന്നാർഥങ്ങൾ കൈവരിക്കുന്ന പദമാണ് തിയേറ്റർ. വേദിയുടെ ഘടനാവിശേഷം (ഉദാഹരണം, പ്രോസീനിയം തിയേറ്റർ), രംഗസങ്കേതത്തിന്റെ സ്വഭാവം (എപ്പിക് തിയേറ്റർ), പ്രമേയം ഉൾവഹിക്കുന്ന ദർശനം (അബ്സേർഡ് തിയേറ്റർ), പ്രേക്ഷകരുടെ പൊതുസ്വഭാവം (ചിൽഡ്രൻസ് തിയേറ്റർ) എന്നിങ്ങനെ തിയേറ്റർ കൈവരിക്കുന്ന അർഥവ്യതിരിക്തത ശ്രദ്ധിക്കുക. 'ദൃശ്യവേദി' (a place for spectacle) എന്ന ആദിമാർഥത്തിൽനിന്നാണ് മേൽ അർഥവ്യാപ്തിയെല്ലാം ഉണ്ടായിട്ടുള്ളതെന്ന് കാണാം. ഈ അർഥപശ്ചാത്തലത്തിൽ വേദി, സങ്കേതം പ്രമേയം എന്നിവയെ ആസ്പദമാക്കി തെരുവുനാടകത്തിന്റെ സവിശേഷധർമം നിർവചിക്കാമെന്ന് തോന്നുന്നു.

തെരുവ് വേദിയാക്കുക, തെരുവിന്റെ ഭാഷ പ്രയോഗിക്കുക, തെരുവിലെ പ്രശ്നങ്ങൾ അവതരിപ്പിക്കുക. ഇത്രയും ധർമങ്ങൾ നിറവേറ്റാൻ കഴിയുന്നതാകണം ഒരു തെരുവുനാടകമെന്ന് സാമാന്യമായി പറയാം. തെരുവിന്റെ വ്യത്യസ്തഭാഗങ്ങളെ ബസ് സ്റ്റാന്റ്, ചന്ത, ഹോട്ടൽ, കെട്ടിടങ്ങൾ, പീടികകൾ തുടങ്ങിയവ നാടകത്തിന്റെ സ്വാഭാവികഘടകങ്ങളാക്കി ദൃശ്യാവതരണം നടത്തുകയോ തെരുവിന്റെ ഏതെങ്കിലും മൂലയെ താൽക്കാലികവേദിയാക്കി പ്രയോജനപ്പെടുത്തുകയോ ചെയ്യുന്നതാണ് ഒന്നാമത്തെ സ്വഭാവം. തെരുവിന്റെ മുഴുവൻ സാധ്യതകളും ഉപയോഗിച്ച് ദൃശ്യാവതരണം നടത്തിയതിന്റെ ഉജ്വലമാതൃകയാണ് പെട്രോഗ്രാഡ് നഗരത്തിന്റെ വിവിധഭാഗങ്ങളെ വേദിയാക്കി മേയർഹോൾഡ് സംവിധാനം

ചെയ്ത് അരങ്ങേറിയ *മിസ്റ്ററി ബൂഫെ.* സർക്കസ്, ജിംനാസ്റ്റിക്സ്, കോറസ് തുടങ്ങിയ സങ്കേതങ്ങളുടെ ഉപയോഗം, യന്ത്രസാമഗ്രികളുടെയും വാഹനങ്ങളുടെയും അകമ്പടി, ആയിരക്കണക്കിന് കലാകാരന്മാരുടെ സഹായം, സോവിയറ്റ് ഗവൺമെന്റിന്റെ പിന്തുണ, മയക്കോവ്സ്കിയെന്ന തതുല്യ കവിപ്രതിഭയുടെ രചന എല്ലാം ചേർന്ന് ഈ ദൃശ്യാവതരണത്തെ അപൂർവം മാത്രമല്ല, അതനുകരണീയവും ആക്കിത്തീർക്കുന്നു. സാമ്പത്തികശേഷിയും സാവകാശവും ഉണ്ടെങ്കിൽ മാത്രമേ ഇത്തരം സംഘാവതരണം സാധ്യമാകൂ.

ഒരു ജനകീയ പ്രശ്നം അല്ലെങ്കിൽ ആശയം നിശ്ചിത കാലയളവിനുള്ളിൽ, ചുരുങ്ങിയ ചെലവിൽ പരമാവധി ജനങ്ങളുടെ ശ്രദ്ധയിലേക്ക് കൊണ്ടുവരികയെന്ന ദൗത്യമാണ് തെരുവുനാടകത്തെ അനിവാര്യമാക്കുന്നത്. മുൻകൂട്ടി സ്ക്രിപ്റ്റ് തയാറാക്കാനോ കളിയൊരുക്കം നടത്താനോ ഇത്തരം വേളകളിൽ സാധ്യമായെന്നുവരികയില്ല. ഇംപ്രൊവൈസേഷനുള്ള നടന്മാരുടെ കഴിവും പ്രമേയത്തോടുള്ള പ്രതിബദ്ധതയും മനോധൈര്യവുമാണ് തെരുവുനാടകത്തിന്റെ വിനിമയശക്തിയും വിജയവും ഉറപ്പാക്കുന്നത്. ചിലപ്പോൾ പ്രേക്ഷകരുമായുള്ള സംവാദമായി പ്രശ്നാവതരണം വളർന്നുവെന്നുവരാം. ഇത്തരം സാഹചര്യങ്ങളിൽ തെരുവുമൂല സൗകര്യപ്രദമാകുന്നതായാണ് അനുഭവം. അധികാരികളെയും വ്യവസ്ഥാപിത മൂല്യങ്ങളെയും വെല്ലുവിളിക്കുന്നവയാണ് പല തെരുവുനാടകങ്ങളും. പൊടുന്നനെ രംഗത്തുവരികയും നാടകാവതരണം കഴിയുന്നതോടെ പ്രശ്നം ജനങ്ങൾക്കുവിട്ട് അപ്രത്യക്ഷരാവുകയും ചെയ്യേണ്ട ഒരു ഭൗതികചുറ്റുപാട് ചിലപ്പോൾ തെരുവുനാടകസംഘങ്ങൾ അഭിമുഖീകരിക്കേണ്ടതുണ്ട്. അമേരിക്കയിലെ 'ഗറില്ല തിയേറ്ററിന്റെ' പ്രവർത്തനശൈലി ഈ സാഹസികതയിൽ നിന്ന് രൂപമെടുത്തതത്രേ.

തെരുവിലെത്തുകയെന്നത് പ്രചാരണം ലക്ഷ്യമാക്കുന്ന ഏതു ദൃശ്യകലാരൂപത്തിന്റെയും മൗലികസ്വഭാവമാണ്. മധ്യശതകങ്ങളിൽ യൂറോപ്പിൽനിലവിലിരുന്ന വിശുദ്ധനാടകങ്ങൾ (Scared Drama) തുടങ്ങി ഒട്ടേറെ ഉദാഹരണങ്ങൾ ചൂണ്ടിക്കാണിക്കാനുണ്ട്. ക്രൈസ്തവമത പ്രചരണമായിരുന്നു വിശുദ്ധ നാടകങ്ങളുടെ ലക്ഷ്യം. അലങ്കരിച്ച തട്ടുവണ്ടികളിൽ രംഗമഞ്ചംകെട്ടിവച്ച് തെരുവുനാടകങ്ങളിൽ നിന്ന് തെരുവുകളിലേക്ക് സഞ്ചരിച്ച് ഈ സംഘങ്ങൾ നാടകം അവതരിപ്പിക്കും. ഉൽപ്പത്തി പീഡനം– ഉയർത്തെഴുന്നേൽപ്പ് ഇവ ഒരാവൃത്തി അരങ്ങേറാൻ അഞ്ചോ ആറോ ദിവസം വേണ്ടിവരും. ഏതു ഭാഗത്തുനിന്നാലും കാണാവുന്നതരത്തിലുള്ള തുറസ് നാടകങ്ങളായിരുന്നു അവ. ബംഗാളിലെ 'ജാത്ര'യും ആസാമിലെ 'ആംഗ്യനാട്ടും' തമിഴ്നാട്ടിലെ 'തെരുവുകൂത്തു'മെല്ലാം ഇപ്രകാരം ജനങ്ങൾക്കിടയിൽ ആശയപ്രചാരണം നിർവഹിക്കുന്ന കലാരൂപങ്ങളാണ്. വൃത്താകാര നാടകവേദിയെന്നും (Theatre in the round) തുറസ്സ് നാടകവേദിയെന്നുമുള്ള (Open Theatre) വിശേഷണങ്ങൾ ഈ കലാരൂപങ്ങൾക്കെന്നപോലെ തെരുവുനാടകവേദിക്കും യോജിച്ചതാണ്.

രണ്ട്

എന്നാൽ ഈ നാടൻ ദൃശ്യകലാരൂപങ്ങളിൽനിന്ന് തെരുവുനാടകങ്ങളെ വ്യത്യസ്തമാക്കുന്നത് അവയുടെ രംഗഭാഷയിലെ പുതുമയും പ്രമേയത്തിന്റെ രാഷ്ട്രീയപരതയും ലക്ഷ്യത്തിലെ പ്രക്ഷോഭസ്വരവുമാണ്. തെരുവിന് അനുയോജ്യമായ വിനിമയഭാഷയായിരിക്കണം തെരുവുനാടകത്തിന്റേത്. രംഗഭാഷയെ നിർണയിക്കുന്നതിൽ വേദിയുടെയും പ്രേക്ഷകരുടെയും സ്വഭാവത്തിന് സുപ്രധാനസ്ഥാനമുണ്ടല്ലോ. പതിനായിരക്കണക്കിന് ജനങ്ങൾക്കുമുമ്പാകെ അരങ്ങേറിയിരുന്ന യവനനാടകങ്ങളുടെയും കൂത്തമ്പലത്തിലെ കളിവിളക്കിനുമുന്നിൽ അഭിനയിക്കുന്ന കൂടിയാട്ടത്തിന്റെയും രംഗഭാഷകൾ തമ്മിലുള്ള വ്യത്യാസം നോക്കുക. സംഗീതാത്മകവും അലങ്കാരപൂർണവുമായ സംഭാഷണം, ഉയരംകൂടിയ പാദരക്ഷകൾ, വലിയ കിരീടങ്ങളും നീണ്ട വസ്ത്രങ്ങളും, കോറസിന്റെ ഗാനാലാപനം എന്നിങ്ങനെ സ്ഥൂലാഭിനയപ്രധാനമാണ് യവനനാടകാവതരണം. കൂടിയാട്ടം ആസ്വാദ്യമാകുന്നതോ സൂക്ഷ്മാഭിനയം കൊണ്ടും. ധാരാളം സമയവും പാണ്ഡിത്യവും കലാസ്വാദനപരിചയവും കൈമുതലായുള്ളവരാണ് കൂടിയാട്ടത്തിന്റെ യഥാർഥ പ്രേക്ഷകർ.

വൻകെട്ടിടങ്ങളും വാഹനങ്ങളുടെ ഇരമ്പലും ജീവിതപ്രാരാബ്ധക്കെട്ടേന്തി തിരക്കിട്ടോടുന്ന മനുഷ്യരും കച്ചവടകേന്ദ്രങ്ങളും നിറഞ്ഞ തെരുവിന്റെ ശ്രദ്ധാകേന്ദ്രമാവാൻ നാടകസംഘത്തിനു കഴിയണം. തെരുവിലെ അതിസൂക്ഷ്മമമായ ചലനംപോലും നിരീക്ഷണവിധേയമാക്കി അവയെ ശൈലീകരിച്ച് പ്രയോജനപ്പെടുത്താനുള്ള ശ്രമം തെരുവുനാടകത്തിന്റെ രംഗഭാഷയെ നിർണയിക്കാൻ കൂടിയുള്ളതാണ്. (തന്റെ എപ്പിക് നാടകസങ്കേതത്തെ ശക്തമാക്കാൻ തെരുവുനാടകം എങ്ങനെ സഹായിച്ചുവെന്നുള്ള ബർതോൾഡ് ബ്രെഹ്ത്തിന്റെ അനുഭവലേഖനം (The Street Scene - a basic model for an Epic Theatre) രംഗഭാഷയ്ക്കായുള്ള അന്വേഷണത്തിൽ നാടകകാരനുണ്ടാകേണ്ട അർപ്പണബുദ്ധിയുടെ മാതൃകയാണ്.) വഴിയോരസർക്കസുകാരന്റെ ചേഷ്ടകളും ചെണ്ടകൊട്ടും, ലോട്ടറി പത്ര വിൽപ്പനക്കാരുടെയും മറ്റു വഴിവാണിഭക്കാരുടെയും വാചകക്കസർത്തും, കൈനോട്ടക്കാരന്റെയും കുരങ്ങുകളിക്കാരന്റെയും വിനിമയ രീതികളും തെരുവിന്റെ ഭാഷയിലുൾപ്പെടുന്നു. ആക്രോശവും മുഷ്ടിചുരുട്ടലും, പ്രകടനവും, മുദ്രാവാക്യം വിളിയും വിളംബരവും തെരുവിന്റെ ആംഗികവും വാചികവുമാണ്. അപ്രതീക്ഷിതത്വം തെരുവിന്റെ ഭാവമാണ്. യൂറോപ്പിൽ പ്രചാരത്തിലുള്ള 'ഹാപ്പിനിങ്സ്' ഈ സ്വഭാവത്തെ ഉൾക്കൊള്ളുന്നുണ്ട്. പൊയ്ക്കാലുകളും മുഖംമൂടികളും വൻകുപ്പായങ്ങളും ധരിച്ച്, തെരുവിന്റെ വലുപ്പത്തെ മറികടക്കാനുള്ള ശ്രമത്തിൽ അമേരിക്കയിലെ പീറ്റർ ഷൂമാന്റെ നേതൃത്വത്തിലുള്ള 'ബ്രഡ് ആൻഡ് പപ്പെറ്റ് തിയേറ്റർ' വിജയിച്ചതായി രേഖപ്പെടുത്തിയിട്ടുണ്ട്. കേരളത്തിന്റെ വിവിധ ഭാഗങ്ങളിൽ പ്രകടനം നടത്തിയ ഇറ്റാലിയൻ നാടകസംഘത്തിന്റെ 'ആൽബട്രാസ്' രൂപപരമായ വിജയത്തിന്റെ മറ്റൊരുദാഹരണമാണ്.

ആക്ഷേപഹാസ്യവും സംഘസംഗീതവും മൈമിങ്ങും ജനക്കൂട്ടത്തെ ആകർഷിക്കുന്ന ഘടകങ്ങളാണ്. 16, 17 ശതകങ്ങളിൽ ഇറ്റലിയിലെ ജനങ്ങൾക്കിടയിൽ വ്യാപകമായി പ്രചാരത്തിലുണ്ടായിരുന്ന കോമഡിയ ഡെൽ ആർട്ടെ'യുടേതായാലും (Comedia dell arte) തെരുക്കൂത്തിന്റെതായാലും മുഖ്യഭാവം ആക്ഷേപഹാസ്യംതന്നെ. സാമൂഹ്യവിമർശനായുധമായ ആക്ഷേപഹാസ്യം തെരുവിൽ തിരക്കിട്ടോടുന്ന ജനങ്ങളെ പിടിച്ചു നിർത്തുന്ന ട്രാഫിക് സിഗ്നലത്രേ.

ജനകീയത കൈവരിക്കാനുള്ള ശ്രമത്തിനിടെ ദേശീയ കലാരൂപങ്ങൾ ഉപയോഗിക്കുന്ന രീതിയും തെരുവുനാടകസംഘങ്ങൾക്കുണ്ട്. റഷ്യയിലെ തൊഴിലാളിനാടകപ്രസ്ഥാനക്കാർ ഓപ്പറ, റെവ്യൂ, വോദവിൽ തുടങ്ങിയ കലാരൂപങ്ങൾ അധഃസ്ഥിതജനവിഭാഗങ്ങൾക്കിടയിൽ മുളച്ചുവളർന്നതാക കൊണ്ട് അവയുടെ സംഗീതവും താളവും ആംഗികവും ജനങ്ങളെ സ്പർശിക്കുന്നതുമാകുന്നു. മണ്ണിനോടെന്നപോലെ ജന്മബന്ധത്തിന്റെ ഒരു ചരട് മനുഷ്യരെ നാടൻകലാരൂപങ്ങളോട് ഘടിപ്പിക്കുന്നുണ്ട്. ഈ ജന്മബന്ധത്തെ പ്രയോജനപ്പെടുത്തുകയാണ് ജനകീയ നാടകപ്രവർത്തകൻ. മലയാളത്തിലെ പ്രചാരണ-പ്രക്ഷോഭനാടകവേദിയിലെ ചൈതന്യപൂർണമായ സംഭാവനയാണല്ലോ 'നാടുഗദ്ദിക' അതിന്റെ കലാരൂപം വയനാട്ടിലെ ആദിവാസികൾക്കിടയിൽ നിലനിൽക്കുന്ന 'ഗദ്ദിക'യാണ്. ശാസ്ത്രസാഹിത്യ പരിഷത്തിന്റെ ശാസ്ത്രീയ-കലാജാഥയിൽ കുറവൻകളി, പടയണി, കോതാമ്മൂരിപ്പാട്ട്, കാക്കരശ്ശിനാടകം തുടങ്ങിയ നിരവധി നാടൻകലാരൂപങ്ങൾ ഉപയോഗിച്ചിട്ടുണ്ട്.

ജനമധ്യത്തിലേക്ക് സഞ്ചരിച്ച് അരങ്ങേറുന്ന ദൃശ്യമാധ്യമത്തിന്റെ വിനിമയഭാഷ ഇത്തരം പല ഘടകങ്ങളിൽനിന്നായി സ്വാംശീകരിക്കേണ്ടതുണ്ട്. തെരുവിന് അനുയോജ്യമായ ഭാഷ കണ്ടെത്തി പ്രയോഗിക്കുന്നതിലെ അലംഭാവമാണ്, വേദിനാടകം തെരുവിൽ പറിച്ചുനട്ടതെന്ന വിമർശനത്തിന് പല വീഥിനാടകങ്ങളും വിധേയമാകാൻ കാരണം. ഈ വിമർശനം സ്വീകരിക്കുകയും സ്വന്തം മാധ്യമത്തെ കരുത്തുറ്റതാക്കാനുള്ള നിരന്തരശ്രമം നടത്തുകയും അതിലൂടെ താൻ വിനിമയം ചെയ്യാൻ ആഗ്രഹിക്കുന്ന ആശയത്തോട് നീതിപുലർത്തുകയും ചെയ്യുകയെന്നത് ജനകീയ നാടകരംഗത്തു പ്രവർത്തിക്കുന്നവരുടെ ചുമതലയാണ്.

രൂപപരമായി മൗലികതയാർജിക്കാനുള്ള ശ്രമം നിലവിലുള്ള വേദിനാടകത്തിന്റെ ആഡംബരങ്ങളോടുള്ള കലാപംകൂടിയാണ്. രംഗജംഗമങ്ങളുടെ ആധിക്യത്തിൽ നിന്ന് വിമുക്തമാണ് തെരുവുനാടകം. അമൂർത്തവസ്തുക്കളെയോ ആശയങ്ങളെയോ സൂചിപ്പിക്കാൻ പൊയ്മുഖങ്ങൾ മേൽവസ്ത്രങ്ങൾ തുടങ്ങിയ നിസാര രംഗവസ്തുക്കളൊഴിച്ചാൽ അത് പൂർണമായും നടന്റെ ശരീരഭാഷയെ ആശ്രയിക്കുന്നു. ദരിദ്രവർഗത്തിന്റെ ആശയപോരാട്ടത്തിന് ബലം നൽകുന്ന തെരുവുനാടകസങ്കേതത്തെ ഈയൊരർഥത്തിൽ ദരിദ്രനാടകവേദിയെന്ന് വിശേഷിപ്പിക്കാം. എന്നാൽ ഗ്രോട്ടോവ്സ്കിയുടെ 'പുവർ തിയേറ്റ'റിനോടല്ല മറിച്ച് ബ്രിട്ടനിലെ പ്രചാ

രപ്രക്ഷോഭ നാടകവേദിയുടെ ആചാര്യനായ ടോം തോമസിന്റെ 'പ്രോപ്പർട്ടിലെസ് തിയേറ്റർ ഫോർ പ്രോപ്പർട്ടിലെസ് ക്ലാസ്' എന്ന ആശയത്തോടാണ് തെരുവുനാടകത്തിന് കൂറ്.

മൂന്ന്

തെരുവരങ്ങിലെ ഭാഷാപ്രയോഗത്തിന് കാര്യക്ഷമതയും വിനിമയതയും കൈവരുത്താനുള്ള ശ്രമം, പ്രമേയത്തിന്റെ പ്രാധാന്യം കുറയ്ക്കുന്ന കൗതുകദൃശ്യപ്പൊലിമ സൃഷ്ടിക്കലാകരുത്. കാരണം പ്രേക്ഷകരെ അത്ഭുതസ്തബ്ധരാക്കുന്ന തെരുവുസർക്കസോ കെട്ടുകാഴ്ചയോ അല്ല തെരുവുനാടകം. അത് ലക്ഷ്യാധിഷ്ഠിതമായ ദൃശ്യകലാരൂപമാണ്. ജനവിരുദ്ധമായതോ പ്രതികരണമാവശ്യപ്പെടുന്നതോ ഉടൻ പരിഹാരം കാണേണ്ടതോ ആയ ചില പ്രശ്നങ്ങൾ ജനങ്ങളുടെ ശ്രദ്ധയിലെത്തിക്കുകയെന്ന അടിയന്തര ലക്ഷ്യമാണ് തെരുവുനാടകത്തെ അനിവാര്യമാക്കുന്നത്. തെരുവുനാടകം സംവാദാത്മകവും വിഷയകേന്ദ്രീകൃതവുമാണ്.

തെരുവിലെ പ്രശ്നങ്ങൾ അവതരിപ്പിക്കുന്നു എന്നതാണ് തെരുവുനാടകത്തിന്റെ മൂന്നാമത്തെ ദൗത്യമെന്ന് മുമ്പേ പറഞ്ഞല്ലോ. തെരുവിലെ പ്രശ്നങ്ങൾ എന്നതിനർഥം ജാതി, മത, കക്ഷിരാഷ്ട്രീയ പരിഗണനകൾക്കതീതമായി മഹാഭൂരിപക്ഷം ജനങ്ങളെയും ബാധിക്കുന്ന പ്രശ്നങ്ങൾ എന്നാണ്. കെട്ടിടങ്ങളും വാഹനങ്ങളും ചന്തയും ചേർന്നാൽ തെരുവാകില്ലല്ലോ. തെരുവിനെ ജീവനുള്ളതാക്കുന്നത് മനുഷ്യരാണ്. ചെണ്ടയടി, സംഘമുദ്രാവാക്യം എന്നിവ പോലുള്ള ശബ്ദവിസ്ഫോടനങ്ങളിലൂടെയാണ് മനുഷ്യരെ തെരുവുനാടകപ്രവർത്തകൻ ആകർഷിക്കുന്നത്. യാദൃച്ഛികതയോടുള്ള പ്രഥമാകർഷണം നിലച്ചാലും, പ്രേക്ഷകരായി ജനങ്ങളെ പിടിച്ചുനിർത്തുന്നത്, അവിടെ ചർച്ച ചെയ്യുന്നത് തനിക്ക് താൽപ്പര്യമുള്ള വിഷയമാണല്ലോ, തന്നെക്കൂടെ ബാധിക്കുന്ന പ്രശ്നങ്ങളാണല്ലോ എന്ന തിരിച്ചറിവാണ്. ഈ ഘട്ടത്തിൽ നടന്മാരും പ്രേക്ഷകരുമെന്ന ദ്വിത്വം അലിഞ്ഞു പോവുകയും ജനങ്ങളും അവരുടെ പ്രശ്നങ്ങളും എന്ന ഏകമുഖത്വം വെളിപ്പെടുകയും ചെയ്യുന്നു. ഇതല്ലാതെ മനുഷ്യമനസിന്റെ അജ്ഞാതമേഖലകളോ അനുഭൂതിതലങ്ങളോ, വ്യക്തിദുഃഖങ്ങളോ തെരുവിലെത്തുന്ന പൊതുജനത്തെ പിടിച്ചു നിർത്തുകയില്ല. ഹാംലെറ്റിന്റെയോ മിസിസ് ആൽവിങ്ങിന്റെയോ ഗലീലിയോവിന്റെപോലുമോ ആത്മസംഘർഷങ്ങൾ തെരുവുപ്രക്ഷേകനെ അലട്ടുന്നില്ല. നാടകശാലയിൽ സന്നദ്ധ പ്രേക്ഷകന്റെ മുമ്പാകെ വിജയിക്കുന്ന ഒരു സുഘടിത നാടകം തെരുവിലവതരിപ്പിച്ചാൽ പരാജയപ്പെടുകതന്നെ ചെയ്യും. ജീവിതകാര്യവ്യഗ്രതയുമായി എത്തുന്ന ഒരാൾക്ക് കൗതുകക്കാഴ്ചക്കായി നീക്കിവയ്ക്കാൻ ധാരാളം സമയമുണ്ടാകുമെന്ന് കരുതിക്കൂടല്ലോ.

അന്യായമായ ബസ്ചാർജ് വർധന, അണുശക്തിയുടെ വിപത്ത്, സ്ത്രീധനപീഡനം, തൊഴിലാളിസമരത്തിന്റെ കാരണം, വിദ്യാഭ്യാസരം

ഗത്തെ വരേണ്യവൽക്കരണവും കച്ചവടവും, ഗൾഫ് യുദ്ധത്തിന്റെ പ്രത്യാഘാതം, വർഗീയ ഭ്രാന്ത്, ഭോപ്പാൽ കൂട്ടക്കൊല, എം എൽ എ മാരുടെ കാലുമാറ്റം, വിലക്കയറ്റം, മദ്യദുരന്തം, പൊലീസ് അതിക്രമം, ബ്യൂറോക്രസിയുടെ നിഷ്ഠുരത, വികസനപ്രവർത്തനത്തിലെ തട്ടിപ്പ് തുടങ്ങിയ നിരവധി പ്രമേയങ്ങൾ തെരുവുനാടകത്തിലൂടെ കേരളത്തിൽ ചർച്ചചെയ്യപ്പെട്ടിട്ടുണ്ട്. വ്യവസ്ഥാവിരുദ്ധവും ചൂഷണവിരുദ്ധവും ജനകീയവും ആയ ഒരു നൈതികബോധം തെരുവുനാടകങ്ങൾ ഉയർത്തിപ്പിടിക്കുന്നു. ഈ പ്രശ്നങ്ങളെല്ലാം തന്നെ രാഷ്ട്രീയമായ പരിഹാരം ആവശ്യപ്പെടുന്നവയും ഭരണകൂടവിമർശനം ഉൾക്കൊള്ളുന്നവയും സംഘടിതപ്രതിരോധമുയർത്താൻ ജനങ്ങളെ ആഹ്വാനം ചെയ്യുന്നവയുമാണ്.

ഭരണകൂടത്തിന്റെയും മർദകസംവിധാനങ്ങളുടെയും നീതിശാസനങ്ങൾക്ക് തെരുവുനാടകപ്രവർത്തകർ ശല്യക്കാരായ വ്യവഹാരികളോ വിധ്വംസകപ്രവർത്തകരോ ക്രമസമാധാനലംഘകരോ ആണ്. ജനകീയ രാഷ്ട്രീയത്തിന്റെ പക്ഷത്താണ് തെരുവുനാടകപ്രവർത്തകന്റെ നിലപാടുതറ എന്നതുതന്നെയാണ് ഇതിന് കാരണം നാടകസംഘങ്ങളെ ശാരീരികമായി വകവരുത്തിയും തെരുവിലെ സത്യഭാഷണത്തെ ഞെരിച്ചുകൊല്ലുമെന്ന് അവരാഗ്രഹിക്കുന്നു. ഒരു നാവ് അറുത്തെടുക്കുമ്പോൾ തെറിച്ചുവീഴുന്ന ചോരത്തുള്ളികളിൽ നിന്ന് സത്യമോതുന്ന നാവുകൾ മുളച്ചുവരുംപോലെയാണ് തെരുവുനാടകപ്രസ്ഥാനം ഇന്ത്യയിൽ പടർന്നുപിടിക്കുന്നത്. നമ്മെ സംബന്ധിച്ചിടത്തോളം അത് വളർന്നുകൊണ്ടേയിരിക്കുന്ന പ്രസ്ഥാനമാണ്. കേരളത്തിന്റെ ദൃശ്യകലാപൈതൃകവും പ്രതിരോധസമരപാരമ്പര്യവും സമന്വയിക്കുന്ന പ്രസ്ഥാനമായി നാമതിനെ വികസിപ്പിക്കേണ്ടതുണ്ട്.

ചിന്ത വാരിക, സെപ്തംബർ 1992

10

കോറസ് തിയേറ്റർ

വാമൻ നിംബാൾക്കറുടെ കവിതയെ ആസ്പദമാക്കി പി ഗംഗാധരൻ രംഗാവിഷ്കാരം നൽകി ശാസ്ത്രസാഹിത്യ പരിഷത്തിന്റെ കലാജാഥയിലൂടെ നിരവധി വേദികളിൽ അരങ്ങേറിയ തെരുവുനാടകമാണ് എന്റെ ജാതി ജനിച്ച നാൾ മുതൽ അവഗണനയ്ക്കും അവമതിക്കും ചൂഷണത്തിനും വിധേയയാകുന്ന സ്ത്രീയുടെ ദുരിതപൂർണമായ ജീവിതാവസ്ഥ ചിത്രീകരിക്കുകയും മൂകമായ സഹനകാലത്തെ കുടഞ്ഞെറിഞ്ഞ് അർഹമായ ഇരിപ്പിടങ്ങൾ കയ്യടക്കാനുള്ള സമരകാലത്തെ ഉണർത്താൻ അവളെ ഉദ്ബോധിപ്പിക്കുകയും ചെയ്യുന്നതാണ് പ്രമേയം. പുരുഷൻ, സ്ത്രീ, നഴ്സ്, ടീച്ചർ, ആൺകുട്ടികൾ, പെൺകുട്ടികൾ മണികണ്ഠൻ, റാണി, തൊഴിലാളിരഹിതസ്ത്രീകൾ, ജോലി വിൽപ്പനക്കാരൻ എന്നീ കഥാപാത്രങ്ങളും പ്രസവമുറി, വീട്, സ്കൂൾ, കോളേജ്, എംപ്ലോയ്മെന്റ് എക്സ്ചേഞ്ച് തുടങ്ങിയ സ്ഥലങ്ങളും പ്രസവം, താരാട്ട്, ഗൃഹജോലികൾ, കുട്ടികളുടെ കളി, ക്ലാസ്, ഇന്റർവ്യൂ, പെണ്ണുകാണൽ തുടങ്ങിയ രംഗക്രിയകളുമടക്കം ഇരുപത് മിനിറ്റ് ദൈർഘ്യമുള്ള ഈ ദൃശ്യാവിഷ്കാരം അരങ്ങിലാവിഷ്കരിച്ചത് പത്ത് വനിതകളും രണ്ട് പുരുഷന്മാരും ചേർന്നാണ്. വലിയ രംഗസാമഗ്രികളൊന്നും കൂട്ടിനില്ലാതെ സ്ഥലകാലബോധം സൃഷ്ടിക്കാൻ സംഘത്തിന് കഴിഞ്ഞു. ആധുനികനാടകങ്ങളിൽ, പ്രത്യേകിച്ചും തെരുവരങ്ങിൽ വ്യാപകമായി പ്രയോജനപ്പെടുത്തുന്ന 'കോറസ്' എന്ന സങ്കേതത്തിന്റെ പ്രയോഗസാധ്യത വെളിപ്പെടുത്താൻ പരിചിതമായ ഒരു ഉദാഹരണമെന്ന നിലയ്ക്കാണ് 'എന്റെ ജാതി'യെപ്പറ്റി പരാമർശിക്കുന്നത്.

വേദിനാടകങ്ങളിൽ ഒരു സങ്കേതംമാത്രമായിരിക്കുന്ന കോറസിന്റെ സൃഷ്ടിയാണ് ഈ തെരുവുനാടകം. ഇന്ന് തെരുവുനാടകങ്ങളെന്ന് വിവ

ക്ഷിക്കുന്ന മിക്കവാറും നാടകങ്ങൾ ഒരേവേഷം ധരിച്ച് അരങ്ങിലെത്തുന്ന നടന്മാരുടെ 'സംഘാവതരണ'മാണല്ലോ. തെരുവുനാടകത്തിന് സൈക്ലോരമയോ വാദ്യസംഗീതോപകരണങ്ങളോ തിരശ്ശീലകളോ അകമ്പടിസേവിക്കുന്നില്ല. പ്രശ്നാവതരണത്തോടുള്ള ആശയപരമായ പ്രതിബദ്ധതയും ശരീരത്തിന്റെ ഭാഷയിലുള്ള വിശ്വാസവുമാണവരുടെ കൈമുതൽ. ചൂഷിതവർഗത്തിന്റെ ആശയാഭിലാഷങ്ങളുമായി ഒത്തുചേരുകയും അവരുടെ സമരപ്രക്ഷോഭങ്ങളിൽ സഹചാരിയാവുകയും ചെയ്യുന്ന തെരുവുനാടകത്തിന് രംഗസാമഗ്രികളിൽ ദാരിദ്ര്യമുണ്ടാവുക സ്വാഭാവികം മാത്രമാണ്. അരങ്ങത്ത് യാഥാർഥ്യപ്രതീതി സൃഷ്ടിക്കാനും സ്വപ്നഭാഷ നെയ്തെടുക്കാനും ബൂർഷ്വാ നാടകവേദി വളർത്തിയെടുത്ത രംഗജംഗമങ്ങളെ വർജിക്കുമ്പോൾ രൂപപരമായ പ്രതിരോധംകൂടി അതിലടങ്ങിയിട്ടുണ്ട്. ഈ സാഹചര്യങ്ങൾ, തങ്ങളുടെ ശരീരവും ശബ്ദവും ഭിന്നരീതികളിൽ പ്രയോജനപ്പെടുത്തി ആശയത്തിന് ദൃശ്യാവിഷ്കാരം നൽകാൻ തെരുവുനാടകപ്രവർത്തകനെ നിർബന്ധിക്കുന്നു. ഒരേ വേഷം ധരിച്ച് ചിലപ്പോൾ മുഖംമൂടികളോ തോർത്തുമുണ്ടോ ഉപയോഗിച്ച് നാടകാവിഷ്കാരം നടത്തുന്ന സംഘത്തിന്, കഥാപാത്രങ്ങൾക്കും പ്രേക്ഷകർക്കും മധ്യത്തിൽ നിലയുറപ്പിച്ച് ദൃശ്യവ്യാഖ്യാനം നടത്തിയിരുന്ന യവനനാടകവേദിയിലെ കോറസിന്റെ രംഗകർമം രൂപപരമായ പ്രചോദനമായിട്ടുണ്ട്. രംഗത്തുവന്ന് കഥാപാത്രങ്ങളാവുകയും രംഗക്രിയകളിലൂടെയും ദൃശ്യബിംബങ്ങളിലൂടെയും പ്രമേയഗതിയെ നയിക്കുകയും വ്യാഖ്യാനിക്കുകയും തങ്ങളവതരിപ്പിച്ച പ്രശ്നത്തെക്കുറിച്ച് ചിന്തിക്കാൻ ജനങ്ങളോട് ആവശ്യപ്പെടുകയും ചെയ്യുന്ന കോറസിന്റെ ആധിപത്യമാണ് തെരുവുനാടകത്തിൽ കാണുന്നത്.

പ്രാചീനഗ്രീസിലെ വസന്തോൽസവവേളകളിൽ ഉർവരതാദേവതയായ ഡയണീഷ്യസിന്റെ സാഹസികവൃത്തികളെക്കുറിച്ചുള്ള രൗദ്രസ്തോത്രാലാപനമത്സരത്തിൽ പങ്കുകൊള്ളുന്ന സംഘങ്ങളെയാണ് 'കോറസ്' എന്നു വിളിച്ചിരുന്നത്. ഓരോ വർഷവും മൽസരത്തിൽ പങ്കെടുക്കാനുള്ള സംഘങ്ങളെ പരിശീലിപ്പിച്ചിരുന്നതിന്റെ ചെലവുവഹിച്ചിരുന്നത് സ്റ്റേറ്റ് നിർദേശിക്കുന്ന ഏതെങ്കിലും പ്രഭുവായിരിക്കും. അയാളെ 'കോറിഗസ് എന്നും കോറസിന്റെ നേതാവിനെ 'കോറിഫെയസ്' എന്നുമാണ് വിളിച്ചിരുന്നത്.[1] കോറസി'ന്റെ നായകൻ അൾത്താരയിൽ കയറിനിന്നപ്പോൾ മുഖാവരണമണിഞ്ഞയാളെങ്കിലും പാട്ടിലോ നൃത്തത്തിലോ പങ്കെടുത്ത കോറസിലെ ഒരംഗം കോറസിന് ചില പുതിയ വിവരങ്ങൾ നൽകുകയോ സംഘനായകന്റെ ചോദ്യങ്ങൾക്ക് ഉത്തരം നൽകുകയോ ചെയ്തിരിക്കാം. അങ്ങനെയാണ് സംഘവ്യക്തിത്വത്തിൽനിന്നും ഭിന്നമായി സ്വന്തമായ വ്യക്തിത്വം തെളിയിച്ച ആദ്യത്തെ നടൻ ജന്മമെടുത്തത് എന്ന് കരുതപ്പെടുന്നു. ഗ്രീക്കുകാർ അയാളെ 'ഹിപ്പോക്രിറ്റസ്' എന്നു വിളിച്ചുവന്നു. 'ഉത്തരം പറയുക' എന്ന അർഥമുള്ള പ്രസ്തുത പദത്തിന് 'ഒരു നിശ്ചിതഭാഗം അഭിനയിക്കുന്ന ആൾ' അഥവാ 'നടൻ' എന്നുകൂടി പിന്നീട്

അർഥം ലഭിച്ചു.[2] ദുരന്തനാടകത്തിന്റെ ഉത്ഭവം രൗദ്രസ്തോത്രത്തിൽനിന്നാണെന്ന അരിസ്റ്റോട്ടിലിന്റെ നിരീക്ഷണവും നടൻ എന്ന അർഥത്തിൽ യവനർ ഉപയോഗിച്ചിരുന്ന പദത്തിനു പ്രതിഭാഷി എന്ന വാക്യാർഥമുണ്ടായിരുന്നുവെന്ന വസ്തുതയും ചേർത്തുവച്ചാൽ എത്താവുന്ന ഒരു നിഗമനം നാടകത്തിന്റെ പ്രാരംഭരൂപം സംവാദാത്മകമായിരുന്നു എന്നതാണ്.

കോറസിന്റെ നേതാവുമായി സംഭാഷണത്തിലേർപ്പെടുകവഴി ആദ്യത്തെ യഥാർഥ നടനെന്ന ബഹുമതിക്ക് അർഹൻ ആറാംശതകത്തിൽ ജീവിച്ചിരുന്ന ഗ്രീക്ക് കവി തെസ്പിസ് (Thespis) ആണെന്ന് എൻസൈക്ലോപീഡിയ ഓഫ് ബ്രിട്ടാനിക്ക (പു. 889 വോ. II) രേഖപ്പെടുത്തുന്നു. അമ്പതുപേരടങ്ങുന്ന കോറസും ഒരു നടനുമെന്ന സമ്പ്രദായം ഈസ്കിലസ്സിന്റെ കാലംവരെ തുടർന്നു. അദ്ദേഹം (496–406 BC) കോറസിന്റെ എണ്ണം പതിനഞ്ചാക്കുകയും മൂന്നാമത്തെ നടനെ അരങ്ങേറ്റുകയും ചെയ്തു. നടന്മാരുടെ എണ്ണം കൂടുന്തോറും കോറസിന്റെ പ്രാധാന്യം കുറഞ്ഞുവരുന്നതായി കാണാം. ജനങ്ങളിൽ നിന്ന് നാടകം അകന്നുപോകാൻ തുടങ്ങുന്ന ഒരു ഘട്ടമാണിത്. ഗ്രീക്കു നാടകത്തിലെ കോറസ് ജനങ്ങളുടെ പ്രതിനിധികളായിത്തന്നെയാണ് പ്രത്യക്ഷപ്പെട്ടിരുന്നത്; തീബ്സിലെ പൗരന്മാരും ('ഈഡിപ്പസ് രാജാവ്') ആർഗോസിലെ മുതിർന്നവരും (ആർമനോൺ) തുടങ്ങിയ കോറസുകൾ ഉദാഹരണം. ദുരന്തനാടകത്തിലെ നായകൻ ദൈവകൽപ്പനകളെ അനാദരിക്കുകമൂലം ക്ലേശമനുഭവിക്കെ അതിനോടുള്ള ശരാശരി പൗരന്റെ പ്രതികരണവും അഭിപ്രായങ്ങളും അവന്റെ അഭിലാഷങ്ങളും ഭയപ്പാടുകളും പ്രകടിപ്പിക്കുന്നത് കോറസാണ്. ഓരോ മുഹൂർത്തത്തിന്റെയും ന്യായാന്യായങ്ങൾ പറയുന്ന കോറസിന് പ്രവാചകശേഷിയുണ്ടെന്ന് വിശ്വസിച്ചിരുന്നു. സമൂഹത്തിന്റെ പൊതു അഭിപ്രായമാണ് നാടകകൃത്ത് കോറസിലൂടെ പറഞ്ഞിരുന്നത്. ഒപ്പം ധാർമികവും മതപരവുമായ ആശയങ്ങളും വികാരങ്ങളും അവതരിപ്പിച്ചിരുന്നു. പിന്നീട് വേദിയിൽ നടന്മാർക്ക് അഥവാ കഥാപാത്രങ്ങൾക്ക് ആധിപത്യമുണ്ടായതോടെ, കഥാപാത്രങ്ങൾ നാടകകൃത്തിന്റെയും സംവിധായകന്റെയും വ്യക്തിസ്വാതന്ത്ര്യം വർധിപ്പിക്കുകയും അവരുടെ വർഗചിന്തകൾക്ക് പാത്രമായി മാധ്യമമായിത്തീരുകയും ചെയ്തു. കോറസ് ഇതിവൃത്തത്തിൽനിന്ന് അകന്നു. രംഗങ്ങളെ വേർതിരിക്കാനുള്ള സങ്കേതം മാത്രമായി ചുരുങ്ങി. നാടകവേദി ജനകീയവികാരങ്ങളിൽ നിന്ന് പൂർണമായി വിച്ഛേദിക്കപ്പെട്ടുവെന്നർഥം.

വീണ്ടും കോറസിന്റെ നിറഞ്ഞ സാന്നിധ്യം നമുക്കനുഭവിക്കുന്നത് തെരുവുനാടകങ്ങളിലൂടെയാണ്. തെരുവിൽ ജനമധ്യത്തിൽ എത്തിപ്പെടുന്ന നാടകകലാകാരൻ തന്റെ ശരീരം കൊണ്ട് ദൃശ്യബിംബങ്ങളും രംഗവസ്തുക്കളും പശ്ചാത്തലവും ചമയ്ക്കുന്നു. യവനനാടകവേദിയുടെ കാലംമുതലേ കോറസ് നിർവഹിച്ചിരുന്ന വൃത്തികളുടെ വിപുലീകരണവും സ്വാംശീകരണവും ഇവയിൽ കാണാം. ദൃശ്യങ്ങളെത്തമ്മിൽ ബന്ധിപ്പിക്കുക, വ്യാഖ്യാനിക്കുക, വിമർശിക്കുക, വരാനുള്ളതെന്തെന്ന്

പറയുക, കഥാഗതി നിയന്ത്രിക്കുക തുടങ്ങിയവ കോറസിന്റെ ധർമങ്ങളായിരുന്നു. മുഖ്യകഥാപാത്രത്തിന്റെ മനസ്സ് വെളിപ്പെടുത്തുക, നാടക സന്ദർഭത്തെ വ്യക്തമാക്കാൻ സമാന്തരമായ ചരിത്രസന്ദർഭങ്ങളോ ഇതിഹാസ മുഹൂർത്തങ്ങളോ കഥിക്കുക, കഥാപാത്രങ്ങളായി മാറുക എന്നിവയും കോറസ് ചെയ്തിരുന്നു. ആധുനിക അരങ്ങിലെ മുഖ്യരീതിയായ മൈമിങ്, കോറസ് ഉപയോഗിച്ചിരുന്നു. രംഗത്ത് അവതരിപ്പിക്കാനാവാത്ത ദൃശ്യങ്ങളും ഹിംസാത്മകപ്രവൃത്തികളും മറ്റും മൈമിങ്ങിലൂടെ ആവിഷ്കരിച്ചുപോന്നു. ഉദാഹരണത്തിന് യൂറിപ്പിഡീസിന്റെ 'ഹിപ്പാലിറ്റിസി'ൽ ഫെയഡ്രയുടെ ആത്മഹത്യാരംഗം. അവർ കഴുക്കോലിൽ കയർ ബന്ധിപ്പിക്കുന്നതും തൂങ്ങുന്നതും കോറസ് മൈം ചെയ്യുന്നു. നടന്മാരുടെതന്നെ ധർമം നിർവഹിക്കുന്നവരായാണ് അരിസ്റ്റോട്ടിൽ കോറസിനെ ഗണിച്ചിട്ടുള്ളത്. മുഖംമൂടി ധരിക്കുന്ന സ്വഭാവമുള്ളതുകൊണ്ട് ഒരു കോറസ് അംഗത്തിന് ഒന്നിലേറെ കഥാപാത്രങ്ങളെ പ്രതിനിധീകരിക്കാൻ കഴിയും. ഇന്നത്തേതുപോലെ അങ്കവിഭജനമോ ഡ്രോപ്പുസീനുകളോ ഇല്ലാതിരുന്ന പ്രാചീനദശയിൽ അഭിനയത്തിന്റെ നൈരന്തര്യവും സ്ഥലകാല ഐക്യവും നിലനിർത്തിയിരുന്നത് കോറസായിരുന്നുവെന്ന് എസ് എച്ച് ബുച്ചർ അഭിപ്രായപ്പെടുന്നു.[3] ഭാരതീയ നാടക വേദിയിലെ സൂത്രധാരനെപ്പോലെ ആമുഖപ്രസ്താവന ചെയ്യുന്ന രീതിയുമുണ്ട്. ഇതിന്റെ പുനഃസൃഷ്ടി മർലോ *ഡോ. ഫൗസ്റ്റ്*സിൽ നടത്തുന്നു. ഈ നാടകത്തിന്റെ പ്രതിപാദ്യം പ്രണയമോ യുദ്ധമോ അല്ലെന്നും മന്ത്രവാദത്തിലേക്ക് ആകർഷിക്കപ്പെടുകയും ആത്മാവ് പിശാചിനു കാഴ്ച വയ്ക്കുകയും ചെയ്ത ഒരു മനുഷ്യന്റെ വിധിയാണെന്നും ആമുഖമായി അവതരിപ്പിക്കുന്നത് കോറസാണല്ലോ. എപ്പിക് തിയേറ്ററിലോ തെരുവുനാടകങ്ങളിലോ കാണുന്ന ചോദ്യോത്തരത്തിന്റെയോ റിപ്പോർട്ടിങ്ങിന്റെയോ സമ്പ്രദായം ഈസ്കിലസ്നാടകങ്ങളിലെ കോറസ് ചെയ്യുന്നുണ്ട്. ആഗമനോൺ കൊല്ലപ്പെടുമ്പോൾ, അണിയറയിൽ നടക്കുന്നതെന്തെന്ന്, കോറസിലെ അംഗങ്ങൾ ഓരോരുത്തരായി വിളിച്ചുപറയുന്നു. ഈ നൂറ്റാണ്ടാദിയിൽ ഹോപ്റ്റ്മാൻ തന്റെ *നെയ്ത്തുകാരി*ൽ ഈ സമ്പ്രദായം പ്രയോഗിക്കുന്നുണ്ട്. ഒന്നാം അങ്കത്തിൽ ലിറ്റിൽ ഫിലിപ്പ് തളർന്നുവീഴുമ്പോൾ അവന്റെ വീടിന്റെയും മറ്റു തൊഴിലാളികുടുംബങ്ങളുടെയും ദരിദ്രാവസ്ഥയും രാജ്യം നേരിടുന്ന ക്ലേശങ്ങളും റിപ്പോർട്ടു ചെയ്യുന്ന കോറസ് രീതി കാണുക.

വേദിനാടകങ്ങളിൽ സഹായകഘടകമെന്ന നിലയിൽ വർത്തിക്കുന്ന കോറസ് (ഉദാ. എം ടി യുടെ *ഗോപുരനട*യിലെ ഭജനസംഘം, കെ എം രാഘവൻനമ്പ്യാരുടെ *സർവംസഹ*യിലെ കോറസ്) വീഥിനാടകങ്ങളിൽ തെരുവരങ്ങിൽ സങ്കേതവും ബോധനോപാധിയുമാണ്. കോറസിന്റെ ആധിപത്യമാണ് ഇവിടെ. സംഘാടനം, അവതരണം, ലക്ഷ്യം ഇവയിലെല്ലാം. സംഘശക്തിയുടെയും സംഘബോധത്തിന്റെയും മുദ്ര തെരുവരങ്ങിനുണ്ട്. ഇവിടെ പ്രധാന നടൻ–സഹനടൻ, നായകൻ ഉപനായകൻ, നടന്മാർ, പ്രേക്ഷകർ തുടങ്ങിയ ദ്വന്ദ്വങ്ങളില്ല. ജനങ്ങളെ ചിലത് പഠിപ്പി

ക്കാൻ, അവരോട് അവരെക്കുറിച്ചുതന്നെ ചിലത് പറയാൻ, അവരിൽനിന്നുതന്നെ മുന്നോട്ടു വന്ന സംഘമാണ് നടന്മാർ. 'കോറസ്'! കോറസ് ജനങ്ങളിൽ നിന്ന് വ്യത്യസ്തമായി ഒരേവേഷം ധരിക്കുന്നത് തങ്ങൾ അഭിനയിക്കുകയാണെന്ന് പ്രേക്ഷകരെ ബോധ്യപ്പെടുത്താൻ തന്നെയാണ്. വ്യക്തിപ്രതിഭകൾ ഭരിച്ചിരുന്ന അരങ്ങിലേക്കുള്ള കോറസിന്റെ അധിനിവേശം ജനകീയാധിപത്യത്തിനായുള്ള അഭിലാഷപ്രകടനമാണ്. മുഷ്ടി ചുരുട്ടി ആകാശത്തേക്കുയർന്നു നിൽക്കുന്ന മധ്യസ്ഥനോട് ഒത്തുനിന്ന് കോറസ് സൃഷ്ടിക്കുന്ന ഐക്യശക്തി വിളംബരം ചെയ്യുന്ന ഒരു പ്രീസിംഗ് സാധാരണ തെരുവുനാടകവേദിയുടെ മുഴുവൻ അർഥമുദ്രയും (Kinetic Gesture എന്ന നിലയിൽ) വഹിക്കുന്നുണ്ട്. സർവത്തിലും സംഘബോധമെന്നത് കോറസിന്റെ ലക്ഷ്യമാണ്.

ഒരേവേഷം ധരിച്ച സംഘത്തിന്റെ കോറസിന്റെ വിന്യാസം കൊണ്ട് നാടകാവതരണം നടത്തുന്നതിനെ (ഉദാ: ശാസ്ത്രസാഹിത്യ പരിഷത്ത്, യൂണിവേഴ്സിറ്റി യൂണിയൻവക കലാജാഥകൾ) അങ്ങനെയല്ലാത്ത തെരുവുനാടകരൂപങ്ങളിൽനിന്ന് വേർതിരിക്കാൻ കോറസ് തിയേറ്റർ എന്ന് വിളിച്ചുകൂടേ? കോളേജ് കാമ്പസിലോ ഓഡിറ്റോറിയത്തിലോ സ്കൂൾ മുറ്റത്തോ അരങ്ങേറുന്ന ഒരു നാടകത്തെ തെരുവുനാടകമെന്ന് വിളിക്കുന്നതിന്റെ അനൗചിത്യം ഒഴിവാക്കുകയും ചെയ്യാമല്ലോ.

ദേശാഭിമാനി വാരിക, മാർച്ച് 22, 1992

കുറിപ്പുകൾ

1. *Princeton Encyclopedia of Poetry & Poetics*, ed. Alex Preminger, MACMILLAN. p. 124.
2. *കോറസും നാടകവേദിയും*, എ കെ നമ്പ്യാർ, ദേശാഭിമാനി ഓണം വിശേഷാൽപ്രതി, 1989.
3. *Aristotle's Theory of Poetry and Fine Arts*, Lyall Book Depot, Ludhiana, 1967, p. 292.

11

സൂത്രധാരന്റെ പ്രവേശം

ബ്രിട്ടീഷ് കൊളോണിയൽ മേധാവിത്വം അരങ്ങൊഴിഞ്ഞ ശേഷം ഇന്ത്യയുടെ സാംസ്കാരികാന്തരീക്ഷത്തിൽ സംഭവിച്ച ദേശീയ പുനരുജ്ജീവനശ്രമങ്ങളിൽ വളരെ പ്രകടമാംവിധം വെളിപ്പെട്ട ഒരു ചലനമായിരുന്നു തനതുവേരുകളുള്ള നാടകവേദിയെന്ന സങ്കൽപ്പവും അത് യാഥാർഥ്യമാക്കാനുള്ള ധീരപരീക്ഷണങ്ങളും. നൂറ്റാണ്ടുകളുടെ സാമ്രാജ്യത്വഭരണം അവരുടെ നാടകസങ്കേതങ്ങളുടെ ഭാരവും ഭാരതീയരെ കെട്ടിയേൽപ്പിച്ചു. ബോംബെ, കൽക്കത്ത തുറമുഖനഗരങ്ങളിൽ ഇംഗ്ലീഷ് കച്ചവടക്കാരോടൊപ്പം വന്നിറങ്ങിയ കമ്പനി നാടകങ്ങളാണ് ഇക്കാലങ്ങളിൽ ഇന്ത്യൻ നാടകവേദി ഭരിച്ചത്. 'ചട്ടക്കൂട് നാടകവേദി'യുടെ വികൃതാനുകരണങ്ങളിലേക്ക് ഇന്ത്യയുടെ നാനാഭാഗത്തുമുള്ള നാടകപ്രവർത്തകർ ആകർഷിക്കപ്പെട്ടതോടെ ഭാരതീയ നാടകസമ്പ്രദായങ്ങൾ പാരമ്പര്യവഴിയിൽനിന്ന് വളരെ അകന്നുപോയി. വിശ്വനാടകവേദിക്ക് ആദ്യത്തെ പ്രയോഗശാസ്ത്രം നൽകിയ, അതിനൊത്തുയർന്ന നാടകവേദി നിലവിലിരുന്ന നാട്ടിലാണ് ഇത് സംഭവിച്ചതെന്നോർക്കണം; യജമാനന്റെ ആചാരങ്ങളും പെരുമാറ്റരീതികളും അനുസരിക്കുകയും അനുകരിക്കുകയും ചെയ്യുന്ന അടിമവാസനയുടെ അനിവാര്യതയിൽനിന്ന് മുക്തമായ നാടകപ്രവർത്തകർ ഭരതപ്രോക്തമായ 'നാട്യശാസ്ത്ര'ത്തിന്റെ പ്രയോഗകലയിലേക്കും പരമ്പരാഗതകലകളുടെ ഊർജ പ്രവാഹത്തിലേക്കും തിരിച്ചുവന്നു. നാടകത്തിന്റെ കളിത്തറ, അഭിനയസങ്കേതങ്ങൾ, തൗര്യത്രികം, കളയൊരുക്കം പ്രേക്ഷകരുടെ പങ്കാളിത്തം തുടങ്ങിയ ഘടകങ്ങൾ ദേശീയ നാട്യപാരമ്പര്യത്തിൽ ഊന്നിവളർന്നു. കൂറ്റൻ രംഗപടങ്ങളും സപ്തവർണപ്രകാശധോരണിയും പശ്ചാത്തലത്തിലെ ശബ്ദഘോഷവും കണ്ണഞ്ചിപ്പിക്കുന്ന വേഷവിധാനങ്ങളും പൊടിപ്പുംതൊങ്ങലും ചാർത്തിയ

ഉഗ്രൻ ഡയലോഗുകളും ഇല്ലാതെ നാടകാവതരണം സാധ്യമാക്കാമെന്ന് ബോധ്യമായി. നിരാർഭാടവും വിശുദ്ധവുമായ രംഗവേദി[1] ഭരതപുത്രന്മാരെ കാത്തുകിടന്നു. ദേശീയ നാട്യസമ്പ്രദായങ്ങളെ ഉപജീവിക്കാൻ തുടങ്ങിയപ്പോൾ പുനർജന്മം നേടി അരങ്ങിലെത്തിയ ചിരപുരാതന കഥാപാത്രമത്രേ സൂത്രധാരൻ. സംസ്കൃതനാടകവേദിയിലെ ഈ കഥാപാത്രം അതിഭദ്രമായ സങ്കേതമായി ആധുനികനാടകവേദിയിൽ പ്രത്യക്ഷപ്പെട്ടു.

വക്താവും വ്യാഖ്യാതാവും

നാടകത്തിന്റെയും നാടകകൃത്തിന്റെയും പേരുപറയുക, രംഗപശ്ചാത്തലം വിവരിക്കുക, ഇതിവൃത്തസൂചന നൽകുക, സ്ഥലകാലബോധം സൃഷ്ടിക്കുക, കഥാപാത്രങ്ങളെ പരിചയപ്പെടുത്തുക ഇടയ്ക്ക് പ്രത്യക്ഷപ്പെട്ട് കഴിഞ്ഞതും വരാനിരിക്കുന്നതുമായ രംഗങ്ങളെ ബന്ധിപ്പിക്കുക, രംഗപ്രയോഗക്ഷമമല്ലാത്തവ പ്രേക്ഷകർക്ക് ബോധ്യമാവുക, ചില രംഗങ്ങൾക്ക് അതാത് സമയത്തു തന്നെ വ്യാഖ്യാനം നൽകുക, പ്രേക്ഷകരുമായി നേരിട്ട് സംഭാഷണത്തിലേർപ്പെടുക, കഥാപാത്രങ്ങളുടെ മാനസിക വിക്ഷോഭങ്ങൾ വെളിപ്പെടുത്തുക, ചിലപ്പോൾ കഥാപാത്രമായി മാറുക, നാടകത്തിന്റെ സന്ദേശം ചോദ്യരൂപത്തിലോ പ്രസ്താവനാരൂപത്തിലോ നാടകാവസാനം അവതരിപ്പിക്കുക തുടങ്ങിയ വിപുലമായ കൃത്യനിർവഹണമാണ് ആധുനികനാടകത്തിലെ സൂത്രധാരന്റേത്. 'രംഗാധികാരി', 'സംവിധായകൻ', കോമാളി, ബഫൂൺ, 'അനൗൺസർ', 'രംഗശിൽപ്പി' ഇങ്ങനെ വിവിധപേരുകളിൽ പ്രത്യക്ഷപ്പെടുന്ന സൂത്രധാരന്റെ രംഗസാധ്യതകളെ വികസിപ്പിച്ചത് ആധുനിക നാടകപ്രവർത്തകരാണ്. അരങ്ങിനു സഹജമായുള്ള പരിമിതികളെ മറികടക്കാനും നാടകകൃത്തും സംവിധായകനും ഉദ്ദേശിക്കുംവിധം നാടകവ്യാഖ്യാനം നൽകാനും സഹായമേകുന്ന ആധുനിക സൂത്രധാരൻ, സംസ്കൃത നാടകവേദിയിലെയും നാടോടിനാടകവേദിയിലെയും സൂത്രധാരന്മാരുടെ സമ്മിശ്രമാണ്.

പ്രേക്ഷകന് ആശിർവാദം

നാട്യശാസ്ത്രപ്രകാരം നാടകത്തിന്റെ പൂർവരംഗത്തിൽ പ്രത്യക്ഷപ്പെടുന്ന കഥാപാത്രമാണ് സൂത്രധാരൻ. വാദ്യക്കാരെ യഥാസ്ഥാനം ഇരുത്തുന്ന 'പ്രത്യഹാരാം' മുതൽ ഹേതുക്കളെയും യുക്തികളെയും അവലംബിച്ച് കാവ്യപ്രയോഗസിദ്ധിയെ വിവരിച്ച് നാട്യോപക്ഷേപം ചെയ്യുന്ന 'പ്രരോചന'വരെ തിരശ്ശീലയ്ക്കകത്ത് ഒമ്പതും തിരശ്ശീല മാറ്റി പത്തും എന്ന ക്രമത്തിൽ പത്തൊമ്പത് അംഗങ്ങളാണ് പൂർവരംഗത്തിലുള്ളത്.

1. യാഗവേദി പോലെ രംഗവേദിയെന്ന് അഭിജ്ഞാനമതം 'ഭരത'പദത്തിന് ഋത്വിക് എന്ന അർത്ഥമുണ്ട്. (ശങ്കുണ്ണിനായർ, എം പി നാട്യമണ്ഡപം, മാതൃഭൂമി 1987 പു. 129.)

പ്രരോചനയ്ക്കു മുമ്പുള്ള 'ത്രിഗത'[2]മെന്ന അംഗത്തിലാണ് രക്ഷയ്ക്കുള്ള മംഗളക്രിയകൾകൊണ്ടു സംസ്കരിച്ചിട്ടുള്ള പുഷ്പം കൈക്കുടന്നയിൽ ധരിച്ചുകൊണ്ട് സൂത്രധാരൻ, രണ്ടു പാരിപാർശ്വികന്മാരോടൊപ്പം പ്രവേശിക്കേണ്ടത്. പാരിപാർശ്വികന്മാരിൽ ഒരാൾ വിദൂഷകനാകാമെന്ന് പിന്നീടുള്ള വിശദീകരണങ്ങളിൽ നിന്ന് വ്യക്തമാകുന്നു.

വെളുത്ത വസ്ത്രം ധരിച്ച് പ്രസന്നഹൃദയത്തോടും അത്ഭുതദൃഷ്ടിയോടുംകൂടി പ്രവേശിക്കുന്ന ഇവർ ബ്രഹ്മാവ്, വരുണൻ, ഇന്ദ്രൻ തുടങ്ങിയ ദേവന്മാരെ വന്ദിക്കുന്നു. താളലയത്തോടും ആംഗികാഭിനയത്തോടും കൂടിയ പരിവർത്തനം കഴിഞ്ഞാൽ സൂത്രധാരോചിതമായ വേഷം ധരിച്ച ചതുർഥകാരൻ പ്രവേശിച്ച് ജൽജരത്തെയും സകല വാദ്യങ്ങളെയും സൂത്രധാരനെയും വന്ദിക്കുന്നു. ചതുർഥകാരന്റെ പൂജ കഴിഞ്ഞാൽ അവകൃഷ്ടയെന്ന ധ്രുവാഗീതിയാണ്. തുടർന്ന് സൂത്രധാരൻ നാന്ദി ചൊല്ലുന്നു. പ്രേക്ഷകരെ ആശീർവദിക്കുകയെന്ന ദൗത്യം ഇതിലടങ്ങിയിട്ടുണ്ട്. (നന്ദിക്കുന്നത് – ആശീർവദിക്കുന്നത് – നന്ദി എന്നു ശബ്ദാർഥമുണ്ടല്ലോ). നാന്ദി കഴിഞ്ഞാൽ സൂത്രധാരനും പാരിപാർശ്വികന്മാരും വേദി വിടണമെന്ന് ഭരതൻ നിർദേശിക്കുന്നു. അതിനുശേഷം, സൂത്രധാരന്റെ വേഷം ധരിച്ച് പ്രവേശിക്കുന്ന സ്ഥാപകനാണ് കവിയുടെയും നാടകത്തിന്റെയും പേരും കാവ്യഗുണവും പ്രകീർത്തിക്കുന്ന പ്രസ്താവന ചെയ്യേണ്ടത്.

ചുരുക്കത്തിൽ സൂത്രധാരന്റെ വേഷത്തിൽ ഒന്നിലേറെപ്പേർ പൂർവരംഗത്തിൽ പ്രത്യക്ഷപ്പെടുന്നുണ്ടെന്ന് മനസിലാക്കുന്നു. പോകെപ്പോകെ ചടങ്ങുകൾക്ക് ലോപം സംഭവിച്ചതോടെ ഒരാൾമാത്രമായി പൂർവരംഗത്തിൽ.[3] പാരിപാർശ്വികന്മാരോടൊപ്പം പ്രവേശിക്കുന്നവനും ചതുർഥകാരനാൽ വന്ദിക്കപ്പെടുന്നവുമായ സൂത്രധാരൻ നാട്യാചാര്യൻതന്നെയാകാം. *അഭിജ്ഞാനശാകുന്തളം* തുടങ്ങിയ നാടകങ്ങളുടെ പ്രസ്താവനയിലെ സംഭാഷണഭാഗം ഇത് ശരിവയ്ക്കുന്നുണ്ട്. "അങ്ങയുടെ രംഗപ്രയോഗ വൈദഗ്ധ്യം കൊണ്ട് ഒന്നിനും ഒരു പോരായ്മവരി"ല്ലെന്ന നടിയുടെ അഭിപ്രായവും 'അറിയുവോർക്കകം കുളിരുവോളം ഞാൻ ശരിയെന്നെണ്ണീടാം പ്രയോഗവിജ്ഞാനം' എന്നുള്ള സൂത്രധാരന്റെ മറുപടിയും ശ്രദ്ധിക്കു.

---

2. 'വിദൂഷകഃ സൂത്രധാര,
സ്തഥാ വൈ പാരിപാർശ്വികഃ
യത്ര കുർവന്തി സഞ്ജൽപം
തച്ചാപി ത്രിഗതം മതം നാട്യശാസ്ത്രം, വോള്യം 22, കേരള സാഹിത്യ അക്കാദമി 1971

3. നാടകാഭിനയം ദേവാരാധനയായിരുന്നപ്പോൾ, പൂർവരംഗത്തിലെ വന്ദനവും മറ്റും തുലോം പ്രധാനമായിരുന്നു. കാലവിപര്യത്തിൽ പൂർവരംഗങ്ങളിൽ നാന്ദിയും പുഷ്പാഞ്ജലിയും മാത്രം ശേഷിച്ചു. മറ്റെല്ലാം ലുപ്തപ്രചാരമായി മുടക്കച്ചരക്കായി കലയെ മതേതരീയമാക്കുമ്പോൾ ഉണ്ടാവുന്ന ഒരു മാറ്റമാണിത്. ശങ്കുണ്ണിനായർ, എം പി, നാട്യമണ്ഡപം മാതൃഭൂമി പ്രസിദ്ധീകരണം, 1987 പു. 155.)

(*അഭിജ്ഞാനശാകുന്തളം* പ്രസ്താവന, ശ്ലോകം – രണ്ട്)[4] നാന്ദിയുടെ അവസാനം പ്രവേശിക്കുന്നതായി നാടകങ്ങളിൽക്കാണുന്ന സൂത്രധാരൻ (നാന്ദ്യന്തേ തതഃ പ്രവിശതി സൂത്രധാരഃ) പ്രസ്താവനയിലൂടെയോ നടി, വിദൂഷകൻ ഇവരിലാരെങ്കിലും വിളിച്ച് സംഭാഷണത്തിലേർപ്പെടുകവഴിയോ ഇതിവൃത്തസൂചന നൽകുന്നു. അണിയറയിൽനിന്ന് എന്തോ ശബ്ദം കേട്ടതായി ഭാവിച്ചോ തടസംനേരിട്ടതായോ നടിച്ചോ വളരെ നാടകീയമായി പ്രേക്ഷകരെ നാടകഗാത്രത്തിലേക്കു കൂട്ടിക്കൊണ്ടുപോകുന്ന മാതൃകകളുമുണ്ട്.

നാട്യകലയുടെ സൂത്രം

ഈ നാട്യാചാര്യനെ ആധുനികാർഥത്തിൽ സംവിധായകൻ സൂത്രധാരൻ എന്നു വിളിച്ചത്, 'നാട്യത്തിന്റെ സൂത്രം' (ചരട് – നിയന്ത്രണത്തെ സൂചിപ്പിക്കുന്നു) കയ്യിലേന്തിയവൻ' എന്നോ 'നാട്യകലയുടെ സൂത്രം (വിദ്യ) അറിഞ്ഞവൻ' എന്നോ ഉള്ള വിവക്ഷകളിലാകാം[I] അതിപ്രാചീനകാലം മുതൽക്കേ ഇന്ത്യയിൽ പ്രചാരത്തിലുണ്ടായിരുന്ന പാവക്കളിയിൽ ചരടുനിയന്ത്രിച്ചയാളെ സൂത്രധാരൻ എന്നു വിളിച്ചിരുന്നുവല്ലോ. ഇതിൽ നിന്നാണ് ആദ്യാർഥം നിഷ്പന്നമാകുന്നത്. റൂബെൻ എന്ന ജർമൻ പണ്ഡിതൻ മറ്റൊരഭിപ്രായം പുറപ്പെടുവിച്ചിട്ടുണ്ട്.[II] പാറകളിൽ വലിച്ചുകെട്ടിയ ചരടുകളിൽ നൃത്തം ചെയ്യുന്ന കലാകാരന്മാരുടെ ഒരു കുലം പർവതപ്രദേശത്തിൽ താമസിച്ചിരുന്നുവെന്നും ശൈവമതാനുയായികളായ അവരുടെ നാട്യാചാര്യനെ 'ശൈലാലിൻ' എന്നു വിളിച്ചിരുന്നുവെന്നും വലിച്ചുകെട്ടിയ ചരടിന്റെയും നൃത്തത്തിന്റെയും നിയന്ത്രണമുണ്ടായിരുന്നതുകൊണ്ട് സൂത്രധാരനെന്ന അപരനാമം കിട്ടിയിരിക്കുമെന്നും, പിൽക്കാലത്ത് സംസ്കൃത നാടകവേദിയുടെ ആചാര്യനെ വിശേഷിപ്പിക്കാനും സൂത്രധാരപദം ഉപയോഗിച്ചതാകാമെന്നുമാണ് ഡോ. റൂബെന്റെ വ്യാഖ്യാനം. ചരടിലെ നൃത്തവുമായി ബന്ധപ്പെട്ടതാണ് 'നട' ശബ്ദമെന്നും അദ്ദേഹത്തിന് അഭിപ്രായമുണ്ട്. പർവതപ്രദേശത്ത് താമസിച്ചിരുന്നതുകൊണ്ട് ശൈലൂഷന്മാർ എന്ന പദവിശേഷണം കിട്ടിയതാകാം. ശകടായനവ്യാകരണത്തിൽ 'നട' ശബ്ദത്തിന് 'ശൈലൂഷൻ' എന്ന് അർഥമുള്ളതായി ശങ്കുണ്ണിനായർ ചൂണ്ടിക്കാണിക്കുന്നുമുണ്ട്.[III]

പൂർവരംഗത്തിൽ പ്രത്യക്ഷപ്പെട്ട് പ്രസ്താവനചെയ്ത് അനുഗ്രഹത്തിനായി അപേക്ഷിച്ച് വിനയാന്വിതനായി പിൻവാങ്ങുന്ന സൂത്രധാരൻ,

4. കാവ്യഗുണം അറിയുന്നവരായ പ്രേക്ഷകരുടെ മുമ്പേ നാടകം പ്രയോഗിക്കുന്നതിൽ ഞാൻ സന്തുഷ്ടനാണ് (*മുദ്രാരാക്ഷസം*); ഒരുപുതിയ നാടകംകൊണ്ട് വിജ്ഞന്മാരെ ആനന്ദിപ്പിക്കണമെന്ന് എന്നോട് ആവശ്യപ്പെട്ടിരിക്കുന്നു (*മാലതീമാധവം*) സംസ്കൃതചിത്തരായ സാമാജികരുടെ മുമ്പിൽ നാടകം പ്രയോഗിക്കേണ്ടിവരുമെന്ന് ലക്ഷണക്കാരനായ ഒരു ബ്രാഹ്മണൻ പറഞ്ഞിട്ടുണ്ട്. അന്നുമുതലേ ഞാൻ നാടകാഭിനയത്തിന് ഒരുങ്ങിത്തുടങ്ങി. സംഗീതവും അഭ്യസിച്ചു (ഭഗവദജ്ജുകം) തുടങ്ങിയവ സൂത്രധാരവചനങ്ങളാണ്.

പിന്നീട് അണിയറയിലിരുന്ന് നേതൃത്വം കൊടുക്കുന്നു. വേദിയിൽ ആവിഷ്കരിക്കാൻ പ്രയാസമുള്ളതും വിലക്കുള്ളതും അതേസമയം ആസ്വാദനകത്തിന്റെ പൂർണതയ്ക്കു സഹായിക്കുന്നതും രംഗവ്യാഖ്യാനത്തിന് ഉതകുന്നതുമായ അർഥപക്ഷേപങ്ങളും (വിഷ്കംഭകം, പ്രവേശകം, ചൂളിക, അങ്കാവതാരം, അങ്കമുഖം) നാട്യോക്തികളും (ആത്മഗതം, പ്രകാശം, ജനാന്തികം, അപവാരിതം, ആകാശഭാഷിതം തുടങ്ങിയവ) യുക്തം പോലെ പ്രയോഗിക്കാൻ മാർഗനിർദേശം നൽകുന്നത് സൂത്രധാരന്റെ വൃത്തിയാണ്. അണിയറയിലെ ഈ മേൽനോട്ടക്കാരൻ രംഗത്തുവരുന്ന രണ്ട് നാടകങ്ങളുണ്ട്. ഭവഭൂതിയുടെ *ഉത്തരരാമചരിത*വും *മാലതീമാധവ*വും ഉത്തരരാമചരിതം ഏഴാമങ്കത്തിൽ നാടകത്തിനുള്ളിലെ നാടകത്തിലാണ് സൂത്രധാരൻ പ്രത്യക്ഷപ്പെടുന്നത്. പൂർവരംഗത്തിൽ പ്രവേശിക്കുന്ന സൂത്രധാരനും പാരിപാശ്വികനും കഥാപാത്രങ്ങളുടെ വേഷമിടുന്നതായി പറയുന്നതോടെയാണ് *മാലതീമാധവം ഒന്നാം രംഗം* തുടങ്ങുന്നത്. കാമണ്ഡികയും അവലോകിതയുമായി അവർ അഭിനയിക്കുകയും ചെയ്യുന്നു ('നവീന നാടകസങ്കേത'മായി ഇത് ഉപയോഗിക്കുന്നവരെ അല്ലെങ്കിൽ അങ്ങനെ ധരിച്ചു വച്ചവരെ അത്ഭുതപ്പെടുത്തുന്നതാണല്ലോ ഈ പഴക്കം).

രംഗാധികാരിയും വിദൂഷകനും

സംസ്കൃതനാടകങ്ങളുടെ അണിയറയിലേക്കു മടങ്ങുന്ന സൂത്രധാരൻ സർവതന്ത്രസ്വതന്ത്രനായി രംഗത്തുവിലസുന്ന കാഴ്ചയാണ് ഇന്ത്യയുടെ നാടോടിനാടകവേദിയിൽ കാണുന്നത്. *രാംലീല*യിലെ 'വ്യാസ' *രാസലീല*യിലെ 'സ്വാമി' (ഉത്തർപ്രദേശ്), *ജാത്ര*യിലെ 'അധികാരി' (ബംഗാൾ), *നൗടങ്കി*യിലെ 'രംഗ' (ആസാം), *യക്ഷഗാന*ത്തിലെ 'ഭാഗവത' (കർണാടക) *ദശാവതാര*ത്തിലെ 'സൂത്രധാരൻ' (ഗോവ) *തെരുക്കൂത്തി*ലെ 'കട്ടിയക്കാരൻ' (തമിഴ്നാട്) തുടങ്ങിയവരെല്ലാം സംസ്കൃതനാടകവേദിയിലെ സൂത്രധാരന്റെ മുൻഗാമികളോ പിൻഗാമികളോ ആയി നാടോടി നാടകങ്ങളിൽ പ്രതിഷ്ഠനേടിയവരും നാടോടിത്തം നിലനിർത്തുന്നവരുമാണ്. കാക്കാരിശ്ശി നാടകത്തിലെ കാക്കാലന്മാർക്കും കോതാമ്മൂരിയാട്ടത്തിലെ പനിയന്മാർക്കും പടയണിയിലെ പരദേശികൾക്കും പൊറാട്ടുകാർക്കും സൂത്രധാരവൃത്തിയുണ്ട്. നാടോടിനാടകവേദിയിലെ സൂത്രധാരൻ നാടകത്തിന്റെ ആദിമധ്യാന്തം സജീവമായി രംഗത്തുണ്ടാകും, രംഗാധികാരിയുടെയും വിദൂഷകന്റെയും സംവിധായകന്റെയും ചുമതലകൾ മാറിമാറികയ്യേൽക്കുകയും പ്രേക്ഷകരോടും കഥാപാത്രങ്ങളോടും സംഭാഷണത്തിലേർപ്പെട്ട് പ്രമേയത്തിന്റെ നൈരന്തര്യം നിലനിർത്തുകയും ചെയ്യുന്നു. സ്വയം കഥാപാത്രമായോ വാദ്യക്കാരനായോ പാട്ടുകാരനായോ മാറാൻ അയാൾക്കു കഴിയും. യഥാർഥ സമ്പ്രദായത്തിൽനിന്നും നാടോടി നാടകത്തെ അകറ്റിനിർത്തുന്നത് സൂത്രധാരന്റെ വൃത്തിയാണ്. അയാളുടെ വാക്കുകളും ആശയങ്ങളും രംഗഭാഷയിലേക്ക് പരിവർത്തിപ്പിക്കു

വാനുള്ള കരുക്കൾമാത്രമാണ് നടന്മാർ. സാമൂഹ്യവിമർശനവും പ്രേക്ഷകരുടെ ചിന്തയെ ഉദ്ദീപിപ്പിക്കലും അയാളുടെ ലക്ഷ്യമാണ്.

സൂതന്റെ പുനരവതാരം

പൂമാലയിൽ നൂലെന്നകണക്കെ തന്റെ സാന്നിധ്യം ഉറപ്പിച്ചിരിക്കുന്ന നാടോടിസൂത്രധാരന്റെ പ്രാധാന്യവും ചുമതലയും എന്തെന്ന് എം എൽ വരദ്പാണ്ഡെ ഇപ്രകാരം വ്യക്തമാക്കുന്നു.[9] "നാടോടിനാടകം അടിസ്ഥാനപരമായി ആഖ്യാനാത്മകമാണ്. സാമൂഹ്യമോ മതപരമോ ധാർമികമോ ആയ ഏതെങ്കിലും ആശയങ്ങൾ ജനങ്ങൾക്കു നൽകലാണ് അതിന്റെ ധർമം, ആഖ്യാനസ്വഭാവം നിലനിർത്തുന്നത് സൂത്രധാരനാണ്. അയാൾ നാടകത്തിന്റെ നൈരന്ത്യരത്തെ തടസപ്പെടുത്തുകയും മുന്നോട്ടുകൊണ്ടുപോവുകയും ചെയ്യുന്നു. മുൻകൂട്ടി തയാറാക്കിയ ലിഖിതരൂപം ഇല്ലെന്നത് സൂത്രധാരനെ നാടോടിനാടകത്തിന്റെ അനിവാര്യഘടകമാക്കുന്നു. നാടകരൂപത്തെ അഭിനയത്തിലൂടെ വികസിപ്പിക്കാനാവശ്യമായ പ്രമേയസൂചന നടന്മാർക്കു നൽകുന്നത് സൂത്രധാരനാണ്. കഥപറച്ചിലും രസിപ്പിക്കലും വൃത്തിയായിരുന്ന ഗ്രന്ഥിക, വാഗ്ജീവന, ചരണ, കഥകകുലങ്ങളുടെ പാരമ്പര്യത്തിൽപ്പെട്ടവരാണ് ഈ സൂത്രധാരന്മാർ. ഇതിഹാസാദികൾ പഠിച്ചുചൊല്ലുന്നവരും നൃത്ത–നൃത്യരൂപങ്ങളുടെ സഹായത്തോടെ അവതരിപ്പിക്കുന്നവരുമായ സൂതന്മാരെക്കുറിച്ചും പുരാണങ്ങളിൽ പറയുന്നുണ്ടല്ലോ. ആദ്യഘട്ടത്തിൽ ഏകനായി ഈ വൃത്തി ചെയ്തിരുന്ന സൂതൻ ആവിഷ്കാരത്തിന്റെ സജീവതയ്ക്കുവേണ്ടി ചില കഥാപാത്രങ്ങളെ പ്രവേശിപ്പിച്ചിരിക്കാമെന്നും പിന്നീട് നടന്മാർക്ക് കൂടുതൽ സ്വാതന്ത്ര്യവും അവസരവും നൽകി അണിയറയിലേക്കു പിൻവാങ്ങിയിരിക്കാമെന്നും വരദ് പാണ്ഡെ ഊഹിക്കുന്നു. സൂതൻ സൂത്രധാരനായ പരിണാമദിശയെക്കുറിക്കുന്ന നിരീക്ഷണമായി ഇതിനെ കണക്കാക്കാം.

ഏകാംഗവൃത്തിയിൽ നിന്നു സംഘവൃത്തിയിലേക്കുള്ള വികാസം നാടകകലയെ ഉൽപ്പാദിപ്പിച്ചുവെന്നു പറയാം. ഡയണീഷ്യസ്ദേവതയെ സ്തുതിച്ചുകൊണ്ടുള്ള 'രൗദ്രസങ്കീർത്തനം' (Dithyrambic Song) ആലപിച്ചിരുന്ന 'കോറസി'ൽ നിന്ന് നാടകമുണ്ടായി എന്ന പാശ്ചാത്യപക്ഷത്തിനു വിപരീതമെന്ന് തോന്നാവുന്ന ഒരു ഊഹമാണിത്. എന്നാൽ ഓരോരുത്തരായി രംഗത്തുവന്ന് കഥാപാത്രങ്ങളെ അവതരിപ്പിച്ചുതുടങ്ങവേ, നാടകമായി എന്ന സമാനനിരീക്ഷണം രണ്ടു പക്ഷത്തുമുണ്ടെന്നതു ശ്രദ്ധിക്കുക.

ഭാരതീയ നാടകവേദിയുടെ പാരമ്പര്യം കഥപറച്ചിലുകാരുടെതാണ്. 'ഏഷ്യൻ നാടകവേദിയുടെ ഉത്ഭവത്തിനും വളർച്ചയ്ക്കും കാരണമായ സുപ്രധാനഘടകങ്ങളായി കഥപറച്ചിലുകാരെയും (Story tellers) പാവക്കളിയെയും എ സി സ്കോട്ട് ചൂണ്ടിക്കാണിക്കുന്നുണ്ട്[V]. ഈ നൂറ്റാണ്ടാദ്യം ബർതോൾഡ് ബ്രെഹ്ത്തിന്റെയും തോൺടൻ വൈൽഡറുടെയും (Thomton Wilder) നാടകങ്ങളിലൂടെ ഈ കഥാകാരന്മാർ വിശ്വനാടകവേദിയുടെതന്നെ ഭാഗമായിത്തീർന്നു.

എപ്പിക് തിയേറ്റർ എന്ന സങ്കൽപ്പം

സാധാരണജനങ്ങൾക്ക് വിജ്ഞാനവും വിനോദവും പ്രധാനവും ചെയ്യുന്ന ഈ സൂത്രധാരന്മാർ, പ്രാചീനസമുദായത്തിലെ ജീവനുള്ള വർത്തമാനപ്പത്രങ്ങളായിരുന്നു. ഇവരുടെ ബോധനോപാധിയെന്നനിലയ്ക്കുള്ള സാധ്യത സമർഥമായി ഉപയോഗിക്കുകയാണ് ബ്രെഹ്ത്ത് ചെയ്തത്. "ശൈലീപരമായി നോക്കിയാൽ എപ്പിക് തിയേറ്റർ അത്ര പുതിയതൊന്നുമല്ല. തുറന്നുകാട്ടുന്ന അതിന്റെ സ്വഭാവവും അതിന്റെ മൂല്യപരിഗണനയും അതിനെ പഴയ ഏഷ്യൻ നാടകവേദിയോട് അടുപ്പിച്ചുകൊണ്ടുവരുന്നു"വെന്ന് ബ്രെഹ്ത്ത് തന്നെ പ്രസ്താവിച്ചിട്ടുണ്ട്.[VI] എപ്പിക് തിയേറ്ററിന്റെ സ്വഭാവങ്ങളായ ആഖ്യാനപരത, അന്യവൽക്കരണപ്രതീതി (A-Effect) ബോധനധർമം ഇവയെല്ലാം ഏഷ്യൻ നാടോടി നാടകവേദിയുമായി ബന്ധപ്പെട്ടവതന്നെ.

> നാടകത്തിന്റെ മുഖ്യവിഷയം ഇന്നത്തെ മനുഷ്യർ തമ്മിലുള്ള ബന്ധങ്ങളായിരിക്കണം. ഏതുതരം പെരുമാറ്റങ്ങളാണ് മനുഷ്യവംശത്തിന് ഏറ്റവും പ്രയോജനകരമെന്ന് കണ്ടുപിടിച്ച് അവയെ ജനങ്ങൾക്ക് അടിവരയിട്ടു കാട്ടിക്കൊടുക്കുകയാണ് ഞാൻ ചെയ്യുന്നത്. ഞാനവയെ ദൃഷ്ടാന്തകഥകളിലൂടെ കാണിച്ചുകൊടുക്കുന്നു. ഇങ്ങനെ പ്രവർത്തിച്ചാൽ ഇന്നത് സംഭവിക്കും. വേറെതരത്തിൽ പ്രവർത്തിച്ചാൽ മറിച്ചു സംഭവിക്കും. ഇത് പ്രതിബദ്ധകലയല്ല. ഏറിയാൽ ബോധനശാസ്ത്രം (Pedagogy) മാത്രം"[VII]

എന്ന് ബ്രെഹ്ത് എപ്പിക് തിയേറ്ററിനെക്കുറിച്ച് പറയുന്നുണ്ടല്ലോ. *പഞ്ചതന്ത്ര*വും *വിക്രമാദിത്യൻകഥ*കളും തുടങ്ങി *മഹാഭാരതം* വരെ നിറഞ്ഞുകിടക്കുന്ന ദൃഷ്ടാന്തകഥകളുടെ ഉടമസ്ഥാവകാശമുള്ള സൂതൻമാരാണ് കഥപറയുന്ന തത്വചിന്തകന്മാരായി എപ്പിക് തിയേറ്ററിൽ പ്രത്യക്ഷപ്പെടുന്നത്. നാടകത്തിന്റെ ബോധനസ്വഭാവം പാലിക്കാനും പ്രേക്ഷകരെ പ്രായോഗിക സമീപനം പരിശീലിപ്പിക്കുന്നതിനും ഉപയോഗിച്ച അന്യവൽക്കരണത്തിന്റെ രീതികളും ഭാരതത്തിൽ നിന്ന് കടം കൊണ്ടതാണ്. കഥാപാത്രങ്ങൾ സ്വയം പരിചയപ്പെടുത്തുക (*ത്രീ പെനി ഓപ്പറ*, *സെത്സ്വാനിലെ നല്ല സ്ത്രീ*) നരേറ്റർ സംഭവങ്ങൾ വിവരിക്കുക ('കൊക്കേഷ്യൻ ചോക്ക് സർക്കിൾ') സംവാദത്തിലേർപ്പെടുക, സംഭാഷണം റിപ്പോർട്ടിങ് രീതിയിലാക്കുക തുടങ്ങിയ രീതികൾ ഉദാഹരണമായെടുക്കാം.

രംഗാധികാരി

ബ്രെഹ്ത്തിന്റെ കാലത്തുതന്നെ സൂത്രധാരനെ രംഗത്തവതരിപ്പിച്ച മറ്റൊരു പാശ്ചാത്യ നാടകകൃത്താണ് തോൺടൺ വൈൽഡർ. 1938ൽ ആദ്യരംഗാവിഷ്കാരം നടന്ന *നമ്മുടെ നഗരം* എന്ന വൈൽഡറുടെ

നാടകം ഉടനീളം രംഗാധികാരിയുടെ സാന്നിധ്യത്തിലാണ് സംഭവിക്കുന്നത്. യാഥാർഥ്യപ്രതീതിക്കുവേണ്ടി ആവുന്ന പാടെല്ലാം പെടുന്ന ബ്രോഡ്‌വേ നാടകങ്ങൾ അരങ്ങുഭരിക്കുന്നിടത്താണ് തിരശീലയും രംഗപടവുമില്ലാത്ത ഈ മുഴുനീളൻ നാടകം അവതരിപ്പിക്കുന്നത്. തലയിൽ തൊപ്പിയും വായിൽ പൈപ്പുമായി, പാതിവെളിച്ചത്തിൽ രംഗവേദിയൊരുക്കിക്കൊണ്ടിരുന്ന സ്റ്റേജ് മാനേജരെയാണ് ഹാളിലേക്കു വരുന്ന പ്രേക്ഷകർ കാണുന്നത്. പ്രേക്ഷകർ ഇരിപ്പിടങ്ങളിലമർന്നുകഴിഞ്ഞാൽ ഹാളിലെ വെളിച്ചമണയുന്നു. വേദി പ്രഭാപൂരിതമാകുന്നു. ഇതിനിടെ ലളിതമായ അരങ്ങൊരുക്കം കഴിച്ച്, നാടകം, നാടകകൃത്ത്, സംവിധായകൻ, നടൻമാർ കഥനടക്കുന്ന സ്ഥലം തുടങ്ങിയ വിശദാംശങ്ങൾ സ്റ്റേജ് മാനേജർ വിവരിക്കുന്നു. തുടർന്നു വരുന്ന കഥാപാത്രങ്ങളുമായി സംഭാഷണത്തിലേർപ്പെടുകയും അവരെ സദസിന് പരിചയപ്പെടുത്തുകയും ചെയ്യുന്നു. രംഗസാമഗ്രികൾ ഉപയോഗിക്കുന്നില്ല. സൂചനകളിലൂടെ ദ്യോതിപ്പിക്കൽ മാത്രം. കഥാപാത്രങ്ങളുടെ സംഭാഷണത്തിൽ ഇടപെടുകയും അവർ വികാരാധീനരാകുമ്പോൾ നിയന്ത്രിക്കുകയും ഇതു നാടകമാണെന്ന് ഓർമിപ്പിക്കുകയും ചെയ്യുന്നു. പ്രമേയാവതരണംകഴിഞ്ഞ് കഥാപാത്രങ്ങൾക്ക് നന്ദിപ്രകാശിപ്പിച്ചശേഷമേ സ്റ്റേജ് മാനേജർ വിടവാങ്ങുന്നുള്ളൂ.[5]

വളരെ ലളിതമായ രംഗവേദിയിൽ സ്റ്റേജ് മാനേജരെ സങ്കേതമാക്കി നാടകാവതരണം സാധ്യമാക്കാമെന്ന ധൈര്യം വൈൽഡർക്ക് പകർന്നു നൽകിയത് ഏഷ്യൻ നാടകവേദിയുമായുണ്ടായ ചിരപരിചിതമാകണം. ഹോങ്കോങ്ങിലും ഷാങ്ഹായിലും കോൺസൽ ജനറലായിരുന്ന പിതാവിനോടൊപ്പം കഴിഞ്ഞ വൈൽഡറുടെ വിദ്യാഭ്യാസം ചൈനയിലായിരുന്നു. ഏഷ്യൻ നാടകവേദിയുടെ സ്വാധീനം വൈൽഡറുടെ നാടകസംസ്കാരത്തിന്റെ അടിയൊഴുക്കായി വർത്തിച്ചതിൽ അത്ഭുതപ്പെടാനില്ല.

ആധുനിക നാടകങ്ങളിൽ പ്രത്യേകിച്ച് തെരുവുനാടകങ്ങളിൽ പ്രത്യക്ഷപ്പെടുന്ന നരേറ്റർ പാശ്ചാത്യ സംഭാവനയാണെന്ന ധാരണ ശരിയല്ല. നരേറ്ററുടെ ആദിമൂലം ഭാരതീയം കവിഞ്ഞാൽ ഏഷ്യൻ ആണെന്നതാണ് യാഥാർഥ്യം. ബ്രിട്ടീഷ് നാടകസംസ്കാരത്തിന്റെ അധിനിവേശം മൂർധന്യത്തിലെത്തിയപ്പോൾ പിൻവാതിലിലൂടെ രക്ഷപ്പെട്ട് സൂത്രധാരൻ, വേഷപരിഷ്കരണങ്ങളോടെ പാശ്ചാത്യനാടകരംഗത്ത് പ്രത്യക്ഷപ്പെട്ടതാണെന്ന് അലങ്കാരികമായി പറയാം. വർഷങ്ങൾക്കു ശേഷമാണെങ്കിലും ദേശീയ നാടകവേദി സൂത്രധാരനെന്ന സങ്കേതത്തിന്റെ രംഗസാധ്യത, വിപുലമായി

---

5. ഈ നാടകം വായിക്കുമ്പോൾ അറിയാത്ത സി ജെ തോമസിന്റെ *ക്രൈം* നാടകത്തിലെ ഗുരുവിനെ നാം ഓർത്തുപോകും. പുലിസ്റ്റർ സമ്മാനിതനാണ് വൈൽഡറെങ്കിലും പ്രസിദ്ധിയും കേരളീയർക്ക് പരിചയക്കൂടുതലും ലൂയി പിരാന്തലോവിന്റെ നാടകത്തിന് (Six Character in Search of an Author) ആയിപ്പോയി. അതല്ലെങ്കിൽ തീർച്ചയായും ക്രൈമിന്റെ പൂർവമാതൃക നമ്മുടെ നഗരമാണെന്ന് കേരളത്തിലെ അന്വേഷണാത്മക വിമർശകന്മാർ പറയുമായിരുന്നു.

ഇന്നു പ്രയോജനപ്പെടുത്തുന്നുണ്ട്. *1128 ൽ ക്രൈം 27*ലെ ഗുരുവും *കിരാതത്തി*ലെ (ശങ്കരപ്പിള്ള) *രംഗശില്പ്പ*വും *മൂന്നു പ്രഭുക്കന്മാരി*ലെ (നരേന്ദ്രപ്രസാദ്) സൂത്രധാരനും *ദൈവത്താറി*ലെ (കാവാലം) 'ബാലവേഷക്കാര'നും *പുലിജന്മ*ത്തിലെ (എൻ പ്രഭാകരൻ) 'പൗരാണിക'രും *കല്യാണസൗഗന്ധിക*ത്തിലെ (പി ബാലചന്ദ്രൻ) 'അരൂപിയും' *നാടുഗദ്ദിക*യിലെ (കെ ജെ ബേബി) 'ഗദ്ദികക്കാരനും സൂത്രധാരവൃത്തിയുടെ വ്യത്യസ്തമാനങ്ങൾ വെളിപ്പെടുത്തിയ ചില കേരളീയ ഉദാഹരണങ്ങളാണ്.

മാതൃഭൂമി വാർഷികപ്പതിപ്പ്. 1992.

ഗ്രന്ഥസൂചി

I. Studies in Natyasastra Dr. G H Tarlekar, Motial Banaarassidas, 1975, p. 9.
II. മേൽ പുസ്തകത്തിൽ നിന്ന് ഉദ്ധരിച്ചത് പു. 12
III. നാട്യമണ്ഡപം, എം പി ശങ്കുണ്ണിനായർ, മാതൃഭൂമി പ്രസിദ്ധീകരണം 1987. പു. 170.
IV. Traditions of Indian Theatre M L Varad Pande, Abinav Publications, 1979, P. 94.
V. The Theatre is Asia, A C Scott, Weidenfeld & Nicholson, s 1972, p.9
VI. Brecht on Theatre, ed. John Willett, Eyre Methum, 1986 (സച്ചിദാനന്ദന്റെ പരിഭാഷ) P. 67
VII. മേൽ പുസ്തകം പു. 75

12

തെരുവുനാടകവേദി ചരിത്രത്തിന്റെ അനിവാര്യത

തെരുവു നാടകവേദി (Street Theatre) എന്ന ദൃശ്യകലാസങ്കേതം ഇന്നു ലോകവ്യാപകമായ പ്രസ്ഥാനമാണ്. വിവിധ രാഷ്ട്രങ്ങളിൽ വിഭിന്ന നാമങ്ങളിൽ അത് അറിയപ്പെടുന്നു. അമേരിക്കൻ ഐക്യനാടുകളിൽ പ്രചാരത്തിലുള്ള 'ഗറില്ല തിയേറ്ററും' 'ഗട്ട് തിയേറ്ററും' 'ഷോക്ക് ട്രൂപ്പും' ലാറ്റിനമേരിക്കയിലെ സംവാദനാടകവേദി (Forum Theatre)യും 'അജിറ്റ്-പ്രോപ്പ്' തിയേറ്ററും തെരുവുനാടക പ്രസ്ഥാനത്തിന്റെ വ്യത്യസ്തമുഖങ്ങളാണ്. അയഞ്ഞ ഘടനയും രംഗജംഗമങ്ങളുടെ ധാരാളിത്തമില്ലായ്മയും എവിടെയും എത്തിച്ചേർന്ന് അരങ്ങേറാനാകുന്നതും കുറഞ്ഞ ചെലവും ഈ ദൃശ്യമാധ്യമത്തെ തികച്ചും ജനകീയമാക്കുന്നു. പ്രക്ഷോഭണം (Agitation) പ്രചാരണം (Propaganda) പ്രബോധനം (Pedagogy) എന്നീ മൂന്ന് ഉദ്ദേശ്യങ്ങളാണ് തെരുവുനാടകത്തിനുള്ളതെന്ന് സാമാന്യമായി പറയാം.

ആധുനികരൂപത്തിലും ശൈലിയിലുമുള്ള തെരുവുനാടക അവതരണം വ്യാപകമാക്കിയത് സോവിയറ്റ് യൂണിയനിൽ ജന്മമെടുത്ത തൊഴിലാളികളുടെ നാടകപ്രസ്ഥാന (Workers Theatre Movement) മാണ്. വിപ്ലവാനന്തര കാലഘട്ടത്തിലെ അനിവാര്യതയെന്നോണം തൊഴിലാളികൾക്കിടയിൽ വിപ്ലവഗവൺമെന്റിന്റെ ആശയങ്ങൾ എത്തിക്കുന്നതിനും പ്രതിവിപ്ലവശക്തികളെ തുറന്നു കാട്ടുന്നതിനും നാടകവേദിയെ പ്രയോജനപ്പെടുത്തുകയായിരുന്നു. ഒരിടത്തു നിന്ന് മറ്റൊരിടത്തേക്ക് നടന്മാർക്കു തന്നെ ചുമന്നുകൊണ്ടു പോകാൻ കഴിയുന്ന രംഗസാമഗ്രികളും ജനങ്ങൾ കൂടുന്ന ഏത് സ്ഥലത്തും നാടകാവതരണം സാധ്യമാക്കുന്ന ഘടനയും ഇവയ്ക്കുണ്ടായിരുന്നു. ജനങ്ങളെ നേരിട്ടുബാധിക്കുന്ന പ്രശ്നങ്ങൾ പരുഷവും തീക്ഷ്ണവും ആക്ഷേപഹാസ്യം കലർന്നതുമായ ഭാഷയിൽ അവതരിപ്പിച്ച തൊഴിലാളി നാടകപ്രസ്ഥാനക്കാർ വൻപിച്ച ജനപ്രീതി

നേടി. തെരുവുകൾ, ആശുപത്രികൾ, ഫാക്ടറിഗേറ്റ്, യുദ്ധക്കപ്പലുകൾ, ലോറികളിൽ കെട്ടിയുണ്ടാക്കിയ തട്ടുകൾ, തകർന്ന കെട്ടിടങ്ങൾ, കുറ്റിക്കാടുകൾ തുടങ്ങിയ ഇടങ്ങളെല്ലാം ഇവർ രംഗവേദിയാക്കി മാറ്റി. പാവക്കളി, ഓപ്പറ, റിവ്യൂ വോദിവിൽ തുടങ്ങിയ ദേശീയ കലാരൂപങ്ങളും സർക്കസ്, ജിംനാസ്റ്റിക്സ് വേലകളും നാടകാവിഷ്കരണത്തിന് പ്രയോജനപ്പെടുത്തി.

സോവിയറ്റ് യൂണിയനിലെ തൊഴിലാളി നാടകപ്രസ്ഥാനത്തിൽ നിന്ന് പ്രചോദനമുൾക്കൊണ്ട് ഇംഗ്ലണ്ട്, ജർമനി, അമേരിക്ക തുടങ്ങിയ രാഷ്ട്രങ്ങളിലും തൊഴിലാളികളുടെ നാടകസംഘങ്ങൾ രൂപം കൊണ്ടു. ടോംതോമസ്, ആലീസ് ലവ്മാൻ, ഫിലിപ്പ് പുലെ (ഇംഗ്ലണ്ട്), ഇർവിൻ പിസ്കാറ്റർ, ബെർതോൾഡ്, ബ്രെഹ്ത് (ജർമനി), വ്സെവ്യേവേളോദ് മെയർഗോൾഡ്, ഏലിയ കസാൻ, ക്ലിഫോർഡ് ഓഡറ്റ്സ് (അമേരിക്ക) തുടങ്ങിയവർ തെരുവുനാടകപ്രസ്ഥാനത്തിന്റെ വളർച്ചയിൽ ഗണ്യമായ സംഭാവന നൽകിയവരാണ്.

ചൈനയുടെ വിമോചനസമരത്തിന്റെ ഭാഗമായി നടന്ന പ്രസിദ്ധമായ ലോങ് മാർച്ചിനൊപ്പം തുറന്നവേദികളിൽ നാടകങ്ങൾ അവതരിപ്പിച്ചുകൊണ്ട് സഞ്ചരിക്കുന്ന സംഘങ്ങളുണ്ടായിരുന്നു. സ്പെയിനിൽ ആഭ്യന്തരയുദ്ധം നടക്കുമ്പോഴും ക്യൂബയിൽ വിപ്ലവാനന്തരവും ആശയപ്രചാരണത്തിനായി തെരുവുനാടകങ്ങൾ ഉപയോഗിച്ചിരുന്നു.

ലാറ്റിനമേരിക്കൻ രാഷ്ട്രങ്ങൾ, സ്പെയിൻ, ഇംഗ്ലണ്ട്, ജർമനി, ഹോളണ്ട്, റഷ്യ, സ്വീഡൻ, ക്യൂബ, ഫിലിപ്പൈൻസ്, യു എസ് എ, ആസ്ത്രേലിയ, ന്യൂസിലാന്റ്, ആഫ്രിക്കൻ രാഷ്ട്രങ്ങൾ, പാകിസ്ഥാൻ, നേപ്പാൾ, ബംഗ്ലാദേശ് തുടങ്ങിയ രാഷ്ട്രങ്ങളിൽ ജനകീയബോധവൽക്കരണത്തിന് ഈ ദൃശ്യമാധ്യമത്തെ പ്രയോജനപ്പെടുത്തിയിട്ടുണ്ട്. എന്നാൽ ഇവിടങ്ങളിലെ തെരുവുനാടകപ്രവർത്തനങ്ങൾ അടുത്തു മനസിലാക്കിയിരുന്ന സഫ്ദർ ഹാശ്മി സാക്ഷ്യപ്പെടുത്തുന്നത് ഇന്ത്യയിലേതുപോലെ വ്യാപകമായ പ്രചാരവും പ്രയോഗവും തെരുവുനാടകത്തിന് മേൽപ്പറഞ്ഞ രാഷ്ട്രങ്ങളിൽ ലഭിച്ചിട്ടില്ലെന്നാണ്. ഇന്ത്യയിലെ മിക്കവാറും സംസ്ഥാനങ്ങളിൽ സ്ഥിരം തെരുവുനാടകസംഘങ്ങൾ പ്രവർത്തിക്കുന്നുണ്ട്. സഫ്ദർ ഹാശ്മിയുടെ രക്തസാക്ഷിത്വം തെരുവുനാടക പ്രസ്ഥാനത്തിന്റെ വളർച്ച പതിന്മടങ്ങാക്കി. 1989 ഏപ്രിൽ 12ന് ആചരിച്ച സഫ്ദർ ഹാശ്മി ദിനത്തിന് ഇന്ത്യയുടെ വിവിധഭാഗങ്ങളിലായി മുപ്പതിനായിരത്തോളം തെരുവുനാടകങ്ങൾ അവതരിപ്പിക്കപ്പെട്ടതായി കണക്കാക്കുന്നു. ഇന്ത്യയിലെ തെരുവുനാടകപ്രസ്ഥാനത്തിന്റെ ആദ്യചലനങ്ങൾ ബ്രിട്ടീഷ് ഭരണകാലത്തു തന്നെ പ്രകടമാക്കിയിട്ടുണ്ട്. ജനങ്ങളിൽ സമരബോധം ജ്വലിപ്പിക്കാനുതകുന്ന ദേശീയ ഗാനങ്ങളും വിപ്ലവഗാനങ്ങളും രചിച്ച്, തെരുവുകളിലും ഫാക്ടറിപ്പടികളിലും ചെന്ന് അവതരിപ്പിക്കുന്ന ഗായകസംഘങ്ങൾ, അക്കാലത്തേ ഉണ്ടായിരുന്നു. ബംഗാൾ ക്ഷാമകാലത്ത് ഭരണാധികാരികളുടെ ദുർനയങ്ങളെ തുറന്നുകാട്ടുന്ന നാടകങ്ങൾ ഗ്രാമങ്ങൾ തോറും

അവതരിപ്പിച്ചിരുന്നതായി രേഖപ്പെടുത്തിയിട്ടുണ്ട്. 1950 കളിൽ നടന്ന സംയുക്ത മഹാരാഷ്ട്രപ്രക്ഷോഭകാലത്ത് ശാഹിർ അമർഷെയ്ഖ്, അന്നാ ബാവുസാഥെ തുടങ്ങിയവരുടെ നേതൃത്വത്തിൽ ജനങ്ങൾക്ക് ആവേശമുണ്ടാക്കാൻ തെരുവുനാടക വേദിയെ ഉപയോഗിച്ചത് മറ്റൊരുദാഹരണം. ബോംബെ ആസ്ഥാനമാക്കി 1943ൽ സ്ഥാപിതമായ ഇന്ത്യൻ പീപ്പിൾസ് തിയേറ്റർ അസോസിയേഷനും (IPTA) ഈ രംഗത്തും മാതൃകാപ്രവർത്തനം കാഴ്ചവെച്ചു. നാടകകലയെ മാത്രമല്ല, ദൃശ്യകലയെ ആകെത്തന്നെ ജനകീയമാക്കുന്നതിന് ഇപ്റ്റ അക്കാലത്തു നടത്തിയ ശ്രമങ്ങൾ തികച്ചും പുരോഗമനപരമായിരുന്നു.

രാഷ്ട്രീയ പ്രക്ഷോഭത്തിന്റെ ആശയപ്രചാരണ മാധ്യമമെന്ന ശക്തമായ പദവിയിലേക്ക് തെരുവുനാടകവേദി ഉണരുന്നത് 1970കളിലാണ്. ഇക്കാലയളവിൽ ഇടതുപക്ഷാശയങ്ങൾക്ക് ഇന്ത്യൻ രാഷ്ട്രീയത്തിൽ ലഭിച്ച മുൻകൈയും ദേശീയ നാടകവേദിക്കായുള്ള അന്വേഷണങ്ങളും തെരുവു നാടകപ്രസ്ഥാനത്തിന്റെ വളർച്ചയ്ക്ക് സഹായകമായി. സാമൂഹ്യപ്രതിബദ്ധത പുലർത്തുകയും ജനകീയ നാടകപ്രസ്ഥാനത്തെ സാങ്കേതികമേന്മയുറ്റതാക്കാൻ ശ്രമിക്കുകയും ചെയ്തു. ഉൽപ്പൽദത്ത്, ബാദൽസർക്കാർ, സഫ്ദർ ഹാശ്മി, പ്രസന്ന തുടങ്ങിയവർ, പശ്ചിമബംഗാളിൽ ഡോക്യുമെന്ററി നാടകങ്ങളും പോസ്റ്റർ നാടകങ്ങളും ആദ്യമായി അവതരിപ്പിച്ചത് ഉൽപ്പൽദത്താണ്. അദ്ദേഹത്തിന്റെ നേതൃത്വത്തിലുള്ള പീപ്പിൾസ് ലിറ്റിൽ തിയേറ്ററിലെ കലാകാരന്മാരാണ് രാഷ്ട്രീയവിഷയങ്ങൾ കൈകാര്യം ചെയ്യുന്ന നാടകങ്ങൾ അവതരിപ്പിച്ചത്. ഉയർന്ന രംഗവേദിയോ രംഗോപകരണങ്ങളോ മേയ്ക്കപ്പോ ഉണ്ടായിരുന്നില്ല. തെരുവുമൂലകളിൽ ഒത്തുകൂടുന്ന കലാകാരന്മാർ സമകാലിക രാഷ്ട്രീയ പ്രശ്നങ്ങൾ നാടകമായി അരങ്ങേറുന്നു. പത്രങ്ങളിൽ നിന്നു റിപ്പോർട്ടുകൾ വായിച്ചും പുസ്തകങ്ങളിലെ ചില വരികൾ ഉദ്ധരിച്ചും മറ്റുമാണ് പ്രമേയത്തിലേക്ക് വരുന്നത്. ബംഗാളിലെ ദേശീയ കലാരൂപമായ 'ജാത്ര' ഇതിനായി അദ്ദേഹം ഉപയോഗപ്പെടുത്തി. 'ശതാബ്ദി' എന്ന നാടകസംഘവുമായി രംഗത്തെത്തിയ ബാദൽസർക്കാരും ഇന്ത്യൻ സമൂഹം നേരിടുന്ന സമകാലിക പ്രശ്നങ്ങൾതന്നെയാണ് നാടകങ്ങളിലൂടെ അവതരിപ്പിച്ചത്. കൽക്കത്തയിലെ പാർക്കുകളായിരുന്നു അവരുടെ രംഗവേദി.

ഡൽഹിയിലെ ചേരികളിലും ഫാക്ടറികളുടെ മുൻവശത്തും ബസ്സ്റ്റാന്റിലും തുടങ്ങിയ ജനങ്ങൾ കൂടുന്നിടത്തെല്ലാം എത്തി നാടകം അവതരിപ്പിച്ച സഫ്ദർ ഹാശ്മിയുടേത് ആവേശകരമായ അനുഭവമാണ്. സ്വന്തമായി എഴുതിയ ഇരുപത്തിരണ്ടു നാടകങ്ങൾ 'ജനനാട്യമഞ്ചി'ന്റെ നേതൃത്വത്തിൽ അവതരിപ്പിച്ചു. ഹാശ്മിയുടെ *ഔരത്ത്* (സ്ത്രീ) എന്ന തെരുവുനാടകം ആയിരത്തി അഞ്ഞൂറിലേറെ വേദികളിൽ അരങ്ങേറി. *ഹല്ലോ ബോൽ* എന്ന നാടകം അവതരിപ്പിച്ചുകൊണ്ടിരിക്കെ നടന്ന ഒരാക്രമണത്തിലാണ് സഫ്ദർഹാശ്മി രക്തസാക്ഷിത്വം വരിച്ചത്.

എഴുപതുകളുടെ അവസാനത്തിൽ കർണാടകത്തിൽ സജീവമായി

പ്രവർത്തിച്ചിരുന്ന സംഘമാണ് പ്രസന്നയുടെ നേതൃത്വമുണ്ടായിരുന്ന 'സമുദായ.' സൈക്കിളിൽ ജാഥയായി സഞ്ചരിച്ചാണ് അവർ നാടകങ്ങൾ അരങ്ങേറ്റിയിരുന്നത്. ജാഥാംഗങ്ങൾ എത്തിച്ചേരുന്ന പ്രദേശത്തെ നാടൻ കലാരൂപങ്ങളെക്കുറിച്ച് പഠിക്കുകയും ആ പ്രദേശം നേരിടുന്ന പ്രശ്നങ്ങളുമായി ഇണക്കി മുൻപ് ആസൂത്രണം ചെയ്ത പരിപാടികളിൽ അവതരിപ്പിക്കുകയും ചെയ്യുന്നു. കൈക്കൂലി, ഉദ്യോഗസ്ഥ ദുഷ്പ്രഭുത്വം, വർഗീയത തുടങ്ങിയ വിഷയങ്ങളിൽ കേന്ദ്രീകരിച്ച് ഒട്ടേറെ തെരുവുനാടകങ്ങൾ, ഷംസുൽ ഇസ്ലാമിന്റെ സാരഥ്യത്തിൽ നിശാന്ത് നാട്യമഞ്ച് അരങ്ങേറ്റി. പഞ്ചാബിലെ ഭീകരാന്തരീക്ഷം അവഗണിച്ചുകൊണ്ട് തെരുവുനാടകപ്രവർത്തനം നടത്തുന്ന ഗുരുചരൺസിങ്ങിന്റേതു ആവേശം നൽകുന്ന അനുഭവമാണ്. മുൻപു പറഞ്ഞ പ്രഗത്ഭരുടെ നേതൃത്വത്തിലല്ലാതെയും നിരവധി നാടകസംഘങ്ങൾ ഇന്ത്യയുടെ വിവിധ സംസ്ഥാനങ്ങളിൽ പ്രവർത്തിക്കുന്നു.

എഴുപതുകളുടെ ആദിയിൽ തെരുവുനാടകങ്ങൾ പ്രത്യക്ഷപ്പെട്ടു തുടങ്ങിയെങ്കിലും അതൊരു സംഘടിതപ്രസ്ഥാനമായി മാറുന്നത് ഇന്ത്യയിൽ നിലനിന്ന ആഭ്യന്തര അടിയന്തരാവസ്ഥ പിൻവലിച്ച ശേഷമാണ്. കെട്ടിനിർത്തിയ സർഗശക്തിയുടെ കുത്തിയൊഴുക്ക് എല്ലാ രംഗങ്ങളിലുമെന്ന പോലെ നാടകവേദിയിലുമുണ്ടായി. രാഷ്ട്രീയ രംഗവേദിയിലെ ഇടതുപക്ഷ ഉണർവും തെരുവുനാടകപ്രസ്ഥാനത്തിന്റെ വളർച്ചയെ സഹായിച്ചു. കേരളത്തിലെ സ്ഥിതിയും വ്യത്യസ്തമായിരുന്നില്ല. തെരുവുനാടകാവതരണങ്ങളും ചർച്ചകളും ക്യാമ്പുകളും സംസ്ഥാനത്തിന്റെ വിവിധ ഭാഗങ്ങളിൽവെച്ച് വിവിധ പുരോഗമനശക്തികളുടെ ആഭിമുഖ്യത്തിൽ സംഘടിപ്പിക്കപ്പെട്ടു.

ദേശീയ വിമോചനസമരത്തിന്റെയും സാമൂഹ്യപരിഷ്കരണ പ്രവർത്തനങ്ങളുടെയും തൊഴിലാളി വർഗപ്രസ്ഥാനത്തിന്റെയും എല്ലാം ഭാഗമായി നാടകത്തെ ഉപയോഗിച്ച പാരമ്പര്യം കേരളത്തിനുണ്ട്. *അടുക്കളയിൽ നിന്ന് അരങ്ങത്തേക്ക്, മറക്കുടയ്ക്കുള്ളിലെ മഹാനഗരം, ഋതുമതി, പാട്ടബാക്കി, നമ്മളൊന്ന്, കൂട്ടുകൃഷി, ഇതു ഭൂമിയാണ്, നിങ്ങളെന്നെ കമ്യൂണിസ്റ്റാക്കി, ഇങ്കിലാബിന്റെ മക്കൾ* തുടങ്ങിയ നാടകങ്ങൾ പ്രത്യക്ഷമായിത്തന്നെ രാഷ്ട്രീയ-സാമൂഹിക മാറ്റങ്ങൾ ഉന്നംവെച്ചുകൊണ്ടു രചിക്കപ്പെട്ടവയാണ്. ആശയ പ്രചാരണത്തിനായി നാടകത്തോടൊപ്പം മറ്റു ദൃശ്യകലാരൂപങ്ങളും അക്കാലങ്ങളിൽ ഉപയോഗിച്ചിരുന്നു.

> 1942ൽ കമ്യൂണിസ്റ്റുപാർട്ടി അംഗീകരിച്ച ജനകീയയുദ്ധ സിദ്ധാന്തത്തെത്തുടർന്ന്, ജാപ്പാക്രമണവിപത്തിനെപ്പറ്റി ജനങ്ങളെ ഉൽബുദ്ധരാക്കുവാൻ ഒരു വലിയ പ്രചാരണപരിപാടി പാർട്ടി ആവിഷ്കരിച്ചു. സാധാരണക്കാരായ നാട്ടുകാരെ ആകർഷിക്കത്തക്ക വണ്ണം കോൽക്കളി, ഓട്ടൻതുള്ളൽ മുതലായ എല്ലാ നാടൻ കലാരൂപങ്ങളിലൂടെയും പാർട്ടിയുടെ രാഷ്ട്രീയാഭിപ്രായങ്ങൾ അന്ന് പ്രചരിപ്പിച്ചു. സി അച്യുതമേനോൻ *ചെറുകാടിന്റെ പ്രതിഭ* പു. 196, ദേശാഭിമാനി ബുക്ക്ഹൗസ്, 1977)

ചെറുകാടും പ്രേംജിയും ആയിരുന്നു ഈദൃശ പ്രവർത്തനങ്ങൾക്ക് നേതൃത്വം നൽകിയത്. ചെറുകാടിന്റെ *മമ്മുക്കാക്ക* എന്ന ജാപ്പ് വിരോധ നാടകം, മേനോന്റെ മേനി, അച്ചാരം മടക്കി തുടങ്ങിയ തുള്ളലുകൾ ഇവയെല്ലാം ഇപ്രകാരത്തിൽ രചിക്കപ്പെട്ടവയാണ്.

1950 കളിൽ കോഴിക്കോട് ആസ്ഥാനമാക്കി പ്രവർത്തിച്ചിരുന്ന മലബാർ കേന്ദ്രകലാസമിതി, സാമൂഹ്യ പ്രമേയങ്ങൾ കൈകാര്യം ചെയ്യുന്ന നാടകങ്ങളെ പ്രോത്സാഹിപ്പിച്ചു. പൊതുവെ പറഞ്ഞാൽ സാമൂഹിക നാടകങ്ങളുടെ വളർച്ചയ്ക്ക് അനുകൂലാവസ്ഥയായിരുന്നു കേരളത്തിൽ അക്കാലത്തു നിലനിന്നിരുന്നത്. നിലവിലുള്ള ചട്ടക്കൂടിൽനിന്നുകൊണ്ട് പുരോഗമനാംശമുള്ള പ്രമേയങ്ങൾ അവതരിപ്പിക്കുകയായിരുന്നു. ഇതാകട്ടെ പിന്നീട് രാഷ്ട്രീയ നാടകവേദിയുടെ ദൗർബല്യവുമായി. പുതിയ കാലത്തിനു പുതിയ നാടകരൂപങ്ങളെന്ന തത്വം ബ്രെഹ്ത്തും മേയർ ഹോൾഡും ഇർവിൻ പിസ്കാറ്ററും നടപ്പിൽ വരുത്തിയത് ഓർത്തുകൊണ്ടാണ് ഇതെഴുതുന്നത്. *പാട്ടബാക്കി*യുടെയോ *നിങ്ങളെന്നെ കമ്യൂണിസ്റ്റാക്കി*യുടെയോ അവതരണരീതികളിൽ നിന്ന് വളരെയൊന്നും മുന്നോട്ടുപോകാൻ പ്രൊസീനിയത്തിലെ രാഷ്ട്രീയ നാടകാവതരണങ്ങൾക്ക് കഴിയാതിരിക്കുന്നത് ഈ ദൗർബല്യത്തിന്റെ ലക്ഷണമാണ്.

നാടകത്തിന്റെ ഭാവത്തെ സംബന്ധിച്ചിടത്തോളം ഈ നാടകകൃത്തുക്കൾ കൈക്കൊണ്ട വിപ്ലവകരമായ മാറ്റം രൂപത്തെ തെല്ലും സ്പർശിച്ചിരുന്നില്ല. അന്നുവരെ നിലനിന്നിരുന്ന നാടകശിൽപ്പങ്ങളുടെ രൂപങ്ങളിലുള്ള ഏതെങ്കിലും അതൃപ്തിയോ നാടകവേദിയുടെ പരിഷ്കരണത്തിനു വേണ്ടിയുള്ള ആഗ്രഹമോ പുതിയ ഭാവങ്ങൾക്കനുസരണമായി പുതിയ രൂപങ്ങൾ തേടിപ്പിടിക്കുവാനുള്ള അഭിനിവേശമോ അല്ല മറിച്ച് ജനപ്രീതികരമായി നിലവിലുള്ള രൂപത്തിന്റെ ചട്ടക്കൂട് സൂക്ഷിച്ചുകൊണ്ട് അതിലൂടെ തങ്ങൾക്ക് പറയേണ്ട കാര്യങ്ങൾ കൂടുതൽ പ്രേക്ഷകരോട് പറയേണ്ട അടിയന്തരാവശ്യമാണ് ആ നാടകകൃത്തുക്കളെ പ്രേരിപ്പിച്ചിരുന്നത്. എന്നുള്ള ജി ശങ്കരപ്പിള്ളയുടെ അഭിപ്രായം (*മലയാള നാടകസാഹിത്യചരിത്രം,* പേജ് 66) ഈ യാഥാർഥ്യം ചൂണ്ടിക്കാണിക്കുന്നു. എന്നാൽ കേരളത്തിൽ വളർന്നു പന്തലിച്ച ഇടതുപക്ഷപ്രസ്ഥാനം, ശക്തമായ ബോധനമാധ്യമമെന്ന നിലയിൽ തിരിച്ചറിഞ്ഞ നാടകവേദിയെ രൂപപരമായി മാറ്റിമറിക്കുന്നതിൽ വേണ്ടത്ര ശ്രദ്ധിച്ചുവെന്നു പറഞ്ഞുകൂടാ. മറ്റെല്ലാ സമരായുധങ്ങളെയും എന്നപോലെ നാടകവേദിയുടെയും മൂർച്ച കൂട്ടുകയെന്ന ദൗത്യനിർവഹണത്തിലെ പാളിച്ച ഒരു യഥാർഥ രാഷ്ട്രീയ നാടകവേദി രൂപം കൊള്ളുന്നതിനു തടസമായി. ഈ കുറവു പരിഹരിക്കുകയെന്ന ചരിത്രപരമായ ചുമതല നിറവേറ്റുക കൂടിയാണ് തെരുവുനാടകപ്രസ്ഥാനം ചെയ്തത്. വിപ്ലവകരമായ പ്രമേയം അരങ്ങേറുന്നതിനു വിപ്ലവകരമായ രൂപം കണ്ടെടുക്കുന്നതിൽ തെരുവുനാടക പ്രവർത്തകർ നല്ലൊരു പരിധിവരെ വിജയിച്ചിട്ടുണ്ട്. അധികാര കേന്ദ്രങ്ങളെ, വ്യവസ്ഥാപിതമൂല്യങ്ങളെ, ചൂഷക താൽപ്പര്യങ്ങളെ കിടിലം കൊള്ളിക്കാനുള്ള

ശക്തി ഈ ദൃശ്യമാധ്യമം തെളിച്ചുകഴിഞ്ഞു. സഫ്ദർ ഹാശ്മിയുടെ രക്തസാക്ഷിത്വം മറ്റൊരു അർഥമല്ല നമുക്ക് നൽകുന്നത്. വിപ്ലവകരവും ജനസമ്മതിയുള്ളതുമായ തെരുവുനാടകസങ്കേതത്തെ ശക്തമാക്കാനും കൂടുതൽ നവീകരിക്കാനുമുള്ള ബാധ്യത ജനകീയ നാടകപ്രവർത്തകർക്കുണ്ട്. കേരളത്തിലെ ക്ലാസിക്കൽ നാടൻ കലാരൂപങ്ങളുടെ സാങ്കേതികമികവുകൾ അടുത്തറിഞ്ഞ് പ്രയോഗിക്കാനുള്ള സാമർഥ്യം ആർജിക്കുകയെന്നതാണ് ഇതിനേറ്റവും ഉചിതമായ മാർഗം.

(*ജനയുഗം* വാരിക 1993 ഒക്ടോബർ 7)

13

കേരളത്തിലെ തെരുവുനാടകപ്രസ്ഥാനം

ദൃശ്യകലാസങ്കേതങ്ങളിൽ ഇളംതലമുറക്കാരനാണെങ്കിലും നമ്മുടെ നാട്ടുമൂലകൾക്കുപോലും പരിചിതമാണ് തെരുവുനാടകം. കേരളത്തിലെ വിവിധ രാഷ്ട്രീയ സാംസ്കാരിക പ്രസ്ഥാനങ്ങൾ ആശയപ്രചരണത്തിനായി ഈ മാധ്യമം ഉപയോഗിച്ചുവരുന്നു. സമരങ്ങളും പ്രക്ഷോഭങ്ങളും തിരഞ്ഞെടുപ്പുപോലെയുള്ള ചൂടേറിയ രാഷ്ട്രീയ സാഹചര്യങ്ങളും തെരുവുനാടകസംഘങ്ങൾക്ക് അനുകൂലമായ കാലാവസ്ഥയൊരുക്കുന്നു. പരിസ്ഥിതിവാദികളും സ്ത്രീ വിമോചന സംഘങ്ങളും എന്നുവേണ്ട ഏതു പ്രതിരോധ പ്രവർത്തനങ്ങളുടെയും മൂർച്ചയേറിയ സമരായുധമാണ് തെരുവുനാടകങ്ങൾ. ശാസ്ത്രസാഹിത്യ പരിഷത്ത് പോലുള്ള ബഹുജനപ്രസ്ഥാനങ്ങളും സർവകലാശാലകളിലെ വിദ്യാർഥി യൂണിയനുകളും തുടങ്ങി സമസ്തവിഭാഗങ്ങളും തെരുവു നാടകവേദിയിൽ വിശ്വസ്തനായ മിത്രത്തെയാണ് കണ്ടുമുട്ടുന്നത്. വ്യാപകമായ ഉപയോഗവും പ്രചാരവുമുള്ള ജനകീയ മാധ്യമമായി ഇതു മാറിയിരിക്കുന്നു.

അയഞ്ഞ ഘടനയും (Flexibility) കുറഞ്ഞ ചെലവും (Low cost) ഏതു നാട്ടുമൂലയിലും എത്തിച്ചേരാവുന്ന ചലനശേഷയും തെരുവു നാടകത്തെ ജനകീയമാധ്യമമാക്കുന്നു. അതിന്റെ മുഖ്യഭാവം വ്യവസ്ഥാവിരുദ്ധ സ്വഭാവമാണ്. ഭരണകൂടത്തിനും ഭരണകൂടശക്തികൾക്കുമെതിരെ കൊടുങ്കാറ്റു വിതയ്ക്കുന്ന ഒരു മാധ്യമത്തെ ക്രമസമാധാനപാലകർ ജീവിക്കാൻ അനുവദിക്കുകയില്ലല്ലോ. അത്തരം വ്യവസ്ഥ വിമർശനവേളയിൽ മുൻകൂട്ടി വിളംബരം ചെയ്യാതെ ജനമധ്യത്തിൽ എത്തി നാടകം അവതരിപ്പിച്ച് ജനങ്ങൾക്കിടയിൽ മറഞ്ഞുപോകാൻ, ഈ ഘടന സഹായകരമാണ്. ജനകീയ സംഘങ്ങളുടെ ഭദ്രമല്ലാത്ത സാമ്പത്തികതലമാണ് മറ്റൊരു ഘടകം. രംഗാവതരണത്തിനിടയിലോ ശേഷമോ ജനങ്ങളിൽ

നിന്നു സഹഭാവേന ലഭിക്കുന്ന പണം കൊണ്ടാകാം സംഘാംഗങ്ങൾ ദിവസങ്ങൾ പിന്നിടുന്നതും അടുത്ത ദിവസത്തെ പോസ്റ്റർ പ്രചരണത്തിനോ ജാഥാപരിപാടിക്കോ പശ്ചാത്തലമൊരുക്കുന്നതും. രാഷ്ട്രീയം സാമ്പത്തികം, സംസ്കാരം, ജാതി, പദവി എന്നിങ്ങനെ വിവിധ ഘടകങ്ങളെ ആസ്പദമാക്കി നോക്കിയാൽ പ്രക്ഷോഭങ്ങൾ എല്ലാം തന്നെ ഈ മേഖലകളിലെ അവഗണിക്കപ്പെടുന്നവരുടെ, നിന്ദിതരുടെ മറ്റൊരു തരത്തിൽ ഈ മേഖലകളിലെല്ലാമുള്ള ദളിതരുടെയോ ദരിദ്രരുടെയോ പക്ഷം ചേരുന്ന സ്വഭാവം ഉള്ളതായിരിക്കും. അതിനെ വികാരപരമായി സഹായിക്കുന്ന നാടകവേദിയെ ദരിദ്ര നാടകവേദി എന്നുവിളിക്കാം. ഗ്രോട്ടോവ്സ്കി വികസിപ്പിച്ചെടുത്ത 'പുവർ തിയേറ്റർ' സങ്കൽപ്പമല്ല ഇതെന്നു ശ്രദ്ധിക്കുക. ബ്രിട്ടനിലെ തെരുവുനാടക പ്രവർത്തകനായ ടോം തോമസിന്റെ 'നിർധനരുടെ നാടകവേദി' എന്നതിനോടാണ് ഇതിന് അടുപ്പം.

കേരളത്തിൽ തെരുവുമൂല നാടകങ്ങളാണ് കൂടുതലുമെന്ന ഒരു പരാതിയുണ്ട്. തെരുവിന്റെ മുഴുവൻ സാധ്യതകളും ഉപയോഗിക്കുന്നില്ല ഇത്തരം സംഘങ്ങൾ എന്നതാണ് പരാതിക്ക് അടിസ്ഥാനം. ബസ് സ്റ്റാന്റ്, വാണിഭശാലകൾ, പാർക്കുകൾ, വീഥികൾ, കെട്ടിടങ്ങൾ, വാഹനങ്ങൾ, ഇങ്ങനെ തെരുവിന്റെ വിവിധ ഭാഗങ്ങളെ ഉപയോഗപ്പെടുത്തുക, പ്രതിഭാധനരായ നാടകപ്രവർത്തകർക്ക് അസാധ്യമായ കാര്യമല്ല. ചില മുന്നാലോചനകളും ഒരുക്കങ്ങളും സാമ്പത്തിക സൗകര്യവും വേണ്ടിവരുമെന്നു മാത്രം. മേയർ, ഹോൾഡ്, ആൽബർട്ട് ഹൺട്, പീറ്റർഷൂമാൻ, റിച്ചാർഡ് ഷെഹ്നർ തുടങ്ങിയ നാടകപ്രതിഭകൾ ഇത്തരം നാടകാവതരണങ്ങൾ നടത്തിയിട്ടുള്ളതായി വായിച്ചിട്ടുണ്ട്. ഗവൺമെന്റ്, പൊലീസ് വിഭാഗം ഇവയുടെ ഒത്താശയോടെയും ചില അരങ്ങേറ്റങ്ങൾ നടത്തിയിട്ടുണ്ട്. മിസ്റ്ററി ബൂഫെ, സ്റ്റോമിങ് ഓഫ് വിന്റർ പാലസ് തുടങ്ങിയവ നഗരം നിറഞ്ഞ് പതിനായിരങ്ങളെ സാക്ഷിയാക്കി അരങ്ങേറുമ്പോൾ സോവിയറ്റ് യൂണിയൻ ഗവൺമെന്റ് പരിപൂർണ പിന്തുണ മേയർ ഹോൾഡിന് നൽകിയിരുന്നു. ഒരു തൊഴിലാളി വർഗഭരണകൂടത്തിന്റെ ഒത്താശയോടെ, നടന്നതുപോലെ മറ്റു നാടുകളിൽ നാടകാവതരണം സാധ്യമാക്കി എന്നു വരില്ല.

നിലവിലുള്ള നിയമവ്യവസ്ഥയ്ക്കകത്തു നിന്നുകൊണ്ടേ ഇങ്ങനെ ചെയ്യാനാകൂ. ട്രാഫിക് തടസമുണ്ടാകുമെന്ന പേരിൽ ഒരു തെരുവരങ്ങിനെ നിയമപാലകർക്ക് നിഷ്പ്രയാസം അടിച്ചൊതുക്കാം. ജനനാട്യമഞ്ചിന്റെ പ്രവർത്തകർ ഡൽഹി ട്രാൻസ്പോർട്ട് കോർപ്പറേഷന്റെ ബസ് ചാർജ് വർധനവിനെതിരെ അവതരിപ്പിച്ച നാടകത്തിന്റെ അനുഭവം അതായിരുന്നു. ബസ് കയറാൻ ക്യൂ നിൽക്കുന്നവർക്കിടയിലെ തർക്കത്തിൽ നിന്നു രൂപം കൊള്ളുന്ന ഈ നാടകം ജനങ്ങളിൽ സ്വാധീനം ചെലുത്താൻ തുടങ്ങിയതോടെ പൊലീസ് വേട്ടയാടാൻ തുടങ്ങി. ജനങ്ങൾ ഒന്നടങ്കം ചെറുത്തുനിന്നപ്പോൾ പൊലീസ് പിൻവാങ്ങി. ജനസ്വാധീനവും പിന്തുണയുമുള്ള സംഘമായിരുന്നു അതെന്നോർക്കുക. ഇത്തരമൊരു അവതരണ

ത്തിനു നേരെത്തെ കൂട്ടി അനുമതി വാങ്ങാൻ ചെന്നാൽ നിരോധന ഉത്തരവായിരിക്കും കയ്യിൽ കിട്ടുക. തടസങ്ങൾ മുൻകൂട്ടി കണ്ടാൽ പ്രമേയത്തിനു ആവശ്യമെന്നു തോന്നുന്ന സന്ദർഭങ്ങളിൽ തെരുവിന്റെ ദൃശ്യപ്പരപ്പിനെ പ്രയോജനപ്പെടുത്താൻ കഴിയും.

നാട്ടുഗദ്ദിക, കുരിശിന്റെ വഴി, ഇന്ത്യനവസ്ഥയുടെ വർത്തമാനങ്ങൾ, അങ്കക്കോഴികൾ, പടയോട്ടം, അകത്തമ്മ പുറത്തെ മക്കളോട്, സൂക്ഷിക്കുക ജീവൻ വിലയേറിയത് തുടങ്ങിയ ചില ഉദാഹരണങ്ങൾ കേരളത്തിലുമുണ്ട്. നാടൻ കലാരൂപങ്ങളിൽ നിന്ന് ഊർജം സ്വീകരിച്ച *നാട്ടുഗദ്ദികയും അങ്കക്കോഴിയും* കേരളത്തിന്റെ വിവിധ ഭാഗങ്ങളിൽ അവതരിപ്പിക്കപ്പെട്ടിട്ടുണ്ട്. പ്രേതബാധ ഒഴിവാക്കാനായി ഒരു സംഘം ആദിവാസിമന്ത്രവാദികൾ വീടുവീടാന്തരം കയറിയിറങ്ങി നടത്തുന്ന ഒരാഭിചാര ക്രിയയാണ് ഗദ്ദിക. സ്റ്റേജിലും തെരുവുമൂലകളിലും പറമ്പുകളിലും അരങ്ങേറിയിട്ടുള്ള നാട്ടുഗദ്ദിക വളരെ അയഞ്ഞ ഘടനയുള്ള ഒന്നാണെങ്കിലും തെരുവിന്റെ ഭാഷ സ്വന്തമാക്കുന്നതിൽ വിജയിച്ചുവെന്നു പറഞ്ഞുകൂടാ. അതിന്റെ ആവശ്യമുണ്ടായിരുന്നില്ലതാനും. അങ്കക്കോഴികളാകട്ടെ, റോഡിൽ ഇരുഭാഗത്തുനിന്നും വരുന്ന അക്രമാസക്തരായ വർഗീയ ജാഥകളെയും അവരെ ഏറ്റുമുട്ടിക്കുന്ന ശക്തികളെയും തെരുവിൽ വെച്ചു തന്നെ അവതരിപ്പിക്കുന്നു. ഉത്തരകേരളത്തിൽ നിലവിലുള്ള 'കോഴിയങ്ക'ത്തിന്റെ ഘടനയാണ് ഉപയോഗിച്ചിരിക്കുന്നത്. ക്രിസ്തുവിന്റെ കുരിശുചുമന്ന യാത്രയാണ് 'കുരിശുവഴി' അന്നത്തെ രാഷ്ട്രീയക്കാഴ്ചകൾ, കുരിശു ചുമന്നു പോകുന്ന ക്രിസ്തു ഓരോ തെരുവിലും കാണുകയാണ്. പതിനാറുകിലോമീറ്റർ നടക്കുന്നതിനിടയിൽ ആറുകേന്ദ്രങ്ങളിൽ ഇത്തരം തെരുവുനാടകങ്ങൾ ക്രിസ്തു കാണുന്നു. ആവിഷ്കാര സ്വാതന്ത്ര്യത്തിനായുള്ള സമരത്തിനിടെ രൂപംകൊണ്ട നാടകസംഘത്തെ, ക്രിസ്തുവിന്റെ വിചാരണ കഴിഞ്ഞ് യാത്ര തുടങ്ങുന്ന സമയത്ത് പൊലീസ് തടഞ്ഞു. നാടകകലാകാരന്മാരെ അറസ്റ്റു ചെയ്തു. പിന്നീട് നടന്നത് നൂറുകണക്കിനു ജനങ്ങൾ പങ്കെടുത്ത പൊലീസ്റ്റ് സ്റ്റേഷൻ മാർച്ചാണ്. പത്തു കിലോമീറ്റർ അപ്പുറത്തുള്ള സ്റ്റേഷനിലേക്കു ക്ഷോഭാകുലരായ ജനങ്ങൾ നടത്തിയ ജാഥ, നാടകവതരണത്തെക്കാൾ വാർത്താപ്രാധാന്യം നേടി. തെരുവു നാടകത്തിന്റെ രാഷ്ട്രീയ സ്വഭാവം മൂലം പരോക്ഷമായി ഉണ്ടാകുന്ന രാഷ്ട്രീയ ബോധത്തിന്റെ മാതൃകയാണിത്.

പുരാണങ്ങളിലോ ചരിത്രത്തിലോ ഉള്ള സംഭവങ്ങളുടെയം നാടൻ കലാരൂപങ്ങളിലെ യാത്രകളുടെയും മറ്റും മാതൃക സ്വീകരിച്ച് തെരുവുമൂലയിൽ നിന്നു സ്വാതന്ത്ര്യം നേടാം. ദാരികവധത്തിനായുള്ള കാളിയുടെ യാത്ര, ഉച്ചാടനകർമങ്ങൾ, ഗാന്ധിജിയുടെ ദണ്ഡിയാത്ര ഇങ്ങനെ ചിലതെല്ലാം ഉപയോഗിക്കപ്പെട്ടിട്ടുണ്ട്. പക്ഷേ പ്രാഥമികമായി ഓർക്കേണ്ട സംഗതി, ആശയവിനിമയത്തെ സഹായിക്കുന്നതാണോ, ഈ ചലനാത്മകത എന്നുള്ളതാണ്. ചുറ്റും നിൽക്കുന്ന ജനങ്ങളോട് സംവദിക്കാൻ എളുപ്പം തെരുവുമൂല തന്നെയല്ലേ? കലാകാരന്റെ ഉദ്ദേശ്യം ദൃശ്യപ്പൊ

ലിമയല്ലെന്നോർക്കണം. ജോൺ അബ്രഹാമിന്റെ 'നായ്ക്കളി' ജനങ്ങളും പ്രേക്ഷകരും തമ്മിലുള്ള ചോദ്യോത്തരങ്ങളിലൂടെ വികസിക്കുന്ന ഒരു നാടകരൂപമാണ്. ഗ്രാമത്തിലെ പ്രശ്നങ്ങളെക്കുറിച്ചു ചിന്തിക്കാൻ നാടകം പഠിപ്പിക്കുന്നു. ഓരോ ഗ്രാമത്തിലെയും പ്രശ്നങ്ങൾ നേരത്തെ പഠിച്ച നാടക കലാകാരന്മാർക്കു വിദഗ്ധമായി ഇതു നടപ്പിലാക്കാൻ കഴിയും. ഇത്തരം അവസരങ്ങളിൽ തെരുവുമൂലകളായിരിക്കും സൗകര്യം. വ്യത്യസ്ത ആവശ്യങ്ങളുമായി തെരുവിലെത്തുന്ന പ്രേക്ഷകനെ പിടിച്ചു നിർത്തി കാര്യം പറയാനുള്ള മിടുക്ക്, അതിനാവശ്യമായ രംഗഭാഷ ഇതാണ് തെരുവുനാടക പ്രവർത്തകർ സ്വായത്തമാക്കേണ്ടത്. ഇക്കാര്യത്തിൽ വേണ്ടത്ര, ഈ സംഘങ്ങൾ, ശ്രദ്ധിക്കുന്നില്ലെന്നത് നിർഭാഗ്യകരമാണ്. ദുർബലമായ രൂപം, ആശയത്തെയും ദുർബലമാക്കുമെന്നത് ആശയവിനിമയത്തിന്റെ സത്യമാണല്ലോ.

കേരളത്തിലെ ആദ്യത്തെ തെരുവരങ്ങ് ഏതെന്ന ചോദ്യത്തിന് ചരിത്രത്തിൽ വലിയ സ്ഥാനമുണ്ടാകാനിടയില്ല. കാരണം തെരുവിൽ അല്ലെങ്കിൽ ജനമധ്യത്തിലെ രംഗാവതരണങ്ങൾ ഏതു നാട്ടിലും പണ്ടേക്കുപണ്ടേ ഉള്ളതാണല്ലോ. യൂറോപ്പിലെ 'വിശുദ്ധനാടകങ്ങൾ' (Scared Drama)പോലെ, ആന്ധ്രയിലെ 'വീഥിനാടകം' പോലെ തമിഴ്നാട്ടിലെ 'തെരുക്കൂത്തു' പോലെ കേരളത്തിലെ 'കാക്കരശ്ശിനാടക'വും 'പൊറാട്ടു'കളും മറ്റു അനവധി നാടൻകലകളും തുറന്ന അരങ്ങിൽ അവതരിപ്പിച്ചിരിക്കുന്നവയാണ്. പേജന്റ് നാടകങ്ങൾ അരങ്ങേറിയ അലങ്കരിച്ച തട്ടുവണ്ടികൾ സോവിയറ്റുറഷ്യയിലെ വിപ്ലവനാടകക്കാരുടെ ലോറികളുടെ മുകളിൽ വെച്ചുകെട്ടിയ പ്ലാറ്റ്ഫോമുകൾ, ഹബീബ് തൻവീറിന്റെ സംഘം ഉപയോഗിച്ച് ട്രാമുകളുടെ മുകൾപ്പരപ്പ് അങ്ങനെ തുറന്ന അരങ്ങിനു തന്നെ വൈവിധ്യമുണ്ട്.

മധ്യകാല നാടകങ്ങളിൽ നിന്നും, നാടോടി കലാരൂപങ്ങളിൽ നിന്നും തെരുവുനാടകങ്ങൾക്ക് എന്തു വ്യത്യസ്തതയാണുള്ളത്? തെരുവുനാടകങ്ങളെ അതിന്റെ രാഷ്ട്രീയ സ്വഭാവം കൊണ്ട് നിർവചിക്കാം എന്നുള്ളതാണ് ഉത്തരം. സ്വാഭാവികമായും ഏതു രാഷ്ട്രീയമെന്ന അടുത്ത ചോദ്യമുയരാം. കേരളത്തിലെ മിക്കവാറും എല്ലാ രാഷ്ട്രീയ കക്ഷികളുടെ യുവജനസംഘങ്ങളും തെരുവിൽ നാടകം കളിച്ചിട്ടുണ്ട്. 'ശാസ്ത്രസാഹിത്യ പരിഷത്ത്', 'ജനകീയസാംസ്കാരികവേദി' പുരോമഗന കലാസാഹിത്യ സംഘം' തുടങ്ങിയ ബഹുജനപ്രസ്ഥാനങ്ങൾ 'സമത', 'മാനുഷി' പോലുള്ള സ്ത്രീവിമോചന സംഘങ്ങൾ, തിരുവനന്തപുരം 'നാടകയോഗം', 'ആലുവ കോറസ്', 'ചേർപ്പ് നാട്ടരങ്ങ്' തൃശൂർ 'രംഗചേതന' 'റൂട്ട്' പോലുള്ള നാടകഗ്രൂപ്പുകൾ ഇവയെല്ലാം 10 തെരുവരങ്ങിലെത്തിയിട്ടുണ്ട്. അപ്പോൾ കക്ഷിരാഷ്ട്രീയമല്ല. ഇവിടെ രാഷ്ട്രീയമെന്നതുകൊണ്ട് ഉദ്ദേശിക്കുന്നത്. തെരുവു നാടകത്തിന്റെ പ്രമേയം വ്യവസ്ഥാവിമർശനം ഉൾക്കൊള്ളുന്നതായിരിക്കണം. മഹാഭൂരിപക്ഷം വരുന്ന ജനതയുടെ ദുരിതങ്ങളിൽ നിന്നു വളർന്നുവരുന്ന രോഷത്തിന്റെ സ്വരതീവ്രത അതിനു

ണ്ടാകണം. തുറസ്സായ സ്ഥലത്ത് ജനമധ്യത്തിൽ അവതരിപ്പിക്കുന്ന വ്യവസ്ഥാവിരുദ്ധ സ്വഭാവമുള്ള രാഷ്ട്രീയനാടകം തന്നെയാണ് തെരുവുനാടകം. അതുകൊണ്ട്, തെരുവുനാടകവേദിയിൽ സഫ്ദറിനെപ്പോലെ രക്തസാക്ഷികളുണ്ടാകുന്നു. പൊലീസിന്റെയും ഗുണ്ടകളുടെയും മർദനമേറ്റവരും കേസുകൾകൊണ്ട് നിരന്തരം പീഡിപ്പിക്കപ്പെട്ടവരും മാനഭംഗത്തിനിരയായവരും തെരുവുനാടക പ്രവർത്തകർക്കിടയിൽ ഉള്ളത് ഈ സ്വഭാവം കൊണ്ടാണ്.

ഇന്ത്യയിലൊട്ടുക്ക് എന്നപോലെ അടിയന്തരാവസ്ഥ പിൻവലിച്ചശേഷമുള്ള രാഷ്ട്രീയ കാലാവസ്ഥയാണ് കേരളത്തിലും തെരുവുനാടകവേദിയെ വളർത്തിയത്. ജി ശങ്കരപ്പിള്ള നേതൃത്വം നൽകിയ നാടകക്കളരികളും 1978 ലെ കൊച്ചിദേശീയ നാടകോത്സവവും മറ്റും സൃഷ്ടിച്ച നാടകാവബോധം തെരുവുനാടകത്തിന്റെ വളർച്ചയെ രൂപപരമായി സഹായിച്ചിട്ടുണ്ട്. പ്രത്യേകിച്ചും കോറസ് മാതൃകയിലുള്ള രംഗാഭിനയം, കർണാടകത്തിലെ 'സമുദായ'ഗ്രൂപ്പിന്റെ അനുഭവസമ്പത്തുള്ള പ്രസന്നയുടെ സാന്നിധ്യത്തിൽ തൃശൂരിൽ നടന്ന 'മെയ്ദിനനാടക അക്കാദമി'യും ജനകീയ സാംസ്കാരികവേദിയുടെ ആലപ്പാട്ട് കരിവള്ളൂർ തെരുവുനാടക ക്യാമ്പുകളും പുരോഗമന കലാസാഹിത്യസംഘം പെരുവണ്ണാമൂഴിയിൽ (കോഴിക്കോട്) നടത്തിയ തെരുവു നാടകക്യാമ്പും കേരളത്തിൽ ഈ രംഗത്തു പ്രവർത്തിക്കുന്നവർക്കു കളരികളായി.

നാടകരംഗത്തു മുൻനിരക്കാരായിരുന്ന ജി ശങ്കരപ്പിള്ളയും പി എം താജും അടക്കം നിരവധി പേർ തെരുവുനാടകരംഗത്തെ പ്രവർത്തനവുമായി ബന്ധപ്പെട്ടിട്ടുണ്ട്. സ്ക്രിപ്റ്റ് പ്രധാന ഘടകമല്ലാത്തതുകൊണ്ടും താൽക്കാലിക ആവശ്യത്തിനുവേണ്ടി എഴുതുന്നതാകകൊണ്ടും രചയിതാക്കളെ, നാടകങ്ങളുടെ പേരിൽ ചൂണ്ടിക്കാട്ടുക പ്രയാസമാണ്. വി കെ പ്രഭാകരൻ, ജോയി മാത്യൂ, മധുമാസ്റ്റർ, പി എ എം ഹനീഫ്, അലക്സാണ്ടർ പോപ്പ്, കെ എം രാഘവൻ നമ്പ്യാർ, കരിവെള്ളൂർ മുരളി, ജോസ് ചിറമേൽ, കോലഴി നാരായണൻ ഇ ടി വർഗീസ്, പ്രേംപ്രസാദ്, മുല്ലനേഴി 'പോൾസൺ ചേറ്റുപുഴ' പ്രിയൻ വല്ലച്ചിറ, കെ ഉണ്ണികൃഷ്ണൻ, പി ഗംഗാധരൻ, രാജശേഖരൻ ഓണന്തുരുത്ത്, എ ആർ രതീശൻ, ബാബു ആലുവ, എ ആർ ചിദംബരം, എം എസ് മോഹനൻ, പനങ്ങാട് തങ്കപ്പൻപിള്ള തുടങ്ങിയവർ തെരുവുനാടകവുമായി ബന്ധപ്പെട്ടു പ്രവർത്തിച്ചവരിൽ ചിലരാണ്. ഇവർ ന്യൂക്ലിയസ്സായിരിക്കും. സ്ക്രിപ്റ്റും സംവിധാനവും മിക്കവാറും സംഘപ്രവർത്തനവുമാണ് എന്നർഥം.

ചിലപ്പോൾ സ്റ്റേജ് നാടകങ്ങൾ തെരുവിൽ അരങ്ങേറി കണ്ടിട്ടുണ്ട്. ഇതൊരു പാഴ്വേലയാണ്. പ്രൊസീനിയം തിയേറ്ററിന് അതിന്റേതായ പ്രസക്തിയുണ്ട്. അതിന്റെ സൗകര്യങ്ങൾക്കനുസരിച്ച് ചിട്ടപ്പെടുത്തിയവ കലാംശം ചോർത്തി തെരുവിലിറക്കുകയല്ല, പ്രൊസീനിയത്തിലെ രംഗസാമഗ്രികൾ ഉപയോഗിച്ച് അർഥവത്തായ രംഗരചനയ്ക്ക് ഉത്സാഹിക്കുകയാണു വേണ്ടത്. ശങ്കരപ്പിള്ളയുടെ *മൂന്നു പണ്ഡിതന്മാരും പരേതനായ*

ഒരു സിംഹവും, *ഉച്ചാടനം*, ബാലചന്ദ്രന്റെ *മകുടി*. പി എം താജിന്റെ *രാവുണ്ണി* തുടങ്ങിയ നാടകങ്ങൾ ഇങ്ങനെ അവതരിപ്പിച്ച് നശിപ്പിക്കുന്ന തുകണ്ടിട്ടുണ്ട്. എന്നാൽ ഇ ടി വർഗീസ് സംവിധാനം ചെയ്ത തൃശൂർ രംഗചേതന അവതരിപ്പിച്ച ലേഡി ഗ്രിഗറിയുടെ *തീരം* പോലുള്ള നാടക ങ്ങൾ സ്റ്റേജിലേക്കാൾ ഫലവത്തായത് തെരുവിലാണ്. *നാടുഗദ്ദിക* ആദ്യം സ്റ്റേജിലവതരിപ്പിച്ചു പരാജയത്തിന്റെ രുചി അറിഞ്ഞതാണല്ലോ. അതി നുശേഷമാണ് തുറന്ന അരങ്ങിലെത്തിയത്.

തീരെ അഭികാമ്യമല്ലാത്ത ഒരു പ്രവണത ഇപ്പോൾ കേരളത്തിൽ വളർന്നു വരുന്നുണ്ട്. അതാണ് 'തെരുവുനാടകമത്സരം.' ഈ മത്സരം ഏതെങ്കിലും വയലിലോ വരമ്പിൻ മൂലയിലോ ആകും. ആസന്നമായ ഒരു വിപത്തിനെക്കുറിച്ചു മുന്നറിയിപ്പു നൽകാൻ ഉപയോഗപ്പെടുത്തേണ്ട സമരായുധമാണ് തെരുവുനാടകം. അതിനു മത്സരം സാധ്യമാകുന്നതെ ങ്ങനെ? നമ്മുടെ പഴയ ഏകാങ്ക നാടകമത്സരത്തിന്റെ പുതിയ പതിപ്പാ ണിത്. സ്റ്റേജും കർട്ടനും മൈക്കും മറ്റും ഒഴിവാക്കിക്കിട്ടും. രംഗത്തു കോറ സുമതി മറ്റു ചെലവുകളില്ലതാനും. അമേച്വർ നാടകവേദിയിലെ വൈവി ധ്യത്തിനും ആരോഗ്യത്തിനും ഭീഷണിയാണ് 'തെരുവുനാടകമത്സര'ങ്ങൾ എന്നു പറയേണ്ടതില്ലല്ലോ. മത്സരം ഏകാങ്കങ്ങൾക്കു മതിയെന്നു വെയ്ക്ക ണം.

കോറസിനുള്ള അംഗങ്ങൾ തികഞ്ഞാൽ തെരുവുനാടകം ചമ യ്ക്കുന്ന ദ്രോഹത്തിൽ നിന്നു ജനകീയ സംഘങ്ങൾ പിൻമാറി വീണ്ടു വിചാരം നടത്തേണ്ടതുണ്ട്. തിരഞ്ഞെടുപ്പുകാലത്ത്, വിളിച്ചുകൂട്ടി, കാവി മുണ്ടും തോർത്തുകൊണ്ടും തലേക്കെട്ടുമായി, തെരുവിലെത്തി, യാന്ത്രി കമായി എന്തോ വിളിച്ചുപറയുന്ന, സംഘപ്രവർത്തനം ജനങ്ങളിൽ മടു പ്പുളവാക്കുന്നുണ്ട്. ഒരു കലാസങ്കേതമാണ് ഇതെന്ന കാര്യം മറക്കരുത്. അഞ്ചുപേരുടെ പ്രസംഗമല്ല തെരുവുനാടകം. അവിടെ അഭിനയമുണ്ട്. നടനുണ്ട്. കലാകാരന്മാരുണ്ട്. ഉണ്ടാകണം. എങ്കിലേ പ്രേക്ഷകൻ ശ്രദ്ധി ക്കൂ. അതുകൊണ്ട് തന്റെ മാധ്യമത്തിന്റെ മൂർച്ച കൂട്ടാൻ ജനകീയ നാട കപ്രവർത്തകൻ സദാ ശ്രദ്ധിക്കണം. നമ്മുടെ നാടകവേദിയിൽനിന്നും ഊർജം സമ്പാദിച്ചും പുതിയരംഗപരീക്ഷണങ്ങൾ ആവിഷ്കരിച്ചും മാത്രമേ ഈ രംഗത്ത് പുതിയ മുന്നേറ്റം സാധ്യമാകൂ.

(*സംസ്കാര കേരളം*, 1994, ജൂലായ് സെപ്തംബർ)

14

നാടകവേദി: മർദനോപകരണവും വിമോചനായുധവും

സാമ്പത്തിക രാഷ്ട്രീയ രംഗങ്ങളിൽ മേധാവിത്വം നിലനിർത്താൻ ഏത് നിഷ്ഠുരമാർഗവും അവലംബിക്കുന്ന നവകൊളോണിയലിസത്തിന്റെ ഭീകരമുഖം ദർശിച്ചുകൊണ്ടാണ് ഓരോ ലാറ്റിനമേരിക്കക്കാരന്റെയും ദിനരാത്രങ്ങൾ കടന്നുപോകുന്നത്. വ്യക്തിഗതസ്വാതന്ത്ര്യത്തിന്റെയും ജനാധിപത്യത്തിന്റെയും വക്താക്കളായി ലോകജനതയ്ക്കു മുമ്പാകെ പ്രത്യക്ഷപ്പെടുന്ന അമേരിക്കൻ സാമ്രാജ്യത്വം, ലാറ്റിനമേരിക്കയിലെത്തുമ്പോൾ എല്ലാവിധ ജനാധിപത്യമര്യാദകളെയും കുഴിച്ചുമൂടുന്നു. ജനകീയ ജനാധിപത്യ ഗവൺമെൻറുകളെ അട്ടിമറിച്ചും വിപ്ലവ പാർട്ടിപ്രവർത്തകരെ ശാരീരികമായി വകവരുത്തിയും പൗരാവകാശധ്വംസനം നടത്തിയുമാണ് ബൂർഷ്വാ ലിബറലിസം അവർ ലാറ്റിനമേരിക്കയിൽ ആഘോഷിക്കുന്നത്. ജന്മനാട്ടിലെ ഭീതിജനകമായ അവസ്ഥയെക്കുറിച്ച് നോവലിസ്റ്റും ഇടതുപക്ഷ പത്രപ്രവർത്തകനുമായ ഗബ്രിയേൽ ഗാർഷ്യ മാർക്വെസ്, തന്റെ നോബൽ പുരസ്കാരപ്രഭാഷണത്തിൽ ഇപ്രകാരം പറഞ്ഞു.

> ഞങ്ങൾക്ക് ഒരു നിമിഷം പോലും വിശ്രമമുണ്ടായില്ല. എരിയുന്ന കൊട്ടാരത്തിൽ ബന്ധനസ്ഥനായ പ്രൊമെത്തിയൂസിനെപ്പോലുള്ള ഒരു രാഷ്ട്രത്തലവൻ ഒരു മഹാസൈന്യത്തെ ഒറ്റയ്ക്കെതിരിട്ട് മൃത്യുവരിച്ചു. അഞ്ച് യുദ്ധങ്ങളും പതിനേഴ് സൈനിക അട്ടിമറികളും എന്റെ നാട്ടിൽ നടന്നു. പൈശാചികനായ ഒരേകാധിപതി രംഗപ്രവേശം ചെയ്തു. സമകാലീന ലാറ്റിനമേരിക്കയിലെ ആദ്യത്തെ വംശഹത്യയാണയാൾ നടത്തിക്കൊണ്ടിരിക്കുന്നത്. യൂറോപ്പിലാകെ 1970നു ശേഷം ജനിച്ചതിലേറെ കുഞ്ഞുങ്ങൾ 20 ദശലക്ഷം ലാറ്റിനമേരിക്കൻ കുഞ്ഞുങ്ങൾ, വയസെത്തും മുമ്പേ

> മരണമടഞ്ഞു. മർദകഭരണംമൂലം കാണാതായവരുടെ എണ്ണം ഒരു ലക്ഷത്തിയിരുപതിനായിരം വരും. ഗർഭിണികളായിരിക്കേ നിരവധി സ്ത്രീകൾ അറസ്റ്റുചെയ്യപ്പെട്ടു. കാരാഗൃഹങ്ങൾ കുഞ്ഞുങ്ങൾക്ക് ജന്മം നൽകി. പക്ഷേ ആ കുഞ്ഞുങ്ങളെ തിരിച്ചറിയാനും അവരുടെ ഇപ്പോഴത്തെ ഗതിയെന്തെന്ന് മനസിലാക്കാനും സാധ്യമല്ല. ഈയൊരവസ്ഥ മാറ്റിയെടുക്കാൻ ശ്രമിച്ചതിന് രണ്ടുലക്ഷം വരുന്ന സ്ത്രീപുരുഷന്മാർ ലാറ്റിനമേരിക്കയിലാകെ മൃത്യുവരിച്ചിട്ടുണ്ട്. ആതിഥേയത്വത്തിന്റെ പ്രശസ്ത പൈതൃകമുള്ള ചിലിയിൽനിന്ന് ഒരു ദശലക്ഷംപേർ പലായനം ചെയ്തിരിക്കുന്നു. ജനസംഖ്യയുടെ പത്തുശതമാനം ലാറ്റിനമേരിക്കൻ ഭൂഖണ്ഡത്തിൽ ഏറ്റവും പരിഷ്കൃതർ തങ്ങളാണെന്നു കരുതുന്ന 2.3 ദശലക്ഷം ജനസംഖ്യ മാത്രമുള്ള ഉറുഗ്വേയിൽ അഞ്ചിലൊരു പൗരൻവീതം ഇന്നു രാജ്യഭ്രഷ്ടനാണ്. എൽസാൽവദോറിലെ ആഭ്യന്തരകലാപം ഓരോ ഇരുപതുമിനിറ്റിലും ഒരു അഭയാർഥിയെവീതം സൃഷ്ടിച്ചിട്ടുണ്ട്. രാജ്യഭ്രഷ്ടരും മറ്റു രാജ്യങ്ങളിൽ കുടിയേറാൻ നിർബന്ധിതരുമായ ലാറ്റിനമേരിക്കക്കാർ ഒന്നിച്ചാൽ നോർവെയുടെ ജനസംഖ്യയെക്കാളേറെവരും.

ഏറിയോ കുറഞ്ഞോ ലാറ്റിനമേരിക്കൻ നാടുകളുടെ രാഷ്ട്രീയസ്ഥിതി ഇതാണ്. 1959 ൽ വിമോചനം പ്രഖ്യാപിച്ച, ഫിദൽ കാസ്ട്രോ നേതൃത്വം നൽകുന്ന, ക്യൂബ മാത്രമാണ് അപവാദം. ലാറ്റിനമേരിക്കയുടെ സാമ്പത്തിക രാഷ്ട്രീയ രംഗങ്ങൾ എന്നപോലെ സാംസ്കാരികരംഗത്തും നവകൊളോണിയലിസ്റ്റു ശക്തികൾ പിടിമുറുക്കിയിട്ടുണ്ട്. ടെലിവിഷൻ പ്രക്ഷേപണ സമയത്തിന്റെ 30 ശതമാനവും കയ്യടക്കുന്നത് അമേരിക്കൻ സീരിയലുകളാണ്. ഇവയുടെ വികൃതാനുകരണങ്ങളാണ് പ്രാദേശികമായുണ്ടാക്കുന്ന സീരിയലുകൾ. സിനിമാവിതരണം, പ്രസ്, വാർത്ത, പരസ്യ ഏജൻസികൾ ഇവയെല്ലാം നിയന്ത്രിക്കുന്നത് ബഹുരാഷ്ട്രക്കുത്തകകളാണ്. 'വോയ്സ് ഓഫ് അമേരിക്ക'യും യു എസ് ഐ എ യും ലാറ്റിനമേരിക്കയെ കേന്ദ്രീകരിച്ച് വൻതോതിൽ പണമിറക്കുന്നു. രാഷ്ട്രീയവും സാംസ്കാരികവും കൈകോർത്തു പിടിച്ച് സാമ്പത്തിക ചൂഷണത്തിന്റെ പാതകൾ സുഗമമാക്കുന്ന തെളിഞ്ഞ ചിത്രം ഈ നാടുകളിൽ കാണാം.

നാനാരംഗങ്ങളിൽ നിലനിൽക്കുന്ന കൊടിയ ചൂഷണത്തിനും പീഡനങ്ങൾക്കുമെതിരേയുള്ള ചെറുത്തുനിൽപ്പാണ് ലാറ്റിനമേരിക്കൻ ജനതയുടെ ജീവിതയാഥാർഥ്യം. സഹനത്തിന്റെയും സമരത്തിന്റെയും മുഹൂർത്തങ്ങൾ നിറഞ്ഞതാണ് അവരുടെ ഓരോ ദിവസവും. രാഷ്ട്രീയ രംഗത്തെന്നപോലെ സാംസ്കാരികരംഗത്തും അതിശക്തമായ പ്രതിരോധപ്രവർത്തനമാണ് അവിടെ നടക്കുന്നത്. തന്റെ കവിത എന്തുകൊണ്ടാണ് ഇലകളെയും കിനാവുകളെയും ജന്മനാട്ടിലെ കൂറ്റൻ അഗ്നിപർവതങ്ങളെയുംകുറിച്ച് സംസാരിക്കാത്തതെന്നുള്ള ചോദ്യത്തിന് "വരൂ ഈ തെരുവുകളിലെ രക്തം കാണൂ" എന്നായിരുന്നു പാബ്ലോ നെരൂദയുടെ

മറുപടി. ക്യാമറയും പ്രോജക്ടറും അവർക്ക് സമരായുധങ്ങളാണ്. വിദ്യാഭ്യാസത്തിനും (ഉദാ: പൗലോ ഫ്രെയർ) മതത്തിനും (ഉദാ: കാമിലോ തോറ തുടങ്ങിയവർ) അവിടെ നിർവഹിക്കാനുള്ളത് വിമോചനദൗത്യമാണ്.

വിമോചനപ്പോരാട്ടത്തിനുള്ള അതിശക്തമായ ഒരായുധമാണ് നാടകവേദിയെന്ന് പ്രഖ്യാപിച്ച ഓഗസ്റ്റോ ബോളിന്റെ സ്ഥാനവും ഇവർക്കൊപ്പമാണ്. നൂറ്റാണ്ടുകളായി ഉപരിവർഗം നിയന്ത്രിക്കുന്ന നാടകവേദിയിലേക്ക് മർദിത ജനത ഇരച്ചുകയറുകയും അധീശത്വം സ്ഥാപിക്കുകയും വിമോചനായുധമായി അതിനെ പ്രയോഗിക്കുകയുമാണ് വേണ്ടതെന്ന് ഓഗസ്റ്റോ ബോൾ ഓർമപ്പെടുത്തുന്നു. കാരണം, ഭരണവ്യവസ്ഥയുടെ മർദനോപാധിയായി പ്രയോഗിക്കപ്പെടുന്ന നാടകവേദി യഥാർഥത്തിൽ ജനങ്ങളുടെ കൂട്ടായ്മയിൽ നിന്ന് ജ്വലിച്ചുയർന്നതാണ്. തുറസ്സായ സ്ഥലത്ത് ജനങ്ങൾ സംഘം ചേർന്ന് അവതരിപ്പിച്ചുപോന്ന രൗദ്രസ്തോത്രത്തിൽ നിന്നാണ് നാടകവേദി വികസിച്ചത്. വർഗ വർണവ്യത്യാസമില്ലാതെ ജനങ്ങളൊന്നാകെ ഉത്സവത്തിമിർപ്പോടെ അനുഭവിച്ചുപോന്ന നാടകവേദിയിൽ പിന്നീട് കുലീനവർഗം ആധിപത്യം സ്ഥാപിക്കുകയും മതിലുകളുയർത്തുകയും ചെയ്തു. ജനങ്ങൾക്കിടയിൽനിന്ന് തെരഞ്ഞെടുത്ത ഏതാനുംപേരെ വേദിയിലേക്ക് കയറ്റി. അവർക്കുമാത്രമായി അഭിനയിക്കാനുള്ള അവകാശം. ബാക്കിയുള്ളവർ പ്രേക്ഷകരുടെ കൂട്ടംമാത്രം. അധീശവർഗ പ്രത്യയശാസ്ത്രത്തിന്റെ തോൽവിയില്ലാത്ത അവതരണത്തിനായി കഥാപാത്രങ്ങളിൽ വീണ്ടും വിഭജനമുണ്ടാക്കി. ചിലർ നായകന്മാർ, ബാക്കിയുള്ളവർ ഉപനായകന്മാരും കോറസും. രണ്ടാമത്തെ വിഭാഗമാണ് സാധാരണജനങ്ങളുടെ പ്രതിനിധികൾ. പിന്നീട് ബൂർഷ്വാസി രംഗത്തുവരികയും നായകന്റെ ആത്മാവിൽ കുടിയേറുകയും ചെയ്തു. ഇങ്ങനെയാണ് നാടകവേദി ഒരു മർദനോപാധിയായിത്തീർന്നത്.

ഇത് സ്വാതന്ത്ര്യത്തിനായി പോരാടുന്ന ജനങ്ങളുടെ കാലമാണ്. കോറസുകളുടെ കാലം. ഇന്നലെവരെ അടിച്ചമർത്തപ്പെട്ടവർ, അവഗണിക്കപ്പെട്ടവർ അരങ്ങിലേക്ക് പ്രവേശിക്കുകയും ആധിപത്യം സ്ഥാപിക്കുകയുംചെയ്യേണ്ടിയിരിക്കുന്നു. കഥാപാത്രവും പ്രേക്ഷകരുമെന്ന വേർതിരിവ് ഇല്ലാതാകണം. സമൂഹത്തിന്റെ കൂട്ടായ പ്രയോജനമെന്ന മൗലിക ധർമം നിറവേറ്റാൻ നാടകവേദിയെ ഉപയോഗിക്കണം. മർദിതജനത അഭിനയത്തിൽ പങ്കുകൊണ്ടു നാടകവേദി തിരിച്ചുപിടിക്കുന്നതോടെ അത് വിമോചനപ്പോരാട്ടത്തിന്റെ ആയുധപ്പുരയായിത്തീരുമെന്ന് ഓഗസ്റ്റോ ബോൾ പ്രഖ്യാപിക്കുന്നു.

ബ്രസീലിയൻ നഗരമായ സാവോ പോളോയിലെ 'അരീന തിയേറ്ററി'ന്റെ മുഖ്യസംഘാടകനും അവിടെ അവതരിപ്പിച്ച പല നാടകങ്ങളുടെയും സംവിധായകനും എന്ന നിലയിലാണ് ഓഗസ്റ്റോ ബോളിന്റെ നാടകജീവിതം ആരംഭിക്കുന്നത്. വിശ്വനാടകവേദിയിലെ ക്ലാസിക് നാടകങ്ങൾ അരങ്ങേറ്റിയിരുന്ന അരീന തിയേറ്റർ ആരോഗ്യകരമായ നാടകബോധം

വളർത്തിയെടുക്കുന്നതിൽ അർപ്പിതമനസ്കരായിരുന്നു. മാക്സിം ഗോർക്കി, ഗൊഗോൾ, സ്റ്റൈൻബക്ക്, മോളിയേ, ബർതോൾഡ്, ബ്രെഹ്ത് തുടങ്ങിയ പ്രസിദ്ധരുടെ നാടകങ്ങൾ പലതവണ അരങ്ങേറി. അതോടൊപ്പം ലാറ്റിനമേരിക്കയിലെ സർഗധനരായ നാടകകൃത്തുക്കളെ വെളിച്ചത്തുകൊണ്ടുവരാനും അരീന തിയറ്ററിന് കഴിഞ്ഞു. 1958 മുതലേ ഓഗസ്റ്റോ ബോൾ സജീവമായി രംഗത്തുവന്നു. ക്ലാസിക് നാടകങ്ങളെ വർത്തമാന സാമൂഹ്യാവസ്ഥകൾക്ക് ഇണങ്ങുന്ന ധ്വനിപാഠം നൽകി അവതരിപ്പിക്കാനും പരമ്പരാഗത നാടകസങ്കേതങ്ങളെ ലംഘിക്കാനുമുള്ള പ്രവണത ഇക്കാലംമുതലേ അദ്ദേഹം പ്രകടിപ്പിച്ചിരുന്നു.

1964 ൽ അധികാരത്തിലെത്തിയ ബ്രസീലിലെ പട്ടാള ഭരണകൂടം സെൻസർഷിപ്പ് തുടങ്ങിയ ഭീഷണികളിലൂടെ അരീന തിയേറ്ററിന്റെ പ്രവർത്തനം തടയാൻ ശ്രമിച്ചു. സ്വേച്ഛാധിപത്യ ഭരണക്രമത്തിനെതിരെ വിമർശനമുയർത്തുന്നതിൽ ഓഗസ്റ്റോ ബോൾ പ്രകടിപ്പിച്ച ചങ്കുറപ്പ് തടവറയിലേക്കുള്ള ക്ഷണക്കത്തായിത്തീർന്നു. 1971 ലായിരുന്നു സംഭവം. മൂന്നുമാസത്തെ ജയിൽവാസത്തിനിടയ്ക്ക് അദ്ദേഹത്തിന് കഠിനമായ മർദനമേൽക്കേണ്ടിവന്നു. തടവറയിൽനിന്ന് വിട്ടയച്ചുവെങ്കിലും അന്നത്തെ ഭീതിദമായ രാഷ്ട്രീയസാഹചര്യം ബ്രസീൽവിട്ടു പോകാൻ നിർബന്ധിതനാക്കി. അദ്ദേഹവും കുടുംബവും ആദ്യം അർജന്റീനയിലെ ബ്യൂനസ് അയേഴ്സിലും പിന്നീട് പോർച്ചുഗലിലും താമസിച്ചു.

സാമ്രാജ്യത്വചൂഷണത്തിനും സ്വേച്ഛാധിപത്യഭരണകൂടങ്ങൾക്കുമെതിരെ വിമോചനപ്പോരാട്ടം നടത്തുന്ന ലാറ്റിനമേരിക്കൻ ജനതയെ രണോൽസുകരാക്കാൻ നാടകവേദിയെ ആയുധമാക്കുകയാണ് തന്റെ ദൗത്യമെന്ന കൂടുതലുറച്ച ബോധ്യത്തിലേക്ക് ഈ തടവും പ്രവാസവും അദ്ദേഹത്തെ നയിച്ചു. ജനകീയ വിദ്യാഭ്യാസ ചിന്തകനായ പൗലോ ഫ്രെയറുമായുള്ള ഗാഢസൗഹൃദം മർദിതരുടെ ബോധനമാധ്യമമായി അരങ്ങിനെ മാറ്റിയെടുക്കാനുള്ള പരിശ്രമങ്ങൾക്ക് ഊർജം നൽകി. നാടകപ്രയോഗങ്ങളുമായി ഒരു പതിറ്റാണ്ടുകാലം ജനങ്ങൾക്കിടയിൽ ജീവിച്ചതിന്റെ അനുഭവങ്ങളും അവയെ അടിസ്ഥാനപ്പെടുത്തി രൂപീകരിച്ച നാടകസിദ്ധാന്തവുമാണ് *മർദിതരുടെ നാടകവേദി* എന്ന ഗ്രന്ഥത്തിൽ അദ്ദേഹം പ്രതിപാദിച്ചിരിക്കുന്നത്. ഈ ഗ്രന്ഥം വിപ്ലവനാടകവേദിയിലെ ക്ലാസിക് ആയി വിലയിരുത്തപ്പെടുന്നു.

നിലവിലുള്ള നാടകവേദി എപ്രകാരമാണ് ഉപരിവർഗപ്രത്യയശാസ്ത്രത്തിന്റെ വാഹകമായിരിക്കുന്നത് എന്ന തുറന്നുകാട്ടലാണ് ഗ്രന്ഥത്തിന്റെ ആദ്യഭാഗം. പാശ്ചാത്യനാടകലോകത്ത് ഏറ്റവും വിലമതിക്കപ്പെടുന്ന അരിസ്റ്റോട്ടിലിന്റെ ദുരന്തനാടക സങ്കൽപ്പത്തെ വിചാരണ ചെയ്തുകൊണ്ട് അദ്ദേഹം തുടങ്ങുന്നു.

മർദനോപകരണമെന്ന ധർമമാണ് ദുരന്തനാടകം നിറവേറ്റുന്നതെന്ന് ഓഗസ്റ്റോ ബോൾ സമർഥിക്കുന്നു. സാമൂഹ്യമായ പീഡനവും സാമ്പത്തികമായ ഇല്ലായ്മയും നിലനിൽക്കുന്ന സമൂഹത്തിൽ എല്ലായ്പ്പോഴും

വലിയൊരു വിഭാഗം ജനങ്ങൾ അസംതൃപ്തരായിരിക്കും. മർദകഭരണകൂടത്തിനും ജനചൂഷകരെ സഹായിക്കുന്ന നീതിസംഹിതയ്ക്കും ദുരിതംവിതയ്ക്കുന്ന സാമൂഹ്യാവസ്ഥയ്ക്കും എതിരേ കലാപോൻമുഖരാകുന്ന അസംതൃപ്തജനവിഭാഗത്തെ നേരിടാൻ നിരവധി മർദനോപാധികൾ ഭരണകൂടത്തിന്റെ ആവനാഴിയിലുണ്ട്. കോടതി, പട്ടാളം, ബ്യൂറോക്രസി, വിദ്യാഭ്യാസസ്ഥാപനങ്ങൾ, ശീലാചാരങ്ങൾ തുടങ്ങിയവ. ഇക്കൂട്ടത്തിലേക്കുള്ള അരിസ്റ്റോട്ടിലിന്റെ സംഭാവനയത്രേ ദുരന്തനാടകസങ്കൽപ്പം!

വിധിവൈപരീത്യംമൂലം മനുഷ്യൻ സ്വയമറിയാതെ ഏറ്റുവാങ്ങുന്ന പീഡാനുഭവങ്ങളാണല്ലോ ദുരന്തനാടകത്തിന്റെ ഉള്ളടക്കം. ഇതിന്റെ ദൃശ്യാവിഷ്കാരം ലക്ഷ്യമാക്കുന്നത് പ്രേക്ഷകന്റെ വികാരവിരേചനവും തന്മൂലമുള്ള മാനസിക വിശുദ്ധീകരണവുമാണ്. നാടകം തുടങ്ങുന്നതോടെ പ്രമേയത്തിൽ പ്രേക്ഷകർ ഇഴുകിച്ചേർന്നിരിക്കും. ഇങ്ങനെ താദാത്മ്യപ്പെടുന്നതോടെ ഉല്ലാസവാനും സന്തോഷഭരിതനുമായി പ്രത്യക്ഷപ്പെടുന്ന നായകന്റെ അനുഭവങ്ങൾ പ്രേക്ഷകരും പങ്കുവയ്ക്കുന്നു. നായകൻ വെറുക്കുന്നവരെ വെറുക്കുകയും സ്നേഹിക്കുന്നവരെ സ്നേഹിക്കുകയും ചെയ്യുന്നു. പ്രേക്ഷകന്റെ ശരീരത്തിന്റെയും ബുദ്ധിയുടെയും ചലനങ്ങൾ നിഷ്ക്രിയമാവുകയും അയാൾക്കുവേണ്ടി അഭിനയിക്കാനും ചിന്തിക്കാനുമുള്ള അവകാശം നായകനും മറ്റു കഥാപാത്രങ്ങൾക്കുമായി പകർന്നുകഴിഞ്ഞുവെന്നുമാണ് ഇതിനർഥം. നായകന്റെ ജീവിതത്തിൽ സ്ഥിതിവിപര്യയം സംഭവിക്കുന്നതും അയാൾ സന്തുഷ്ടിയിൽ നിന്ന് നിർഭാഗ്യത്തിലേക്ക് തെന്നിവീഴുന്നതുമാണ് ദുരന്തനാടകത്തിന്റെ അന്ത്യം. വേദനാനിർഭരമായ അനുഭവങ്ങളിലൂടെ നായകൻ, താൻ ബോധപൂർവമോ അല്ലാതെയോ ചെയ്തുപോയ തെറ്റ് തിരിച്ചറിയുന്നു. ഫലം അനുഭവിക്കുന്നു. ഭീകരമായ അന്ത്യമേറ്റുവാങ്ങലോ പ്രിയപ്പെട്ടവരുടെ മരണമോ ആകാം ഫലം. ദുരന്താനുഭവത്തിന്റെ ഭീകരത പ്രേക്ഷകനിൽ നടുക്കമുണ്ടാക്കുന്നതോടെ യവനിക താഴുകയായി. പ്രേക്ഷകന്റെ ഉദ്ദീപ്തവികാരങ്ങൾ ഇതോടെ ശമീകരിക്കപ്പെടുന്നു.

നായകൻ അറിഞ്ഞോ അറിയാതെയോ സമുദായനീതികളെ ലംഘിച്ചതാണല്ലോ വിധിയുടെ ക്രൂരമായ പകപോക്കലിന് കാരണം. നായകന്റെ ദുരനുഭവങ്ങൾ, അയാളുമായി വൈകാരികബന്ധം സ്ഥാപിച്ചിരിക്കുന്ന പ്രേക്ഷകനു ലഭിക്കുന്ന ശക്തമായ താക്കീതാണ്. സമൂഹം ശാശ്വതമെന്ന മട്ടിൽ അനുസരിച്ചുപോരുന്ന മൂല്യവ്യവസ്ഥകളെ അഥവാ നിലവിലുള്ള ഭരണകൂടത്തിന്റെ നീതിനിയമങ്ങളെ അറിഞ്ഞോ അറിയാതെയോ പരപ്രേരണകൊണ്ടോ ലംഘിച്ചാൽ അനിവാര്യമായും പീഡാനുഭവങ്ങൾ ഏറ്റുവാങ്ങേണ്ടിവരും എന്നതാണല്ലോ ഈ താക്കീതിന്റെ പരോക്ഷമായ അർഥം.

ഒരു ജനതയെ ബലാൽക്കാരേണ സമുദായത്തിലെ അനുസരണയുള്ള നല്ല കുട്ടികളും വ്യവസ്ഥാനുകൂലികളുമാക്കുന്ന അതിസമർഥമായ

തന്ത്രമാണിത്. അതുകൊണ്ടാണ് അരിസ്റ്റോട്ടിലിന്റെ കാവ്യനീതിയെ പീഡനത്തിന്റെ കാവ്യശാസ്ത്രമെന്ന് ഓഗസ്റ്റോ ബോൾ വിശേഷിപ്പിക്കുന്നത്.

സമൂഹത്തെ പരിഷ്കരണത്തിലേക്ക് നയിക്കാനാവുന്ന ആശയങ്ങളെയോ പ്രവർത്തനങ്ങളെയോ പ്രേക്ഷകമനസിൽനിന്ന് ഉന്മൂലനം ചെയ്യാനും അവരെ വിശുദ്ധീകരിച്ചെടുക്കാനും വികാരവിരേചന സിദ്ധാന്തം പ്രയോജനപ്പെടുന്നുണ്ട്. പാശ്ചാത്യ കച്ചവടസിനിമകളിലും ടിവി പരിപാടികളിലും അരിസ്റ്റോട്ടിലിയൻ സിദ്ധാന്തത്തിന്റെ ആധുനിക പ്രയോഗം കാണാമെന്ന് അദ്ദേഹം ചൂണ്ടിക്കാണിക്കുന്നു. അധർമവാസനയാൽ പ്രേരിതനായി കൊള്ളക്കാരനായോ കൊലപാതകിയായോ ജീവിക്കുന്ന വില്ലനെ അവതരിപ്പിച്ചുകൊണ്ടാണ് ഇവയിൽ നല്ല പങ്ക് സിനിമകളും തുടങ്ങുക. സ്വന്തം നഗരത്തിലെ മാത്രമല്ല സമീപനഗരങ്ങളിലെയും വലിയ പണക്കാരിലൊരാളും സർവരും ഭയപ്പെടുന്നവനും എതിരില്ലാത്ത ജേതാവും എല്ലാമായിരിക്കും അയാൾ. സാധ്യമായ തിന്മകൾക്കെല്ലാം കേന്ദ്രമായ വില്ലനും സംഘാംഗങ്ങളുമായാണ് പ്രേക്ഷകൻ ആദ്യമേ താദാത്മ്യപ്പെടുന്നത്. പ്രേക്ഷകരും അവർക്കൊപ്പം കൊലപാതകം നടത്തുകയും കൊള്ളയും തീവെപ്പും സംഘടിപ്പിക്കുകയും യുവതികളെ മാനഭംഗപ്പെടുത്തുകയും ചെയ്യുന്നു. സമൂഹത്തിന്റെ സദാചാരക്രമങ്ങളുമായി തെറ്റിയുള്ള പ്രേക്ഷകന്റെ 'അവിശുദ്ധവികാരങ്ങൾ (Hamartia) ഇങ്ങനെ ഉണരുമ്പോഴാണ് നായകന്റെ രംഗപ്രവേശം. വില്ലനുമായുള്ള ഏറ്റുമുട്ടൽ പരമ്പരയിലൂടെ അയാളെ കീഴടക്കി നായകൻ ക്രമസമാധാനനില, സമൂഹത്തിന്റെ ബാഹ്യാവരണം പൂർവസ്ഥിതിയിലാക്കുന്നു. ചീത്തപൗരനെ നിഗ്രഹിച്ചതുകൊണ്ട് ധാർമികതയും 'സത്യസന്ധ'മായ വാണിഭനിയമങ്ങളും പുനഃസ്ഥാപിക്കുന്നു. സമൂഹത്തിലെ 'ഉത്തമപൗരന്മാ'രുടെ ജീവനും സ്വത്തിനും സംരക്ഷണം നൽകുകയാണ് നായകൻ. ഏതെങ്കിലും തരത്തിലുള്ള പശ്ചാത്താപ ചിന്തയോ തന്റെ നീചവൃത്തികൾക്ക് വിശദീകരണമോ നൽകാതെയാണ് വില്ലൻ കൊല്ലപ്പെടുന്നത്. ഈ മരണം നഗരവാസികൾ ആഘോഷിക്കുന്നതോടെ സിനിമ തീരുന്നു.

യഥാർഥത്തിൽ പ്രേക്ഷകർ ആദ്യമേ താദാത്മ്യപ്പെടുന്നത് വില്ലനുമായാണ്. അവന്റെ മനസിൽ സഹതാപം ഉണരുന്നതും വില്ലനുവേണ്ടിയാണ്. ബൂർഷ്വാ സമൂഹത്തിന്റെ സന്തുലിതാവസ്ഥയ്ക്കെതിരെ വഴിതെറ്റിയതോ വികലമോ ഹിംസാത്മകമോ ആയ ഒരു ആക്രമണമാണല്ലോ വില്ലന്റേത്. നായകനാകട്ടെ വ്യവസ്ഥാപിതമൂല്യങ്ങൾക്കെതിരെ വളരുന്ന ഏതുതരത്തിലുള്ള അപശ്രുതികളെയും അമർച്ച ചെയ്യുന്ന ഭരണകൂടത്തിന്റെ മർദനസംവിധാനവും. ആത്യന്തികവിജയം നായകനാകുന്നതിലൂടെ ബൂർഷ്വാ സമൂഹത്തിന്റെ തുലനാവസ്ഥയെ തകിടംമറിക്കുന്ന വിപ്ലവപ്രവർത്തനമടക്കമുള്ള അപഭ്രംശങ്ങളെ, പ്രവണതകളെ ജനങ്ങളുടെ മനസിൽ നിന്ന് പറിച്ചുകളയാനോ ലഘൂകരിക്കാനോ, വിശുദ്ധീകരണത്തിലൂടെ ശമിപ്പിക്കാനോ സാധ്യമാകുന്നു. ഇതിന് വിപരീതമായി പ്രേക്ഷകനിലെ അസംതൃപ്തിയെ, സാമൂഹ്യപരിവർത്തന യജ്ഞങ്ങൾക്ക് അനു

കൂലമാക്കുന്ന വികാരമാക്കി മാറ്റുകയും വിപ്ലവപ്രവർത്തനത്തിൽ ഏർപ്പെടാൻ പ്രേരിപ്പിക്കുകയുമാണ് ജനകീയനാടകപ്രവർത്തകൻ ചെയ്യേണ്ടത്. പ്രക്ഷോഭകന്റെ മാധ്യമമായി നാടകവേദിയെ പരിവർത്തിപ്പിക്കുന്നതിലൂടെയേ ഇത് സാധ്യമാകൂ.

അരങ്ങിന്റെ പ്രക്ഷോഭവാസന തിരിച്ചറിഞ്ഞ് അതിനെ വികാരാനുഭൂതിയുടെ പിടിയിൽ നിന്നും അധീശവർഗാധിപത്യത്തിന്റെ തടവറയിൽ നിന്നും മോചിപ്പിക്കുന്നതിൽ ബർതോൾഡ് ബ്രെഹ്തിന്റെ 'എപിക് തിയേറ്റർ' (Epic Theatre) അർപ്പിച്ച സംഭാവന അതുല്യമാണെന്ന് ഓഗസ്റ്റോ ബോൾ പ്രസ്താവിക്കുന്നു. നാടകീയ നാടകവേദിയുടെ (Dramatic Theatre) അടിസ്ഥാനതത്വങ്ങളിൽ ആഘാതമേൽപ്പിച്ച ബ്രെഹ്ത്. മാറ്റത്തിന്റെ പ്രവചനഘോഷമായി തന്റെ നാടകങ്ങളെ അവതരിപ്പിച്ചു.

സമൂഹത്തിലും നാടകവേദിയിലും ശാശ്വതങ്ങളെന്നുപറയാവുന്ന നിയമങ്ങളൊന്നുമില്ലെന്നും എല്ലാ നിയമങ്ങളും വ്യവസ്ഥകളും മാറ്റത്തിന് വിധേയമാണെന്നും ബ്രെഹ്ത് വെളിപ്പെടുത്തി. മാറ്റത്തിന്റെ ശക്തികളായി രൂപപ്പെടാൻ പ്രേരിപ്പിക്കുമാറ്, പ്രേക്ഷകന്റെ ചിന്താതലങ്ങളെ മനുഷ്യയാഥാർഥ്യങ്ങളിലേക്ക് ഉണർത്തി. മുൻകൂട്ടി നിശ്ചയിക്കപ്പെട്ട സ്വഭാവപ്രത്യേകതകളോടെ ബ്രെഹ്ത്തിന്റെ കഥാപാത്രങ്ങൾ രംഗത്തുവരുന്നില്ല. ഒരാളുടെ സ്വഭാവത്തെ നിർണയിക്കുന്നത് അയാൾ നിർവഹിക്കുന്ന സാമൂഹ്യധർമമാണ്. മനുഷ്യന്റെ സത്തയെ നിർണിക്കുന്നത് അവന്റെ അസ്തിത്വമാണ്. സാമൂഹ്യസാഹചര്യത്തിൽ വരുന്ന മാറ്റങ്ങൾ മനുഷ്യന്റെ ജീവിതാവസ്ഥകളെ, ചിന്തയെ, മാറ്റിത്തീർക്കുന്നു. *ഗലീലിയോവിന്റെ ജീവിതം* എന്ന ബ്രെഹ്ത്തിന്റെ നാടകത്തിൽ ഈ ചിന്തയെ ദൃശ്യവൽക്കരിക്കുന്ന ഒരു ഭാഗം ഓഗസ്റ്റോ ബോൾ ചൂണ്ടിക്കാണിക്കുന്നു. പോപ്പിനെ പരിചാരകന്മാർ ഔദ്യോഗികവേഷം ധരിച്ചുകൊണ്ടിരിക്കെ, ഗലീലിയോവുമായുള്ള സംഭാഷണത്തിൽ തനിക്ക്, ഗലീലിയോവിനോട് സഹതാപമുണ്ടെന്നും തന്റെ പിന്തുണയുണ്ടാകുമെന്നും പോപ്പ് വെളിപ്പെടുത്തുന്നു. വേഷധാരണം കഴിഞ്ഞതോടെ, വ്യക്തിപരമായി ഗലീലിയോവിന്റെ അഭിപ്രായങ്ങളോട് തനിക്ക് യോജിപ്പുണ്ടായേക്കാമെന്നും പക്ഷേ കുറ്റവിചാരണയിൽനിന്ന് അക്കാരണംകൊണ്ടുമാത്രം ഗലീലിയോവിനെ ഒഴിവാക്കാനാവില്ലെന്നും പോപ്പ് പ്രഖ്യാപിക്കുന്നു. പോപ്പ്, അതായിരിക്കുന്നിടത്തോളം, പോപ്പിന്റെ കർമം അനുഷ്ഠിച്ചേ പറ്റൂ എന്ന് അർഥം. സാമൂഹ്യാസ്ഥിത്വമാണ് മനുഷ്യരുടെ ചിന്തയെ നിയന്ത്രിക്കുന്നതെന്ന മാർക്സിയൻ കാഴ്ചപ്പാടുതന്നെയാണ് ബ്രെഹ്ത് അവതരിപ്പിക്കുന്നത്.

നാടകത്തിന്റെ നായകകഥാപാത്രമല്ല അവന്റെ ചിന്തയെ നിയന്ത്രിക്കുന്നത്. അവന്റെ സാമൂഹ്യമായ വേരുകളാണ്, വർഗമാണ്. ഈ തിരിച്ചറിവിലൂടെ നാടകപ്രമേയത്തെ, കഥാപാത്രങ്ങളെ, വിശകലനം ചെയ്യാനുള്ള പ്രാപ്തി പ്രേക്ഷകന് കൈവരണം. കഥാപാത്രങ്ങളുമായുള്ള താദാത്മ്യത്തിലൂടെ, ഇത് സാധ്യമല്ലാത്തതുകൊണ്ട്, പുതിയ നാടകസങ്കേത

ങ്ങൾ ബ്രെഹ്ത് കണ്ടെടുത്തു. വേദിയിൽ നാടകം നടക്കുകയാണ്. ജീവിതം ഒഴുകുകയല്ല എന്ന് പ്രേക്ഷകനെ ബോധ്യപ്പെടുത്തുന്ന അന്യവൽക്കരണരീതി ബ്രെഹ്ത് വികസിപ്പിച്ചെടുത്തു. ഇവിടെ പ്രേക്ഷകൻ വെറുമൊരു ജഡവസ്തുവല്ല, ഉണർന്നിരിക്കുന്ന പ്രജ്ഞയാണ്.

അരിസ്റ്റോട്ടിലിന്റെ നാടകവേദിയുടെ പ്രേക്ഷകൻ സ്വന്തമായി അസ്തിത്വമില്ലാത്തവനാണ്. അയാൾക്കുവേണ്ടി ചിന്തിക്കുന്നതും അഭിനയിക്കുന്നതും കഥാപാത്രമാണ്. എപ്പിക് നാടകവേദിയിലാകട്ടെ കഥാപാത്രങ്ങൾക്ക് അഭിനയിക്കാൻ മാത്രമുള്ള അവകാശം നൽകുകയും ചിന്തിക്കാനുള്ള കഴിവ് — പലപ്പോഴും കഥാപാത്രം ചിന്തിക്കുന്നതിനു വിരുദ്ധമായി — പ്രേക്ഷകരിൽ വളർത്തിയെടുക്കുകയും ചെയ്തു. ആദ്യത്തേതിൽ വികാരവിരേചനം സംഭവിക്കുമ്പോൾ രണ്ടാമത്തേതിൽ വിമർശനാവബോധം ഉണരുന്നു. എന്നാൽ ബ്രെഹ്ത്തിന്റെ നാടകവീക്ഷണവും പ്രയോഗവും ബുദ്ധിപരതയിൽ അധിഷ്ഠിതമായിപ്പോയെന്നും വിമർശനാവബോധത്തിന്റെ ഫലം പ്രവൃത്തിമാർഗത്തിൽ പ്രത്യക്ഷപ്പെട്ടില്ലെന്നും ഓഗസ്റ്റോ ബോൾ വിമർശിക്കുന്നു. ബ്രെഹ്ത്തിന്റെ കാവ്യശാസ്ത്രം ബോധവൽക്കരിക്കപ്പെട്ട മുന്നണി പ്രവർത്തകരുടെ കാവ്യശാസ്ത്രമായി പരിമിതപ്പെട്ടു എന്നർഥം.

നാടകത്തിന്റെ ക്രിയാംശത്തിൽ പ്രത്യക്ഷപ്പെടുന്ന വിപ്ലവബോധം, കർമപഥത്തിൽ പ്രായോഗികമാക്കുന്നിടത്താണ് അരങ്ങ് അതിന്റെ പ്രാക്തനസ്വഭാവം വീണ്ടെടുക്കുന്നത്. ചിന്തയെ കർമമാക്കുന്ന പ്രക്രിയയാണത്. തനിക്കുവേണ്ടി ചിന്തിക്കാനോ അഭിനയിക്കാനോ പ്രേക്ഷകൻ കഥാപാത്രത്തെ ചുമതലപ്പെടുത്തുന്നില്ല.

അയാൾ പരിപൂർണസ്വതന്ത്രനാണ്. അയാൾ തനിക്കുവേണ്ടി, തന്റെ വർഗത്തിനുവേണ്ടി ചിന്തിക്കുകയും അഭിനയിക്കുകയും ചെയ്യുന്നു. ഓരോ ദൃശ്യാവിഷ്കാരവും അയാളെ സംബന്ധിച്ചിടത്തോളം പ്രവൃത്തിക്കുള്ള തയാറെടുപ്പാണ്. ഇവിടെ അരങ്ങ് കർമം തന്നെയാകുന്നു. കർമം ഏറ്റെടുക്കാൻ പ്രേക്ഷകനെ പ്രാപ്തനാക്കുകയാണുണ്ടായത്. അതിനവരെ സദസിൽനിന്ന് വേദിയിലേക്ക് കൊണ്ടുവരേണ്ടിയിരിക്കുന്നു.

അരങ്ങിന്റെ ഭാഷ

ജഡാവസ്ഥയിൽ നിന്ന് മോചിപ്പിച്ച് പ്രേക്ഷകനെ നടനും കഥാപാത്രവുമാക്കി പരിവർത്തിപ്പിക്കാനുള്ള അനുഷ്ഠാനതുല്യമായ കർമത്തിൽ ഏർപ്പെടുകയാണ് ജനകീയ നാടകപ്രവർത്തകന്റെ പ്രാഥമികദൗത്യമെന്ന് ഓഗസ്റ്റോ ബോൾ പ്രഖ്യാപിക്കുന്നു. അരങ്ങിന്റെ ഉൽപ്പാദനോപാധികൾ ജനങ്ങൾക്കു കൈമാറുന്നതിലൂടെയാണ് ഈ കർമം ആരംഭിക്കുന്നത്. നാടകസങ്കേതങ്ങളെയാണ് ഉൽപ്പാദനോപാധികൾ എന്നതുകൊണ്ട് അർഥമാക്കുന്നത്. അരങ്ങിന്റെ ഭാഷയും പ്രയോഗരീതിയും സ്വായത്തമാക്കുന്നതോടെ പ്രേക്ഷകർ അരങ്ങിലെത്തുകയും നടന്റെ ഭാഗം ഏറ്റെടുക്കുകയും ചെയ്യും.

അരങ്ങിന്റെ ഉൽപ്പാദനോപാധികളിൽ മുഖ്യം മനുഷ്യശരീരം തന്നെയാണ്. സ്വന്തം ശരീരം നിയന്ത്രിക്കാൻ കഴിവുനേടലാണ് ആദ്യം വേണ്ടത്. ഭാവാവിഷ്കാരം ഗംഭീരമാക്കാൻ ഇതുമൂലം കഴിയുന്നു. വ്യത്യസ്ത ജീവിതസന്ദർഭങ്ങൾ അഭ്യസിക്കുകവഴി ജനങ്ങൾ ദൃക്സാക്ഷിയിൽനിന്നു നായകപദവിയിലേക്ക്, സ്വീകർത്താവിൽ നിന്ന് കർതൃപദവിയിലേക്ക് വളരുന്നു. നാല് ഘട്ടങ്ങളായാണ് ഈ പരിവർത്തനത്തിന്റെ കർമപദ്ധതി അദ്ദേഹം ഒരുക്കിയത്. 1. ശരീരത്തെ അറിയൽ, 2. ശരീരത്തെ ആവിഷ്കാരോപാധിയാക്കൽ, 3. അരങ്ങിന്റെ ഭാഷ തിരിച്ചറിയൽ, 4. അരങ്ങിനെ സംവാദവേദിയാക്കൽ.

അരങ്ങിന്റെ ഉൽപ്പാദനോപാധികൾ ജനങ്ങൾക്കു കൈമാറുകയെന്ന ആശയം പ്രാവർത്തികമാക്കാൻ അദ്ദേഹത്തിനു ലഭിച്ച അവസരമായിരുന്നു പെറുവിലെ സമ്പൂർണ സാക്ഷരതാ പ്രവർത്തനം.

1973 ൽ പെറുവിന്റെ ഭരണംപിടിച്ചടക്കിയ വിപ്ലവഗവൺമെന്റിന്റെ പ്രധാന നടപടികളിൽ ഒന്നായിരുന്നു സമഗ്ര സാക്ഷരതായത്നം. നാലു വർഷത്തിനുള്ളിൽ സമ്പൂർണസാക്ഷരത കൈവരിക്കുകയെന്ന ലക്ഷ്യമായിരുന്നു ഗവൺമെന്റിന്റേത്. 14 ദശലക്ഷം വരുന്ന ജനങ്ങളിൽ 4 ദശലക്ഷമായിരുന്നു നിരക്ഷരർ. വിവിധ യൂറോപ്യൻ രാഷ്ട്രങ്ങളിൽനിന്നു കുടിയേറിയ ജനങ്ങൾക്കിടയിൽ 45 വ്യത്യസ്തഭാഷകൾ നിലനിന്നിരുന്നു. പ്രധാനഭാഷയായ സ്പാനിഷിനുതന്നെ 50 ഓളം ഉപഭാഷകളും. സാക്ഷരതാപ്രവർത്തനം സുഗമമാക്കുന്നതായിരുന്നു ജനങ്ങൾക്കിടയിൽ നിലനിന്ന ഭാഷാപരമായ വൈവിധ്യം. ഇതിനെ മറികടക്കാൻ രണ്ട് മാർഗങ്ങളാണ് സാക്ഷരതാ പ്രവർത്തകർ ആവിഷ്കരിച്ചത്. ഒന്ന് പ്രഥമഭാഷയിലും സ്പാനിഷിലും സാക്ഷരതാപഠനം നടത്തുക. അതേസമയം സ്പാനിഷിനുവേണ്ടി സംസാരഭാഷ ഉപേക്ഷിക്കാൻ ജനങ്ങളെ നിർബന്ധിക്കുകയില്ല. രണ്ട്, സാധ്യമായ എല്ലാ വിനിമയമാധ്യമങ്ങളിലൂടെയും പ്രത്യേകിച്ച്, അരങ്ങ്, ഫോട്ടോഗ്രാഫി, പാവകളി, പത്രപ്രവർത്തനം, സിനിമ തുടങ്ങിയ കലാത്മകഭാഷകളിലൂടെ സാക്ഷരതാപഠനം നടത്തുക. രണ്ടാമത്തെ രീതിയിലുള്ള പ്രവർത്തനത്തിന്റെ നേതൃത്വത്തിലാണ് ഓഗസ്റ്റോ ബോൾ തന്റെ കഴിവ് പ്രകടിപ്പിച്ചത്. ജനങ്ങളിലേക്ക് ആശയസന്നിവേശം നടത്താനുള്ള രംഗവേദിയുടെ ശക്തി പരമാവധി പ്രയോജനപ്പെടുത്തുകയാണ് അദ്ദേഹം ചെയ്തത്.

പൂർവാനുഭവങ്ങളിൽനിന്നു വികസിപ്പിച്ചെടുത്ത ജനകീയ നാടകവീക്ഷണവും സാക്ഷരതയെന്ന ലക്ഷ്യവുമായാണ് ഓഗസ്റ്റോ ബോളും കൂട്ടരും ഗ്രാമത്തിലെത്തുന്നത്. എഴുതാനും വായിക്കാനും അറിയുകയെന്നതിനുമപ്പുറത്ത് സാക്ഷരതയുടെ പ്രയോജനം, സാമൂഹ്യ പ്രതിബദ്ധത, പൗരാവകാശം, സാമ്രാജ്യത്വചൂഷണം തുടങ്ങിയുള്ള വിഷയങ്ങൾ ജനങ്ങൾക്കിടയിൽ ചർച്ച ചെയ്യാൻ രംഗവേദിയെ പ്രയോജനപ്പെടുത്തുന്നത് എങ്ങനെയെന്ന് ആ പ്രദേശത്തെ ജനങ്ങളെ ബോധ്യപ്പെടുത്തുന്ന പ്രവർത്തനം അവിടെ സംഘടിപ്പിക്കുന്നു. നാലുഘട്ടങ്ങളിലായാണ് ഇതു സാധ്യമാക്കുന്നതെന്ന് നേരത്തേ സൂചിപ്പിച്ചല്ലോ.

ശരീരത്തിന്റെ ശക്തിസാധ്യതകളെ തിരിച്ചറിയാനുള്ള അവസരം ജനങ്ങൾക്ക് ഒരുക്കിക്കൊടുക്കുകയെന്നതാണ് ഒന്നാംഘട്ടം. ഗ്രാമീണരോ കർഷകരോ തൊഴിലാളികളോ ആയ ജനങ്ങളിൽനിന്നു സന്നദ്ധരായ കുറച്ചുപേരെ ഉപയോഗിച്ചാണ് ഇതു ചെയ്യേണ്ടത്. നാടകവേദിയെക്കുറിച്ച് കേട്ടിട്ടുള്ളവരോ ഏതെങ്കിലും ധാരണ ഉള്ളവരോ ആകണമെന്നില്ല ജനങ്ങൾ. ഉണ്ടെങ്കിൽത്തന്നെ ഔദ്യോഗിക ദൃശ്യമാധ്യമങ്ങളിലെ നാടകങ്ങളാൽ മലിനമാക്കപ്പെട്ട ചില ധാരണകളായിരിക്കാം ജനങ്ങളെ ഭരിക്കുന്നത്. അതിവൈകാരികതയാണ് നാടകത്തിന്റെ ജീവൻ എന്നായിരിക്കും അവരുടെ ഭാവം. അത്തരക്കാരോട് വളരെ പൊടുന്നനെ നാടകവേദിയുടെ വ്യാകരണത്തെക്കുറിച്ച് പറഞ്ഞുതുടങ്ങിയാൽ അതവരെ അപരിചിതമേഖലയിലേക്കു നയിക്കുകയും ഇൻസ്ട്രക്ടറെ അവരിൽനിന്ന് അകറ്റുകയും ചെയ്യും. അതുകൊണ്ട് അവരുടെ ദൈനംദിനജീവിതവുമായി ബന്ധമുള്ള പരിചിതമായ ചില അരങ്ങുപ്രയോഗങ്ങളിലൂടെയാണ് ജനങ്ങളെ സഹകരിപ്പിക്കേണ്ടത്. അഭിനയത്തിന്റെ ഹരിശ്രീ പഠിപ്പിക്കുംമുമ്പേ, ഓരോരുത്തരുടെയും തൊഴിലനുസരിച്ച് അവരുടെ ശരീരപ്രകൃതിക്കുണ്ടായ രൂപമാറ്റം ധരിപ്പിക്കണം.

ഏർപ്പെടുന്ന ജോലിക്കനുസരിച്ച് ഓരോരുത്തരുടെയും പേശി ചലനത്തിന് അന്യവൽക്കരണം സംഭവിക്കുന്നുണ്ടല്ലോ. ടൈപ്പിസ്റ്റിന്റെ കൈകളും വിരലുകളും സജീവമായിരിക്കുന്നത്ര ആവുകയില്ല കാലുകൾ. പാറാവുകാരനാകട്ടെ, നടത്തത്തിന് ആവശ്യമായ വികാസം സിദ്ധിച്ച ബലിഷ്ഠപേശികളുള്ള കാലുകളാണുണ്ടാവുക. പ്രവൃത്തിക്കനുസരിച്ച് ശരീരചലനങ്ങളിൽ വരുത്തുന്ന നിയന്ത്രണം ഒരാൾ ധരിക്കുന്ന പെരുമാറ്റച്ചിട്ടകളുടെ മുഖംമൂടിയാണ് ഒരേതൂവൽപ്പക്ഷികളെ സമൂഹത്തിൽ പ്രത്യക്ഷപ്പെടുത്തുന്നത്. കലാകാരന്മാർ, പട്ടാളക്കാർ, അധ്യാപകർ, കർഷകർ, വൈദികർ, തൊഴിലാളികൾ, ഭൂപ്രഭുക്കൾ ഇവരുടെയെല്ലാം കൂട്ടങ്ങൾക്ക് സാദൃശ്യമുണ്ടാകുന്നത് ഈ മുഖം മൂടിമൂലമാണ്. ഇത്തരത്തിലുള്ള നിയന്ത്രിത പേശിഘടനയെ തകർക്കലാണ് ഒരാളെ നടനാക്കാനുള്ള ആദ്യപടി. താൻ ചെയ്യുന്ന ജോലിക്കനുസരിച്ച് ചിട്ടപ്പെട്ട ശരീരചലനങ്ങളെ ഉപേക്ഷിക്കുന്നതോടെ, മറ്റു സാമൂഹ്യകൂട്ടങ്ങളുടെ ശരീരചലനം തനിക്ക് അനുകരിക്കാനും കഴിയുമെന്ന് ജനങ്ങൾ മനസിലാക്കുന്നു. നിയന്ത്രിത പേശീഘടനയിൽനിന്ന് ഒരാളെ മുക്തനാക്കാൻ സഹായിക്കുന്ന 200 ഓളം അഭ്യാസങ്ങൾ ഓഗസ്റ്റോ ബോൾ തയാറാക്കി പരീക്ഷിച്ച് വിജയിക്കുകയും ചെയ്തിട്ടുണ്ട്.

ശരീരത്തിന്റെ ആവിഷ്കരണസാമർഥ്യം പരമാവധി വർധിപ്പിക്കലാണ് രണ്ടാംഘട്ടത്തിൽ നടക്കുക. ആശയങ്ങളെ വാക്കുകളിൽ പ്രകടിപ്പിക്കുകയാണ് നമ്മുടെ പതിവ്. ഇതുമൂലം ശരീരത്തിന്റെ ഭാവപ്രകാശനസാമർഥ്യത്തെ അവികസിതാവസ്ഥയിൽ വിട്ടുകളയുന്നു. ചിന്തയെ, വികാരത്തെ, പ്രകടിപ്പിക്കാൻ ശരീരത്തെ ഉപയോഗിക്കേണ്ടരീതി അഭ്യസിപ്പിക്കുന്നതിന് നിരവധി മത്സരക്കളികൾ അദ്ദേഹം നിർദേശിക്കുന്നു.

ഉദാഹരണത്തിന്, ഒരിക്കൽ ഇത്തരം മത്സരക്കളിയിൽ പങ്കെടുക്കാൻ തയാറായവർക്ക്, വ്യത്യസ്തവർഗത്തിൽപ്പെട്ട മൃഗങ്ങളുടെ പേരെഴുതിയ കടലാസുതുണ്ടുകൾ നൽകി. ആദ്യത്തെ പത്തുമിനിറ്റ്, തങ്ങൾക്കുകിട്ടിയ കടലാസുതുണ്ടിലെ മൃഗത്തിന്റെ ഭാവരൂപങ്ങൾ ശരീരംകൊണ്ട് അനുകരിക്കാം. പിന്നീട് സംസാരിക്കുകയോ ശബ്ദങ്ങൾ പുറപ്പെടുവിക്കുകയോ ചെയ്യാതെ ശരീരചലനത്തിലൂടെ ഓരോരുത്തരും സ്വന്തം ജോടിയെ കണ്ടെത്തണം. മത്സരത്തിൽ വിജയിക്കുന്നവർക്ക് വേദിവിടാം. വളരെ പ്രയോജനപ്രദമായ ഒരു പരീക്ഷണമായിരുന്നു ഇത്. ശരീരം മാത്രം ഉപയോഗിച്ച് ആശയവിനിമയം നടത്തുമ്പോൾ അവരറിയാതെ ഒരു നാടകപ്രദർശനത്തിൽ ഏർപ്പെടുകയായിരുന്നു.

പക്ഷികളോ നിറങ്ങളോ രൂപങ്ങളോ പ്രകൃതിവസ്തുക്കളോ ഒക്കെയാകാം മത്സരക്കളിയുടെ ഉപാധികൾ. മൃഗങ്ങളോ പക്ഷികളോ ആവുമ്പോൾ വെറും അനുകരണം മാത്രമേ ആകുന്നുള്ളൂ. എന്നാൽ ഒരു കർഷകനോട് ഭൂപ്രഭുവിനെ, തൊഴിലാളിയോട് ഫാക്ടറിയുടമയെ, സ്ത്രീയോട് പോലീസുകാരനെ അവതരിപ്പിക്കാൻ പറയുക. നിർദിഷ്ട കഥാപാത്രങ്ങളോടുള്ള ജനങ്ങളുടെ സമീപനം ശരീരചലനത്തിലൂടെ പ്രത്യക്ഷമാക്കുന്നതു കാണാം. അവരെക്കുറിച്ചുള്ള അഭിപ്രായവും വിമർശനവും വളരെ സ്വാഭാവികമായി അവതരിപ്പിക്കപ്പെടുന്നു.

മൂന്നാംഘട്ടത്തിൽ അരങ്ങിനെ ഒരു ഭാഷയെന്നനിലയിൽ ഉപയോഗിക്കാനുള്ള പരിശീലനമാണ്. മൂന്നുതലങ്ങളായാണ് ഇത് സംഭവിക്കുന്നത്. ഒന്നാമത്തേത്. അരങ്ങിൽ വരാതെതന്നെ നാടകാവതരണത്തിൽ ഇടപെടാൻ പ്രേക്ഷകന് അവസരം നൽകലാണ്. വന്നുചേർന്നിരിക്കുന്ന ജനങ്ങളിൽ ആരെങ്കിലും പറയുന്ന അനുഭവത്തെ, പ്രശ്നത്തെ ആസ്പദമാക്കി തയാറാക്കിയ പത്തോ ഇരുപതോ മിനിറ്റു നീണ്ടുനിൽക്കുന്ന സ്ക്രിപ്റ്റ് വേദിയിൽ അവതരിപ്പിക്കുക. മനോധർമാഭിനയത്തിന്റെ രീതിയാണ് ഉപയോഗിക്കുന്നത്. ദൃശ്യാവതരണം തുടങ്ങിയാൽ അഭിനേതാക്കൾ പ്രധാന പ്രശ്നത്തെ വികസിപ്പിക്കുന്നു. പ്രമേയാവതരണം ഏതു രീതിയിൽ മുന്നോട്ടുകൊണ്ടുപോകണമെന്നു നിശ്ചയിക്കാനാവാതെ വരുന്നിടത്ത് അവതരണം നിർത്തുകയും പ്രേക്ഷകരോട് നിർദേശം ആരായുകയും ചെയ്യുന്നു. പ്രേക്ഷകരുടെ നിർദേശങ്ങൾ ഓരോന്നായി അവതരിപ്പിക്കുന്നു. ഇതിനിടെ ഏതു സമയവും ഇടപെട്ട് നടന്റെ അഭിനയവും വാക്പ്രയോഗങ്ങളും തിരുത്താൻ പ്രേക്ഷകന് അവകാശമുണ്ട്. നടന്മാർ അതനുസരിച്ചു പ്രവർത്തിക്കുകയും വേണം. പ്രേക്ഷകർ നാടകം 'എഴുതി' കൊണ്ടിരിക്കെ നടന്മാർ അവതരിപ്പിക്കുന്നു. പ്രേക്ഷകരുടെ ചിന്താലോകമാണ് നടന്മാരിലൂടെ അരങ്ങിൽ പ്രത്യക്ഷപ്പെടുന്നത് എന്നർഥം.

അരങ്ങിലെ പങ്കാളിത്തം ജനങ്ങൾ ആവേശപൂർവമാണ് സ്വീകരിച്ചത്. പ്രേക്ഷകരെ നടന്മാരിൽനിന്നു തിരിക്കുന്ന മതിൽ ഇവിടെ അദൃശ്യമാകുന്നു. അഭിനയത്തിൽ ഇടപെടുന്നതിലൂടെ വിധിപോലെ അനിവാര്യ

മെന്നമട്ടിൽ അവതരിപ്പിക്കപ്പെടുന്ന സമൂഹത്തിലെ ചില നിർണീതഘട നകളിൽ തനിക്ക് ഇടപെടാമെന്ന ഉണർവിലേക്കാണ് പ്രേക്ഷകർ എത്തുന്നത്. പ്രേക്ഷകരെന്ന മനുഷ്യരാണ് കഥാപാത്രങ്ങളെന്ന മനുഷ്യരുടെ സ്രഷ്ടാക്കൾ. മനുഷ്യർ തന്നെയാണ് മനുഷ്യരുടെ വിധിനിർണയിക്കുന്നത്. എല്ലാം വിമർശനത്തിനു വിധേയമാണ്, പരിവർത്തനക്ഷമമാണ് എന്ന യാഥാർഥ്യവും ജനങ്ങൾ തിരിച്ചറിയുന്നു.

ദൃശ്യബിംബങ്ങളിലൂടെ ആശയപ്രകാശനം നടത്തുകയെന്നതാണ് രണ്ടാമത്തെ തലം. ഇവിടെ പ്രേക്ഷകന്റെ പങ്കാളിത്തം കുറച്ചുകൂടി പ്രത്യക്ഷമാണ്. ജനങ്ങൾ ചർച്ച ചെയ്യാൻ ആഗ്രഹിക്കുന്നതും പൊതുതാൽപ്പര്യമുള്ളതുമായ വിഷയങ്ങളെക്കുറിച്ചുള്ള വീക്ഷണം വേദിയിൽ നടന്മാരെ ഉപയോഗിച്ച് അവതരിപ്പിക്കലാണ് ആദ്യംവേണ്ടത്. സങ്കീർണസ്വഭാവമുള്ളതോ അമൂർത്തമോ ആകാം വിഷയം. ഉദാഹരണം, സാമ്രാജ്യത്വം, ചൂഷണം തുടങ്ങിയവ. അല്ലെങ്കിൽ പ്രാദേശികപ്രശ്നങ്ങളാകാം. ഉദാഹരണം, ജലക്ഷാമം പോലുള്ളവ.

റിഹേഴ്സൽ തിയേറ്റർ

ചർച്ചയിൽ പങ്കെടുക്കുന്നയാൾ വേദിയിൽ വരണം. വാക്കുകൾ ഉപയോഗിക്കാൻ പാടില്ല. നടന്മാരുടെ ശരീരമുപയോഗിച്ചുണ്ടാക്കുന്ന ബിംബത്തിലൂടെയാകണം ആശയവിനിമയം നടത്തേണ്ടത്. ഒരു കുശവൻ കളിമണ്ണുപയോഗിക്കുന്നതുപോലെ നടന്മാരുടെ ശരീരം ഉപയോഗിക്കണം. ഓരോ നടനും എപ്രകാരം സ്ഥിതി ചെയ്യണമെന്ന് അയാൾ ചെയ്തുകാണിച്ചുകൊടുക്കണം. ഇതെങ്ങനെ വിജയകരമാക്കാമെന്ന് സ്വാനുഭവം കൊണ്ട് ഓഗസ്റ്റോ ബോൾ വിശദമാക്കുന്നുണ്ട്. സാക്ഷരതാ ഇൻസ്ട്രക്ടറായ ഒരു യുവതിയോട് അവളുടെ ഗ്രാമം എപ്രകാരത്തിലായിരുന്നുവെന്ന് അവതരിപ്പിക്കാൻ പറഞ്ഞു. വിപ്ലവഗവൺമെന്റ് അധികാരത്തിൽ വരുന്നതിനുമുമ്പ് സ്വന്തം ഗ്രാമത്തിൽ നടന്ന കാർഷിക കലാപത്തിന്റെ ഭാഗമായി നടന്ന ഞെട്ടിപ്പിക്കുന്ന സംഭവം ദൃശ്യാവിഷ്കരണത്തിനായി അവൾ തെരഞ്ഞെടുത്തു. ആ കലാപത്തിനു നേതൃത്വംനൽകിയ വിപ്ലവകാരിയെ ഭൂപ്രഭുക്കൾ തടവിലാക്കുകയും മൈതാനത്തുകൊണ്ടുവന്ന് ജനങ്ങളുടെ മുമ്പിൽവച്ച് വൃഷണച്ഛേദനംനടത്തുകയും ചെയ്ത ക്രൂരസംഭവമായിരുന്നു അത്. ആ ഒറ്റ മുഹൂർത്തം. നടന്മാരിൽ ഒരാളെ കൈകൾ കെട്ടിയനിലയിൽ നിലത്തുകിടത്തി. മറ്റൊരാൾ അയാളെ ബലമായി പിടിക്കുന്നതും മൂന്നാമൻ വൃഷണച്ഛേദനം നടത്തുന്നതുമായി നടിച്ചു. ഒരുവശത്ത് മുട്ടുകുത്തി പ്രാർഥിക്കുന്ന ഒരു സ്ത്രീയെയും മറുവശത്ത് കൈകൾ പുറകിൽ കെട്ടി മുട്ടുകുത്തിനിൽക്കുന്ന സ്ത്രീപുരുഷന്മാരടങ്ങുന്ന ഐവർസംഘത്തെയും നിർത്തി. അധികാരത്തെയും അക്രമത്തെയും പ്രതീകവൽക്കരിക്കുന്ന ഒരാളെയും അയാൾക്കു പിന്നിൽ തടവുകാരനുനേരെ തോക്കുചൂണ്ടിയമട്ടിൽ രണ്ടുപേരെയും സ്ഥാപിച്ചു. ഇതായിരുന്നു ആ സാക്ഷരതാ പ്രവർത്തക സൃഷ്ടിച്ച ബിംബസങ്കൽപ്പം. അവ

ളുടെ ഗ്രാമത്തിൽ നടന്ന കാർഷികകലാപത്തിലെ ഒരു മുഹൂർത്തത്തിന്റെ യഥാർഥ പ്രതിഫലനമായിരുന്നു അത്.

ഇതിനുശേഷം അവളുടെ ഗ്രാമം എപ്രകാരത്തിൽ ആയിത്തീരണമെന്നാണ് ആഗ്രഹമെന്ന് ചോദിച്ചു. അവൾ ആ നടന്മാർ നിർമിച്ച ദൃശ്യബിംബം മാറ്റി. അവരെക്കൊണ്ടുതന്നെ ശാന്തമായി, പരസ്പരസ്നേഹത്തോടെ ജീവിക്കുന്ന ഒരുകൂട്ടം ആളുകളുടെ ജീവിതം അവതരിപ്പിച്ചു. ആദ്യത്തേത് യഥാർഥവും രണ്ടാമത്തേത് ഭാവനയുമാണ്. യഥാർഥബിംബത്തിൽനിന്ന് ഭാവനബിംബത്തിലേക്കുള്ള മാറ്റം. വിപ്ലവം എങ്ങനെ നടപ്പിലാക്കും, ഇതായിരുന്നു മൂന്നാമത്തേതും പ്രധാനപ്പെട്ടതുമായ ചോദ്യം. പങ്കെടുക്കുന്നവർക്ക് അവരുടെ അഭിപ്രായം അഭിനയഭാഷയിൽ അവതരിപ്പിക്കാം. വൃഷണച്ഛേദനത്തിന്റെ ദൃശ്യബിംബത്തിൽ മാറ്റംവരുത്തിക്കൊണ്ടാണ് ഓരോരുത്തരും പരിഹാരചിന്ത അവതരിപ്പിച്ചത്. വിപ്ലവത്തിൽ വിശ്വസിക്കുന്നവർ. ആയുധധാരികളുടെ നിൽപ്പിൽ മാറ്റംവരുത്തിക്കൊണ്ടാണ് ആരംഭിച്ചത്. അവരുടെ തോക്കിന്റെ ലക്ഷ്യം അധികാരത്തിന്റെ പ്രതീകമായ കഥാപാത്രത്തിനു നേരെ ആക്കുന്നു. മനഃസാക്ഷിപരിവർത്തനത്തിലൂടെ ചൂഷണമവസാനിപ്പിക്കാമെന്നു പ്രതീക്ഷിക്കുന്നവർ അധികാരികളിലും കിങ്കരന്മാരിലും മാനസികപരിവർത്തനമുണ്ടാക്കുന്ന പ്രവർത്തനത്തിന്റെ ദൃശ്യമവതരിപ്പിച്ചു. ഇത്തരം പരിഹാരത്തിൽ വിശ്വാസമില്ലാത്തവരാകട്ടെ മുട്ടുകുത്തിനിൽക്കുന്ന സംഘത്തെ, അധികാരികൾക്കും ചൂഷണങ്ങൾക്കുമെതിരെ പോരാടുന്നവരായി ചിത്രീകരിച്ചു. നാട്ടിൻപുറത്തുകാരിയായ ഒരു യുവതി യഥാർഥബിംബത്തിൽ മാറ്റമുണ്ടാക്കിയപ്പോൾ, മുട്ടുകുത്തി പ്രാർഥിച്ചു നിൽക്കുന്ന സ്ത്രീകഥാപാത്രത്തിൽ ഒരു മാറ്റവും വരുത്തിയില്ല. സ്ത്രീകളിൽ സ്ഥിതമായ വിപ്ലവശക്തിയെ തിരിച്ചറിഞ്ഞിരുന്നില്ല അവൾ എന്നാണ് അതിനർഥം. എന്നാൽ പുരോഗമനപ്രവർത്തകയായ ഒരു പെൺകുട്ടി ആദ്യം മാറ്റമുണ്ടാക്കിയത് ആ കഥാപാത്രത്തിലായിരുന്നു. വൃഷണച്ഛേദനം നടത്തുന്നവർക്കെതിരെ പോരാടുന്നവളാക്കി ആ കഥാപാത്രത്തെ ഇപ്രകാരം പങ്കാളികളുടെ പ്രത്യയശാസ്ത്രനിലപാടുകളും മാനസികാവസ്ഥയും പരിവർത്തനബിംബങ്ങളിലൂടെ പ്രത്യക്ഷപ്പെടുന്നു. നാട്ടിൽ നിലനിൽക്കുന്ന ചൂഷണവ്യവസ്ഥയുടെ അന്ത്യം ഏതെല്ലാം രീതിയിൽ സംഭവിക്കാം. സ്ഥിതിസമത്വവ്യവസ്ഥയിലേക്കുള്ള മാറ്റത്തിന്റെ പ്രായോഗികപദ്ധതി എപ്രകാരം തുടങ്ങിയ കണ്ടെത്തലുകൾ ഇത്തരത്തിലുള്ള ദൃശ്യാവിഷ്കാരം കൊണ്ട് സാധ്യമാകുമെന്ന് ഓഗസ്റ്റോ ബോൾ സമർഥിക്കുന്നു. വേദിയിൽ വന്ന് കഥാപാത്രമായി മാറി നേരിട്ടു തന്നെ പ്രേക്ഷകന്റെ ഇടപെടൽ സാധ്യമാക്കുന്നതാണ് മൂന്നാമത്തെ തലം. വിവാദാസ്പദമോ പരിഹാരം തേടുന്നതോ ആയ ഏതെങ്കിലും രാഷ്ട്രീയ സാമൂഹ്യ പ്രശ്നം ഉന്നയിക്കാൻ പ്രേക്ഷകരോടു ആവശ്യപ്പെടുന്നു. ഉന്നയിക്കപ്പെടുന്ന ആ പ്രമേയത്തെ അടിസ്ഥാനപ്പെടുത്തി, ആ പ്രമേയം, പ്രശ്നപരിഹാരത്തോടുകൂടി അവതരിപ്പിക്കുന്നു. പ്രേക്ഷകരുടെ ചർച്ചയ്ക്കുവേണ്ടിയുള്ള ആദ്യാവതരണ

മാണിത്. പരിഹാരവുമായി ഭിന്നതയുണ്ടെങ്കിൽ വീണ്ടും അവതരണം നടത്തുകയും ആ സമയം ഭിന്നത രേഖപ്പെടുത്തിയവർ രംഗത്തുവന്ന്, തനിക്കു യോജിപ്പുള്ള പരിഹാരദിശയിലേക്ക് ദൃശ്യത്തെ നയിക്കുകയും ചെയ്യുന്നു. അഭിപ്രായവ്യത്യാസമുള്ളവർ സ്വന്തം ഇരിപ്പിടത്തിലിരുന്നു വാതോരാതെ പ്രസംഗിച്ചാൽ പോരാ. രംഗത്തുവരണം. ഓരോ ഭിന്നാഭിപ്രായാവതരണസമയത്തും നടന്മാർ അതിനനുസൃതമായി പ്രവർത്തിക്കണം.

ജനങ്ങൾക്കിടയിൽ മാറ്റത്തിനായുള്ള പ്രവർത്തനം നടക്കവേ, അതിനെ നിശിതമായി വിമർശിക്കുകയും തീവ്രവിപ്ലവകരമായ നിർദേശങ്ങൾ വയ്ക്കുകയും ചെയ്യുന്നവർ, തന്റെ നിർദേശങ്ങൾ ഇക്കാര്യത്തിൽ എത്രമാത്രം പ്രായോഗികമാണെന്ന് തിരിച്ചറിയുക, ഇത്തരം പ്രവർത്തനത്തിൽ നേരിട്ടു പങ്കാളികളാവുന്നതിലൂടെ പ്രസംഗമല്ല പ്രവൃത്തിയാണുണ്ടാവേണ്ടതെന്ന ഊന്നൽ ഈ രംഗാവതരണതലത്തിനുണ്ട്. 'ഫോറം തിയേറ്റർ' എന്നാണ് ഓഗസ്റ്റോ ബോൾ ഇതിനെ വിശേഷിപ്പിക്കുന്നത്. ഒരു ഉദാഹരണത്തിലൂടെ ഇതു വിശദമാക്കാം.

പെറുവിലെ പ്രധാന കയറ്റുമതികളിലൊന്നായ മത്സ്യം സംസ്കരിക്കുന്ന ഫാക്ടറികൾ ചെറുതും വലുതും ധാരാളമുള്ള നഗരമാണ് ചിമ്പോട്ട്. ചെറിയ ഫാക്ടറികളിൽ എട്ടോ ഒമ്പതോ തൊഴിലാളികളേ ഉണ്ടാകൂ. അത്തരമൊന്നിൽ ജോലി ചെയ്യുന്ന ചെറുപ്പക്കാരനാണ് പ്രശ്നം ഉന്നയിച്ചത്. അയാൾ ജോലി ചെയ്യുന്ന ഫാക്ടറിയുടെ ഉടമ തൊഴിലാളികളെ നിർദയം ചൂഷണം ചെയ്യുന്നു. രാവിലെ എട്ടുമുതൽ രാത്രി എട്ടുവരെ ജോലിയെടുപ്പിക്കുന്നു. അതിക്രൂരമായ ഈ ചൂഷണം എങ്ങനെ അവസാനിപ്പിക്കും? ഇതായിരുന്നു ഉന്നയിക്കപ്പെട്ട പ്രശ്നം. പലരീതിയിലുള്ള നിർദേശങ്ങൾ അവതരിപ്പിക്കപ്പെട്ടു. ജോലിയെടുക്കുന്നത് മന്ദഗതിയിലാക്കുക പ്രത്യേകിച്ചും ഫാക്ടറിയുടമ ശ്രദ്ധിക്കാതിരിക്കുമ്പോൾ; സമരം ചെയ്യുക; ട്രേഡ് യൂണിയൻ ഉണ്ടാക്കുക; ഫാക്ടറി ബോംബെറിയുക; യന്ത്രത്തിൽക്കൊള്ളുന്നതിനെക്കാൾ കൂടുതൽ മത്സ്യം ചൊരിഞ്ഞ് യന്ത്രത്തകരാറുവരുത്തുക; അതു നന്നാക്കിയെടുക്കുന്ന സമയം വിശ്രമിക്കുക.

പ്രേക്ഷകരുടെ മുമ്പാകെ ഫാക്ടറി ദൃശ്യം അവതരിപ്പിച്ചു. ഒരാൾ മത്സ്യം കൊട്ടയിൽ കൊണ്ടുവന്നു ചൊരിയുന്നു. മറ്റൊരാൾ തൂക്കം നോക്കുന്നു. മൂന്നാമൻ ബാഗിലാക്കി യന്ത്രത്തിലേക്കു കൊണ്ടുപോകുന്നു. ഒരു സംഘം യന്ത്രമായി മാറിയിരിക്കുന്നു. ഒരാൾ ഉടമയുടെ വേഷമെടുക്കുന്നു. വേദിയിൽ ഒരു മത്സ്യസംസ്കരണശാല സജീവമാകുന്നു. ഇതിനുശേഷം നിർദേശിച്ച പരിഹാരങ്ങൾ അവതരിപ്പിച്ചു. മത്സ്യം അധികം ചൊരിഞ്ഞ് യന്ത്രത്തകരാറുണ്ടാക്കുകയെന്ന നിർദേശം ആദ്യം അവതരിപ്പിച്ചു. ഈ സമയം ഉടമ മെക്കാനിക്കിനെക്കൊണ്ടുവന്ന് യന്ത്രം നന്നാക്കി. വീണ്ടും ജോലിതുടങ്ങുകയും ചെയ്തു. ഇതുകഴിഞ്ഞ് പ്രേക്ഷകരോട് ഈ നിർദേശത്തോട് യോജിക്കുന്നുവോ എന്ന് ആരാഞ്ഞു. ഒരാളും യോജിച്ചില്ലെന്നുമാത്രമല്ല, യന്ത്രം നശിപ്പിക്കുന്നതു പരിഹാരമാവില്ലന്നും

പറഞ്ഞു. ഫാക്ടറി നശിക്കുന്നതോടെ തൊഴിൽ നഷ്ടപ്പെടുന്നുവെന്ന യാഥാർത്ഥ്യം അവർ മനസിലാക്കിയെന്നർഥം. വീണ്ടും ഫാക്ടറി ദൃശ്യം രംഗത്തുവന്നു. ഇത്തവണ ബോംബെറിയുകയാണ് പരിഹാരമെന്നു നിർദേശിച്ചയാളുടെ ഊഴമായിരുന്നു. അയാൾ രംഗത്തുവന്നതോടെ നേരിട്ടപ്രശ്നം ബോബുണ്ടാക്കുന്നതും ഉപയോഗിക്കുന്നതും എങ്ങനെയെന്ന് അയാൾക്കറിവുള്ളതല്ല എന്ന വസ്തുതതയാണ്.

മൂന്നാമത് അവതരിപ്പിച്ചത് പണിമുടക്കുസമരമെന്ന നിർദേശമാണ്. എല്ലാവരും ചേർന്ന് പണിമുടക്കി ഫാക്ടറി ലോക്കൗട്ട് ചെയ്തശേഷം ഉടമയും അനുചരന്മാരും ജനങ്ങൾക്കിടയിലേക്കു വരികയും പുതിയ ഒമ്പതുപേരെ കണ്ടെത്തി ജോലിക്കാരാക്കുകയും ചെയ്തു. പെട്ടെന്ന് പണിമുടക്കുന്നത് തൊഴിലില്ലായ്മ വൻതോതിലുള്ള നഗരത്തിൽ അപ്രായോഗികമാണ്. ദരിദ്രരും വേണ്ടത്ര രാഷ്ട്രീയബോധം വികസിച്ചിട്ടില്ലാത്തവരുമായ ജനങ്ങളിൽ നിന്ന് തൊഴിലാളികളെ കണ്ടെത്താനും ചൂഷണം തുടരാനും ഒരു പ്രയാസവുമില്ല. ഇതും പ്രശ്നപരിഹാരമാവില്ലെന്നു പ്രേക്ഷകർ സമ്മതിച്ചു. അടുത്തതായി അവതരിപ്പിച്ചത് ട്രേഡ് യൂണിയൻ രൂപീകരിക്കുകയെന്ന നിർദേശമായിരുന്നു. തൊഴിലാളികളുടെ ആവശ്യങ്ങൾ ഉടമയുമായി ചർച്ച ചെയ്യുക, തൊഴിലാളികളെയും തൊഴിൽരഹിതരെയും രാഷ്ട്രീയവൽക്കരിക്കുക, സമരത്തിലേർപ്പെട്ടവരെ സഹായിക്കാൻ ഫണ്ട് സ്വരൂപിക്കുക തുടങ്ങിയ പ്രവൃത്തികൾ ഇതോടൊപ്പം ദൃശ്യാവിഷ്കാരം നേടി. ഇതാണു ചൂഷണത്തിനെതിരെ പൊരുതാനുള്ള മാർഗമെന്ന് പ്രേക്ഷകർ ഒന്നടങ്കം സമ്മതിച്ചു.

'ഫോറം തിയേറ്ററി'ൽ ഒരാശയവും അടിച്ചേൽപ്പിക്കുന്നില്ല. ഏത് ആശയവും പരീക്ഷിച്ചുനോക്കാനുള്ള അവസരം പ്രേക്ഷകർക്ക്, ജനങ്ങൾക്കുണ്ട്. എല്ലാ സാധ്യതകളും പരിശീലിച്ചുനോക്കാനും പ്രായോഗികമാവുമോ എന്ന് ആരായാനും കഴിയുന്നു. വേദിയിൽ ഭാവനാപരമായി അനുഷ്ഠിക്കുന്നത്, യഥാർഥത്തിൽ സംഭവിക്കാനിരിക്കുന്നതാണ്. ബോംബെറിയുന്നതെങ്ങനെ എന്ന് ഒരു കഥാപാത്രം അഭിനയിച്ചുനോക്കുമ്പോൾ യഥാർഥത്തിൽ ബോംബെറിയാനുള്ള പരിശീലനം നേടുകയാണയാൾ. ഒരു പണിമുടക്കുസംഘടിപ്പിക്കാനുള്ള രീതികൾ അഭിനയിക്കുമ്പോൾ അത് യഥാർഥജീവിതത്തിൽ പണിമുടക്കുസംഘടിപ്പിക്കാനുള്ള ശ്രമമായി മാറുന്നു. ഭാവനാപരതയുടെ പരിമിതിയുണ്ടെങ്കിലും ഈ അനുഭവം മൂർത്തമായ ഒന്നാണ്. അരങ്ങ് ഒരുപക്ഷേ വിപ്ലവകരമല്ലായിരിക്കാം. എന്നാൽ അരങ്ങിലെത്തുന്ന ഇത്തരം ഓരോ ദൃശ്യാവതരണവും വിപ്ലവത്തിന്റെ റിഹേഴ്സൽ ആണെന്ന് ഓഗസ്റ്റോ ബോൾ സമർഥിക്കുന്നു.

പ്രാപഞ്ചികവസ്തുതകളെക്കുറിച്ചുള്ള അവസാന വാക്ക് എന്നനിലയിലാണ് ബൂർഷ്വാനാടകവേദി കാര്യങ്ങൾ അവതരിപ്പിക്കുക. അവരുടെ ലോകം എപ്രകാരമുള്ളതാണെന്ന് അവർക്കറിയാം എന്നതാണിതിന്റെ അർഥം. അതുകൊണ്ട് പൂർത്തിയാക്കപ്പെട്ട ദൃശ്യങ്ങളാണ് ബൂർഷ്വാസി

കാഴ്ചവയ്ക്കുന്നത്. എന്നാൽ തങ്ങളുടെ ലോകം എപ്രകാരത്തിലായിരിക്കുമെന്നു തിട്ടമില്ലാത്ത മർദിതവർഗമാകട്ടെ, നാടകവേദിയിൽ റിഹേഴ്സൽ നടത്തുകമാത്രമാണു ചെയ്യുന്നത്. ഏതെല്ലാം രൂപത്തിലാകാം തങ്ങളുടെ ലോകം എന്നാണവർ റിഹേഴ്സൽ ചെയ്യുന്നത്. മാറ്റത്തിന്റെ വിവിധ ഘട്ടങ്ങൾ അവതരിപ്പിക്കാൻ അവർക്കാവുമെന്ന് മുമ്പു നൽകിയ ഉദാഹരണങ്ങളിലൂടെ കാണാൻ കഴിഞ്ഞുവല്ലോ.

പരീക്ഷണങ്ങളിലും പരിശീലനങ്ങളിലും സാധാരണജനങ്ങളുടെ സദസ്സ് തൽപ്പരരാണ്. അടഞ്ഞരൂപത്തിലുള്ള ദൃശ്യാവതരണങ്ങളെ അവർ ജുഗുപ്സയോടെയാണ് വീക്ഷിക്കുന്നത്. ഇത്തരം സാഹചര്യങ്ങളിൽ നാടകകഥാപാത്രങ്ങളുമായി സംഭാഷണത്തിലേർപ്പെടാൻ അവർ തയാറാകുന്നു. നാടകാന്തംവരെ കാത്തുനിൽക്കാൻ ക്ഷമയില്ലാതെ അഭിനയത്തെ തടസപ്പെടുത്തിക്കൊണ്ടുതന്നെ, ചില ഭാഗങ്ങളുടെ വിശദീകരണം അവർ ആവശ്യപ്പെടുന്നു. നിശ്ശബ്ദനായി ഇരുന്നു നാടകം കാണുക തുടങ്ങിയ ബൂർഷ്വാ പെരുമാറ്റ സംഹിതയിൽനിന്നു വ്യത്യസ്തമായ ജനകീയ രീതിയാണ് സംവാദത്തിലേർപ്പെടാനുള്ള സന്നദ്ധത. ചോദ്യം ചോദിക്കാനും വിശദീകരണം തേടാനുമുള്ള സംഭവത്തെ ഉയർത്തുന്നതും വളർത്തുന്നതുമാകണം ജനകീയ നാടകരീതി.

നാടകവാതരണത്തെ, സംവാദത്തിന്റെ രംഗഭൂമിയാക്കി മാറ്റുന്നതിനെ 'റിഹേഴ്സൽ തിയേറ്റർ' രീതി എന്നാണ് ഓഗസ്റ്റോ ബോൾ വിശേഷിപ്പിക്കുന്നത്. ബൂർഷ്വാ നാടകസങ്കൽപ്പങ്ങൾ പ്രേക്ഷകരിൽ അണിയിച്ചുള്ള 'പെരുമാറ്റ മര്യാദ'കളാകുന്ന അദൃശ്യചങ്ങലകളിൽ നിന്ന് അവൻ കുതറിമാറുകയും അരങ്ങിൽ മുഖ്യകഥാപാത്രത്തിന്റെയും ജനകീയാഭിലാഷം നിറവേറ്റുന്നതിൽ പ്രക്ഷോഭകന്റെയും ഭാഗം ഏറ്റെടുക്കുകയുംവേണം. ഇതനവരെ പ്രാപ്തരാക്കാൻ കഴിയുംവിധം നാടകവേദിയിൽ താൻ പരീക്ഷിച്ച നിരവധി ആവിഷ്കാരരീതികൾ ഓഗസ്റ്റോ ബോൾ വിശദീകരിക്കുന്നു. അർജന്റീനയിലും ബ്രസീലിലും പ്രാഥമികപ്രയോഗം നടത്തുകയും സാക്ഷരതാപ്രവർത്തനത്തിന് പെറുവിൽ ഉപയോഗിക്കുകയും ചെയ്ത രീതികളാണിവ.

സംവാദത്തിന്റെ രംഗഭൂമി

ന്യൂസ്പേപ്പർ തിയേറ്റർ

ഒട്ടും നാടകീയസ്വഭാവം ഇല്ലാത്തതും വികാസശൂന്യവും വസ്തുനിഷ്ഠവുമെന്നു കരുതുന്നതുമായ പത്രവാർത്തകൾ അരങ്ങിൽ ദൃശ്യാവിഷ്കാരത്തിനു വിധേയമാക്കുന്ന രീതിയാണ് ന്യൂസ്പേപ്പർ തിയേറ്റർ. വാർത്തയുടെ വെറും വായന മുതൽ ദൃശ്യബിംബമൊരുക്കൽ വരെ ഇതിന്റെ ഭാഗമായി നടക്കും. അവയിൽ ചില രീതികൾ താഴെക്കൊടുക്കുന്നു.

1. വെറുവായന: വാർത്ത വായിക്കുകയും അതിൽ തെറ്റായ പരാമർശ

ങ്ങളോ അന്തർലീനമായിരിക്കുന്ന ഗൂഢോദ്ദേശ്യങ്ങളോ ഉണ്ടോയെന്ന പരിശോധന.

2. എതിർവായന: രണ്ടുവാർത്തകൾ ഒരേസമയം വായിക്കുക. ഒരു വാർത്ത മറ്റേ വാർത്തയ്ക്ക് പുതിയ മാനം നൽകുന്നതാകണം. ഒരു പത്രത്തിൽനിന്നുതന്നെ രണ്ടു ഭാഗങ്ങളിൽ നിന്നെടുക്കാം. കൂടുതൽ വ്യക്തമാക്കാൻ, വ്യത്യസ്തവീക്ഷണമുള്ള പത്രങ്ങളിൽനിന്നെടുക്കുന്ന വാർത്തകളായാൽ മതിയല്ലോ.
3. പൂരകവായന: ഭരണവർഗപക്ഷപാതംമൂലം പത്രങ്ങൾ മറച്ചുവച്ച സ്ഥിതി വിവരക്കണക്കുകളും മറ്റു വിവരങ്ങളും കൂട്ടിച്ചേർത്ത് വാർത്ത വായിക്കുന്നു.
4. താളാത്മകവായന: വാർത്തകൾ നാടൻ താളത്തിൽ വായിക്കാൻ വാർത്തകളിൽ ദുർബലമാക്കി അവതരിപ്പിക്കുന്ന യാഥാർഥ്യങ്ങൾ ഊന്നൽ നൽകി വെളിപ്പെടുത്താനും വിമർശനാത്മകമായി സമീപിക്കാനും താളം നമ്മെ സഹായിക്കുന്നു.
5. അഭിയനസമേതമുള്ള വായന: വാർത്തവായിക്കുന്നതിനു സമാന്തരമായി റിപ്പോർട്ടു ചെയ്ത സംഭവമുണ്ടായതിന്റെ പശ്ചാത്തലമടക്കം വേദിയിൽ 'മൈം' ചെയ്യുന്നു. കേൾക്കുന്നതോടൊപ്പമുള്ള കാണൽ അറിവിനെ ബലവത്താക്കും.
6. തൽസമയാഭിനയം: വാർത്ത അതിന്റെ സാധ്യമായ വ്യാഖ്യാനങ്ങളോടെ വേദിയിൽ മനോധർമരീത്യാ അവതരിപ്പിക്കുന്നു.
7. ചരിത്രപരം: വാർത്തയിലെ സംഭവം, വിവിധ ചരിത്രഘട്ടങ്ങളിൽ, മറ്റു രാഷ്ട്രങ്ങളിൽ, സാമൂഹ്യവ്യവസ്ഥകളിൽ സംഭവിച്ചതോ സംഭവിക്കാൻ സാധ്യതയുള്ളതോ ആയ രീതി, വാർത്തയോടു ചേർത്ത് പറയുന്നു.
8. ദൃഢീകരണം: സ്ലൈഡുകൾ, സംഗീതോപകരണങ്ങൾ, ഗാനങ്ങൾ പരസ്യവസ്തുക്കൾ തുടങ്ങിവയുടെ സഹായത്തോടെ വാർത്ത വായിക്കുകയോ പാടുകയോ ചെയ്യുന്നു.
9. മൂർത്തമാക്കൽ: യഥാർഥവസ്തുത നിഗൂഢമാക്കി അല്ലെങ്കിൽ അമൂർത്തമാക്കി അവതരിപ്പിക്കുന്ന വാർത്തയെ മൂർത്തമാക്കൽ. ദാരിദ്ര്യം, തൊഴിലില്ലായ്മ, മർദനം തുടങ്ങിയവ യഥാർഥമോ പ്രതീകാത്മകമോ ആയ ചിത്രബിംബങ്ങളുടെ സഹായത്തോടെ അവതരിപ്പിക്കുന്നു.
10. സന്ദർഭത്തിൽനിന്നെടുത്ത് അവതരിപ്പിക്കൽ പത്രത്തിൽ വിവരിച്ച സന്ദർഭത്തിൽനിന്നു മാറ്റി മറ്റൊവസരത്തിൽ പ്രയോഗിക്കുന്ന രീതി. ഉദാഹരണം മന്ത്രി ഗംഭീരമായ ഒരു ഡിന്നറിൽ പങ്കുകൊണ്ടിരിക്കെ, ലളിതജീവിതം നയിക്കേണ്ട ആവശ്യകതയെക്കുറിച്ച് മുമ്പൊരിക്കൽ അയാൾ ചെയ്ത പ്രസംഗത്തിന്റെ വാർത്ത അവതരിപ്പിക്കുന്നു. ഭരണാധിപൻമാർ പ്രസംഗം പോലെ പ്രവർത്തിക്കുന്നില്ലാ എന്നു തെളിയിക്കാൻ ഇതിനാവും. ലളിതജീവിതം സ്വന്തമായി നടപ്പാക്കാനുള്ള

തല്ല, ജനങ്ങൾക്കുവേണ്ടിയുള്ളതാണ് എന്ന മട്ടിൽ മന്ത്രിയുടെ ഉപദേശം പരിഹസിക്കപ്പെടുന്നു.

ഇത്തരംപത്തുരീതികളാണ് ന്യൂസ്പേപ്പർ തിയേറ്ററിന്റെ രൂപത്തിൽ അദ്ദേഹം വിശദീകരിക്കുന്നത്.

അദൃശ്യനാടകവേദി

വളരെ സ്വാഭാവികമെന്നോണം ദൃശ്യാവിഷ്കാരം നടത്തുന്ന രീതിയാണ് ഇത്. ഒരു കാരണവശാലും മുൻകൂട്ടി പരിശീലനം നേടിയ നടന്മാരാണ് അവതരണം നടത്തുന്നതെന്ന് ജനങ്ങൾ അറിയരുത്. ഇവിടെ പ്രേക്ഷകരില്ല. ജനങ്ങൾക്കിടയിൽനിന്ന് ഒരു സംഭവം രൂപംകൊണ്ടുവരുന്നു.സംഭവം അവതരിപ്പിക്കുന്നതിന്റെ ഫലം മുൻവിധികളില്ലാതെ അനുഭവിക്കാൻ ജനങ്ങൾക്കു കഴിയുന്നു. ഗറില്ലാനാടകവേദിയോ തോന്ന്യാസി നാടകമോ, അവതാരകരുടെ സ്വഭാവം, രാഷ്ട്രീയം ഇവയെല്ലാമായി ചേർത്തിണക്കിയേ ജനങ്ങൾ മനസിലാക്കൂ. ഒരു യഥാർഥസാഹചര്യത്തിൽ നടക്കുന്ന കാര്യത്തോട് എന്നവണ്ണം ജനങ്ങളുടെ പ്രതികരണശേഷി ഇവിടെ പ്രവർത്തിക്കുന്നു.

മുൻകൂട്ടി നിശ്ചയിച്ചതോ അല്ലാത്തതോ ആയ ഒരു വേദിയും ഈ രീതിക്കില്ല. പാതവക്കത്തോ, റസ്റ്റോറന്റിലോ, ചന്തയിലോ, തീവണ്ടിയിലോ ഒക്കെവച്ചാകാം ഇതുസംഭവിക്കുന്നത്. ജനങ്ങൾക്കുമുമ്പാകെ തുറന്നുകാട്ടാനുള്ള പ്രശ്നത്തെ ആസ്പദമാക്കി ഒരു സ്ക്രിപ്റ്റ് തയാറാക്കി, വിശദമായി ചർച്ച ചെയ്ത്, പരിശീലിക്കണം. അദൃശ്യവേദിയിലെ നടന്മാരുടെ ഉത്തരവാദിത്വം കൂടുതലാണ്. പ്രശ്നത്തെക്കുറിച്ച് വിപുലമായ ജ്ഞാനവും വേണ്ടുവോളം പരിശീലനവും വേണം. നടന്മാരല്ലാത്ത ജനങ്ങളുടെ സംഭാഷണങ്ങളോടും ഇടപെടലുകളോടും പ്രതികരിച്ച് അവരെ തങ്ങൾ ചിന്തിക്കുന്ന രീതിയിലേക്കു കൊണ്ടുവരാനുള്ള കഴിവും ആത്മവിശ്വാസവും ആർജിക്കണം. പ്രേക്ഷകരിൽ നിന്ന് ഉണ്ടായേക്കാവുന്ന ഇടപെടലുകൾ മുൻകൂട്ടി ഭാവയിൽക്കണ്ട്, അവയ്ക്കനുസൃതമായി ബദൽ സ്ക്രിപ്റ്റുകൾ ഒരുക്കി പരിശീലിക്കുകയും വേണം.

സാമ്പ്രദായിക നാടകത്തിന്റെ ഒരു പ്രതികരണവും പ്രകടിപ്പിക്കാതിരിക്കുന്ന പ്രേക്ഷകൻ ഒരു മനുഷ്യന്റെ ഗുണങ്ങൾ ഇല്ലാത്തയാളാണ്. ഒരു മനുഷ്യനെക്കാൾ താഴെയാണ് എന്നുപറയാം. അദൃശ്യനാടകവേദി അരങ്ങിന്റെ ആചാരങ്ങളെ ലംഘിക്കുകയും അതിന്റെ പ്രാകൃതമാതൃകകളിലേക്ക് തിരിച്ചുപോവുകയും ചെയ്യുന്നു. ഇത്തരത്തിൽ സ്വതന്ത്രമായ അരങ്ങിലെ അനുഭവം ദീർഘകാലം നിലനിൽക്കും. പെറുവിലെ വലിയൊരു ഹോട്ടലിൽ ഭക്ഷണം കഴിക്കാനെന്ന വ്യാജേന ചെന്ന സാക്ഷരതാ പ്രവർത്തകർ, അദൃശ്യനാടകവേദിയുടെ മാതൃകയിൽ ഹോട്ടലിലെ കൂടിയ വിലനിലവാരം, തൊഴിലാളുകളുടെ അധ്വാനം ചൂഷണംചെയ്യൽ തുടങ്ങിയ വസ്തുതകളിലേക്ക് ജനങ്ങളുടെ ശ്രദ്ധ ക്ഷണിച്ചകാര്യം ഓഗസ്റ്റോ ബോൾ വിശദമായി ആഖ്യാനം ചെയ്യുന്നുണ്ട്.

ഫോട്ടോ റൊമാൻസ്

വളരെ താഴ്ന്ന നിലവാരമുള്ളതും വികലഭാവനയുടെ സൃഷ്ടികളുമായ 'ഫോട്ടോ റൊമാൻസ് സാഹിത്യ'ത്തിന് വളരെ പ്രചാരമുള്ള സ്ഥലമാണ് ലാറ്റിനമേരിക്കൻ നാടുകൾ. ഈ പൈങ്കിളിസാഹിത്യം, ഭരണവർഗത്തിന്റെ ആശയപ്രചാരണം എന്ന ധർമം തന്നെയാണു നിർവഹിക്കുന്നത്. ഇത്തരത്തിലുള്ള ഫോട്ടോ റൊമാൻസുകളിൽ ചിത്രീകരിച്ചിട്ടുള്ള സന്ദർഭങ്ങൾ, എവിടെനിന്നെടുത്തതാണ് എന്നു സൂചിപ്പിക്കാതെ അരങ്ങിൽ അവതരിപ്പിക്കുന്നു. അതിനുശേഷം അവയ്ക്ക് ജീവിതയാഥാർഥ്യങ്ങളുമായുള്ള ബന്ധം എത്രമാത്രമുണ്ടെന്ന് താരതമ്യപ്പെടുത്തുകയും പ്രമേയത്തിന്റെ വളവുതിരിവുകൾ സംഭാഷണത്തിന്റെ കുടിലതകൾ, യുക്തിരാഹിത്യം തുടങ്ങിയവയെ വിമർശനാത്മകമായി സമീപിക്കാൻ ജനങ്ങളെ പഠിപ്പിക്കുകയും ചെയ്യുന്നു.

മർദനത്തെ പ്രതിരോധിക്കൽ: അധീനവർഗം കീഴാളരെയും സവർണജാതിക്കാർ അവർണജാതിക്കാരെയും പുരുഷൻ സ്ത്രീയെയും താന്താങ്ങളുടെ ആധിപത്യത്തിൻകീഴിലാക്കാൻ മർദനസംവിധാനങ്ങളെ ഉപയോഗപ്പെടുത്തുന്നു. അക്കൂട്ടത്തിൽ ശാരീരികമായി ഉണ്ടാകുന്ന അടിച്ചമർത്തലിനെ ചെറുക്കാൻ ജനങ്ങളെ പരിശീലിപ്പിക്കുന്ന നാടകമാർഗമാണ് ഇവിടെ വിവരിക്കുന്നത്.

ജനക്കൂട്ടത്തിൽനിന്നു തിരഞ്ഞെടുത്ത ഒരാളോട്, അയാൾ ജീവിതത്തിൽ മർദനത്തിന് വിധേയമായ ഒരു അനുഭവം ഓർക്കാൻ പറയുന്നു. അയാളുടെ നിർദേശപ്രകാരം തെരഞ്ഞെടുത്ത കുറച്ചുപേർ ചേർന്ന് ആ അനുഭവം വേദിയിൽ പുനഃസൃഷ്ടിക്കുന്നു. ആദ്യാവതരണം കഴിഞ്ഞാൽ, ഇത്തരം ഒരു അടിച്ചമർത്തലിനെ നേരിടുന്നതെങ്ങനെയെന്ന് കൂട്ടമായി ആലോചിക്കാം. മുമ്പ് തന്റെ ആഗ്രഹത്തിനു വിപരീതമായ മർദനം അയാൾ ഏറ്റുവാങ്ങി. താൻ തൊഴിലാളിയാണെന്നും തൊഴിലാളികൾ മർദനം സഹിക്കേണ്ടവരാണെന്നുമായിരുന്നു അയാളുടെ ധാരണ. ചർച്ചയിലൂടെ തൊഴിലാളി സ്വയം തിരിച്ചറിയുന്നു. വീണ്ടും ഇതേ രംഗം വേദിയിൽ അവതരിപ്പിക്കുമ്പോൾ തന്റെ ഇച്ഛയനുസരിച്ച് പ്രവർത്തിക്കാൻ അയാൾ തയാറാകണം. മറ്റു നടന്മാർ, ആദ്യാവതരണത്തിലെന്നപോലെ, മർദനത്തിനൊരുങ്ങുമ്പോൾ അയാൾ പ്രതിരോധിക്കുന്നു. ഈ സംഘട്ടനം, പ്രതിരോധിക്കാനുള്ള തന്റെ കഴിവും ശത്രുവിന്റെ ശക്തിയും മനസിലാക്കാൻ മർദിതനെ സഹായിക്കുന്നു. ഇതാകട്ടെ ഭാവിയിൽ ഒരു അവസരം ഉണ്ടാകുമ്പോൾ ശത്രുവിന്റെ അടിച്ചമർത്തലിനെതിരെ, കാര്യക്ഷമവും ശക്തവുമായ ചെറുത്തുനിൽപ്പ് ആസൂത്രണം ചെയ്യാൻ അയാളെ പ്രാപ്തനാക്കുമെന്ന് ഓഗസ്റ്റോ ബോൾ നിരീക്ഷിക്കുന്നു.

പുരാവൃത്തനാടകവേദി

ജനങ്ങൾക്കിടയിൽ പ്രചാരമുള്ള പുരാവൃത്തങ്ങളുടെ ആന്തരികാർഥം കണ്ടെത്താനുള്ള ശ്രമമാണ് ഇതുകൊണ്ട് ഉദ്ദേശിക്കുന്നത്. ജന

ങ്ങളെ സംബന്ധിച്ചിടത്തോളം പ്രാധാന്യമേറിയ ചില വസ്തുതകൾ അവയിലുണ്ടാകാം. ഉപരിവർഗതാൽപ്പര്യങ്ങൾ സംരക്ഷിക്കാനുള്ള മറയാകാം പുരാവൃത്തങ്ങൾ. ഇത്തരത്തിലൊരു പുരാവൃത്തത്തിന്റെ സത്യാവസ്ഥ തുറന്നുകാട്ടിയ ഒരു അനുഭവം അദ്ദേഹം വിശദീകരിക്കുന്നുണ്ട്.

മോട്ടുപ്പ് എന്ന സ്ഥലത്തുള്ള മല പിശാചുക്കളുടെ ആവാസകേന്ദ്രമാണെന്ന് ജനങ്ങൾ വിശ്വസിച്ചുപോരുന്നു. വനാന്തരത്തിലൂടെ ഒരു ഇടുങ്ങിയ പാതമാത്രമാണ് മലയിലേക്കുള്ള വഴി. ആ വഴിയുടെ മധ്യദൂരത്തിലായി ഒരു കുരിശ് സ്ഥാപിച്ചിട്ടുണ്ട്. അതിനപ്പുറം കടന്നവരാരും തിരിച്ചെത്തിയിട്ടില്ല. എന്നാൽ ഇതിൽ നിന്നു വ്യത്യസ്തമായ ഒരുകഥയാണ് ഒരു യുവാവ് പറഞ്ഞത്. മലയിലേക്ക് മറ്റൊരു മാർഗത്തിലൂടെ പിശാചുക്കളെ അന്വേഷിച്ചുപോയ ധീരനായ ചെറുപ്പക്കാരൻ അവിടെ കണ്ടത് കുറേ അമേരിക്കക്കാരെയാണ്. മലയിലെ സ്വർണഖനിയുടെ ശ്രദ്ധയിൽപ്പെടാതിരിക്കാൻ ഉടമസ്ഥർക്കുവേണ്ടി പ്രചരിപ്പിച്ചിരുന്ന ഐതിഹ്യമാണ് 'പിശാചുബാധ' എന്ന് അർഥം. ഇത്തരത്തിലുള്ള തിരിച്ചറിയൽ പ്രവർത്തനമാണ് പുരാവൃത്തനാടകവേദി.

വിശകലന നാടകവേദി

ജനങ്ങൾ നിർദേശിക്കുന്ന ലളിതമായ ചിലപ്രമേയങ്ങൾ അവതരിപ്പിച്ച് അതിലെ കഥാപാത്രങ്ങളുടെ സ്വഭാവം വളരെ സൂക്ഷ്മമായി വിശകലനംചെയ്യുകയും ആ കഥാപാത്രങ്ങളുടെ പ്രതീകമായി ഒരുവസ്തുവിനെ തെരഞ്ഞെടുക്കുകയും ചെയ്യുകയെന്നതാണ് ആദ്യപടി. ഉദാഹരണത്തിന് ഒരു പൊലീസുകാരൻ കോഴിമോഷ്ടാവിനെ കൊന്ന സംഭവമാണ് പ്രമേയമെന്നു കരുതുക. പൊലീസുകാരനെന്ന കഥാപാത്രത്തെ അപഗ്രഥനത്തിനു വിധേയമാക്കുന്നു. ഒരു പ്രത്യേക സ്വഭാവത്തെ പ്രതീകവൽക്കരിക്കുന്ന ഭൗതിക വസ്തു തെരഞ്ഞെടുക്കുകയും വേണം.

1. അയാളൊരു ജീവനക്കാരനായതുകൊണ്ട്, അധ്വാനം വിറ്റ് ഉണ്ണുന്നവനാണ്. പ്രതീകം: യൂണിഫോറം.
2. പൊലീസുകാരനായതുകൊണ്ട് മർദകനാണ്. പ്രതീകം: റിവോൾവർ.
3. അയാളൊരു ബൂർഷ്വാദല്ലാളാണ്. സ്വകാര്യസ്വത്തിന് നിയമപരിരക്ഷ നൽകുകയും മാനുഷികമൂല്യങ്ങളെക്കാൾ പണത്തിനു വിലകൽപ്പിക്കുകയും ചെയ്യുന്നു. പ്രതീകം: മേൽത്തൊപ്പി.

പിതാവ്, ഭർത്താവ്, സഹോദരൻ, സമുദായസംഘത്തിന്റെ പ്രവർത്തകൻ എന്നിങ്ങനെയും അയാളുടെ സാമൂഹ്യപങ്കാളിത്തം വിശകലനംചെയ്യാം. ഇതിനുശേഷം പ്രതീകമായി തെരഞ്ഞെടുത്ത ഭൗതികവസ്തുക്കൾ പരസ്പരം മാറ്റിഘടിപ്പിച്ചശേഷം പ്രമേയം അവതരിപ്പിക്കുക. ഉദാഹരണം തൊപ്പിയില്ലാത്ത പൊലീസുകാരൻ, റിവോൾവർ കയ്യിലേന്തി മോഷ്ടാവ് സാമുദായികപ്രവർത്തകന്റെ പ്രതീകം കയ്യിലേന്തിയ പൊലീസുകാരൻ എന്നിങ്ങനെ വ്യത്യസ്തരീതിയിൽ അവതരിപ്പിക്കുകയും അപ്പോൾ കഥാപാത്രങ്ങൾക്ക് സംഭവിക്കുന്ന മാറ്റം ജനങ്ങൾ അപഗ്രഥിക്കുകയും ചെയ്യുക.

ഇതിലൂടെ മനസിലാക്കുന്നത്, വ്യക്തികളുടെ സ്വഭാവത്തെ നിയന്ത്രിക്കുന്നത് നൈസർഗികവാസനകളോ വ്യക്തിപ്രത്യേകതകളോ അല്ലെന്നും, സാമൂഹ്യസാഹചര്യങ്ങളും ഉത്തരവാദിത്വങ്ങളും ആണെന്നുമാണ്. വ്യക്തിയിലൂടെ സംസാരിക്കുന്നത് അയാളുടെ സ്വത്വമല്ല, മറിച്ച് അയാളുടെ വർഗമാണ്. പൊലീസുകാരൻ മർദകനാകുന്നത്, അയാൾ ബൂർഷ്വാ വർഗത്തിന്റെ മർദനോപകരണമെന്ന നിർണീത പ്രവൃത്തിയിൽ ഏർപ്പെടുന്നവനാണ് എന്നതുകൊണ്ടാണ്.

ആചാരങ്ങളും മുഖംമൂടികളും

സമൂഹത്തിൽ നിലനിൽക്കുന്ന ഉൽപ്പാദനബന്ധനങ്ങൾ (ആന്തരികഘടന) വിപ്ലവകരമായി അഴിച്ചുപണിയുമ്പോഴും സാംസ്കാരികരംഗം (ഉപരിഘടന) മാറ്റത്തിനു വിധേയമാകാതെ ചില ഘട്ടങ്ങളിലെങ്കിലും നിലകൊള്ളാറുണ്ട്. ജനങ്ങളുടെ പെരുമാറ്റങ്ങളിലും ആചാരരീതികളിലും പഴയ സ്വഭാവം തന്നെ തുടർന്നുപോരുന്നതു കാണാം.

ജനങ്ങൾക്കിടയിൽ ഉറച്ചുപോയ ശീലങ്ങളെയും ആചാരങ്ങളെയും വിപ്ലവകരമായി പരിഷ്കരിക്കുകയാണ് വേണ്ടത്. അതിന് അരങ്ങിനെ എപ്രകാരം ഉപയോഗിക്കാമെന്ന് ബ്രസീലിലെ ഒരു അനുഭവത്തിലൂടെ ഓഗസ്റ്റോ ബോൽ വിശദീകരിച്ചു. സംസാരിക്കുന്ന സമയത്ത് തങ്ങളുടെ മുഖത്തുനോക്കി സംസാരിക്കുന്നത് വിനയമില്ലായ്മയായി കണക്കാക്കിയിരുന്നു. ജന്മികൾ സംസാരിക്കവേ, തലകുനിച്ചുനിന്ന് 'ശരി അങ്ങുന്നേ' എന്നു പറയുകമാത്രമേ കർഷകർ ചെയ്യാൻ പാടുള്ളൂ. ഇടക്കാലത്ത് ബ്രസീലിൽ അധികാരത്തിലിരുന്ന ജനാധിപത്യഗവൺമെന്റ് പുരോഗമനസ്വഭാവമുള്ള കാർഷികപരിഷ്കരണം നടപ്പിലാക്കി. ഇതുപ്രകാരം കർഷകർ സ്വന്തമായി ഭൂമിയുള്ളവരായിത്തീർന്നു. ഇക്കാര്യം ധരിപ്പിക്കാൻ ഗവൺമെന്റുദ്യോഗസ്ഥന്മാർ ഗ്രാമങ്ങളിലെത്തി. കർഷകരെ കണ്ട്, ഗവൺമെന്റുനടപടി മൂലം അവർ ഭൂവുടമകളായിരുന്നു എന്ന് അറിയിച്ചു. കർഷകരുടെ പ്രതികരണമാവട്ടെ. തറയിൽനോക്കിനിന്നുകൊണ്ട് 'ശരി സുഹൃത്തേ', 'ശരി സുഹൃത്തേ' എന്നു പിറുപിറുക്കൽ മാത്രമായിരുന്നു.

കാർഷികബന്ധത്തിൽ പുരോഗമനപരമായ മാറ്റം വന്നുവെങ്കിലും അത് ഗുണാത്മകമായി പ്രയോജനപ്പെടുത്താൻ, ജനങ്ങൾക്കിടയിൽ തങ്ങിനിൽക്കുന്ന ഫ്യൂഡൽ ആചാരങ്ങൾ തടസ്സം സൃഷ്ടിക്കുമെന്നതിന്റെ മാതൃകയാണിത്. ഉപരിഘടനയിൽ അവശേഷിക്കുന്ന പഴഞ്ചൻ വിശ്വാസങ്ങളെയും ആചാരങ്ങളെയും മാറ്റാനുള്ള ബോധവൽക്കരണപ്രവർത്തനത്തിൽ അരങ്ങിന് വലുതായ പങ്കുണ്ട്. സമൂഹത്തിലെ സാമ്പത്തികബന്ധങ്ങളാണ് വലിയ പരിധിയിൽ ശീലാചാരക്രമങ്ങളെ നിശ്ചയിക്കുന്നതെന്ന് ജനങ്ങളെ ബോധ്യപ്പെടുത്തുന്ന മാതൃകകൾ തെരഞ്ഞെടുത്ത് അവതരിപ്പിക്കണം.

ഉദാഹരണമായി പാതിരിയുടെ മുമ്പാകെ കുമ്പസാരിക്കാൻ പോകുന്ന ഇടവകക്കാരന്റെ ദൃശ്യം എടുക്കുക. അയാൾ പാതിരിയുടെ മുന്നിലെത്തി മുട്ടുകുത്തിനിന്ന് പാപങ്ങൾ ഏറ്റുപറയുന്നു. പാതിരി ഉപദേശി

ക്കുന്ന പ്രായശ്ചിത്തം ശ്രദ്ധാപൂർവം കേട്ട് തിരികെപ്പോകുന്നു. ഇവിടെ പരിശോധിക്കേണ്ട കാര്യമിതാണ്. കുമ്പസാരിക്കാനെത്തുന്ന എല്ലാ ഇടവകക്കാരും പാതിരിമാർക്കുമുമ്പിൽ പെരുമാറുന്നത് ഒരുപോലെയാണോ? മറിച്ച് പാതിരിമാർ എല്ലാ ഇടവക്കാരോടും ഒരുപോലെയാണോ പെരുമാറുന്നത്?

നല്ലപോലെ അഭിനയിക്കാനറിയുന്ന രണ്ടുപേരെ തെരഞ്ഞെടുത്ത് നാല് വ്യത്യസ്ത കുമ്പസാരദൃശ്യങ്ങൾ അവതരിപ്പിക്കുക. ഒന്നാമത്തേതിൽ പാതിരിയും കുമ്പസാരിക്കാനെത്തുന്ന ഇടവകക്കാരനും ഭൂപ്രഭുവർഗത്തിൽപ്പെട്ടവരാണ്. രണ്ടാമത്തേതിൽ പാതിരി ഭൂപ്രഭുവും ഇടവകക്കാരൻ കർഷകനുമാണ്. മൂന്നാമത്തേതിൽ പാതിരി കർഷകനും ഇടവകക്കാരൻ ഭൂപ്രഭുവും. നാലാമത്തേതിൽ പുരോഹിതനും ഇടവകക്കാരനും കർഷകവർഗത്തിൽപ്പെട്ടവർ.

ഈ നാല് സന്ദർഭങ്ങളിലും കർമം കുമ്പസാരംതന്നെയെങ്കിലും പാതിരിയുടെയും ഇടവകക്കാരന്റെയും പരസ്പരമുള്ള പെരുമാറ്റരീതികൾ വ്യത്യസ്തമായിരിക്കും. സമൂഹത്തിൽ നിലവിലിരിക്കുന്ന വർഗബന്ധങ്ങൾ പെരുമാറ്റരീതികളെ നിയന്ത്രിക്കുന്നു എന്ന് അർഥം. ഇത്തരത്തിൽ ഉറച്ചുപോയ ആചാരങ്ങളെയും അണിഞ്ഞുപോയ മുഖംമൂടികളെയും ചീന്തിയെറിയേണ്ടതുണ്ട്. സാമ്പത്തിക രംഗത്ത് മർദിതർ വിമോചിതരാകുന്നതോടൊപ്പം മാനസികലോകത്തും അവർ അടിമത്തത്തിന്റെ ചങ്ങലകൾ പൊട്ടിച്ചെറിയണം. വിപ്ലവാനന്തരലോകത്തു ജീവിക്കാൻ മനസിനെ സജ്ജമാക്കിയെടുക്കുക വിപ്ലവപൂർവകാലത്തു തുടങ്ങേണ്ട ഒരു പ്രക്രിയയാണ്. ഇത്തരം ബോധവൽക്കരണശ്രമങ്ങളിൽ നാടകവേദിയുടെ പങ്കാളിത്തം തിരിച്ചറിഞ്ഞ് പ്രയോഗിച്ചതാണ് ഓഗസ്റ്റോ ബോളിന്റെ സിദ്ധാന്തത്തെ ശ്രദ്ധേയമാക്കുന്നത്.

ചിന്ത വാരിക ഓഗസ്റ്റ് – സെപ്റ്റംബർ 1991.

15

തൊഴിലാളികളുടെ നാടകപ്രസ്ഥാനം: ഉത്ഭവവും വളർച്ചയും

ലോക നാടകവേദിയിലെ വളർന്നുകൊണ്ടിരിക്കുന്ന നൂതനസങ്കേതമാണ് തെരുവുനാടകവേദി. പ്രക്ഷോഭം പ്രചാരണം പ്രബോധനം എന്നിവയെ ഉദ്ദേശിച്ചുള്ള പ്രമേയം, ചെലവുകുറഞ്ഞ രംഗപ്രയോഗം, ജനങ്ങൾകൂടുന്ന ഏത് സ്ഥലത്തും അവതരണം നടത്താവുന്ന രൂപഘടന തുടങ്ങിയ സവിശേഷതകൾ തെരുവുനാടകവേദിയെ പൊരുതുന്ന ജനതയുടെ കലാമാധ്യമമാക്കുന്നു. അതുകൊണ്ടുതന്നെയാണ് മർദകഭരണകൂടങ്ങളും ചൂഷണവ്യവസ്ഥയും നിലനിൽക്കുന്ന രാഷ്ട്രങ്ങളിൽ കത്തിപ്പടരുന്ന വിമോചനപ്പോരാട്ടങ്ങൾക്ക് കരുത്തേകുന്ന സാംസ്കാരിക ആയുധമായി തെരുവുനാടകവേദി ഉപയോഗിക്കപ്പെടുന്നത്. വികസിത മുതലാളിത്തരാഷ്ട്രങ്ങളിലും അവികസിത, ദരിദ്രരാഷ്ട്രങ്ങളിലും തെരുവുനാടകപ്രസ്ഥാനം ഇന്ന് പുതിയതും ശക്തവുമായ മാതൃകകൾ കാഴ്ചവച്ചുകൊണ്ടിരിക്കുകയാണ്.

വർഗപോരാട്ടത്തിൽ തെരുവിലെ സമരരൂപമായി പ്രയോഗിക്കപ്പെടുന്ന ഈ ജനകീയ ദൃശ്യവേദിയുടെ ആരംഭംകുറിച്ചത്, ഈ നൂറ്റാണ്ടിന്റെ ആദിപാതിയിൽ വിപ്ലവാനന്തര റഷ്യയിൽ രൂപംകൊണ്ടതും ജർമനി, ബ്രിട്ടൻ, അമേരിക്ക എന്നീ രാഷ്ട്രങ്ങളിലേക്ക് പടർന്നതുമായ 'തൊഴിലാളികളുടെ നാടകപ്രസ്ഥാനമാണ് (Workers Thatre Movement).

ഒന്ന്

ഒക്ടോബർ വിപ്ലവത്തിനുശേഷമുള്ള ആദ്യവർഷങ്ങളിൽ നിലവിലുണ്ടായിരുന്ന സവിശേഷ സാഹചര്യമാണ്, അതിശക്തമായ പ്രചാരണായുധം എന്ന നിലയിൽ തൊഴിലാളിവർഗ നാടകപ്രസ്ഥാനത്തിന് രൂപം കൊടുക്കാൻ റഷ്യൻ ജനതയെ പ്രേരിപ്പിച്ചത്. വിപ്ലവാനന്തരം റഷ്യൻ

ഭരണകൂടത്തിന്റെ അടിയന്തരലക്ഷ്യം രണ്ടാണെന്ന് ലെനിൻ പ്രഖ്യാപിച്ചു. അപ്പവും സമാധാനവും. ഒന്നാം ലോകയുദ്ധവും ആഭ്യന്തരയുദ്ധവും മൂലം തകർന്ന സാമ്പത്തികസ്ഥിതി മെച്ചപ്പെടുത്തിക്കൊണ്ടേ ഈ ലക്ഷ്യം പൂർണമായി നേടാനാകൂ. എന്നാൽ ഇതിനായുള്ള പരിശ്രമങ്ങളെ തടസപ്പെടുത്തുംവിധം വിദേശ സാമ്രാജ്യശക്തികളുടെ ഇടപെടലും രാജ്യത്തുനിന്നും നിശ്ശേഷം അറ്റുപോയിട്ടില്ലാത്ത ഫ്യൂഡൽ ബൂർഷ്വാ ശക്തികളുടെ തുരപ്പൻപ്രവർത്തനങ്ങളും തുടർന്നു. വിപ്ലവത്തിന്റെ ശത്രുക്കൾക്കെതിരെ ജാഗ്രത പാലിക്കാൻ ജനങ്ങളെ സജ്ജരാക്കുകയാണ് തൊഴിലാളിവർഗ ഭരണകൂടത്തിന്റെ കരുത്തുള്ള രക്ഷാകവചമെന്ന് കമ്യൂണിസ്റ്റ് പാർട്ടി മനസിലാക്കി. രാഷ്ട്രീയമായും സൈനികമായുമുള്ള പോരാട്ടത്തിൽ ജനങ്ങളെ ഉറപ്പിച്ചു നിർത്താനും വിപ്ലവത്തിന്റെ ലക്ഷ്യത്തെക്കുറിച്ചും വ്യാപ്തിയെക്കുറിച്ചും സോവിയറ്റുകളിലെ കർഷകർക്ക് ശരിയായ ധാരണയുണ്ടാക്കാനും ആവശ്യമായ ബോധവൽക്കരണപ്രവർത്തനങ്ങൾക്ക് നേതൃത്വം നൽകാൻ പാർട്ടി കേന്ദ്രക്കമ്മിറ്റിയുടെ കീഴിൽ ഒരു പ്രചാരണവിഭാഗത്തിന് രൂപം നൽകി. ഏഴാം പാർട്ടി കോൺഗ്രസിൽ ഇതിനാവശ്യമായ കർമപദ്ധതി ആവിഷ്കരിക്കുകയും ചെയ്തു. ഇതിനെത്തുടർന്ന് വിപ്ലവ റഷ്യയുടെ വിദ്യാഭ്യാസമന്ത്രി ലൂണാചാർസ്കിയുടെ നേതൃത്വത്തിൽ നടപ്പിലാക്കിയ സോഷ്യലിസ്റ്റ് പ്രത്യയശാസ്ത്രസംസ്കാരത്തിന് അഥവാ തൊഴിലാളിവർഗ സംസ്കാരത്തിനായുള്ള സാംസ്കാരിക മുന്നേറ്റം 'പ്രോലീത്ത് കൂൽത്ത്' എന്ന ചുരുക്കപ്പേരിൽ അറിയപ്പെടുന്നു.

സമൂഹത്തിന്റെ ഉപരിഘടനയിൽ നിന്ന് മാഞ്ഞുപോയിട്ടില്ലാത്ത ബൂർഷ്വാ സംസ്കാരത്തിനെതിരെ പ്രവർത്തിക്കുക, ഒപ്പം ബഹുഭൂരിപക്ഷം വരുന്ന കർഷകത്തൊഴിലാളികളെ കമ്യൂണിസ്റ്റ് പ്രത്യയശാസ്ത്രത്തിന്റെ ആയുധമണിയിക്കുക. ഈ ദ്വിമുഖലക്ഷ്യമായിരുന്നു 'പ്രോലീത്ത് കൂൽത്തി'ന്റേത്. നൂറ്റാണ്ടുകളായി ഫ്യൂഡൽ ചൂഷണത്തിന് വിധേയമായി അജ്ഞതയിലും അന്ധവിശ്വാസങ്ങളിലും മുഴുകി നരകിച്ചിരുന്ന കർഷകജനതയ്ക്ക് വിപ്ലവബോധം പകരുന്നതിലൂടെമാത്രമേ, രാഷ്ട്രത്തിന്റെ സമ്പദ് വ്യവസ്ഥ സുശക്തമാക്കുംവിധമുള്ള ഉൽപ്പാദനപ്രവർത്തനം നടത്താൻ സാധ്യമാകുമായിരുന്നുള്ളൂ. 1897 ൽ നടത്തിയിരുന്ന സർവേപ്രകാരം റഷ്യൻ ജനതയുടെ 64.2 ശതമാനം നിരക്ഷരരായിരുന്നു. ഇതിൽ തൊണ്ണൂറുശതമാനവും കാർഷികരംഗത്ത് തൊഴിലെടുക്കുന്നവരുമായിരുന്നു. സ്ത്രീകൾക്കിടയിൽ 87.6 ശതമാനമായിരുന്നു നിരക്ഷരത. ഔദ്യോഗികവിദ്യാഭ്യാസംകൊണ്ടും തൊഴിൽ മേഖലയിലെ അനുഭവംകൊണ്ടും പാർട്ടി പ്രവർത്തനത്തിലൂടെയും വിപ്ലവത്തിന്റെ മുന്നണിപ്പോരാളികളായി മാറിയ വ്യവസായത്തൊഴിലാളികൾ മൊത്തം ജനസംഖ്യയുടെ 1.41 ശതമാനം മാത്രമായിരുന്നു എന്നോർക്കണം. ബഹുഭൂരിപക്ഷം നിരക്ഷരതയിലാണ്ടുകിടക്കവെ രാഷ്ട്രത്തിന്റെ വികസനപ്രവർത്തനം അസാധ്യമാവും എന്നറിഞ്ഞതുകൊണ്ടുതന്നെയാണ് നിരക്ഷരതാനിർമാർജനത്തിന് വിപ്ലവഭരണകൂടവും സാംസ്കാരിക വിപ്ലവത്തിന് കമ്യൂണിസ്റ്റ്

പാർട്ടിയും അടിയന്തരപ്രാധാന്യം നൽകിയത്. പാർട്ടിനേതാക്കൾ പങ്കെടുക്കുന്ന പ്രചരണയോഗങ്ങൾക്ക് അകമ്പടിയായി, പാർട്ടിയുടെ ആശയങ്ങൾ ഉൾക്കൊള്ളുന്ന നാടകം, സിനിമ, സംഗീതസദസ്സ്, ചിത്രപ്രദർശനങ്ങൾ എന്നിവ സംഘടിപ്പിക്കപ്പെട്ടു. സാംസ്കാരികവിപ്ലവത്തിന്റെ തുടക്കം അപ്രകാരമായിരുന്നു.

സാംസ്കാരികവിപ്ലവത്തിന്റെ അതിവിശ്വസ്തരായ സഹായികളായി വർത്തിച്ചത് നാടകരംഗത്തുള്ളവരാണ്. 1905 ലെ വിപ്ലവപരിശ്രമങ്ങൾക്കു ശേഷം വ്യാപകമായിത്തീർന്ന തൊഴിലാളിവർഗ സാഹിത്യവും സംസ്കാരവും പ്രകടമായി പ്രത്യക്ഷപ്പെട്ടത് നാടകവേദിയിലാണ്. തൊഴിലാളി സംഘങ്ങളുടെ നേതൃത്വത്തിൽ ഏകദേശം 5000 നാടകകേന്ദ്രങ്ങൾ ഈ കാലയളവിൽ വളർന്നുവന്നിരുന്നു. എന്നാൽ നിലവിലുള്ള നാടകസങ്കേതങ്ങളെ അതേപടി ഉപയോഗിച്ച്, പുരോഗമനച്ചായ്‌വുള്ള പ്രമേയങ്ങൾ അതിഭാവുകത്വത്തോടെ അവതരിപ്പിക്കുന്ന നാടകങ്ങളായിരുന്നു അവിടങ്ങളിൽ അരങ്ങേറിയിരുന്നത്. റഷ്യയിലെ പ്രൊഫഷണൽ നാടകവേദിയുടെ ആചാര്യനായ സ്റ്റാനസ്ലാവ്സ്കിയാകട്ടെ, കലയെ പ്രചരണത്തിനുപയോഗിക്കുന്നതിൽ വിമുഖനുമായിരുന്നു. ഈസാഹചര്യത്തിലാണ് വിപ്ലവത്തിന്റെ കൊടിയും 'പ്രൊലീത്ത് കൂൽത്തിന്റെ ആവേശവുമായി തൊഴിലാളികളുടെ നാടകപ്രസ്ഥാനം രൂപമെടുക്കുന്നത്. ജനങ്ങൾ തിങ്ങിക്കൂടുന്ന സ്ഥലങ്ങൾ രംഗവേദിയാക്കുകയും നാടകത്തെ യഥാർഥ പൊതുജനമാധ്യമമാക്കുകയും ചെയ്തു അവർ. വിപ്ലവപ്രമേയം അവതരിപ്പിക്കാൻ ജനങ്ങൾക്ക് സ്വീകാര്യമായ കലാരൂപങ്ങൾ അവർ പ്രയോജനപ്പെടുത്തി. പാവക്കളി തുടങ്ങിയ നാടൻകലാരൂപങ്ങൾ ഓപ്പറ, വോദവിൽ എന്ന ഹാസ്യപരിപാടി തുടങ്ങിയവ ഉദാഹരണം. തെരുവുകൾ, സ്റ്റേഷനുകൾ, ഫാക്ടറിപരിസരം, കർഷകസോവിയറ്റ് ആസ്ഥാനങ്ങൾ എന്നു വേണ്ട ജനങ്ങൾ കൂടുന്നിടത്തെല്ലാം തൊഴിലാളിനാടകപ്രവർത്തകർ അവതരണം നടത്തി. സൈന്യത്തിലേക്കുള്ള റിക്രൂട്ട്മെന്റു മുതൽ രോഗപ്രതിരോധം വരെ അവർ വിഷയമാക്കി.

തൊഴിലാളിവർഗ നാടകപ്രസ്ഥാനത്തിലെ ആദ്യസംഘം 1919 ൽ രൂപം കൊണ്ട 'തിയേറ്റർ ഓഫ് റവലൂഷണറി സറ്റയർ' ആണ്. 'അമേറ്റർ കോംസ്മോൾ തിയേറ്റർ' 'ബ്ലൂ ബ്ലൗസ്', 'സോവിയറ്റ് റിപ്പബ്ലിക് തിയേറ്റർ' തുടങ്ങിയ നിരവധി ജനകീയ നാടകസംഘങ്ങൾ പ്രവർത്തനമാരംഭിച്ചു. ഇവയിൽ ശക്തവും മാതൃകാപരവും ശ്രദ്ധേയവുമായ പ്രവർത്തനം കാഴ്ചവച്ചത് 'ബ്ലൂ ബ്ലൗസ്' നാടകസംഘമാണ്.

1923 ഒക്ടോബർ ഒന്നിന് മോസ്കോ ഇൻസ്റ്റിറ്റ്യൂട്ട് ഓഫ് ജേർണലിസത്തിന്റെ മൂന്നാം വാർഷികവേദിയിൽ, ഒരു പത്രപ്രവർത്തകയുടെ വിമർശനാത്മക ദൃശ്യാവിഷ്കാരം നടത്തിയ മൂന്നു വിദ്യാർഥികളാണ് 'ബ്ലൂ ബ്ലൗസി'ന്റെ തുടക്കക്കാർ. ആനുകാലിക രാഷ്ട്രീയസംഭവങ്ങളെക്കുറിച്ചുള്ള പത്രവാർത്തകൾ തൊഴിലാളിവർഗ വീക്ഷണത്തിലൂടെ വിശകലനം ചെയ്ത് അവതരിപ്പിക്കുന്ന രീതിയായിരുന്നു അവരുടേത്. പ്രക്ഷോ

ഭത്തിന്റെ കലാരൂപമായി അവർ നാടകവേദിയെ പ്രയോജനപ്പെടുത്തി. ഏതു സ്ഥലത്തും സാഹചര്യത്തിലും രംഗാവതരണം സാധ്യമായ ഒരർഥത്തിൽ, സഞ്ചരിക്കുന്ന എഴുത്തുകാരും സംവിധായകരും കവികളും 'ബ്ലൂ ബ്ലൗസി'ന്റെ പ്രവർത്തനത്തിൽ സഹകരിച്ചു. 1927 ൽ 'ബ്ലൂ ബ്ലൗസ്' കമ്പനി ഔപചാരികമായി രൂപവൽക്കരിച്ചു. അതേപേരിൽ ഒരു സാംസ്കാരികമാസികയും അവർ തുടങ്ങി. 7000 ത്തോളം തൊഴിലാളികൾ ഇതിന്റെ ഭാഗമായിച്ചേർന്നു. 'മാതൃക' 'ക്ഷോഭം' 'യാഥാസ്ഥിതികം' വൈവിധ്യം, വിനോദം എന്നിങ്ങനെ അർഥംവരുന്ന പേരുകളുമായി അഞ്ചുസംഘടനകളായി അവർ നാടിന്റെ നാനാഭാഗത്തേക്കും സഞ്ചരിച്ചു. ചെല്ലുന്നിടത്തെല്ലാം പുതിയ തൊഴിലാളി ക്ലബുകൾക്ക് രൂപം നൽകി. നാട്ടിൻപുറത്തും നഗരങ്ങളിലും പ്രാദേശികഭേദമനുസരിച്ച് സ്ക്രിപ്റ്റിൽ മാറ്റംവരുത്തുന്ന സമ്പ്രദായം അവർക്കുണ്ടായിരുന്നു. വിപ്ലവഭരണകൂടം നടപ്പിൽവരുത്തിയ നിരക്ഷരതാ നിർമാർജനയജ്ഞത്തിൽ അവർ സജീവമായ പങ്കുവഹിച്ചു. 'ബ്ലൂ ബ്ലൗസി'ന്റെ പല പരിപാടികളും സംഘടിപ്പിച്ചത് മോസ്കോവിലെ കൗൺസിൽ ഓഫ് ട്രേഡ് യൂണിയൻസ് ആയിരുന്നു.

'ബ്ലൂ ബ്ലൗസ്' അടക്കമുള്ള തൊഴിലാളിവർഗ നാടകപ്രസ്ഥാനത്തിന്റെ വളർച്ചയിൽ നിർണായക പങ്കുവഹിച്ച മൂന്നു പ്രതിഭാധനരായ കലാകാരന്മാരുടെ പേരുകൾ എടുത്തുപറയേണ്ടതുണ്ട്. വിപ്ലവകവി മയക്കോവ്സ്കി, *ബാറ്റിൽഷിപ്പ് പൊട്ടംകിൻ* എന്ന സിനിമ സംവിധാനം ചെയ്ത വിശ്വപ്രസിദ്ധനായ സെർഗി ഐസൻസ്റ്റൈൻ, 'പ്രൊലിറ്റേറിയൻ തിയേറ്ററിന്റെ സ്ഥാപകനായ സെവ്ലോഡ് മേയർഹോൾഡ് എന്നിവരാണ് ഈ മൂന്നുപേർ. ഒക്ടോബർ വിപ്ലവത്തിന്റെ ഒന്നാംവാർഷികത്തിന് പെത്രോഗ്രാദിൽ തടിച്ചുകൂടിയ ലക്ഷക്കണക്കിന് ജനങ്ങളുടെമുമ്പാകെ മയക്കോവ്സ്കിയുടെ *മിസ്റ്ററി ബുഫെ* മേയർഹോൽഡ് സംവിധാനം ചെയ്ത് അവതരിപ്പിച്ച രീതി ജനകീയ നാടകചരിത്രത്തിലെ ഉജ്ജ്വലസ്മരണയാണ്. വിപ്ലവത്തിന്റെ ചൈതന്യമുൾക്കൊണ്ട ആദ്യത്തെ നാടകമെന്ന് ലൂണാചാർസ്കി പ്രശംസിച്ച ഈ നാടകം സ്വാഭാവിക നാടകവേദിയുടെ സങ്കേതങ്ങളെ ലംഘിച്ചു. പൊതുയോഗങ്ങളിലും പത്രവാർത്തകളിലും തെരുവുസംഭാഷണത്തിലും മുദ്രാവാക്യത്തിലും ഉപയോഗിക്കുന്ന ഭാഷയായിരുന്നു അതിന്റേത്. ചൂഷകവർഗത്തിനുമേൽ ചൂഷിതവർഗം നേടുന്ന വിജയം അവതരിപ്പിക്കുന്നതിന് മധ്യകാലയുഗങ്ങളിൽ വളർന്നുവന്ന ക്രിസ്തീയ മതനാടകരൂപമായ 'മിസ്റ്ററി'യെ അവർ ഉപയോഗിച്ചു. സ്വർഗം, ഭൂമി, പാതാളം, എന്നിവയുടെ പശ്ചാത്തലത്തിൽ നടക്കുന്ന നാടകം അതിസങ്കീർണമായ യന്ത്രോപകരണങ്ങളുടെയും നൂറുകണക്കിന് നാടകപ്രവർത്തകരുടെയും സഹായത്തോടെയാണ് അരങ്ങേറിയത്. സർക്കസ്, ജിംനാസ്റ്റിക്സ്, കോറസ് തുടങ്ങിയവയുടെ ഉപയോഗവും ഇതിലുണ്ട്.

നാടകാവതരണം നടക്കുന്ന തെരുവുമുഴുവൻ മേയർഹോൾഡിന് രംഗവേദിയായിരുന്നു. ഒരു ലക്ഷത്തോളം വരുന്ന കാണികൾക്കുമുമ്പാകെ 1920 ലെ വിപ്ലവവാർഷികത്തിന് പെത്രോഗ്രാദിൽ വച്ചുതന്നെ *ദി സ്റ്റോമിങ്*

ഓഫ് ദി വിന്റർ പാലസ് (The Stroming of the Winter Palace) അവതരിപ്പിച്ചത് അഞ്ഞൂറോളം വരുന്ന ഓർക്കെസ്ട്രാ ഗായകസംഘത്തിന്റെ അകമ്പടിയോടെയാണ്. ആ ചരിത്രസംഭവത്തിന്റെ വിപ്ലവസ്മരണ ഉയർത്തിക്കൊണ്ട്, നീവാ നദിയിൽ നങ്കൂരമിട്ടുകിടന്ന അറോറ കപ്പലിൽ നിന്നുയർന്ന വെടിയൊച്ചയായിരുന്നു നാടകത്തിന്റെ അവതരണഗാനം. ഗ്രീക്ക് ദുരന്തനാടകത്തിന്റെയും രാഷ്ട്രീയ പൊതുയോഗങ്ങളുടെയും സമ്മേളന ശൈലിയായിരുന്നു ബെൽജിയൻ കവി വെർഹാരേന്റെ *പ്രഭാതം* (The Dawn) അവതരിപ്പിക്കാൻ പ്രയോജനപ്പെടുത്തിയത്. നാടകത്തിനിടെ പ്രേക്ഷകർക്കിടയിൽ ലഘുലേഖ വിതരണം ചെയ്യൽ, പോസ്റ്ററുകൾ പതിക്കൽ, പ്രേക്ഷകർക്കിടയിൽ കയറിവരുന്ന അഭിനേതാക്കൾ തുടങ്ങിയ പുതുമകൾ അദ്ദേഹം കാഴ്ചവച്ചു. നാടകത്തിന്റെ ഇടവേളകളിൽ, റഷ്യയിൽ രൂക്ഷമായിരിക്കുന്ന ആഭ്യന്തരകലാപത്തിന്റെ സ്ഥിതിവിവരങ്ങൾ അപ്പപ്പോൾ അറിയിക്കുന്ന വിളംബരക്കാരൻ ജനങ്ങളുടെ ശ്രദ്ധയെ പിടിച്ചുനിർത്തുന്നു. 1921 മേയ് തുടങ്ങി അഞ്ചുമാസം കൊണ്ട് 154 കേന്ദ്രങ്ങളിൽ ഈ നാടകം അരങ്ങേറി. മേയർഹോൾഡിന്റെ പല നാടകങ്ങളുടെയും അണിയറസഹായിയായി ഐസൻസ്റ്റൈൻ പ്രവർത്തിച്ചിരുന്നു. ഈ പ്രഗൽഭരുടെ സഹായസഹകരണങ്ങൾ തൊഴിലാളിവർഗനാടകപ്രസ്ഥാനത്തിന്റെ സാങ്കേതികമേന്മ മെച്ചപ്പെടുത്തുന്നതിന് വളരെ പ്രയോജനപ്പെട്ടു.

വർഗസമരത്തിന്റെ അടവും തന്ത്രവും, ഒരു പ്രസംഗത്തിലൂടെ കഴിയുന്നതിനേക്കാൾ ഫലപ്രദമായി നാടകത്തിലൂടെ അവതരിപ്പിക്കാൻ കഴിയുമെന്ന് തൊഴിലാളി വർഗനാടകപ്രസ്ഥാനം തെളിയിച്ചു. കലയുടെ രൂപസൗന്ദര്യത്തെക്കാൾ പ്രമേയത്തിലാണവർ ശ്രദ്ധിച്ചത്. ജനങ്ങൾക്ക് സ്വീകാര്യമാകുന്ന സാങ്കേതികത്തികവ് താനേ വന്നുകൊള്ളുമെന്നവർ മനസിലാക്കി. സോവിയറ്റ് യൂണിയനിൽ മുളച്ച തൊഴിലാളിവർഗനാടകപ്രസ്ഥാനം സജീവവും ശക്തവുമായ പ്രവർത്തനം കാഴ്ചവച്ചത് ജർമനിയിലായിരുന്നു.

രണ്ട്

പത്തൊമ്പതാംനൂറ്റാണ്ടിന്റെ പകുതിയോടെതന്നെ പ്രക്ഷോഭവും പ്രബോധനവും ലക്ഷ്യമാക്കിയുള്ള നാടകങ്ങളും സ്കെച്ചുകളും ജർമനയിൽ പ്രത്യക്ഷപ്പെട്ടുതുടങ്ങിയിരുന്നു. രാഷ്ട്രീയപ്രവർത്തകരോ പാർട്ടിയുമായി ബന്ധമുള്ള ബുദ്ധിജീവികളോ ആണ് ഇവ എഴുതിവന്നത്. വിഷയപ്രധാനമോ ആക്ഷേപഹാസ്യപ്രധാനമോ ആയിരുന്നു അവ. അക്കൂട്ടത്തിൽ ഒന്നാണ് കമ്യൂണിസ്റ്റാചാര്യനായ ഫ്രെഡറിക് എംഗൽസ് എഴുതിയ ഏകാങ്കം. കമ്യൂണിസ്റ്റ് ലീഗ് രൂപവൽക്കരിക്കപ്പെട്ട വർഷം 1847 ലാണ് ഇതിന്റെ രചന. ബ്രസ്സൽസിലെ വർക്കിങ് മെൻസ് അസോസിയേഷന്റെ വാർഷികത്തിന് തൊഴിലാളികളും കുടുംബാംഗങ്ങളും ചേർന്ന് ഈ ഏകാങ്കം അവതരിപ്പിച്ചു. സംസ്ഥാനത്തിലെ ജനങ്ങൾ അനുഭവി

ക്കുന്ന സാമ്പത്തിക പരാധീനതകളിലേക്ക് വെളിച്ചം വീശുന്ന ഈ ഏകാങ്കത്തിന്റെ സ്ക്രിപ്റ്റ് നിർഭാഗ്യവശാൽ അന്നേ നഷ്ടപ്പെട്ടു. എങ്കിലും ജർമനിയിലെ തൊഴിലാളി വർഗനാടകപ്രസ്ഥാനത്തിന്റെ ഉൽഭവഹേതുക്കളിൽ ഈ രചനയ്ക്കൊരു പങ്കുണ്ട്. കാൾ മാർക്സിന്റെ *മൂലധനം ഒന്നാം വോള്യം* പ്രത്യക്ഷപ്പെട്ടതോടെ, മിച്ചമൂല്യസിദ്ധാന്തത്തെ ആസ്പദമാക്കി ഒരു നാടകം രചിക്കപ്പെട്ടതാണ് മറ്റൊരു ചരിത്രസംഭവം. ഷാങ് ബാപ്റ്റിസ്റ്റെ വോൺ ഷെറ്റ്സർ എന്നൊരാൾ രചിച്ച *തെമ്മാടി* എന്ന പ്രഹസനമാണ് അത്. ഇവയെല്ലാം പുരോഗമനനാടകപ്രസ്ഥാനത്തിന്റെ തുടക്കമാണ്.

തൊഴിലാളികളുടെ മോചനത്തിനായുള്ള പ്രവർത്തനങ്ങൾ ശരിയായ വർഗബോധത്താൽ കരുത്താർജിച്ചതായിരിക്കണം. സംഘബോധത്തിന്റെ ഇച്ഛാശക്തിക്ക് ആവേശവും ഗാംഭീര്യവും പ്രദാനം ചെയ്യുന്നതിൽ കലയ്ക്ക് മഹത്തായ പങ്കുവഹിക്കാനുണ്ടെന്ന തിരിച്ചറിവ് ജർമനിയിലെ സോഷ്യൽ ഡെമോക്രാറ്റുകളും കമ്യൂണിസ്റ്റുകാരും നേടിയിരുന്നു. ജർമനിയിലെ 'പുരോഗമനസംഘം' ഈ ദൗത്യമാണ് നിർവഹിച്ചത്. പ്രക്ഷോഭസ്വരവും വിനോദരസവും ഇഴചേർത്തുള്ള ഗാനങ്ങളും ചെറുദൃശ്യങ്ങളും ഈരടികളും വാഗ്രൂപത്തിലുള്ള ലഘുലേഖാപ്രയോഗങ്ങളും രേഖാചിത്രങ്ങളും തുടങ്ങിയ മാർഗങ്ങളിലൂടെ അവർ രാഷ്ട്രീയ സന്ദേശം പ്രചരിപ്പിച്ചു. സോഷ്യൽ ഡെമോക്രാറ്റിക് പാർട്ടിയുടെയും ബഹുജനപ്രസ്ഥാനങ്ങളുടെയും സമ്മേളനങ്ങളിൽ അവർ പരിപാടികൾ അവതരിപ്പിച്ചു. അത്തരമൊരു വേദിയിൽ *തൊഴിലാളികളുടെ നിശ്ശബ്ദസംഗീതം* അവതരിപ്പിച്ചുകൊണ്ടിരിക്കെ അവർ അറസ്റ്റുചെയ്യപ്പെട്ടു. 1916 ലാണ് സംഭവം. ഒന്നാം ലോകയുദ്ധത്തിനുശേഷം 'പുരോഗമന സംഘം' അപ്പാടെ സോഷ്യൽ ഡെമോക്രാറ്റുകളുടെ തൊഴിലാളിവിരുദ്ധ നയത്തിൽ പ്രതിഷേധിച്ച് രാജിവയ്ക്കുകയും ജർമൻ കമ്യൂണിസ്റ്റ് പാർട്ടിയിൽ ചേരുകയും ചെയ്തു. കലാസമിതിയുടെ പേര് 'ചുവപ്പുസംഘം' (Red Troupe) എന്നാക്കി മാറ്റി.

1919 ൽ ജർമനിയിലെ ബുദ്ധിജീവികളും കലാകാരന്മാരും തൊഴിലാളികളും ബെർലിനിൽ ഒത്തുചേർന്ന് 'തൊഴിലാളിവർഗ സാംസ്കാരിക സഖ്യം' രൂപവൽക്കരിച്ചു. ലെനിന്റെ *സാംസ്കാരികക്കുറിപ്പുകളും* ലൂണാചാർസ്കിയുടെ *തൊഴിലാളിവർഗത്തിന്റെ സാംസ്കാരികചുമതലകൾ* എബോഗ്ദനോവിന്റെ *കലയും തൊഴിലാളിവർഗവും* എന്നീ ഗ്രന്ഥങ്ങളും ആസ്പദമാക്കി നിരവധി ചർച്ചാക്ലാസുകൾ, തൊഴിലാളിവർഗ സാംസ്കാരികസഖ്യത്തിന്റെ നേതൃത്വത്തിൽ നടന്നു. റഷ്യയിലെ 'പ്രോലീത്ത് കുൽത്തി'ന്റെ പ്രത്യക്ഷസ്വാധീനം ഇവരിലുണ്ടായിരുന്നു. ബെർലിനിലെ തൊഴിലാളിവർഗ നാടകവേദി സംഘടിപ്പിക്കാൻ മുൻകൈയെടുത്ത സഖ്യം ജർമനിയിലെ തൊഴിലാളിവർഗനാടകപ്രസ്ഥാനത്തിന് കൂട്ടായ്മയും പടർച്ചയും ഉണ്ടാക്കി. ലീപ്സിഗ്, ന്യൂറംബർഗ്, കാസൽ എന്നിങ്ങനെ 1921–ഓടെ ജർമൻ സംസ്ഥാനങ്ങളിലെല്ലാം തൊഴിലാളിവർഗ

നാടകസംഘങ്ങൾ രൂപംകൊണ്ടു. കാസ്സൽ സംസ്ഥാനത്തിൽമാത്രം 40 ഓളം സംഘങ്ങളുണ്ടായി. ഇതിലൊരു സംഘം അവതരിപ്പിച്ച ബെർടാ ലാസ്കിന്റെ ലഘുനാടകം *റഷ്യക്കെതിരെ വാതകയുദ്ധം* - കോടതി നിരോധിക്കുകയുണ്ടായി. ബർതോൾത്ത് ബ്രെഹ്ത്, ലാസ്ക്, ഏണസ്റ്റ് ടോളർ എന്നിവരെഴുതിയ സ്കെച്ചുകൾ കൂട്ടിച്ചേർത്ത് അവതരിപ്പിച്ച *റഷ്യക്ക് മുകളിൽ അരിവാളും ചുറ്റികയും* വളരെ ജനപ്രീതിനേടുകയുണ്ടായി.

ലീപ്സ്ഗിൽ നടന്ന ട്രേഡ് യൂണിയൻ സമ്മേളനത്തിന്, ജോസഫ് വോൺ ഫീലിറ്റ്സ് സംവിധാനം ചെയ്ത് അവതരിപ്പിച്ച *സ്പാർട്ടക്കസ്* തൊഴിലാളി വർഗനാടകപ്രസ്ഥാനത്തിന്റെ ചരിത്രത്തിലെ ഉജ്ജ്വല മാതൃകയാണ്. അരലക്ഷത്തോളം കാണികൾക്കുമുമ്പാകെ 900 തൊഴിലാളികൾ ചേർന്നാണ് *സ്പാർട്ടക്കസ്* കാഴ്ചവച്ചത്. സ്പാർട്ടക്കസ് എന്ന വ്യക്തിയുടെ ത്യാഗവും പീഡനാവസ്ഥയും ചിത്രീകരിക്കുന്നതിനേക്കാൾ റോമാസാമ്രാജ്യത്തിന്റെ ആധിപത്യത്തിനെതിരെ ഉയിർത്തെഴുന്നേറ്റ അടിമകലാപകാരികളുടെ ധീരതയും അവർ നേരിട്ട ഭീകരമായ അടിച്ചമർത്തലും ദൃശ്യവൽക്കരിക്കുന്നതിനാണ് ഈ സംഘനാടകം ഊന്നൽ നൽകിയത്.

ജനകീയ നാടകപ്രവർത്തനരംഗത്തെ അതികായനായ ഇർവിൻ പിസ്കാറ്ററും അദ്ദേഹത്തിന്റെ നേതൃത്വത്തിൽ പ്രവർത്തിച്ചിരുന്ന 'തൊഴിലാളിവർഗ നാടകവേദി'യും തൊഴിലാളിവർഗ നാടകപ്രസ്ഥാനത്തിന്റെ വളർച്ചയിൽ ഗുണപരമായ പങ്കുവഹിച്ചു. 1920 ൽ ഒക്ടോബർ വിപ്ലവ വാർഷികദിനത്തിന് സോവിയറ്റ് റഷ്യയോട് ഐക്യദാർഢ്യം പ്രഖ്യാപിച്ചുകൊണ്ട് അവതരിപ്പിച്ച *റഷ്യൻദിനവു*മായാണ് തൊഴിലാളിവർഗനാടകവേദി പ്രവർത്തനമാരംഭിച്ചത്. ഭരണകൂടത്തിന്റെ ഉദ്യോഗസ്ഥന്മാർ, ലോകമൂലധനം, പുരോഹിതൻ, നയതന്ത്രജ്ഞൻ, തൊഴിലാളിവർഗം എന്നിവയുടെ പ്രതീകാത്മക സൂചനയോടെ കമ്യൂണിസത്തിന്റെ അജയ്യത വിളംബരം ചെയ്യുന്ന നാടകമാണ് *റഷ്യൻദിനം*. പാർട്ടി നേതാക്കളുടെ പ്രസംഗങ്ങൾ, ലേഖനങ്ങൾ, വാർത്താതല വാചകങ്ങൾ, അഭ്യർഥന, ലഘുലേഖകൾ, യുദ്ധത്തിന്റെയും വിപ്ലവപ്പോരാട്ടത്തിന്റെയും ചിത്രങ്ങൾ എന്നിവ കലർത്തിയുള്ള മൊണ്ടാഷ് രീതി ആശയനിവേദനത്തിനായി അദ്ദേഹം ഉപയോഗിച്ചു. ലളിതമായ ശൈലി, തൊഴിലാളികൾ നിറഞ്ഞ സദസ്സിന്റെ ഗ്രഹണശക്തിയെക്കുറിച്ചുള്ള തെളിഞ്ഞ അറിവ്, തൊഴിലാളി വർഗ സർവാധിപത്യമെന്ന ലക്ഷ്യം സാക്ഷാൽക്കരിക്കാനുള്ള പ്രവർത്തനങ്ങളിൽ ഉപജീവിക്കേണ്ട കലാരൂപങ്ങളെക്കുറിച്ചുള്ള ഉറച്ച ധാരണ ഇവയെല്ലാം പിസ്കാറ്ററിനെ ജർമനിയിലെ തൊഴിലാളിവർഗനാടകപ്രസ്ഥാനത്തിന്റെ ആചാര്യനാക്കി. പ്രധാനപ്പെട്ട തൊഴിലാളിവർഗനാടകസംഘങ്ങളുമായി അദ്ദേഹം സജീവമായി സഹകരിച്ചിരുന്നു.

1927 ൽ റഷ്യയിലെ 'ബ്ലൂ ബ്ലൗസി'ന്റെ ജർമൻപര്യടനം നാടകപ്രവർത്തകരിൽ ആവേശമുണർത്തി. ഇതിന്റെ ഫലമായും നിരവധി തൊഴി

ലാളിവർഗ നാടകസംഘങ്ങൾ ഉടലെടുത്തു. റെഡ് റോക്കറ്റ്റ്സ്, റെഡ് സൈഥ്സ് റിവേറ്റേഴ്സ്, ജർമൻ വർക്കേഴ്സ് തിയേറ്റർ ലീഗ്, ജർമൻ ഡ്രമാറ്റിക് യൂണിയൻ, റെഡ് ഡ്രേച്ചേഴ്സ്, റെഡ് ട്രൂപ്പ്. ഇന്റർനാഷണൽ റെവല്യൂഷണറി തിയേറ്റർ, തിയേറ്റർ ഓഫ് വർക്കിങ് യൂത്ത് തുടങ്ങിയ നിരവധി സംഘങ്ങൾ സജീവമായി പ്രവർത്തിച്ചവയാണ്. ജർമൻ കമ്യൂണിസ്റ്റ് പാർട്ടിയുമായി പ്രത്യക്ഷമായും പരോക്ഷമായും ഇവ ബന്ധപ്പെട്ടിരുന്നു.

മുതലാളിത്തചൂഷണം മൂർധന്യത്തിലെത്തിയ കാലമായിരുന്നു അത്. രാജ്യത്തൊട്ടാകെ 3.5 ദശലക്ഷം തൊഴിലില്ലാത്തവരുണ്ടായിരുന്നു. മൂലധന വർധനയ്ക്കായുള്ള അധ്വാനശക്തി ചൂഷണം എളുപ്പമാക്കാൻ ഈ സാഹചര്യം സഹായിച്ചു. സ്ത്രീകളും കുട്ടികളും മുതലാളിത്തത്തിന്റെ പിടിയിൽ നിന്ന് രക്ഷപ്പെട്ടില്ല. തൊഴിൽരംഗത്തെ തുടർച്ചയായ പണിമുടക്കുകൾ, സംഘടിതസമരങ്ങളെ മർദിച്ചൊതുക്കൽ, അസഹ്യമായ ചാര പ്രവർത്തനം ഇവ വ്യാപകമായിരുന്നു. ഇടത്തരം കർഷകരും ജീവനക്കാരും ചെറുകിടകച്ചവടക്കാരും പാപ്പരീകരണത്തിന് വിധേയരായി. വിലക്കയറ്റം ജനജീവിതം ദുസ്സഹമാക്കി. നിരാശരായ ജനങ്ങൾ രക്ഷാമാർഗം തേടി അലഞ്ഞു. പുത്തൻ വാഗ്ദാനങ്ങളും പ്രതീക്ഷകളും നൽകി യാഥാസ്ഥിതികരും ദേശീയവാദികളും ഫാഷിസ്റ്റുകളുമായ രാഷ്ട്രീയക്കാരും പാർട്ടികളും ജനങ്ങളുടെ മുമ്പിൽ പ്രത്യക്ഷപ്പെട്ടു. കത്തോലിക്കാ സഭ നാട്ടിൻപുറങ്ങളിൽ മതപ്രവർത്തനം ഊർജിതമാക്കി. മുതലാളിത്ത സമ്പദ്വ്യവസ്ഥയിൽ അനിവാര്യമായ ദുരന്തമാണ് ജനങ്ങൾ നേരിടുന്നതെന്നും അധ്വാനിക്കുന്ന വർഗം സ്വാതന്ത്ര്യം പ്രഖ്യാപിക്കുകയും ഭരണകൂടം പിടിച്ചെടുക്കുകയും ചെയ്താലേ ഈ ദുരിതങ്ങൾ മാറൂവെന്നും ജനങ്ങളെ ബോധ്യപ്പെടുത്തിക്കൊണ്ട് കമ്യൂണിസ്റ്റ് പാർട്ടിയും ജനങ്ങളെ സംഘടിപ്പിച്ചു. ഇതിനൊപ്പം സംസ്കാരികരംഗത്ത് പ്രവർത്തിക്കുകയെന്ന ചുമതല നിറവേറ്റിയത് തൊഴിലാളിവർഗനാടകസംഘങ്ങളാണ്. ഫാക്ടറികളിലേക്ക് എന്ന മുദ്രാവാക്യം അവർ ഉയർത്തിപ്പിടിച്ചു. ഫാക്ടറിയുടമകളുടെ ചൂഷണവും കർഷകർക്കിടയിലെ ദാരിദ്ര്യത്തിന്റെ കാരണവും അവർ പ്രധാന പ്രമേയങ്ങളാക്കി.

വീടുവീടാന്തരം കയറിയിറങ്ങി ജനങ്ങളെ സംഘടിപ്പിച്ച് അവർക്കു മുന്നിൽ നാടകമവതരിപ്പിക്കുന്ന രീതിയായിരുന്നു 'റെഡ് മെഗാഫോ'ണിന്റേത്. *യുവ തൊഴിലാളി*യോട്, *കറുത്ത വസൂരി* എന്നിവ ഫാക്ടറിയിലെ തൊഴിൽ ചൂഷണത്തെ ആസ്പദിച്ച് എഴുതിയവയാണ്. കർഷകരുടെ ജീവിതപ്രയാസങ്ങളും അവർക്കിടയിൽ വളർന്നുവരുന്ന ഭീകരവാദ പ്രവണതകളും മോചനമാർഗവുമാണ് 'റെഡ്സൈഥ്'സിന്റെ *ഭൂസ്വത്ത്* വിഷയമാക്കിയത്. നാടകാവതരണം നടത്തുന്നതിനും ഒരുമാസംമുമ്പേ പര്യടനകേന്ദ്രങ്ങളിലെ ജനങ്ങൾ അഭിമുഖീകരിക്കുന്ന വിഷമതകൾ പഠിക്കുകയും അത് പ്രമേയമാക്കി നാടകമവതരിപ്പിക്കുകയും ചെയ്യുന്ന മാതൃകയാണ് 'റെഡ് റോക്കറ്റ്സ്' സ്വീകരിച്ചത്. പാർട്ടിപ്രസിദ്ധീകരണമായ

*ചെങ്കൊടി*യുടെ പ്രചരണാർഥവും ഇവർ നാടകങ്ങൾ അവതരിപ്പിച്ചു. 1930 –31 വർഷത്തിൽ ബെർലിൻ നാടകസംഘങ്ങൾമാത്രം 1400–ഓളം അവതരണങ്ങൾ നടത്തി. പുതുതായി 6000 ത്തോളം പേർ പാർട്ടിയംഗങ്ങളായി. ഭരണവർഗത്തെ വിറളിപിടിപ്പിച്ച സംഭവമായിരുന്നു ഇത്. വെയ്മർ ഭരണഘടനയിൽ നാടക നിരോധനനിയമമില്ലാതിരുന്നതുകൊണ്ട് 'റിപ്പബ്ലിക് സംരക്ഷണനിയമം' ഉപയോഗിച്ച് നാടകപ്രവർത്തകരെ അറസ്റ്റുചെയ്യാനും മർദിച്ചൊതുക്കാനും തുടങ്ങി. നാടകനിരോധനങ്ങൾ വ്യാപകമായി. പോലീസ് യൂണിഫോറം ധരിച്ചവരുടെ അകമ്പടിയോടെയായിരുന്നു നാടകങ്ങൾ അരങ്ങേറിയത്. നാടകത്തിന്റെ ഉള്ളടക്കം വിപ്ലവകരമെന്നോ ഗവൺമെന്റുവിരുദ്ധമെന്നോ തോന്നിയാൽ പൊലീസ് ചാടിവീഴുകയായി.

1930 കളിൽ അധികാരത്തിലിരുന്ന സോഷ്യൽ ഡെമോക്രാറ്റുകളുടെ വെയ്മർ റിപ്പബ്ലിക് ഭരണഘടനയിലെ 'സംരക്ഷണനിയമ'ത്തിന്റെ മറവിൽ പോലീസ് നാടകസംഘങ്ങൾക്കുനേരെ അഴിച്ചുവിട്ട ഭീകരതയെ അതിജീവിച്ചുകൊണ്ട് തൊഴിലാളി വർഗനാടകപ്രസ്ഥാനം മുന്നോട്ടുപോയി. ബെർലിൻ കേന്ദ്രമാക്കി പ്രവർത്തിച്ച 'റെഡ് ബ്ലൗസി'ന്റെ *ചുവപ്പുമുന്നണിപ്പോരാളികളുടെ രണഭേരി*യുടെ (Drum of the Red Front Fighters) പ്രമേയം തന്നെ പൊലീസ് മർദനങ്ങളിൽനിന്നും നിരോധനങ്ങളിൽനിന്നും തന്ത്രപൂർവം രക്ഷപ്പെടുന്നതെങ്ങനെ എന്നായിരുന്നു. ജനാധിപത്യപ്രവർത്തനത്തിന്റെ അടിത്തറ തകർത്തതും ഹിറ്റ്ലർ ഭരണത്തിന് വഴിയൊരുക്കിയതുമായ 'സംരക്ഷണ നിയമം' അപര്യാപ്തമെന്നുകണ്ട ഗവൺമെന്റ് വിപ്ലവനാടകപ്രവർത്തനത്തെ തകർക്കാൻ പൊലീസിന് ലൈസൻസ് നൽകുന്ന 'രാഷ്ട്രീയാതിക്രമ നിരോധന നിയമം' (The Law of Fight Political Excess) 1931 ൽ പാസാക്കിയെടുത്തു. എന്നിട്ടും അവർ പ്രവർത്തനം തുടർന്നു. രണ്ടാം ലോകയുദ്ധത്തിനുശേഷമാണ് ഈ നിയമങ്ങൾ റദ്ദുചെയ്യപ്പെട്ടത്.

ലോകത്തെങ്ങുമുള്ള വിപ്ലവനാടകപ്രവർത്തനത്തിന് ഉശിരാർന്ന മാതൃക കാഴ്ചവച്ച ചരിത്രാനുഭവമാണ് ജർമനിയിലെ തൊഴിലാളിവർഗ നാടകപ്രസ്ഥാനം. രൂപത്തിലും ഉള്ളടക്കത്തിലും അവ സൃഷ്ടിച്ച പ്രവണതകൾക്ക് സൈദ്ധാന്തികതലവും ആധുനിക പ്രയോഗവും നൽകുകയെന്ന കൃത്യമാണ് ലോക നാടകവേദിയിലെ അതികായനായ ബർതോൾത്ത് ബ്രെഹ്ത് ചെയ്തത്.

മൂന്ന്

വ്യാവസായിക വിപ്ലവത്തിന്റെ കേന്ദ്രമായിരുന്ന ബ്രിട്ടനിൽ ഒന്നരദശാബ്ദക്കാലം വളരെ സജീവമായി തൊഴിലാളിവർഗനാടകപ്രസ്ഥാനം നിലനിന്നു. തൊഴിലാളികളുടെ നേതൃത്വത്തിൽ സംഘടിപ്പിക്കപ്പെട്ട തൊഴിലാളിക്ലബ്ബുകൾ നാടകാവതരണം നടത്തുന്നതിൽ ശ്രദ്ധാലുക്കളായിരുന്നു. അതിഭാവുകത്വവും വികാരതീവ്രതയും കലർന്നതാണെങ്കിലും

അധ്വാനിക്കുന്ന ജനവിഭാഗത്തോട് സഹാനുഭൂതി പ്രകടിപ്പിക്കുന്ന നാടകങ്ങൾ കഴിഞ്ഞ നൂറ്റാണ്ടിൽത്തന്നെ ക്ലബ്ബുകൾ അവതരിപ്പിച്ചുവന്നു. എലീനർ മാർക്സിന്റെയും മറ്റും മുൻകയ്യിൽ യൂറോപ്യൻ നവോത്ഥാന നാടകത്തിന്റെ ഉപജ്ഞാതാവായ നോർവീജിയൻ നാടകകൃത്ത് ഇബ്സന്റെ സാമൂഹ്യനാടകങ്ങൾ ധാരാളം വേദികളിൽ പ്രത്യക്ഷപ്പെട്ടു. ഇതിന്റെ തുടർച്ചയെന്നോണം ലേബർപാർട്ടിയുടെ തത്വങ്ങളും ജനജീവിതത്തിന്റെ ദുരിതങ്ങളും അനാവരണം ചെയ്യുന്ന നാടകങ്ങളും അരങ്ങേറ്റപ്പെട്ടു.

1891 ൽ സ്വതന്ത്ര ലേബർ പാർട്ടിയുടെ മുഖ്യപത്രമായ 'കാഹളം' പ്രസിദ്ധീകരിച്ചുതുടങ്ങിയതോടെ പത്രപ്രചാരണവും സോഷ്യലിസ്റ്റ് സാഹിത്യപ്രചാരണവും ലക്ഷ്യമാക്കി ക്ലാരിയോൺക്ലബ്ബുകൾ നിരവധി ജന്മമെടുത്തു. ഇതിനോട് ചേർന്ന നാടകക്ലബ്ബുകൾ തൊഴിലാളിവർഗനാടകപ്രസ്ഥാനത്തിന് പശ്ചാത്തലമൊരുക്കി. ഏകദേശം ഇതേ സമയത്തു തന്നെയാണ് ബ്രിട്ടീഷ് സോഷ്യലിസ്റ്റ് പാർട്ടിയുടെ ഭാഗമായി, പിന്നീട് വളരെ പ്രസിദ്ധമായിത്തീർന്ന ലണ്ടനിലെ 'ന്യൂ കാസിൽ പീപ്പിൾസ് തിയേറ്റർ' രൂപംകൊള്ളുന്നത്. സോഷ്യലിസ്റ്റു പാർട്ടി നടത്തിയിരുന്ന ഞായറാഴ്ച സ്കൂളുകളിലെ വിദ്യാർഥികൾക്കും രക്ഷിതാക്കൾക്കും സോഷ്യലിസ്റ്റ് ആശയം പരിചയപ്പെടുത്താൻ നാടകവേദിയെ പ്രയോജനപ്പെടുത്തുകയായിരുന്നു. ഇതിന്റെ ലക്ഷ്യം ബ്രിട്ടനിലെ തൊഴിലാളിവർഗ നാടകപ്രസ്ഥാനത്തിന്റെ മുൻനിരക്കാരായ ആലീസ് ജോൺസും ഭർത്താവ് ജാക്ക് ലൗമാനും ഞായറാഴ്ച സ്കൂളിലെ കലാപ്രവർത്തനവുമായി ബന്ധപ്പെട്ട് വളർന്നുവന്നവരാണ്. ചെറുപ്പംമുതലേ ഞായറാഴ്ച സ്കൂൾ കലാപ്രസ്ഥാനത്തിന്റെ പിയാനോ വായനക്കാരനായിരുന്നു അവർ. പിന്നീട് തൊഴിലാളി ക്ലബ്ബുകളുടെ പിയാനോ വായനക്കാരായി മാറിയ അവർ ഗ്രീമ്പിച്ചിൽ സ്വന്തമായി 'ചുവപ്പുസംഗീതമേളകൾ' സംഘടിപ്പിച്ച് ശ്രദ്ധേയരായി. 'റെഡ് ബ്ലൗസസ്' 'റെഡ് ഫ്രന്റ്' (Red Front) എന്നീ നാടകസംഘങ്ങളുടെ പ്രധാന പ്രവർത്തകരും അവരായിരുന്നു.

റഷ്യയിലും ജർമനിയിലും വേരോടിയ തെരുവുനാടകപ്രസ്ഥാനത്തിന്റെ ആവിർഭാവം ഔപചാരികമായി ബ്രിട്ടനിലുണ്ടായത് 1926ലാണെന്ന് പറയാം. ആ വർഷം വിവിധ ട്രേഡ് യൂണിയനുകളുടെ സംയുക്താഭിമുഖ്യത്തിൽ നടന്ന പൊതുപണിമുടക്കിന്റെ പ്രചരണാർഥം നിരവധി നാടകസംഘങ്ങൾ ജനങ്ങൾക്കിടയിൽ പ്രത്യക്ഷപ്പെട്ടു. ഹാക്ക്നിലെ 'ലേബർ ഡ്രമാറ്റിക് ഗ്രൂപ്പ്, 'റെഡ് റാറ്റ്സ് 'റെസ് പ്ലെയേഴ്സ് 'റെബർ പ്ലെയേഴ്സ്, 'റെഡ് സ്റ്റാർ', 'യൂണിറ്റി തിയേറ്റർ', 'റെഡ് പയനിയേഴ്സ്' തുടങ്ങി നിരവധി സംഘങ്ങൾ അക്കാലത്ത് രംഗത്തുവന്നു. തൊഴിലാളി വർഗനാടക പ്രസ്ഥാനത്തിന്റെ നേതൃത്വം ബ്രിട്ടനിലെ കമ്യൂണിസ്റ്റ് പാർട്ടിക്ക് ഏറ്റെടുക്കേണ്ടി വന്നതും ഈ ഘട്ടത്തിലാണ്. ഒരർഥത്തിൽ തൊഴിലാളി നാടകപ്രവർത്തകർ കമ്യൂണിസ്റ്റ് നേതൃത്വത്തെ സ്വീകരിക്കുകയായിരുന്നുവെന്നുവേണം പറയാൻ. 1926 ലെ പൊതുപണിമുട

ക്കിന്റെ പരാജയത്തിന് കാരണമായ ലേബർ പാർട്ടിയുടെ വഞ്ചനാപരമായ നിലപാട്, നാടകപ്രവർത്തകരുടെയും ബുദ്ധിജീവികളുടെയും കണ്ണ് തുറപ്പിച്ചു. മാർക്സിയൻ വർഗവിശകലനത്തിന്റെ കാഴ്ചപ്പാടാണ് കൂടുതൽ ശരിയെന്നു ബോധ്യപ്പെട്ടവർ, മറ്റുപാർട്ടികളിൽനിന്ന് വിട്ട് കമ്യൂണിസ്റ്റ്പാർട്ടിയുമായിച്ചേർന്ന് പ്രവർത്തിക്കാൻ തുടങ്ങി. ഇതിന് ഏറ്റവും നല്ല മാതൃക ബ്രിട്ടനിലെ തൊഴിലാളിവർഗ നാടകപ്രസ്ഥാനത്തിന്റെ ഏറ്റവും പ്രസിദ്ധനായ വക്താവ് ടോം തോമസിന്റെ കഥതന്നെയാണ്.

ഖനിത്തൊഴിലാളിയും ട്രേഡ് യൂണിയൻ പ്രവർത്തകനുമായ പിതാവിന്റെ പുത്രനായി ജനിച്ച്, ദരിദ്രമായ ചുറ്റുപാടിൽ വളർന്ന ടോം തോമസ് ചെറുപ്പം മുതലേ സോഷ്യലിസ്റ്റ് ആശയങ്ങളിൽ ആകൃഷ്ടനായി. റഷ്യൻ വിപ്ലവവിജയം ഉണർത്തിയ ആവേശവുമായി അദ്ദേഹം തന്റെ മാധ്യമത്തെ തൊഴിലാളിവർഗത്തിനായി ഉപയോഗിക്കാൻ തീരുമാനിച്ചു. ലേബർപാർട്ടിയുടെ വിരസമായ പൊതുയോഗങ്ങളിൽ ആളെക്കൂട്ടുക ലക്ഷ്യമാക്കിയാണ് ടോം തോമസും കൂട്ടരും പ്രവർത്തനം തുടങ്ങിയത്. എന്നാൽ നാടകപ്രവർത്തനത്തിൽ പാർട്ടി നേരിട്ട് താൽപ്പര്യം കാണിക്കുകയോ പ്രോൽസാഹിപ്പിക്കുകയോ ചെയ്യുന്നില്ലെന്നുകണ്ട ടോം സ്വന്തമായി 'ലേബർ ഡ്രമാറ്റിക് ട്രൂപ്പ്' രൂപവൽക്കരിച്ച് പ്രവർത്തനം തുടർന്നു. പൊതുപണിമുടക്കിനും ഏതാനും ദിവസങ്ങൾക്കുമുമ്പായിരുന്നു ഇത്. സോഷ്യലിസ്റ്റാശയങ്ങൾ പ്രസംഗിക്കുകയും ബൂർഷ്വാസിക്ക് വീടുപണി ചെയ്യുകയുമാണ് ലേബർപാർട്ടിയുടെ ദൗത്യമെന്ന് ബോധ്യംവന്ന ടോം പണിമുടക്കുപരാജയത്തോടെ, ആ പാർട്ടിയുമായി ബന്ധംവിടർത്തി കമ്യൂണിസ്റ്റ് പാർട്ടിയിൽ അംഗമായി. തന്റെ നാടകസംഘത്തിന്റെ പേര് 'പീപ്പിൾസ് പ്ലേയേഴ്സ്' എന്നാക്കി മാറ്റുകയും ചെയ്തു.

റോബർട്ട് ട്രെസല്ലി രചിച്ച് ടോം തോമസ് സംവിധാനം ചെയ്ത *പരുക്കൻ കാലുറക്കാരായ മനുഷ്യസ്നേഹികൾ* പണിമുടക്കുകാലത്ത് ശ്രദ്ധപിടിച്ചുപറ്റിയ നാടകമായിരുന്നു. തൊഴിലാളികളുടെ ദുസ്സഹമായ ജീവിതം ചിത്രീകരിക്കുന്ന നാടകം ആ വർഷം 40 ലേറെ സ്ഥലത്ത് അവതരിപ്പിച്ചു. തൊഴിലാളികളുടെ സംസാരഭാഷ വ്യാപകമായി ഉപയോഗിച്ചുവെന്നത് ഈ നാടകത്തിന്റെ സവിശേഷതയാണ്. നാടകകേന്ദ്രത്തിൽ നിന്ന് പിരിഞ്ഞുകിട്ടുന്ന തുക പണിമുടക്കിലേർപ്പെട്ടിരിക്കുന്ന തൊഴിലാളികൾക്ക് സംഭാവന ചെയ്യുകയായിരുന്നു പതിവ്.

പൂട്ടിയിട്ട ഖനികളിലെ തൊഴിലാളികൾ അഭിമുഖീകരിക്കുന്ന പ്രയാസങ്ങൾ അവതരിപ്പിക്കുന്ന *പോരാട്ടം തുടരുകയാണ്, പുരുഷസഖാക്കൾ യുദ്ധമുന്നണിയിൽ പോരാടവേ,* നാട്ടിലെ ജന്മികളോട് കണക്കുതീർക്കുന്ന ധീരകളായ സ്ത്രീസഖാക്കളെ ചിത്രീകരിക്കുന്ന *കീർബിർ സകിലെ സ്ത്രീകൾ* ലേബർപാർട്ടിയുടെ തൊഴിലാളിവിരുദ്ധ മനോഭാവത്തെ പരിഹസിക്കുന്ന *കൊള്ളക്കാരുടെ ലോകത്തെ ദ്രോഹബുദ്ധി* എന്നിവ ടോം തോമസിന്റെ ശ്രദ്ധേയ നാടകങ്ങളാണ്. അപ്ടൺ സിംക്ലയറിന്റെ *പാടുന്ന ജയിൽകുരുവികൾ* അദ്ദേഹം സംവിധാനം ചെയ്തു.

1931 ലെ തിരഞ്ഞെടുപ്പുവേളയിൽ 'റെഡ് റേഡിയോ' എന്ന പേരിൽ ടോം തോമസും സംഘവും നിരവധി സ്ഥലങ്ങളിൽ പ്രത്യക്ഷപ്പെട്ടു ലണ്ടനു ചുറ്റുമുള്ള പത്തു മണ്ഡലങ്ങളിൽ അവർ പര്യടനം നടത്തി. മാർക്കിചാനിയായിരുന്നു സംഘത്തിന്റെ മറ്റൊരു പ്രധാനി. ലോറിയുടെ പുറകിൽ ഘടിപ്പിച്ച പ്ലാറ്റ്ഫോമിലായിരുന്നു നാടകം അരങ്ങേറിയത്. തിരഞ്ഞെടുപ്പു ഫണ്ട് ശേഖരിക്കുക, വിപ്ലവഗീതങ്ങളുടെ വിൽപ്പന നടത്തുക, നാടകസംഘത്തിൽ അംഗങ്ങളെ ചേർക്കുക, പുതിയ പ്രാദേശികസംഘങ്ങൾക്ക് രൂപംനൽകുക എന്നീ പ്രവർത്തനങ്ങളും ഇതോടൊപ്പം അവർ നടത്തിപ്പോന്നു. വസ്തുതകളുടെ ബാഹ്യസ്വഭാവം ഒപ്പിയെടുത്ത് അവതരിപ്പിക്കുന്ന നാച്ചുറലിസ്റ്റ് രീതിയെ തിരസ്കരിച്ച ടോം തോമസ് സമൂഹത്തിന്റെയും സമൂഹശക്തികളുടെയും എക്സറേ ചിത്രം അവതരിപ്പിക്കുന്ന വൈരുധ്യാത്മക റിയലിസ്റ്റ് രീതി നടപ്പിലാക്കി. വ്യക്തികൾക്കു പകരം ടൈപ്പ് കഥാപാത്രങ്ങൾക്ക് സ്ഥാനംനൽകി. ഒരു സ്ഥലത്തുനിന്ന് മറ്റൊരു സ്ഥലത്തേക്ക് നടന്മാർക്കുതന്നെ കൊണ്ടുപോകാവുന്ന രംഗസാമഗ്രികൾ മാത്രമേ ഉപയോഗിച്ചുള്ളൂ. സംഭാഷണത്തിനും രംഗചലനത്തിനും തടസമായേക്കാവുന്ന എല്ലാ രംഗസജ്ജീകരണങ്ങളും ഉപേക്ഷിച്ചു.

ബ്രിട്ടനിലെ തൊഴിലാളിവർഗ നാടകപ്രസ്ഥനത്തിന്റെ മുൻനിരക്കാർ തൊഴിലാളികുടുംബങ്ങളിൽനിന്നുള്ളവരോ തൊഴിൽരഹിതരോ യുവാക്കളോ ആയിരുന്നു. കമ്യൂണിസ്റ്റ് ആശയസംഹിത ഉൾക്കൊള്ളാൻ ഇവർക്ക് ഒരു പ്രയാസവുമുണ്ടായിരുന്നില്ല. അവരിൽ പലരും ബ്രിട്ടീഷ് നാടവേദിയിലെതന്നെ പ്രഗൽഭരായിത്തീർന്നു. ടോം തോമസിന്റെ കാര്യം നേരത്തേ സൂചിപ്പിച്ചുവല്ലോ. ഒരു തൊഴിലാളിയുടെ മകനായി ജനിച്ച ഫിലിപ്പ് പൂലെ മറ്റൊരുദാഹരണമാണ്. 1932 ൽ ഔപചാരികമായി സംഘടിതരൂപം കൈവന്ന തൊഴിലാളി വർഗനാടകപ്രസ്ഥാനത്തിന്റെ സെക്രട്ടറി പദവിവരെ പൂലെ എത്തിച്ചേർന്നു. നാടകപ്രസ്ഥാനത്തെക്കുറിച്ചോ സങ്കേതങ്ങളെക്കുറിച്ചോ പരിജ്ഞാനമില്ലാത്തവരും ഔപചാരികവിദ്യാഭ്യാസം ലഭിക്കാത്തവരുമായ തൊഴിലാളികൾ നിരവധി സ്കെച്ചുകൾ എഴുതിയുണ്ടാക്കിയ അനുഭവം തൊഴിലാളിവർഗനാടകപ്രസ്ഥാനത്തിന്റെ മുഖ്യപത്രമായ 'റെഡ് സ്റ്റേജ്' റിപ്പോർട്ടു ചെയ്തിരുന്നു. പ്രാദേശികപ്രശ്നങ്ങളിൽ കേന്ദ്രീകരിച്ചു പ്രവർത്തിച്ചിരുന്ന 'റെഡ് സ്റ്റാർ നാടകസംഘം' പോലുള്ളവ (വെസ്റ്റ് ലണ്ടൻ) ഇത്തരക്കാരുടെ നേതൃത്വത്തിലാണ് പ്രവർത്തിച്ചുവന്നത്.

മാതൃകാപരമായ പ്രവർത്തനം കാഴ്ചവച്ച സംഘങ്ങളിൽ ഒന്നാണ് 'റെഡ് പ്ലെയേഴ്സ്' ദേശീയവും അന്തർദേശീയവുമായ രാഷ്ട്രീയ സംഭവവികാസങ്ങളെ മാർക്സിയൻ കാഴ്ചപ്പാടിലൂടെ വിശകലനം ചെയ്ത് അവതരിപ്പിക്കുന്നതിൽ അവർ വിജയിച്ചു. ഫാക്ടറിത്തൊഴിൽമേഖലയെ കേന്ദ്രീകരിച്ചായിരുന്നു നാടകങ്ങൾ അരങ്ങേറിയിരുന്നത്. ജോലിവേഗവും സമയവും ക്രമേണ കൂട്ടി തൊഴിലാളികളുടെ അധ്വാനശക്തി പിഴിഞ്ഞെ

ടുത്ത് ലാഭം പരമാവധിയാക്കാൻ ശ്രമിക്കുന്ന മുതലാളിത്തദുരയെ തുറന്നു കാണിക്കുന്ന *വേഗമാകട്ടെ* ട്രേഡ് യൂണിയൻ രൂപവൽക്കരിക്കാൻ ശ്രമിച്ചതിന് ഇരുപത്തൊമ്പത് ഇന്ത്യക്കാരെയും മൂന്ന്ബ്രിട്ടീഷുകാരെയും മീറത്ത് ജയിലിലടച്ച ഇന്ത്യൻ വൈസ്രോയിയുടെ നടപടിയിൽ പ്രതിഷേധിക്കുന്ന *മീറത്ത്* തുടങ്ങിയ നാടകങ്ങൾ നിരവധി വേദികളിൽ അരങ്ങേറി. ആറ് നടന്മാർ അവരുടെ കയ്യിലുള്ള കുറുവടികൾ നെടുകെയും കുറുകെയും പിടിച്ചാണ് ജയിൽ തുടങ്ങിയ രംഗപശ്ചാത്തലം വേദിയിൽ സൃഷ്ടിച്ചത്. അതാതുസമയത്ത് ഉയർന്നുവരുന്ന പ്രശ്നങ്ങളോട് എത്രയും പെട്ടെന്ന് കലയിലൂടെ പ്രതികരിക്കാൻ തൊഴിലാളിവർഗനാടകപ്രവർത്തകർക്ക് കഴിഞ്ഞു. യുദ്ധവിരുദ്ധ പ്രസ്ഥാനത്തിന്റെ ഭാഗമായി പൊതുയോഗങ്ങളിൽ അവതരിപ്പിച്ചിരുന്ന 'വാതകമുഖംമൂടികൾ' ചൈനയിലേക്ക് അതിക്രമിച്ചുകടന്ന ജപ്പാന്റെ നടപടിയിലുള്ള പ്രതിഷേധസൂചകമായി.

1930 ൽ ബ്രിട്ടീഷ് കമ്യൂണിസ്റ്റ് പാർട്ടിയുടെ അംഗത്വം 3000 ത്തിൽ താഴെയായിരുന്നു. എന്നാൽ മൂന്നുലക്ഷം അംഗങ്ങളുള്ള പാർട്ടിയുടെ പ്രവർത്തനമെന്ന തോന്നലുളവാക്കുവാൻ കമ്യൂണിസ്റ്റ് പാർട്ടിക്ക് കഴിഞ്ഞിരുന്നു. തൊഴിലാളിവർഗ നാടക പ്രസ്ഥാനത്തിന്റെ പ്രചാരണപ്രവർത്തനങ്ങൾ വലിയൊരളവ് ഇതിന് സഹായകമായിട്ടുണ്ട്.

ബ്രിട്ടനിലെ വിവിധ പ്രദേശങ്ങൾ ആസ്ഥാനമാക്കി പ്രവർത്തിക്കുന്ന നാടകസംഘങ്ങൾക്ക് പരസ്പരം അനുഭവങ്ങൾ പങ്കുവയ്ക്കാനും പോരായ്മകൾ പരിഹരിക്കാനും പൊതുപരിപാടി തയ്യാറാക്കുന്നതിനും വേണ്ടി 1932 ജൂൺ മാസം ലണ്ടനിൽവച്ച് തൊഴിലാളിവർഗ നാടകപ്രസ്ഥാനത്തിന്റെ കൂടിച്ചേരൽ നടന്നു. ലണ്ടനിലെതന്നെ എട്ട് സംഘങ്ങൾ, മറ്റ് ഒമ്പത് പ്രൊവിൻഷ്യലുകളിൽ പ്രവർത്തിക്കുന്ന സംഘങ്ങൾ എന്നിവയിൽ നിന്നുള്ള പ്രതിനിധികൾ കൂടിച്ചേരലിൽ പങ്കെടുത്തു. ഇതിന്റെ ഫലമായി *തൊഴിലാളികളുടെ നാടകപ്രസ്ഥാനത്തിന്റെ അടിസ്ഥാനവും വികാസവും* എന്ന രേഖ തയാറാക്കി. ലോകത്തെമ്പാടും നടന്നുകൊണ്ടിരിക്കുന്ന വർഗസമരത്തിനോട് ഐക്യദാർഢ്യം പ്രഖ്യാപിക്കുകയും ബ്രിട്ടനിലെ തൊഴിലാളികളുടെ വിമോചനപ്പോരാട്ടത്തിൽ പങ്കെടുക്കുകയുമെന്നത് നാടകപ്രവർത്തകന്റെ ചരിത്രപരമായ കടമയാണെന്ന് രേഖ ചൂണ്ടിക്കാട്ടി. എന്നാൽ സംഘങ്ങൾ തമ്മിൽ ആശയപരവും നേതൃസ്ഥാനപരവുമായുണ്ടായ അഭിപ്രായഭിന്നതകൾമൂലം ഒരു കേന്ദ്രസംഘടന എന്ന ലക്ഷ്യം സാക്ഷാൽക്കരിക്കാൻ തുടർന്നുള്ളനാളുകൾ കഴിഞ്ഞില്ല. പ്രസ്ഥാനത്തിൽപ്പെട്ട 'റെഡ് പ്ലേയേഴ്സ്' തുടങ്ങിയ സംഘങ്ങൾ പ്രൊഫഷണലിസത്തിന്റെ പിടിയിൽ വീണുകഴിഞ്ഞിരുന്നു.

1930 കളുടെ അവസാനത്തിൽ പൊതുവേ, തൊഴിലാളിവർഗനാടക പ്രസ്ഥാനം കൈക്കൊണ്ട പാർട്ടിവിരുദ്ധ നിലപാടുകളും പാർട്ടിയുമായുള്ള അഭിപ്രായഭിന്നതകളും ബൂർഷ്വാ സ്വാധീനമുള്ള പ്രൊഫഷണലിസത്തിന്റെ കയ്യേറ്റവും പ്രസ്ഥാനത്തിന്റെ തളർച്ചയ്ക്ക് കാരണമായി.

താൽക്കാലികമായ ഒരു പിറകോട്ടടി നേരിട്ടുവെങ്കിലും വ്യാപകവും

ശക്തവുമായ ആശയപ്രചരണത്തിന് ഉപയോഗപ്പെടുത്താവുന്ന മാതൃകകളും സങ്കേതങ്ങളും കാഴ്ചവച്ചതാണ് തൊഴിലാളിവർഗനാടകപ്രസ്ഥാനത്തിന്റെ സംഭാവന. ബ്രിട്ടനിലെ ഇടതുപക്ഷനാടകവേദിയെ ബലപ്പെടുത്തുന്നതിന് ഈ പശ്ചാത്തലം വളരെ സഹായമായിട്ടുണ്ട്.

നാല്

സോവിയറ്റ് റഷ്യ, ബ്രിട്ടൻ, ജർമനി എന്നീ രാഷ്ട്രങ്ങളിലേതുപോലെ ശക്തമായ വേരുകളുള്ള ഒരു നാടകസംസ്കാരം അമേരിക്കയ്ക്ക് ഉണ്ടായിരുന്നില്ല. യൂറോപ്യൻനാടുകളിൽനിന്ന് കുടിയേറിയവരുടെ സങ്കരസംസ്കാരമാണ് അവിടെ നിലനിന്നിരുന്നത്. അതുകൊണ്ടുതന്നെ യൂറോപ്യൻ നാടകവേദിയിലെ ഭിന്നശൈലികൾ അവിടെ പ്രത്യക്ഷപ്പെട്ടു. അവയിൽ മുന്തിയസ്വാധീനം ചെലുത്തിയത് ബ്രിട്ടീഷ് നാടകവേദിയായിരുന്നു. അതുകൊണ്ട് വിപ്ലവറഷ്യയുടെ എന്നതിനേക്കാൾ ബ്രിട്ടീഷ് തൊഴിലാളിവർഗ നാടകപ്രസ്ഥാനത്തിന്റെ രൂപപരവും പ്രത്യയശാസ്ത്രപരവുമായ ശൈലിയാണ് അമേരിക്കയിലെ തൊഴിലാളിവർഗനാടകപ്രസ്ഥാനം അനുകരിച്ചത്. സ്ക്രിപ്റ്റുകളുടെ കാര്യത്തിലും ഈ രണ്ടു രാഷ്ട്രങ്ങൾ തമ്മിൽ ആദാനപ്രദാനങ്ങൾ നടന്നിരുന്നു.

1913 ജൂൺ 7 ന് മാഡിസൺ സ്ക്വയർ ഗാർഡൻ കേന്ദ്രമാക്കി, പാറ്റേഴ്സൺ സിൽക്ക് ഫാക്ടറിത്തൊഴിലാളികളുടെ പണിമുടക്കിന് പിന്തുണയും പ്രചാരണവും നൽകാൻ 'അന്തർദേശീയ വ്യവസായത്തൊഴിലാളി സംഘ'ത്തിന്റെ ആഭിമുഖ്യത്തിൽ നടന്ന ഘോഷയാത്രയാണ് അമേരിക്കയിലെ തൊഴിലാളി വർഗനാടകപ്രസ്ഥാനത്തിന് ആരംഭംകുറിച്ചതെന്ന് പറയാം. സിൽക്ക് ഫാക്ടറിത്തൊഴിലാളികൾ ഫാക്ടറിക്കകത്തും പുറത്തും അനുഭവിക്കുന്ന പീഡനങ്ങളുടെയും പണിമുടക്കിലേക്കു നയിച്ച സംഭവങ്ങളുടെയും പുനരാവിഷ്കരണം ഈ ഘോഷയാത്രയുടെ പല ഘട്ടങ്ങളിലായി നടത്തി. ജാക്ക് റീഡ് രൂപകൽപ്പന നിർവഹിച്ച ആ പരിപാടി, പാറ്റേഴ്സൺ, ന്യൂജേഴ്സി ഫാക്ടറികളിലെ ആയിരത്തോളം തൊഴിലാളികളും കുടുംബാംഗങ്ങളും ചേർന്നാണ് അവതരിപ്പിച്ചത്. ദേശീയ അന്തർദേശീയ രാഷ്ട്രീയ പ്രശ്നങ്ങളോട് പ്രതികരിക്കാൻ ദൃശ്യകലയെ ഉപയോഗിക്കാമെന്നവർ മനസിലാക്കി. ഏതെങ്കിലും തൊഴിൽത്തർക്കമോ കുത്തിയിരിപ്പുസത്യഗ്രഹമോ പട്ടിണിമാർച്ചോ നടക്കുന്ന സമയം, അതിന്റെ അനുബന്ധമായി നാടകപ്രവർത്തനം നടത്താമെന്ന നില വന്നു. അമേരിക്കയിലെ ബുദ്ധിജീവികളും തൊഴിലാളികളും തമ്മിൽ ഇക്കാലത്ത് വളർന്നുവന്ന സുഹൃദ്ബന്ധം, മറ്റു രാഷ്ട്രങ്ങളിലെ അനുഭവം കൂടി കണക്കിലെടുത്ത് തൊഴിലാളിവർഗ നാടകപ്രസ്ഥാനത്തിന്റെ ഗുണപരമായ മാറ്റത്തിന് സഹായകരമായി.

1926 ൽ മാർക്സിസ്റ്റ് ചിന്തകരായ ജോൺ ഹവനാർഡ്, ലോസൺ, മൈക്ക് ഗോൾഡ് എന്നിവർ ചേർന്ന് 'തൊഴിലാളികളുടെ നാടകസംഘം' (Workers Drama League) രൂപവൽക്കരിച്ചത് തൊഴിലാളിവർഗനാടക

പ്രസ്ഥാനത്തിന് സംഘടിതരൂപം നൽകാനുള്ള ആദ്യശ്രമമാണ്. റഷ്യയിലും ജർമനിയിലും നടക്കുന്ന രാഷ്ട്രീയ സാംസ്കാരിക സംഭവങ്ങൾ തൊഴിലാളികൾക്ക് പകർന്നു നൽകുകയായിരുന്നു ഇവരുടെ ലക്ഷ്യം. അമേരിക്കൻ തൊഴിലാളികളുടെ മുഖപത്രമായ *ന്യൂ മാസ്സസ്സി*ന്റെ പത്രാധിപരെന്നനിലയിൽ സോവിയറ്റ് റഷ്യ സന്ദർശിച്ചിരുന്ന മൈക്ക് ഗോൾഡ് അവിടെനടക്കുന്ന വിപ്ലവസാംസ്കാരികപ്രവർത്തനം കണ്ട് പ്രചോദിതനായിരുന്നു. സോവിയറ്റ് റഷ്യയിലേതുപോലെ ഒരു *പ്രോലീത്ത് കൂൽത്ത്* മുന്നേറ്റം അമേരിക്കയിലും സംഘടിപ്പിക്കാൻ അദ്ദേഹം ആഗ്രഹിച്ചു. മൈക്ക് ഗോൾഡ് അവതരിപ്പിച്ച സംഘസംഗീതപ്രകടനമായ 'പണിമുടക്കിൽ' സോവിയറ്റ് ശൈലി അവലംബിച്ചിട്ടുണ്ട്. 'തൊഴിലാളിനാടകസംഘം' സോവിയറ്റ് മാതൃകയിൽ അമേരിക്കയിലെ ആദ്യത്തെ സഞ്ചരിക്കുന്ന തിയേറ്ററിന് രൂപം നൽകി. Protet Buehne എന്നപേരിലറിയപ്പെട്ട ഈ സംഘം ജർമൻ ഭാഷയിലാണ് അവതരണം നടത്തിയത്. ജോൺ ബോൺ എന്ന കമ്യൂണിസ്റ്റ് കലാകാരന്റെ സംവിധാനത്തിൻകീഴിൽ ജർമൻ കുടിയേറ്റക്കാർ താമസിക്കുന്ന യോർക്ക് വില്ലെ, ബ്രോൺക്സ് പ്രദേശങ്ങളിലും പണിമുടക്കുകേന്ദ്രങ്ങൾ തൊഴിൽശാലകൾ എന്നിവിടങ്ങളിലുമാണ് പ്രധാനമായും ഇവർ നാടകപ്രവർത്തനം നടത്തിയത്.

മറ്റൊരു നാടകസംഘമായിരുന്നു 'വർക്കേഴ്സ് ലബോറട്ടറി തിയേറ്റർ', വർക്കേഴ്സ് ഇന്റർനാഷണൽ റിലീഫ് തുടങ്ങിയ ചില യൂറോപ്യൻ സംഘടനകളുടെ മുൻകയ്യിൽ അമേരിക്കയിൽ നടന്ന സാംസ്കാരിക പ്രവർത്തനങ്ങളുടെ ഫലമായി രൂപംകൊണ്ട സംഘമാണിത്. സോഷ്യലിസ്റ്റ് ക്ലബ്ബുകളുടെ വ്യാപനം, വർധിച്ചുകൊണ്ടിരുന്ന രാഷ്ട്രീയപ്രവർത്തനങ്ങൾ, സാമ്പത്തികരംഗത്തെ തകർച്ച ഇവയെല്ലാം തൊഴിലാളിവർഗ നാടകപ്രസ്ഥാനത്തിന്റെ വളർച്ചയെ സഹായിച്ചു. *വേഗം! വേഗം! കല ആയുധമാണ്, വെളുത്ത അസംബന്ധം* തുടങ്ങിയവ വർക്കേഴ്സ് ലബോറട്ടറി തിയേറ്ററിന്റെ ജനപ്രീതിനേടിയ നാടകങ്ങളാണ്. അതാതുസമയത്തെ രാഷ്ട്രീയസംഭവങ്ങളോട് ഉടനെ പ്രതികരിക്കുക ലക്ഷ്യമാക്കി ഇവർതന്നെ രൂപവൽക്കരിച്ച നാടകസംഘമാണ് ഷോക്ക് ട്രൂപ്പ്. 13 പേരടങ്ങുന്ന ഈ സംഘം കമ്യൂണിസ്റ്റ് പാർട്ടിയുമായി പ്രത്യക്ഷബന്ധം പുലർത്തി. ന്യൂയോർക്കിലെ പാർട്ടി കേന്ദ്രക്കമ്മിറ്റി ഓഫീസിനടുത്തായിരുന്നു ഈ സംഘത്തിന്റെ താമസം. പാർട്ടി നൽകുന്ന നിർദേശമനുസരിച്ച് സമരകേന്ദ്രങ്ങളിലോ യോഗസ്ഥലങ്ങളിലോ എത്തി പ്രശ്നങ്ങൾ പഠിച്ച് ദൃശ്യവൽക്കരണം നടത്തുകയായിരുന്നു ഇവരുടെ പതിവ്. മേയർഹോൾഡ്, പിസ്കാറ്റർ, ഐസൻസ്റ്റൈൻ എന്നിവരുടെ സിദ്ധാന്തപ്രയോഗങ്ങൾ 'ഷോക്ക് ട്രൂപ്പ്' അവലംബിച്ചിരുന്നു. റഷ്യയിൽ മേയർഹോൾഡിന്റെ ശിഷ്യനായി പ്രവർത്തിച്ച സ്റ്റീഫൻ കാർനോട്ട്, പീറ്റർ മാർട്ടിൻ, അൽ സാക്സേ എന്നിവരായിരുന്നു ട്രൂപ്പിലെ പ്രധാനികൾ. ജനങ്ങൾ പട്ടിണിയും തൊഴിലില്ലായ്മയും കൊണ്ടു നരകിക്കെ മുതലാളിത്തം അതിന്റെ പുരോഗതി ആഘോഷിക്കാനൊരുക്കിയ ചിക്കാഗോ ലോകോ

ത്സവത്തിനെ വിമർശിച്ചുകൊണ്ട് ആ സ്ഥലത്തു ചെന്ന് അവതരിപ്പിച്ച *ലോകോത്സവം* (1933) നാസികളുടെ ക്രൂരതയ്ക്കെതിരെ രചിച്ച *ബെർലിൻ മൃഗശാലയിൽ ആരെല്ലാം* (1934) തുടങ്ങിയവ ശ്രദ്ധേയങ്ങളാണ്. ചിക്കാഗോയിൽവെച്ച് 1934 ൽ നടന്ന തൊഴിലാളിവർഗ നാടകമേളയിൽ സമ്മാനാർഹമായ നാടകമാണ് *ന്യൂസ്ബോയ്*. ഷോക്ക് ട്രൂപ്പിന്റെ ഏറ്റവും വിജയിച്ച നാടകമാണിത്.

കമ്യൂണിസ്റ്റ് സാംസ്കാരിക പ്രവർത്തകനായിരുന്ന വി ജെ ജെറോമിന്റെ കവിതയെ ആസ്പദമാക്കി തയാറാക്കിയ നാടകമാണ് *ന്യൂസ് ബോയ്* ഉദാസീനമായ ജീവിതത്തിൽനിന്ന് കമ്യൂണിസ്റ്റുകാരനായി മാറുന്ന ഒരു പത്ര വിൽപ്പനക്കാരനാണ് നാടകത്തിന്റെ കേന്ദ്രബിന്ദു. സാമ്പത്തികമാന്ദ്യത്തിന്റെ പിടിയിലാക്കപ്പെട്ട അമേരിക്കയിൽ പട്ടിണിമരണവും തൊഴിൽരാഹിത്യവും ആത്മഹത്യാനിരക്കും വർധിച്ചുകൊണ്ടിരുന്നു. ബൂർഷ്വാ പത്രങ്ങളാകട്ടെ ഇവ മറച്ചുവയ്ക്കുകയും. രാജ്യം ശാസ്ത്രസാങ്കേതികരംഗങ്ങളിൽ നേടിയ അഭിവൃദ്ധി, ഉത്സവങ്ങൾ, സമ്പന്നതയുടെ ചിത്രങ്ങൾ ഇവ അവതരിപ്പിക്കാൻ സ്ഥലം ചെലവഴിക്കുകയും ചെയ്തു. സമ്പന്നതയുടെ പുറം മോടികളുടെ വാർത്തകൾ വിളിച്ചുകൂവി പത്രവിൽപ്പനനടത്തിയ ന്യൂസ് ബോയ് തെരുവിൽക്കണ്ട കാഴ്ചകൾ വാർത്തകളിൽനിന്നു വ്യത്യസ്തമായിരുന്നു. അപ്പത്തിനു വേണ്ടി നീണ്ട നിര, തെരുവുയാചകരുടെ നിലവിളി, പിടിച്ചുപറി, കറുത്ത വർഗക്കാരെ ആട്ടിയോടിക്കൽ തുടങ്ങിയ സംഭവങ്ങൾ പത്രത്തിൽ എഴുതിപ്പിടിപ്പിച്ചവ മിഥ്യാവാർത്തകളാണെന്ന അറിവ് അവനിലുണ്ടാക്കിയിരുന്നു. മുതലാളിത്തവ്യവസ്ഥയുടെ അനിവാര്യഫലങ്ങളാണ് ജനജീവിതത്തെ ദുസ്സഹമാക്കുന്നതെന്നു തിരിച്ചറിഞ്ഞ അവൻ ബൂർഷ്വാ പത്രവിൽപ്പന അവസാനിപ്പിക്കുകയും കമ്യൂണിസ്റ്റ് ആഭിമുഖ്യമുള്ളവനാകുകയും ചെയ്യുന്നു. കമ്യൂണിസ്റ്റുകാരുടെ പത്രമായ 'ഡെയ്‌ലി വർക്കർ' വിൽക്കുന്ന ന്യൂസ് ബോയിയെ അവതരിപ്പിച്ചാണ് നാടകം അവസാനിക്കുന്നത്. ബ്രോഡ്‌വേ തിയേറ്ററിലടക്കം നിരവധി കേന്ദ്രങ്ങളിൽ ഈ നാടകം അരങ്ങേറി.

വർക്കേഴ്സ് ലാബോറട്ടറി തിയേറ്ററിന്റെ മറ്റു രണ്ടു ഘടകങ്ങളാണ് 'പാവക്കളി' സംഘവും 'റെഡ് വോദവി'ലും. പാവക്കളിയുടെരൂപത്തിൽ 83 നാടകങ്ങൾരചിച്ച് അവതരിപ്പിക്കപ്പെട്ടു. രാഷ്ട്രീയഹാസ്യവും മാജിക്കുമെല്ലാം കൂട്ടിച്ചേർത്ത 'വോദവിൽ' ആകർഷകമായ ഹാസ്യവിനോദപരിപാടിയത്രേ. ഇക്കൂട്ടത്തിൽ ശ്രദ്ധേയമായ കോമഡിയാണ് *വലിയ മുരടൻ*. 1931 ൽ വർക്കേഴ്സ് ലബോറട്ടറി തിയേറ്ററിന്റെ മുൻകയ്യിൽ *വർക്കേഴ്സ് തിയേറ്റർ* എന്ന ആനുകാലികവും നടത്തിയിരുന്നു. 1935 ആകുമ്പോഴേക്കും ഏകദേശം 400 ഓളം നാടകസംഘങ്ങൾ അമേരിക്കയിൽ തൊഴിലാളിവർഗനാടകപ്രസ്ഥാനത്തിന്റെ ഭാഗമായി പ്രവർത്തിച്ചിരുന്നു.

ബ്രോഡ്‌വേ തിയേറ്ററിലും മറ്റുപ്രൊഫഷണൽ സംഘങ്ങളിലും പെട്ട കലാകാരന്മാരുടെയും ബുദ്ധിജീവികളുടെയും സഹായം ആദ്യകാലം മുതൽക്കേ തൊഴിലാളിവർഗനാടകപ്രസ്ഥാനത്തിനു ലഭിച്ചിരുന്നു. അവ

യിലൊന്നായ ഗ്രൂപ്പ് തിയേറ്ററിലെ കമ്യൂണിസ്റ്റ് സെല്ലിൽ അംഗങ്ങളായിരുന്ന ആർട് സ്മിത്ത്, ഏലിയാ കസാൻ, ക്ലിഫോർഡ് ഓഡറ്റ് എന്നിവരുടെ സംഭാവന എടുത്തുപറയേണ്ടതാണ്. അഭിനയം, സംവിധാനം, ഇവയെക്കുറിച്ച് ശാസ്ത്രീയമായി വിവരമുണ്ടാക്കാൻ ക്ലാസുകൾ സംഘടിപ്പിച്ചും തൊഴിലാളിവർഗത്തോട് ഐക്യദാർഢ്യം പ്രകടിപ്പിക്കുന്ന നാടകങ്ങളെഴുതിയും അവർ സഹകരിച്ചു. ക്ലിഫോർഡ് ഓഡറ്റ് എഴുതി, കസാനും സ്മിത്തും സംഘാംഗങ്ങളും ചേർന്ന് അവതരിപ്പിച്ച *ലെഫ് റ്റിയെ കാത്ത്* പ്രസിദ്ധമായ ഉദാഹരണമാണ്. 1934 ൽ ന്യൂയോർക്കിലെ ടാക്സിഡ്രൈവർമാർ നടത്തിയ പണിമുടക്കിന്റെ പശ്ചാത്തലത്തിലെഴുതിയ ഈ നാടകം അമേരിക്കയിലും ബ്രിട്ടനിലും തൊഴിലാളി വർഗനാടകപ്രസ്ഥാനത്തിന്റെ ഭാഗമായി അരങ്ങേറി. പണിമുടക്കുവിരുദ്ധപ്രവർത്തനങ്ങൾക്കും ട്രേഡ് യൂണിയൻരംഗത്തെ വഞ്ചകനേതൃത്വത്തിനും എതിരെ ആഞ്ഞടിക്കുകയും യഥാർഥ തൊഴിലാളിവർഗബോധം ഉയർത്തിപ്പിടിക്കുകയും ചെയ്യുന്ന നാടകമാണിത്.

മറ്റു രാഷ്ട്രങ്ങളിലെ തൊഴിലാളിവർഗനാടകപ്രസ്ഥാനത്തിലെ നാടകപ്രമേയങ്ങളിൽനിന്ന് വ്യത്യസ്തമായി അമേരിക്കയിൽ പ്രത്യക്ഷപ്പെട്ട ഒന്നാണ് കറുത്ത വർഗക്കാർക്കെതിരെ നടക്കുന്ന കയ്യേറ്റങ്ങളെ അവതരിപ്പിക്കുന്ന നാടകങ്ങൾ. ലോസ് എഞ്ചൽസ് ആസ്ഥാനമായ റെബൽ പ്ലേയേഴ്സിന്റെ *മിന്നലിന്റെ ദേവതകൾ* വർക്കേഴ്സ് ലബോറട്ടറി തിയേറ്ററിന്റെ *സ്കോട്സ് ബോറോ* Prolet Buehne ന്റെ *പോലീസ് അതിക്രമത്തിന്റെ തെരുവ്* തുടങ്ങിയ നാടകങ്ങൾ ഈ ഇനത്തിൽപ്പെടുന്നു.

1940 അവസാനത്തോടെ അമേരിക്കയിലെ തൊഴിലാളിവർഗനാടകപ്രസ്ഥാനം പ്രതിസന്ധിയിലായി. ലോകരാഷ്ട്രീയത്തിൽ നിറഞ്ഞ യുദ്ധാന്തരീക്ഷവും അമേരിക്കൻ ഭരണകൂടത്തിന്റെ ചില നടപടികളുമായിരുന്നു പ്രധാനകാരണങ്ങൾ. റൂസ്‌വെൽറ്റിന്റെ നേതൃത്വത്തിലുള്ള ഗവൺമെന്റ് 1935 ൽ നടപ്പിലാക്കിയ 'ഫെഡറൽ തിയേറ്റർ പ്രോജക്ടാ'ണ് രണ്ടാമത് സൂചിപ്പിച്ച കാരണം. തൊഴിലാളികളോടൊത്തുപ്രവർത്തിക്കുന്ന കലാകാരന്മാർക്ക് സാമ്പത്തികാനുകൂല്യങ്ങൾ നൽകി സ്വന്തം വരുതിയിലേക്കുകൊണ്ടുവരാനുള്ള തന്ത്രപൂർവമായ ശ്രമമായിരുന്നു ഈ നടപടി. ഈ പ്രോജക്ട് വഴി തൊഴിൽരഹിതരായ നാടകപ്രവർത്തകർക്ക് സബ്സിഡി നൽകാൻ ഗവൺമെന്റ് തീരുമാനിച്ചു. തൊഴിലാളികളുടെ നാടകപ്രസ്ഥാനത്തിൽ സജീവമായി പ്രവർത്തിച്ചിരുന്ന പ്രഗൽഭരായ നടന്മാരെയും ഡിസൈനർമാരെയും നിശ്ശബ്ദരാക്കാൻ ഇതുവഴി ഗവൺമെന്റിന് കഴിഞ്ഞു. ബൂർഷ്വാ പ്രലോഭനങ്ങൾക്ക് കീഴ്പ്പെട്ട് പല നാടകസംഘങ്ങളും പ്രവർത്തനം നിർത്തുകയോ പ്രൊഫഷണൽ നാടക സംഘങ്ങളായിത്തീരുകയോ ചെയ്തു.

1940 ഓടെ തൊഴിലാളികളുടെ നാടകപ്രസ്ഥാനം നിർജീവമായെങ്കിലും അത് താൽക്കാലികമായിരുന്നുവെന്ന് തെളിയിച്ചുകൊണ്ട് ഇന്നു ലോകമെങ്ങും തൊഴിലാളിവർഗനാടകപ്രസ്ഥാനത്തിന്റെ ആവേശ

മുൾക്കൊണ്ടുകൊണ്ട് പുതിയ ഭാവത്തിലും ശൈലിയിലും ജനകീയ നാടകപ്രസ്ഥാനങ്ങൾ വളർന്നുകൊണ്ടിരിക്കുകയാണ്. 1960 കൾക്കുശേഷമാണ് ഈ പുത്തനുണർവ് പ്രകടമായത്. 'എപ്പിക് തിയേറ്ററി'ന്റെ വക്താവായ ബർതോൾത്ത് ബ്രെഹ്ത്തിന്റെ മകളായ ഹാനോ ഇയോബ് ബ്രെഹ്ത് മുതൽ പെറുവിലെ 'ഫോറം തിയേറ്ററി'ന്റെ വക്താവായ ഓഗസ്റ്റോ ബോളും ഇന്ത്യയിലെ 'ജനനാട്യമഞ്ചി'ന്റെ നേതാവായിരുന്ന സഫ്ദർ ഹാശ്മിയും ഈ പ്രസ്ഥാനത്തിലെ കണ്ണികളാണ്. മർദിതരും ചൂഷിതരുമായ മൂന്നാംലോകരാഷ്ട്രങ്ങളിലാണ് ഈ പ്രസ്ഥാനം ഇന്ന് ഏറെ പ്രസക്തിയും പ്രാധാന്യവും കൈവരിച്ചിട്ടുള്ളത്. 1989 ലെ സഫ്ദർ ഹാശ്മി ദിനാചരണത്തിന്റെ ഭാഗമായി ഇന്ത്യയൊട്ടുക്ക് 30,000 ത്തോളം തെരുവുനാടകാവതരണം നടന്നുവെന്നത് ഇന്ത്യയിൽമാത്രം തെരുവുനാടകപ്രസ്ഥാനം നേടിയ വളർച്ചയെ കാണിക്കുന്നു. ഉപരിവർഗ ആശയങ്ങളുടെ നെഞ്ചിൽ തറയ്ക്കുന്ന തീക്ഷ്ണപ്രയോഗങ്ങളും വർഗവിശകലനത്തിന്റെ കരുത്തും അധ്വാനിക്കുന്ന വർഗത്തിന്റെ ഉള്ളുണർത്തുന്ന സംഘബോധവും പ്രദർശിപ്പിക്കുന്ന തെരുവുനാടകത്തിന്റെ സ്വഭാവം, അതിന്റെ നിലനിൽപ്പിനെയും വളർച്ചയെയും സ്വയം നിർവചിക്കുന്നുണ്ട്.

ദേശാഭിമാനി വാരിക

സംവിധായകപർവം

16

പാട്ടബാക്കിയുടെ സന്ദേശം

കേരളത്തിലെ കർഷകപ്രസ്ഥാനത്തിന്റെ വളർച്ചയ്ക്ക് കലാപരമായ പിന്തുണ നൽകിയെന്ന് അഭിമാനിക്കാൻ നാടകവേദിയെ അർഹമാക്കിയ നാടകങ്ങളാണ് *പാട്ടബാക്കി*യും *നമ്മളൊന്നും*. രണ്ടാമത്തേതിന്റെ രചയിതാവായ ചെറുകാട് പിന്നീട് മലയാളത്തിലെ അംഗീകരിക്കപ്പെട്ട നാടകകൃത്തായി ഉയർന്നു. ആദ്യത്തേതിന്റെ കർത്താവായ കെ ദാമോദരനാകട്ടെ അന്നും ഇന്നും അറിയപ്പെടുന്നത് മാർക്സിസ്റ്റു ചിന്തകൻ എന്ന നിലയിലാണ്. ഈ നാടകരചന അദ്ദേഹത്തെ സംബന്ധിച്ചിടത്തോളം ഒരുരാഷ്ട്രീയ സാഹചര്യത്തിന്റെ സമ്മർദത്തിന് വഴങ്ങിയതിന്റെ ഫലമാണ്.

1937 ൽ വൈലത്തൂർവെച്ച് നടന്ന പൊന്നാനി താലൂക്ക് കർഷകസമ്മേളനത്തിൽ അരങ്ങേറാനാണ് *പാട്ടബാക്കി* എഴുതിയത് (എഴുതിച്ചത് എന്നുപറയാം), തങ്ങൾ പ്രചരിപ്പിക്കുന്ന ആശയങ്ങൾ ദൃശ്യരൂപത്തിൽ ജനങ്ങളുടെ മുമ്പാകെ അവതരിപ്പിക്കാനുള്ള കർഷകസംഘം പ്രവർത്തകരുടെ വെമ്പൽ കെ ദാമോദരനിലൂടെ സാക്ഷാത്കൃതമായി. കൂട്ടായ ചർച്ചയിലൂടെയാണ് അതിന്നത്തെ രൂപത്തിലായത്. പ്രേംജി, പരിയാനം പറ്റ, എം എസ് നമ്പൂതിരി തുടങ്ങിയ പല നടന്മാരും അഭിനയിക്കാൻ തുടങ്ങിയതോടെ നാടകത്തിന്റെ മട്ടു മാറിയെന്നും ഓരോ പ്രാവശ്യം കളിക്കുമ്പോഴും പുതിയ പുതിയ പരീക്ഷണങ്ങളുണ്ടായി എന്നും അങ്ങനെ കളിച്ചു കളിച്ചു നാടകം തന്റേതല്ലാതായി തീർന്നുവെന്നും നാടകകൃത്തു തന്നെ എഴുതിയിട്ടുണ്ട്. ആ കാലത്തിന്റെ പൊതുഭാവമെന്ന കണക്കെ, ഒരു കൂട്ടായ്മയുടെ സൗഭാഗ്യമാണ് *പാട്ടബാക്കി*. 1983 ൽ പുസ്തകരൂപത്തിൽ ആദ്യപതിപ്പിറങ്ങി. ഇപ്പോഴും ഇടയ്ക്കിടെ ഈ നാടകത്തിന് രംഗാവതരണം ഉണ്ടാകുന്നുമുണ്ട്. ചരിത്രപരമായ ഭൗതികവാദത്തിന്റെ പക്ഷത്തുനിന്ന് *പാട്ടബാക്കി*യുടെ ഇതിവൃത്തം പരിശോധിച്ചാൽ താഴെ പറയുന്ന കാര്യങ്ങൾ ചർച്ച ചെയ്തിരിക്കുന്നതായി കാണാം.

ഒന്ന്: ലോകബൂർഷ്വാസിയുടെ ഉദയകാലം ഉണർത്തിയ ശുഭപ്രതീക്ഷകളെ മഞ്ഞുവെള്ളത്തിലാഴ്ത്തിക്കൊണ്ട് മുതലാളിത്ത രാഷ്ട്രങ്ങളിൽ പടർന്നുപിടിച്ച സാമ്പത്തിക കുഴപ്പത്തിന്റെ ആഘാതം കേരളീയ സമൂഹത്തിൽ പ്രത്യക്ഷമായ രീതി, ഭക്ഷ്യക്ഷാമം, പട്ടിണിവ്യാപനം, കാർഷികോൽപ്പന്നങ്ങളുടെ വിലയിടിവ്, നികുതി വർധന തുടങ്ങിയവ കൊണ്ട് ദുസ്സഹമാകുന്ന ജനജീവിതം; ഇതിൽ തന്നെ ഏറെ ദുരിതം തിന്നത് കടംവാങ്ങിയ പണത്തിന് പലിശയും ജന്മിക്ക് പാട്ടവും കൊടുക്കാൻ കഴിയാതെ വലയുന്ന കൃഷിക്കാരും തൊഴിലില്ലായ്മ, കൂലിക്കുറവ് മുതലായവകൊണ്ട് ബുദ്ധിമുട്ടുന്ന തൊഴിലാളികളും ആണ്.

രണ്ട് : ബൂർഷ്വാലോകത്തെ ബാധിച്ച സാമ്പത്തിക കുഴപ്പങ്ങളിൽ നിന്ന് മുക്തമായി സർവക്ഷേമത്തെ ലാക്കാക്കി, ഒരു സോഷ്യലിസ്റ്റ് സാമൂഹ്യക്രമം പടുത്തുയർത്താൻ ശ്രമിക്കുന്ന സോവിയറ്റ് യൂണിയന്റെ മാതൃക, മർദിത ജനലക്ഷങ്ങളിൽ മോചനപ്രതീക്ഷ കാഴ്ചവയ്ക്കുന്നു.

മൂന്ന്: പട്ടിണി, തൊഴിലില്ലായ്മ, മോഷണം, വേശ്യാവൃത്തി തുടങ്ങിയവ വർഗവിഭജിത സമൂഹത്തിന്റെ സൃഷ്ടിയാണ്.

നാല്: പോലീസ്, ജയിൽ, മാധ്യമങ്ങൾ ഇവയെ ഉപരിവർഗം, തങ്ങളുടെ നിലനിൽപ്പിനുവേണ്ടി പോറ്റിവളർത്തുന്നു.

അഞ്ച്: മർദിതലക്ഷം തങ്ങളുടെ ദുരവസ്ഥയെ ദൈവഹിതമെന്ന രീതിയിലാണ് പലപ്പോഴും സ്വീകരിക്കുന്നത്.

ആറ്: വർഗസമര സിദ്ധാന്തത്തിൽ ഊന്നിയുള്ള തൊഴിലാളി – കർഷക ഐക്യനിര പടുത്തുയർത്തി ആ നേതൃത്വത്തിൽ നടത്തുന്ന പോരാട്ടത്തിലൂടെ മാത്രമേ മർദനത്തിൽ നിന്നും ദുരിതങ്ങളിൽ നിന്നും മോചനം നേടാനാവൂ.

ഇങ്ങനെ *പാട്ടബാക്കി*യുടെ ഇതിവൃത്തത്തിൽ നിന്ന് തേറ്റിയെടുക്കാവുന്ന മേലാശയങ്ങൾ അക്കാലത്തെ പാർട്ടി ക്ലാസുകളിൽ ചർച്ച ചെയ്തിരുന്നവ തന്നെയാണെന്ന്. കാണാൻ കഴിയും. വർഗസമരത്തെക്കുറിച്ചും കർഷകപ്രസ്ഥാനത്തിനു നേതൃത്വം നൽകിയ ഇക്കാലം കേരളീയരിൽ ഇടതുപക്ഷ ആഭിമുഖ്യം തളിരിട്ടു തുടങ്ങിയ കാലം കൂടിയാണ്. ജനജീവിതത്തിലെ ദുരിതങ്ങൾ കണ്ടറിഞ്ഞവരും സ്വയമനുഭവിച്ചവരും സമൂഹഘടനയെ സൂക്ഷ്മമായി വിശകലനം ചെയ്ത് അതിന്റെ കാരണങ്ങൾ അറിഞ്ഞവരും ആണ് *പാട്ടബാക്കി*യുടെ സ്രഷ്ടാക്കൾ. ഇതിന് നേതൃത്വം നൽകിയവർക്ക് കലയുടെ സാമൂഹ്യ ഉറവിടത്തെക്കുറിച്ചും ചലനനിയമങ്ങളെക്കുറിച്ചും ഉണ്ടായിരുന്ന അറിവുകളാകട്ടെ നാടകത്തെ വികാരപൂർണമാക്കുന്നതിന് സഹായിച്ചു. "കഥാഘടനയുടെ ലാളിത്യവും ഉള്ളടക്കത്തിന്റെ സത്യാവസ്ഥയും *പാട്ടബാക്കി*യെ മലയാളത്തിലെ ഏറ്റവും വിജയകരമായ രാഷ്ട്രീയ നാടകമാക്കി തീർക്കുന്നു"വെന്ന് നാടകമർമജ്ഞനായ സി ജെ തോമസിന് സമ്മതിക്കേണ്ടി വന്നതോർക്കുക. (*മലയാളത്തിലെ രാഷ്ട്രീയനാടകങ്ങൾ – ഉയരുന്ന യവനിക*)

"കുഞ്ഞിമാളൂ, ദാരിദ്ര്യമാണ് മനുഷ്യനെക്കൊണ്ട് മോഷണം നട

ത്തിക്കുന്നത്. മോഷണവും വ്യഭിചാരവും ഇല്ലാതാവണമെങ്കിൽ ദാരിദ്ര്യം നശിക്കണം. ദാരിദ്ര്യം നശിക്കണമെങ്കിലോ ഇന്നത്തെ ഭരണസമ്പ്രദായം മാറണം." നാടകാവസാനത്തിൽ പ്രധാന കഥാപാത്രമായ കിട്ടുണ്ണി സഹോദരിയോട് പറയുന്ന ഈ വാക്കുകളാണ് നാടകത്തിന്റെ കാതൽ, ഈ ആശയം പ്രമേയഗതിക്കിടയിൽ പ്രവേശിക്കുന്ന നാടകകൃത്തിന്റെ മുദ്രാവാക്യം വിളിയായല്ല മറിച്ച് നാടകത്തിലെ ഓരോ കഥാമുഹൂർത്തത്തിന്റെയും സ്വഭാവികതയിൽ നിന്ന് വിരിഞ്ഞുയർന്ന സംഭാഷണമായി പ്രേക്ഷകർ അനുഭവിക്കുന്നു. ഇന്നത്തെ ഭരണക്രമത്തിന്റെ കുടിലതകളെ, സമൂഹഘടനയുടെ ചൂഷണസ്വഭാവത്തെ, മുതലാളിത്തത്തിന്റെയും ജന്മിത്വത്തിന്റെയും നിർദയതകളിൽ പെട്ടു ദുരിതം തിന്നുന്ന ജനതയെ, അവരിൽ വളർന്നു വരുന്ന തിരിച്ചറിവിനെ നാടകീയമായി ചിത്രീകരിക്കുന്നതിൽ *പാട്ടബാക്കി* വിജയം കൊയ്തിരിക്കുന്നു. സംഘർഷത്തിന്റെ കലയായ നാടകത്തിൽ വർഗസംഘർഷത്തിന്റെ പ്രമേയവും പാകമാകുമെന്നുള്ളതിന്റെ മലയാളത്തിലെ പ്രഥമമാതൃകയാണ് *പാട്ടബാക്കി.* തനിക്ക് പറയാനുള്ള രാഷ്ട്രീയം, കഥാപാത്രത്തിലൂടെ സംഭവങ്ങളിലൂടെ വെളിപ്പെടുത്തുകയാണ് നാടകകൃത്ത് ചെയ്തത്. പാട്ടബാക്കിയെ പ്രശംസിക്കുന്നതിൽ ജി ശങ്കരപ്പിള്ള തെല്ലും ലുബ്ധ് കാണിക്കാതിരുന്നത് ഇതുകൊണ്ടാണ്. അദ്ദേഹമെഴുതി: "സാമൂഹ്യ സംവിധാനത്തിന്റെ വൈകൃതത്തെപ്പറ്റി ഉദ്ഘോഷണം നടത്തുന്നതിനു പകരം നാടകത്തിന്റെ അന്ത്യത്തിൽ പ്രധാന കഥാപാത്രങ്ങളെ കൊണ്ടെത്തിച്ചിരിക്കുന്ന മുഹൂർത്തവും അത്തരം ഒരു സന്ദർഭത്തെ അഭിമുഖീകരിക്കേണ്ടി വരുന്ന സഹോദരീസഹോദരന്മാരുടെ ചിത്തവൃത്തിയും നാടകത്തെ നാടകമായി തന്നെ നിലനിർത്തുന്നതിന് സഹായിച്ചിരിക്കുന്നു." (*മലയാളനാടകസാഹിത്യ ചരിത്രം*).

കേരളത്തിലെ രാഷ്ട്രീയ നാടകവേദിയുടെ ചരിത്രത്തിലെ ഈ വിജയഗാഥ ഒരു 'മ്യൂസിയം പീസ് ആയി മാറിയോ? അര നൂറ്റാണ്ടിനുശേഷം പാട്ടബാക്കിയുടെ അവതരണം കണ്ടു കഴിഞ്ഞപ്പോൾ തീർച്ചയായും ഇല്ല എന്നുവിളിച്ചു പറയാനാണ് തോന്നിയത്. അത്രമാത്രം സമകലികമായ വ്യാഖ്യാനം നൽകാൻ ഉതകുന്നതാണ് *പാട്ടബാക്കി*യുടെ സന്ദേശം.

"ഈ സമുദായസംഘടനയെ നമുക്കൊന്നുടച്ച് വാർക്കണം" എന്നു പറഞ്ഞുകൊണ്ട് കിട്ടുണ്ണിയും കുഞ്ഞിമാളുവും ഇറങ്ങിച്ചെല്ലുന്നത് കർഷകപ്രസ്ഥാനത്തിന്റെ സംഘവലയത്തിലേക്കാകണമല്ലോ. കേരളത്തിന്റെ വ്യാപകമായി കൊണ്ടിരിക്കുന്ന, അനീതി നിറഞ്ഞ കാർഷികസമ്പദ്‌വ്യവസ്ഥക്കെതിരായുള്ള പോരാട്ടത്തിന്റെ മുൻനിരയിൽ തന്നെ അവർ നിന്നിരിക്കണം. കയ്യൂരിലും കരിവെള്ളൂരിലും പുന്നപ്രയിലും വയലാറിലും അനേകായിരം കിട്ടുണ്ണിമാരും കുഞ്ഞിമാളുമാരും സർവം ത്യജിച്ചു സമരാങ്കണത്തിലിറങ്ങി. പലരും ജീവൻ ബലിയർപ്പിച്ചു. അവർ നേടിയതോ പാട്ടബാക്കിയുടെ പേരിൽ ഒരിക്കലും കുടിയിറങ്ങേണ്ടി വരാത്ത ഒരു സമുദായ വ്യവസ്ഥയും. അമ്പത്തേഴിൽ അധികാരത്തിലെത്തിയ കമ്യൂണിസ്റ്റ് ഗവൺമെന്റ് തുടക്കമിട്ട ഭൂപരിഷ്കരണ നിയമനടപടികളിലൂടെ കേരളം വലിയൊരു കുതി കുതിച്ചു. ഇന്നത്തെ

കേരളത്തിന്റെ സമ്പദ്ശരീരത്തിലെ നിറപ്പകിട്ടിന്റെ അടിസ്ഥാനം കാർഷികബന്ധങ്ങളിൽ വന്ന പരിവർത്തനമാണെന്നതിൽ രണ്ട് പക്ഷമില്ല.

കിട്ടുണ്ണിയുടെ തലമുറ രക്തപോരാട്ടത്തിലൂടെ കേരളത്തിന് നൽകിയ ജീവതൈശ്വര്യങ്ങളുടെ ഫലമുണ്ണുന്ന പുതിയ തലമുറയുടെ മുന്നിൽ *പാട്ടബാക്കി*, മഹാഭൂരിപക്ഷം ജനങ്ങളും കടന്നുപോന്ന ദാരിദ്ര്യത്തിന്റെയും വറുതികളുടെയും ഭൂതകാലം അനാവരണം ചെയ്യുന്നു. അവർ അനുഭവിച്ച പീഡനങ്ങളുടെ ചരിത്രം വായിക്കാൻ ഈ നാടകം ഇന്നുള്ളവരെ സഹായിക്കുന്നു. അത് ഒരുപക്ഷേ ചരിത്രത്തേക്കാൾ സത്യസന്ധവും യഥാതഥവും വൈകാരിവും ലളിതവുമായ ഭാഷയിൽ പുതിയവരോട് സംവദിക്കുന്നു.

*പാട്ടബാക്കി*ക്ക് ആനുകാലികപ്രസക്തി അണയ്ക്കുന്ന സുപ്രധാന സംഗതി, നാടകകാലത്ത് വളർന്നുകൊണ്ടിരുന്ന മുതലാളിത്തം കേരളത്തിലും ഇന്ത്യയിലും പ്രബലമായിരിക്കുന്നുവെന്നും, ദേശീയ മുതലാളിത്തത്തിന്റെയും സാമ്രാജ്യത്വത്തിന്റെയും പുതുരൂപങ്ങളിലേക്ക് വികസിച്ചു എന്നതാണ്. പുത്തൻ ചൂഷണമാർഗത്തിനെതിരെ കിട്ടുണ്ണിയുടെ പിൻഗാമികൾ ഏറ്റെടുക്കേണ്ട സമരത്തിന് ബഹുമുഖങ്ങളാണുള്ളത്. മുഹമ്മദ് അടക്കമുള്ള തൊഴിലാളികളുടെ വിമോചനപ്രതീക്ഷകളെ ദീപ്തമാക്കിയിരുന്ന സോവിയറ്റ് യൂണിയന്റെ ബലക്ഷയം, വിപ്ലവ രാഷ്ട്രീയ പ്രവർത്തകന്റെ ഉത്തരവാദിത്തം കനത്തതാക്കുന്നു. അനേകായിരങ്ങൾ ജീവൻ കൊടുത്തു നേടിയ അവകാശങ്ങളിൽ നിലയുറപ്പിച്ചുകൊണ്ട് ഈ കടമ ഏറ്റെടുക്കാൻ അവർക്ക് കഴിയണം. *പാട്ടബാക്കി*യുടെ ഇതിവൃത്തപുരയിലെ ഊർജപ്രവാഹങ്ങളെക്കുറിച്ച് ഇങ്ങനെയൊന്ന് ഉണർന്നു ചിന്തിക്കാൻ ഇട നൽകിയത്, അടുത്തയിടെ നാടകം അവതരിപ്പിച്ച് കണ്ടപ്പോഴാണ്. തളിക്കുളത്ത് (തൃശൂർ) വർഗീയതക്കെതിരെ സംഘടിപ്പിച്ച സ്നേഹോത്സവത്തിന് നാടകത്തിന്റെ ചരിത്രഘട്ടവും കഥാപാത്രങ്ങളുടെ സാമൂഹ്യപശ്ചാത്തലവും ദർശനവും അതേപടി നിലനിർത്തി പുതിയൊരു രംഗപാഠവും ആവിഷ്കാരരീതിയും നൽകാൻ സംവിധായകനായ പ്രേംപ്രസാദ് ധീരമായി ശ്രമിച്ചിട്ടുണ്ട്,.

ഒരു ആത്മഗതം മാത്രമുള്ള ഒരു രംഗം ഉൾപ്പെടെ പതിനാല് രംഗങ്ങളുള്ള ഈ നാടകം റിയലിസ്റ്റിക് സങ്കേതത്തിൽ എഴുതിയതാണെങ്കിലും കൊച്ചുകൊച്ച് രംഗങ്ങളടങ്ങിയ ഇതിന്റെ ഉപാഖ്യാന (episodic) രീതി, ബ്രെഹ്ത്തിയൻ നാടകവേദിയുമായി പരിചയം നേടിയവരുടെ കണ്ണിൽപെടാതിരിക്കില്ല. നാടകവേദിയെ ബോധനശാസ്ത്രമായി പ്രയോഗിച്ച ബ്രെഹ്ത്തിന്റെ ആവിഷ്കാരതന്ത്രങ്ങൾ സംവിധായകൻ പ്രയോജനപ്പെടുത്തിയിട്ടുണ്ട്. ഓരോ രംഗം അവസാനിക്കുമ്പോഴും ആ രംഗത്തിലെ മുഖ്യകഥാപാത്രം വേദിയുടെ നടുമുന്നരങ്ങിൽ സ്ഥാപിച്ചിട്ടുള്ള പ്രതലത്തിൽ കയറി നിന്നു തന്റെ അവസ്ഥയെക്കുറിച്ച് പ്രേക്ഷകരോട് സംസാരിക്കുന്ന രീതി ഉദാഹരണം. ഈ കഥാപാത്രം നിൽക്കുന്നത് നിയന്ത്രിത പ്രകാശത്തിലാണ്. നാടകസംവേദനത്തെ രണ്ടുരീതിയിലാണ് ഇത് സഹായിച്ചത്. ഒന്ന്, ദുരിതങ്ങളും സങ്കടങ്ങളും നിറഞ്ഞ രംഗങ്ങളിൽ ലയിച്ചു പോകാനുള്ള സാധ്യതയിൽ നിന്ന് പ്രേക്ഷകനെ മോചിപ്പിക്കുന്നു. കഥാപാത്രം ഉന്നയിക്കുന്ന അടിസ്ഥാനരാഷ്ട്രീയ പ്രമേ

യത്തിൽ ശ്രദ്ധയൂന്നാനും സ്വന്തമായ നിലപാടെടുക്കാനും പ്രേക്ഷകന് കഴിയുന്നു. രണ്ട്, നിരവധി രംഗങ്ങളുള്ള നാടകത്തിൽ ഇടയ്ക്കിടെ രംഗ മാറ്റത്തിന് സമയമെടുക്കുമ്പോൾ സ്വാഭാവികമായി ഉണ്ടാകുന്ന മുഷിപ്പ് ഒഴിവാക്കാൻ കഴിയുന്നു. സൂചനാത്മകവും എടുത്തുമാറ്റാവുന്നതുമായ രംഗപടങ്ങൾ ഇതിന് സഹായകരമാണ്. നാടകത്തെ സമകാലികമാക്കാൻ ഇതിനാവശ്യമായ സംഭാഷണങ്ങൾ സംവിധായകൻ തന്നെ എഴുതിച്ചേർത്തി രിക്കുന്നു. കഥാപാത്രമായി തുടങ്ങി സമകാലീന കേരളീയ സമൂഹത്തിലെ ഒരാളായി നടൻ സംസാരിക്കുന്ന രീതി പ്രമേയ സംവേദനത്തെ തീക്ഷ്ണവും രാഷ്ട്രീയോന്മുഖവുമാക്കാൻ സഹായിക്കുന്നുണ്ട്. ഒന്നാം രംഗത്തിന്റെ അവ സാനം ബാലന്റെ അമ്മയായി രംഗത്തുവരുന്ന നടിയുടെ സംഭാഷണം (ബ്രെഹ്തിയൻ ശൈലിയിൽ 'എപിക് നരേഷൻ') ശ്രദ്ധിക്കുക.

നടി: "എന്റെ ബാലൻ! അവന് ഒരു നേരത്തെ ആഹാരം വയറു നിറച്ചു കൊടുക്കുവാൻ എനിക്കു കഴിയുന്നില്ലല്ലോ. ഞങ്ങൾ കൃഷി ചെയ്തുണ്ടാ ക്കുന്ന നെല്ല് മുഴുവൻ പാട്ടമായി ഇല്ലത്തേക്ക് ഒഴുകുകയാണ്.. അവിടെ ശ്രീലക്ഷ്മി വിളയാടുമ്പോൾ ഇവിടെ ദാരിദ്ര്യ നിശാചരന്റെ സംഹാരതാ ണ്ഡവമാണ്... കുഞ്ഞുങ്ങൾ പട്ടിണി കൊണ്ട് വാടിത്തളരാതെ ഒരു കാലം ഇനി എന്നാണ്?" ഇവിടെ ആദ്യഭാഗം അമ്മ എന്ന കഥാപാത്രത്തിൽ നിന്നു കൊണ്ട് തന്നെയാണ് നടി പറയുന്നത്. ക്രമേണ ദുരിതകാരണ ങ്ങളിലേക്കും സാമാന്യവൽക്കരണത്തിലേക്കും നീങ്ങി, യുക്തി പൂർവം ചിന്തിക്കാൻ പ്രേക്ഷകനെ പ്രേരിപ്പിക്കുന്നതാണ് ഇത്തരം സംഭാഷണ ങ്ങൾ. പാട്ടബാക്കിയുടെ സാഹിത്യത്തിനും അതേപടിയുള്ള രംഗപാഠ ത്തിനും സി ജെ തോമസ് അടക്കമുള്ള നാടകവിമർശകർ ചൂണ്ടിക്കാ ണിച്ചിരുന്ന പരിമിതികളെ മറികടക്കാൻ സംവിധായകൻ വരുത്തിയ മാറ്റ ങ്ങൾ ആഹ്ലാദകരമായ അനുഭവമായി. വിശ്വാസയോഗ്യമല്ലാത്ത ചില രംഗ ങ്ങളും സംഭാഷണങ്ങളും വെട്ടിമാറ്റുകയും നാടകീയ മുഹൂർത്തങ്ങളുള്ള ചില രംഗങ്ങൾ കൂട്ടിച്ചേർക്കുകയും ചെയ്തു.

മുഹമ്മദ് എന്ന കഥാപാത്രത്തെ ഒട്ടും വികസിപ്പിക്കാതെ വരണ്ട രാഷ്ട്രീയവർത്തമാനങ്ങൾ പറയിക്കുന്ന രണ്ടാം രംഗം ഉടച്ചുവാർത്തു. നാട കകൃത്ത് രംഗത്ത് വന്ന് പ്രസംഗിക്കുന്ന പ്രതീതി ഇവിടെയില്ല. ഇംപ്രൊ വൈസേഷനിലൂടെ ചായപീടികരംഗം അവതരിപ്പിക്കുകയും മുഹമ്മദിനെ മാനുഷിക സ്പർശമുള്ള പൊതു പ്രവർത്തകനാക്കി ഉയർത്തുകയും ചെയ്തു. മുഹമ്മദും കിട്ടുണ്ണിയും തമ്മിലുള്ള സംഭാഷണം ആത്മാവിൽ സ്പർശിക്കുന്നതായി. ആഗോള രാഷ്ട്രീയ രംഗത്തുണ്ടായ മാറ്റങ്ങളെ ഉൾക്കൊള്ളാനും ആദ്യകാല പ്രേക്ഷകരും ഇന്നത്തെ പ്രേക്ഷകരും തമ്മി ലുള്ള വ്യത്യാസം മനസിലാക്കാനും സംവിധായകന് കഴിഞ്ഞിട്ടുണ്ടെ ന്നർഥം. മുതലാളിയുടെ ഭാര്യയെന്ന കഥാപാത്രത്തെ പൂർണമായും ഒഴി വാക്കിയാണ് നാലാംരംഗം അവതരിപ്പിച്ചത്. അഹങ്കാരിയും ദുഷ്ടയും ജാര സംസർഗമുള്ളവളുമായി ചിത്രീകരിക്കപ്പെടുന്ന ഈ കഥാപാത്രം,. ബൂർഷ്വാസിയുടെ സദാചാരഭ്രംശത്തെ ഉദാഹരിക്കുന്നുവെങ്കിലും ചുറ്റു

പാടുകളാണ് ഒരുവളെ വ്യഭിചാരത്തിലേക്ക് നയിക്കുന്നതെന്ന നാടകത്തിലെ കേന്ദ്രപ്രശ്നത്തിന്റെ ഉൾക്കൊള്ളലിന് വിഘാതമാണ് എന്ന സംവിധായകന്റെ ന്യായം ശരിതന്നെ. മാത്രവുമല്ല ഈ കഥാപാത്രത്തിന് ഇതിവൃത്തവികാസത്തിൽ വലിയ പങ്കുമില്ല.

കിട്ടുണ്ണി മോഷ്ടവാകുന്നതും കുഞ്ഞിമാളു വേശ്യയാകുന്നതും സ്വാഭാവികമേന്മയില്ലാതെ ചിത്രീകരിച്ചുവെന്ന മുഖ്യവിമർശനത്തിനും പുതിയ രംഗവ്യാഖ്യാനത്തിൽ പഴുതില്ല. വളരെ പെട്ടെന്നൊരു തീരുമാനമെടുത്ത കിട്ടുണ്ണി, അത്തർകുട്ടിയുടെ പലചരക്കുകടയിൽ നിന്ന് അരിമോഷ്ടിക്കുന്ന അവിശ്വസനീയമായ രംഗം അഴിച്ചുപണിതു. കിട്ടുണ്ണിയുടെ ആത്മഗതത്തെ വൈകാരികമെന്നതിനേക്കാൾ ആഖ്യാനപരമാക്കി. കിട്ടുണ്ണി മോഷ്ടിക്കുന്നതും നാട്ടുകാർ പിടികൂടിയതുമായ രംഗം സൈക്ലോരമ, പന്തം, ടോർച്ച് ഇവയുടെ സഹായത്തോടെ, സംഭാഷണം ഒഴിവാക്കിയാണ് അവതരിപ്പിച്ചത്. വീട് പട്ടിണിയാണെന്നറിഞ്ഞിട്ടും കിട്ടുന്ന പണം കൊണ്ട് ബ്ലൗസിന് തുണിവാങ്ങി കിട്ടുണ്ണിയെത്തുന്ന രംഗത്തിന് പ്രാധാന്യം നൽകിയതും വേശ്യയായി തീർന്ന കുഞ്ഞിമാളുവിന്റെ മുന്നിൽ മരിച്ചുപോയ അമ്മയുടെ ആത്മാവ് പ്രത്യക്ഷപ്പെട്ട് സംഭാഷണം നടത്തുന്നരംഗം കൂട്ടിച്ചേർത്തും അവളെ വേശ്യയാക്കിയത് സാഹചര്യമാണെന്നും വില്ലൻ സാമൂഹികഘടനയാണെന്നും ബോധ്യപ്പെടുത്താൻ സംവിധായകന് കഴിഞ്ഞു. അമ്മയുമായുള്ള കൂടിക്കാഴ്ച, അവളുടെ കുറ്റബോധത്തിന്റെ വെളിപ്പെടുത്തലാണ്. ബാലനെ വളർത്താനും ജീവിതം നിലനിർത്താനും ഈ ദുഷ്ടലോകത്തിൽ മറ്റൊരു മാർഗവുമില്ലെന്നവൾ അമ്മയുടെ മുന്നിൽ കുമ്പസരിക്കുന്നു. ബാലനെ നോക്കിവളർത്തണേ എന്ന അമ്മയുടെ അന്ത്യാഭിലാഷം നിറവേറ്റുക കൂടിയാണ് അവൾ. കുഞ്ഞിമാളുവിനെ അംഗീകരിക്കുകയും അവളെ വേശ്യയാക്കിയ സാമൂഹ്യവ്യവസ്ഥയെ വെറുക്കുകയും സ്ഥിതിവ്യവസ്ഥയുടെ മാറ്റം അഭിലഷിക്കുകയും ചെയ്യുന്നിടത്തേക്ക് പ്രേക്ഷകനെ നയിക്കാൻ പര്യാപ്തമാണ് ഈ രംഗപാഠം. “നിശ്ചലമായ ഒരു സമുദായത്തിന് പകരം ചലനാത്മകമായ ഒരു സമുദായവും നിരന്തരം മാറ്റത്തിന് വിധേയമായിക്കൊണ്ടിരിക്കുന്ന കഥാപാത്രങ്ങളുമാണ് ഈ നാടകത്തിലുള്ളതെന്ന” ഇ എം എസിന്റെ സൂക്ഷ്മനിരീക്ഷണം *പാട്ടബാക്കി*യെന്ന രാഷ്ട്രീയ നാടകത്തിന്റെ കലാമേന്മയേയും സ്പർശിക്കുന്നതാണ്. കഥാപാത്രങ്ങൾക്കുണ്ടാകുന്ന മാറ്റം അതേ ആവേശത്തിൽ ഉൾക്കൊള്ളാൻ പ്രേക്ഷകർക്ക് കഴിഞ്ഞുവെന്നത് മേൽ രംഗാവതരണത്തിന്റെ വിജയമാണ്. നാടകത്തിലുടനീളം നിലനിൽക്കുന്ന ഇരുണ്ട ദുഃഖസാന്ദ്രമായ അന്തരീക്ഷസൃഷ്ടിക്ക് സഹായകമായ ദീപവിതാനവും സംഗീതവും ഉപയോഗിച്ചിരിക്കുന്നത് എടുത്തു പറയേണ്ട പ്രത്യേകതയാണ്. *പാട്ടബാക്കി*യുടെ സമകാലിക പ്രസക്തി വെളിപ്പെടുത്തിയ ഈ രംഗാവതരണം നമ്മുടെ രാഷ്ട്രീയ നാടകവേദിക്കു ലഭിച്ച മികച്ച സംഭാവനയാണ്.

(*ചിന്താവാരിക*, 1993, ജനുവരി 1)

17

നമ്മളൊന്നിന്റെ സമകാലികത

സവിശേഷമായ ഒരു ചരിത്രമുഹൂർത്തത്തിന്റെ സൃഷ്ടിയാണ് ചെറുകാടിന്റെ *നമ്മളൊന്ന്.* മലബാറിലെ കർഷക പ്രസ്ഥാനത്തിന്റെ വളർച്ചയിലെ ചന്തമുള്ള ഒരേട്! ദേശാഭിമാനി മേളയോടനുബന്ധിച്ച് അരങ്ങേറാൻ ഒരു നാടകം രചിക്കാനൊരുങ്ങിയ ചെറുകാടിനും അണിയറ ശിൽപ്പികൾക്കും നാടകമല്ല ജീവിതത്തിന്റെ ആവിഷ്കാരമായിരുന്നു പ്രശ്നം. അവരും അവർക്ക് അഭിസംബോധന ചെയ്യേണ്ട ജനങ്ങളും അനുഭവിക്കുന്ന വർത്തമാനകാലവും അവർക്ക് ഒരുമിച്ചു നേടിയെടുക്കാനുള്ള ഭാവിജീവിതവും രംഗത്ത് വരണം. അതിനായി സമകാലിക ജീവിതസന്ദർഭങ്ങളിൽ നിന്നുതന്നെ പ്രമേയബോധവും രംഗബോധവും അവർ സ്വീകരിച്ചു. അവകാശസമരങ്ങളിൽ ആത്മവീര്യത്തോടെ ഉറച്ചു നിൽക്കാൻ കർഷകജനതയെ ആഹ്വാനം ചെയ്തു. *നമ്മളൊന്ന്* നൂറുകണക്കിന് അരങ്ങുകളിൽ പ്രത്യക്ഷപ്പെട്ടു. നാലു പതിറ്റാണ്ടിനപ്പുറം ആ നാടകം രംഗത്ത് വരുമ്പോൾ അതുണർത്തുന്ന വികാരം എന്തായിരിക്കും? ആ നാടകവും അതിന് പ്രചോദനമേകിയ പ്രസ്ഥാനവും ഉയർത്തിയ സന്ദേശവും പോരാട്ടത്തിന്റെ ചുവപ്പൻ നേരങ്ങളും ഗൃഹാതുരതയുണർത്തുന്ന ഒരോർമ മാത്രമാണോ? ആ ചോദ്യങ്ങളുടെ പശ്ചാത്തലത്തിൽ *നമ്മളൊന്നി*ന്റെ ഒരു പുനർപാരായണത്തിന് പ്രസക്തിയുണ്ടോ? ഉണ്ടെന്നാണ് പട്ടാമ്പി ശക്തി നാട്ടരങ്ങ് ഇപ്പോൾ അവതരിപ്പിച്ചുകൊണ്ടിരിക്കുന്ന *നമ്മളൊന്ന്* നൽകുന്ന മറുപടി. 'മുത്തശ്ശി' ബലി, കർണാഭാരം, മത്തവിലാസം തുടങ്ങി ശ്രദ്ധേയമായ രംഗവ്യാഖ്യാനങ്ങൾക്ക് രൂപം നൽകിയ പ്രൊഫ. പി ഗംഗാധരന്റെ സംവിധാന ശൈലി, ഈ നാടകത്തെ വേദിയിലെ സംവാദമായി വികസിപ്പിച്ചിരിക്കുന്നു. ഒരു സ്വയം വിമർശനത്തിന്റെ സ്വരം സ്വീകരിച്ചിരിക്കുന്നത് പെട്ടെന്ന് തിരിച്ചറിയപ്പെടുകയും ചെയ്യും.

നമ്മളൊന്നിന് മുഖവുരയായി ചില രംഗങ്ങൾ ചേർത്തുവെച്ചു കൊണ്ടാണ് സംവിധായകൻ ഇടപെടുന്നത്. *നമ്മളൊന്നിലെ* പ്രധാനകഥാപാത്രമായ പങ്ങൻ നായരായി ആദ്യാവതരണം മുതൽ നിരവധി അരങ്ങുകളിൽ വേഷമിട്ട ടി പി ഗോപാലൻ ആണ് ഈ രംഗങ്ങളിലെ പ്രധാന 'കഥാപാത്രം.' കർഷകസംഘത്തിന്റെ അറുപതാം വാർഷികമാണ്. സഖാക്കളുടെ നിർബന്ധത്തിന് വഴങ്ങി ഗോപാലനും സംഘവും വർഷങ്ങൾക്ക് ശേഷം *നമ്മളൊന്ന്* അരങ്ങേറ്റാൻ ഒരുങ്ങുകയാണ്. വേഷമിട്ടുകൊണ്ടിരിക്കെ ഗോപാലന് ശരീരതളർച്ചയുണ്ടാകുന്നു. കർട്ടനുയർത്തി, നാടകത്തെക്കുറിച്ച് അനൗൺസ്മെന്റ് നടന്നുകൊണ്ടിരിക്കെയാണ്, ഈ സംഗതി, ഒരു നടൻ വന്നു വിളിച്ചുപറയുന്നതിലൂടെ നാമറിയുന്നത്. മറ്റ് നടന്മാർ ചേർന്ന് ഗോപാലനെ താങ്ങി വേദിയിലെത്തിക്കുന്നു. തുടർന്നു നടക്കുന്ന സംഭാഷണങ്ങൾ, ശരീരതളർച്ചയുടെ കാരണം മാനസികമായ അസ്വാസ്ഥ്യമാണ് എന്നു വെളിപ്പെടുത്തുന്നു. ശരീരം കൊണ്ടു മാത്രമല്ല നാടകം കളിക്കുന്നത് എന്ന് ഗോപാലൻ പ്രസ്താവിക്കുന്നു. "പാട്ടകുടിയാന് എങ്ങന്യാ ഭൂമി കിട്ട്യേ" എന്നറിയാത്തവരുടെ മുൻപിലാ നാടകം അരങ്ങേറുന്നത്. ഇവിടെ ഗോപാലനെ അസ്വസ്ഥനാക്കുന്ന ചില ചോദ്യങ്ങളുണ്ട്. "പങ്ങൻ നായരുടെ തലമുറ നമുക്കേൽപ്പിച്ചു തന്ന മണ്ണിന്റെ സ്ഥിതിയെന്താ? കൃഷിഭൂമി സ്വന്തായ കർഷകന്റെ സ്ഥിതി ഇന്നെന്താ? ഈ ചോദ്യങ്ങളുടെ ഉത്തരം മൂന്നു രംഗങ്ങളിലൂടെ നൽകുകയാണ് സംവിധായകൻ. ഒന്നാം രംഗം ഗോപാലനും മകനും തമ്മിലുള്ള സംഭാഷണം തന്നെ. അവർക്ക് സ്വന്തമായ അത്തിക്കണ്ടം ചേക്കുഹാജിക്കു വിറ്റു കാശുവാങ്ങണം. ഇതാണ് മകന്റെ ആവശ്യം. കൃഷിപ്പണിക്ക് ആളെക്കിട്ടാനില്ല. കൂലിയാണെങ്കിൽ കൂടുതൽ. വിത്ത്, വളം, മരുന്ന് എല്ലാം ചേർന്ന് കൃഷി വിലപിടിച്ചതാക്കുന്നു. ഉൽപ്പന്നങ്ങൾക്ക് വിലയുമില്ല. പഠിപ്പുകാരനായ തനിക്ക് ആ ചേറിലും ചളീലും കിടന്നുരുളാൻ വയ്യതാനും. വിറ്റുകിട്ടുന്ന പണം കൊടുത്ത് വിസയെടുത്ത്, ഗൾഫിലെങ്ങാൻ പോയി രക്ഷപ്പെടാം. ഇങ്ങനെ പോകുന്നു മകന്റെ വാദം. ആ മണ്ണ് സ്വന്തമാക്കാൻ തന്റെ തലമുറ അനുഭവിച്ച ത്യാഗം ഗോപാലനറിയാം. കൃഷി നഷ്ടമാക്കണത് ആരാണ്? എന്തായാലും കൃഷിക്കാരനല്ല. ആരാ കൃഷിക്കാരന്റെ ശത്രു? അതറിയായ്കയാണ് ഗോപാലന്റെ അന്ധാളിപ്പ്. രണ്ടാം ഭാഗം കുറുവാടൻ അബു എന്ന കൃഷിക്കാരന്റെ ആത്മഹത്യയാണ്. കൃഷി തുടർച്ചയായി പിഴയ്ക്കുകമൂലം കർഷകവായ്പ തിരിച്ചടയ്ക്കാനായില്ല. ബാങ്കുകാർ ജപ്തിക്ക് വരുമെന്നായപ്പോൾ അപമാനഭാരം താങ്ങാനാവാതെ അബു കീടനാശിനി കഴിച്ച് മരിക്കുന്നു. കർഷകത്തൊഴിലാളി ചാത്തന്റെ സങ്കടവും ഒരു ചോദ്യവുമാണ് മൂന്നാമത്തെ രംഗം. വൃദ്ധനായ ചാത്തൻ, കുട്ടൻ കമ്മളുടെ പാടം ഇഷ്ടികക്കളമായത് അറിഞ്ഞിട്ടില്ല. ഇപ്പോഴും ക്ഷീണത്തിൽ നിന്നുണരുന്നത് പണിയായുധം അന്വേഷിച്ചുകൊണ്ടാണ്. ചാത്തന്റെ മക്കൾ ഇന്ന് വാർപ്പുപണിക്കാരാണ്. അവരെല്ലാം മണ്ണു മറന്നു. മനുഷ്യൻ മണ്ണറിയണം, എന്നാലേ അത

വനെ അറിയൂ. ഇതാണ് ചാത്തന്റെ സന്ദേശം. മണ്ണുമറക്കുന്ന മനുഷ്യനെ മുന്നിൽ കണ്ടു ചാത്തൻ ചോദിക്കുന്നു, 'എന്നാ ഞങ്ങൾക്ക് കൃഷിഭൂമി കിട്ട്വാ' എന്ന്. ഈ മൂന്നു അനുഭവങ്ങളാണ് പങ്ങൻ നായരായി വേഷ മിട്ടുകൊണ്ടിരിക്കെ ഗോപാലന്റെ മനസിലേക്ക് ഇരച്ചുവരുന്നത്. ഇത് പക്ഷേ, നടന്റെ മനസും കഥാപാത്രത്തിന്റെ യാഥാർഥ്യവും കൂടിയാണ്. ഈ കേന്ദ്രത്തിലേക്കാണ് സംവിധായകൻ പ്രേക്ഷക ശ്രദ്ധയെ ആകർഷി ക്കുന്നത്.

മേൽ സംഘർഷത്തിന്റെ ജ്വാലകളിൽ നിന്നുതന്നെ ശരീര തളർച്ചയെ അതിജീവിച്ച്, നമ്മളൊന്ന് അരങ്ങേറ്റാൻ ഗോപാലൻ തയാറാകുന്നു. കാരണം ആ ദിവസം തന്നെ കർഷകസംഘക്കാരനാക്കിയ, തന്നെ ചെങ്കൊടി പിടിക്കാൻ പഠിപ്പിച്ച സഖാവ് മുഹമ്മദിന്റെ രക്തസാക്ഷിദിനം കൂടിയാണ്. ഓർമകൾ ഇരമ്പുന്ന ആ രാവിൽ ഒരിക്കൽ കൂടെ പങ്ങൻ നായരായി ഗോപാലൻ രംഗത്തെത്തുന്നു. യഥാർഥമായ അഭിനയരീതി യിലൂടെ സൂചനക്ക് ആവശ്യമായ രംഗക്രമീകരണങ്ങളിലൂടെ *നമ്മളൊന്ന്* അവതരിപ്പിക്കുന്നു. രണ്ടു വ്യത്യസ്ത കാലങ്ങളുടെ 'മൂഡ്' സൃഷ്ടിക്കു ന്നതിന് പര്യാപ്തമായ പശ്ചാത്തല സംഗീതം ഒരുക്കിയിരിക്കുന്നു. കർഷക പ്രസ്ഥാന കാലഘട്ടത്തിന്റെ മുദ്രകളും നാടൻ ഈണങ്ങളും കൊരുത്ത് ചേർത്തിട്ടുണ്ട്.

നമ്മളൊന്ന് അരങ്ങേറ്റത്തിന് ഒരു എപിലോഗു കൂടി ചേർത്തിട്ടുണ്ട്, സംവിധായകൻ. അരങ്ങേറ്റത്തിനുശേഷം, വേദിയിൽവെച്ചു നാടകത്തെ ക്കുറിച്ചു ചർച്ച നടത്തുന്നു. ചർച്ച തുടങ്ങിവെക്കുന്നത് ഒരു ബുദ്ധിജീവി നിരൂപകൻ. ജീവിതത്തിൽ നിന്ന് അന്യമാവുകയും രൂപ മാത്രപ്രധാന മാവുകയും ചെയ്യുന്ന ആധുനിക രംഗാവതരണങ്ങളോടുള്ള വിമർശന മായി വേണം ഈ രംഗത്തെ കാണാൻ. രംഗവേദിയിലെ സാങ്കേതികത കളെച്ചൊല്ലി അഭിപ്രായം പറയാൻ ഒരുമ്പെട്ട നിരൂപകനോട് അവറാനെ അവതരിപ്പിച്ച വാപ്പൂട്ടിയും ഗോപാലനും തട്ടിക്കയറുന്നു. ആ ഭാഗം ശ്രദ്ധി ക്കുക.

വാപ്പൂട്ടി: നാടകോം കണ്ട് ബലേ ഭേഷ്ന്ന് കയ്യും അടിച്ച്, മൂടുംതട്ടി, 'ചീറീം തോളിലിട്ട് എണീറ്റ് പോണ മ്മ്ടെ ആൾക്കാരെ കാണ്മ്പഴാ നിയ്ക്ക് കലി കയറ്ണ്. കഴുത്തില് കയറ് മുറുക്യേടക്കണു. അറവ്വാരന്റെ കത്തിപ്പാട്ടിലേക്ക് ഇനി അധികം ദുരല്യാന്ന് അറീണ്ണ്ടോ മ്മള്? പങ്ങൻ നായരുടെ കോണകം തെളിഞ്ഞില്യാത്രേ ങ്ഹും!

നിരൂപകൻ: ഞാൻ പറയാൻ ഉദ്ദേശിച്ചത് രംഗവേദിയുമായി ബന്ധ പ്പെട്ട ചില സാങ്കേതിക.. (വാപ്പൂട്ടി രൂക്ഷമായി നോക്കുന്നു. ഗോപാലൻ നിരൂപകന്റെ സംഭാഷണം മുറുക്കുന്നു.)

ഗോപാലൻ: രംഗവേദീടെ സാങ്കേതികതയല്ല ഇവിടെ നമ്മുടെ ജീവി താടോ പ്രശ്നം. മണ്ണ് വിൽക്കണമെന്നു പറയുന്ന മക്കളോട് നമ്മളെന്താ പറയ്വാ? ചാത്തൻ മൂപ്പരടെ അണപൊട്ടിയ സങ്കടത്തിന് എന്താ ഉത്തരം?

മനസില് മുവ്വാൻ അബൂന്റെ വീട്ടിലെ അലമുറയാണ്. എവിടെ നോക്ക്യാലുംമരിച്ചിട്ടും അടയാത്ത അബൂന്റെ തുറിച്ച കണ്ണാ ഞാൻ കാണണ്.

വാപ്പൂട്ടി: ഗോപാലേട്ടാ! മ്മടെ ആ പോക്ക് എങ്ങോട്ടാണ്? ചാത്തൻ മൂപ്പര് പറഞ്ഞതാ കാര്യം. മണ്ണറിഞ്ഞാലെ മനുഷ്യനെ അറിയൂ.

ഗോപാലൻ: ആ മണ്ണറിവ് ണ്ടാവണമെങ്കില് ആദ്യം അവനോനെ അറിയണം. അതോടാ. മ്മക്ക് ഇല്ലാത്തത്. നമ്മള് മണ്ണിൽ നിന്നും ജീവിതത്തിൽ നിന്നും കുറേശ്ശെകുറേശ്ശെയായി ഒഴിപ്പിക്കപ്പെട്ടോണ്ടിരിയ്ക്ക്യാ നമ്മളുപോലുമറിയാതെ.

വാപ്പൂട്ടി: ആലോചനേം ചർച്ചേം വേണ്ടത് ഇപ്പറഞ്ഞേനെക്കുറിച്ചാ മാഷെ. കർഷകന്റെ ഇന്നത്തെ സ്ഥിതിയെക്കുറിച്ചാ. മണ്ണ് വേണ്ടാണ്ട്യാവ്ണ മനുഷ്യനെക്കുറിച്ചാ. മാപ്ലേം ഹിന്ദും ആയിട്ട് ചേരിതിരിഞ്ഞ് കൊല്ലാൻ നിക്കണ പങ്ങൻ നായരടേം അവറാന്റേയും മക്കളെക്കുറിച്ചാ. മനുഷ്യരല്ലാതാവ്ണ നമ്മളെക്കുറിച്ചാ.

ഗോപാലൻ: അതേ വാപ്പുട്ട്യേ... ചർച്ച വേണ്ടത് നമ്മളെക്കുറിച്ചാ.

ഇതോടെ എപിലോഗ് തീർന്നു. പ്രേക്ഷകരിലേക്ക് നിശ്ശബ്ദമായി ആശയസമരത്തിന്റെ ഊർജം പ്രവഹിപ്പിച്ചുകൊണ്ട്. പ്രക്ഷുബ്ധമായ മനസോടെയല്ലാതെ നാടകം കണ്ടുപിരിയാനാവില്ല എന്നതാണ് ഈ രംഗവ്യാഖ്യാനത്തിന്റെ പ്രത്യേകത. ജനകീയാസൂത്രണ പ്രസ്ഥാനം, നമ്മുടെ മണ്ണിന്റെ, കൃഷിയുടെ ഉപയോഗത്തെക്കുറിച്ച് പുതിയ ഒരാലോചനയിലാണല്ലോ. ആ വിഷയത്തിലേക്ക് ഒരു ചരിവ് നാടകം പ്രകടമാക്കുന്നു. കർഷക പ്രസ്ഥാനത്തിന്റെ പോരാളികൾക്ക് നേട്ട–കോട്ടവിശകലനത്തിന് നാടകം വഴിയൊരുക്കുന്നു. പഴയ ഒരു ജനകീയ നാടകം എങ്ങനെ ആധുനികകാലത്തോട് സംസാരിക്കുന്നു എന്നതിന്റെ മാതൃകയായി ഈ രംഗാവതരണത്തെ എടുക്കാം. റിയലിസ്റ്റിക് ശൈലി, മെലോഡ്രാമയല്ല, എന്നറിയണമെങ്കിൽ അതിനും മാതൃകയാകുന്നു ഈ നാടകം. ഗോപാലനായി വേഷമിട്ട വാസുമാഷും സംഗീതമൊരുക്കിയ എൻ കെ മധുവും തീർച്ചയായും അഭിനന്ദനമർഹിക്കുന്നു.

(ചിന്ത വാരിക, 1997 ഏപ്രിൽ 4)

19

അരങ്ങത്തു വരുന്ന സ്ത്രീ

മലയാള നാടകചരിത്രത്തിലേക്ക് 'ഒരു പെൺനോട്ടം അയച്ചാൽ, അവിടെ 'സ്ത്രൈണനാടകങ്ങളും' സ്ത്രീ നാടകങ്ങളും സ്ത്രീവാദ നാടകങ്ങളും ഉള്ളതായി കാണാം. സ്ത്രീയെ ഒരു ലൈംഗികവസ്തുവെന്ന നിലയിൽ ഉപയോഗിക്കുന്നവയാണ് സ്ത്രൈണ നാടകങ്ങൾ. 'പുരുഷന്റെ' കാമം നിറഞ്ഞ കണ്ണുകൾക്കു കയറിയിറങ്ങാനുള്ള ശരീരം മാത്രമാണിവിടെ സ്ത്രീ. മുഖ്യമായും കമ്പോളനാടകവേദിയിലാണ് സ്ത്രീ ഉപഭോഗസാമഗ്രിയായി അരങ്ങത്തുവരിക. പരിശുദ്ധ/പതിവ്രത/ കുടുംബിനി ഇങ്ങനെ സ്ത്രീയെ ആദർശകഥാപാത്രമായി ('വീടിനു പൊൻമണിവിളക്കു നീ തറവാടിനു നിധി നീ കുടുംബിനി' എന്നു തുടങ്ങുന്ന സിനിമാഗാനത്തിൽ അടങ്ങിയ സങ്കൽപ്പം) അവതരിപ്പിക്കുന്നവയാണ് സ്ത്രീനാടകങ്ങൾ (Female Drama). ചുഴിഞ്ഞാലോചിച്ചാൽ, സ്തുതികളിലൂടെ 'വേട്ട' മൃഗത്തെ മെരുക്കി, വീട്ടുമൃഗങ്ങളാക്കുന്ന പുരുഷതന്ത്രങ്ങളാണ് കുടുംബസമേതം കാണാൻ കൊള്ളാവുന്ന സ്ത്രീനാടകങ്ങളിൽ കാണുന്നത്. സ്ത്രീകൾ ലോകത്തെ നിരീക്ഷിക്കുന്നവിധം, അവരുടെ അനുഭവത്തിന്റെ പശ്ചാത്തലം, സ്വന്തം അടിമാവസ്ഥയും പരിമിതികളും തിരിച്ചറിയൽ, സ്ത്രീകൾ മുന്നോട്ടുവെക്കാനുള്ള സ്വാതന്ത്ര്യവും സമത്വപൂർണവുമായ ബദൽ ജീവിതരീതികൾ ഇവയെല്ലാമാണ് സ്ത്രീവാദ നാടകങ്ങളുടെ (Feminist Drama) ഉള്ളടക്കം. സ്ത്രീവിമോചനത്തിന്റെ ആശയങ്ങൾ ആവിഷ്കരിക്കുന്ന നാടകങ്ങളെന്നു ചുരുക്കി പറയാം.

"അന്തഃപുരത്തിന്റെ കരിപിടിച്ച ചുമരിലെ ഏതോ ഒരു ദൗർഭാഗ്യത്തിന്റെ തൊടുകുറിപോലെ നിന്നിരുന്ന (എം ടിയുടെ പ്രയോഗം) അന്തർജനങ്ങളുടെ വിമോചനവും സ്ത്രീപുരുഷബന്ധത്തിന്റെ നൈസർഗികത സ്ഥാപിച്ചെടുക്കാനുള്ള അഭിവാഞ്ഛയും ലക്ഷ്യമാക്കിയ വി ടിയുടെയും

എം ആർ ബിയുടെയും എം പി ഭട്ടതിരിപ്പാടിന്റെ (പ്രേംജി)യും നാടകങ്ങളാണ് മലയാളത്തിൽ സ്ത്രീവാദത്തിന്റെ ആശയം ആദ്യമവതരിപ്പിച്ചത് 'അടുക്കള', 'മറക്കുട', 'ഋതുമതി'യിലെ വാസുദേവനിലൂടെ സ്ത്രീകൾക്കായി പ്രേംജി ഒരുപദേശം നൽകിയത്. അതിങ്ങനെയാണ്: "തത്തയ്ക്ക് കൂടു തൊറന്നു കൊടുക്കണ ധർമബുദ്ധില്യാ ലോകത്തില്. അതതിന്റെ ചെറകൊണ്ട്ന്നെ തല്ലി പൊളിക്കണം." സ്ത്രീ വിമോചനത്തിനായുള്ള എല്ലാതരം പ്രവർത്തനങ്ങൾക്കും സ്വീകരിക്കാവുന്ന ഒരാദർശവാക്യമാണിത്. സ്ത്രീ സ്വയം ശക്തിയാർജിക്കേണ്ടതിന്റെ അനിവാര്യതയെക്കുറിച്ച് ഇത്തരമൊരു തീക്ഷ്ണവാദം *പാട്ടബാക്കി*യിൽ നിന്നോ *നിങ്ങളെന്നെ കമ്യൂണിസ്റ്റാക്കി*യിൽ നിന്നോ മറ്റേതെങ്കിലും സാമൂഹ്യ നാടകങ്ങളിൽ നിന്നോ പുറപ്പെട്ടുകേട്ടിട്ടുമില്ല.

ഋതുമതിയിലെ ഉപദേശം തിയേറ്റർ ആക്റ്റിവിറ്റിക്ക് ബാധകമാക്കാനുള്ള പരിശ്രമം മൂന്നു വർഷം മുൻപ് കൂത്താട്ടുകുളത്തു വെച്ച് കുടമാളൂർ സ്ത്രീപഠന കേന്ദ്രത്തിന്റെ ആഭിമുഖ്യത്തിൽ നടന്നു. സ്ത്രീകൾക്കുവേണ്ടി 15 ദവസം നീണ്ടുനിന്ന നാടകക്യാമ്പ് അവർ വിജയകരമായി സംഘടിപ്പിച്ചു. പരിശീലനപദ്ധതിയിലും പ്രമേയ പരിചരണത്തിലും സ്ത്രീകളുടെ തനതു രീതികൾക്കായുള്ള പ്രഥമ സംരംഭമായിരുന്നു ആ നാടകക്യാമ്പ്. നിലവിലുള്ള ചിട്ടകളെ ലംഘിച്ചുകൊണ്ട് സ്ത്രീശരീരത്തിന് കാഴ്ചവെക്കാവുന്ന സംവേദന തന്ത്രങ്ങൾക്കായുള്ള തിരച്ചിൽ, ലിൻഡാ ജെൻകിൻസിന്റെ (Linda Jenkins) വാക്കുകൾ കടമെടുത്തെഴുതിയാൽ, 'അരങ്ങിലെ മാതൃഭാഷയ്ക്കായുള്ള തിരച്ചിലായിരുന്നു ക്യാമ്പിന്റെ കേന്ദ്ര ബിന്ദു. ന്യായപ്രമാണങ്ങളും നീതിശാസ്ത്രങ്ങളും അമർച്ച ചെയ്ത സ്ത്രീയുടെ സർഗാവിഷ്കാരങ്ങൾക്ക് ചിറകുനൽകുന്ന ഒരു ആക്റ്റിവിറ്റി തന്നെയായി ക്യാമ്പ്. ലജ്ജ നടിക്കുക, ആർദ്രഭാവമണിയുക, സൗമ്യവചസ്സായിരിക്കുക എന്നിങ്ങനെ സ്ത്രീക്ക് കൽപ്പിച്ചിരുന്ന ഗുണമേന്മകളെ കീഴ്മേൽ മറിക്കുന്ന ഭാവപ്രകടനങ്ങൾ അവിടെ അവതരിപ്പിക്കപ്പെട്ടു. സ്ത്രീകൾ വേദിയിൽ പൊട്ടിച്ചിരിക്കുകയും ശരീരം തീവ്രഭാവങ്ങൾക്ക് വഴങ്ങുമോ എന്നാരായുകയും ചെയ്തു. ചരിത്രത്തിന്റെ അകത്താളുകളിൽ നിന്ന് മായ്ച്ചുകളഞ്ഞ പെൺകാഴ്ചകൾ ആവിഷ്കരിക്കാൻ പ്രാപ്തിയുള്ള നാടകഭാഷ കണ്ടെത്താനുള്ള പ്രഥമ സംരംഭമെന്ന നിലയിൽ ക്യാമ്പ് വിജയമായിരുന്നുവെന്ന് അവിടെ രംഗത്തെത്തിയ മനോധർമാഭിനയങ്ങൾ തെളിയിച്ചു. തുടർന്നും അവിടെ ജ്വലിച്ചു നിന്ന സ്വന്തം ഭാഷയ്ക്കായുള്ള തീവ്രാഭിലാഷത്തിന്റെ പ്രയോഗസാഫല്യമാണ് തിരുവനന്തപുരം അഭിനേത്രി ഈയിടെ അരങ്ങേറിയ *ഏതോ ചിറകടിയൊച്ചകൾ* പൂർണാർഥത്തിൽ കേരളത്തിലെ ആദ്യത്തെ സ്ത്രീവാദനാടകം.

മഹാഭാരതകഥയിലെ ദുരന്തപുത്രനായ കർണന്റെ പെറ്റമ്മ കുന്തിയും പോറ്റമ്മ രാധയുമാണ് നാടകത്തിലെ കഥാപാത്രങ്ങൾ. വിവാഹത്തിനു മുൻപ് ഗർഭം ധരിക്കുന്നത് അവിഹിതം. വിവാഹശേഷം ഭർത്താ

വിന്റെ ഷണ്ഡത്വത്തെ മറച്ചു വെക്കാൻ, ഭർതൃസമ്മതിയോടെ, അന്യപുരുഷനിൽനിന്നും ഗർഭം ധരിച്ചാലതു ദിവ്യം! എന്താണ് കന്യകാത്വം? ചാരിത്ര്യം? പാതിവ്രത്യത്തിന്റെ മാനദണ്ഡമെന്ത്? സ്ത്രീശരീരത്തിന്റെ ശുദ്ധിയും അശുദ്ധിയും നിർണയിക്കുന്ന ധർമശാസ്ത്രങ്ങളുടെ മറവിൽ പതുങ്ങിയിരിക്കുന്ന പുരുഷാധീശമൂല്യങ്ങളുടെ മർമം പിളർക്കുന്ന ചോദ്യങ്ങളുമായി നാടകത്തിൽ പ്രത്യക്ഷപ്പെടുന്ന കുന്തിക്ക് ഫെമിനിസ്റ്റുമുഖം. ഏതോ രാജകുമാരിയുടെ കന്യാകത്വം വിശുദ്ധമായിരിക്കാൻ ആറ്റിലൊഴുക്കിയ ചോരക്കുഞ്ഞിനെ എടുത്തു വളർത്തി; വലുതാക്കി, യോദ്ധാവാക്കി അവനിതാ ഇപ്പോൾ കൊട്ടാരകലാപത്തിൽ ഒരു പക്ഷത്തിന്റെ ബലിപുഷ്പമാകാൻ തെരഞ്ഞെടുക്കപ്പെട്ടിരുന്നു. കരൾ നൊന്തു വിലപിക്കുന്ന രാധയുടെ ചോദ്യങ്ങളിൽ ഒരു ദളിതസ്ത്രീ ഉയർന്നുവരുന്നു. വർഗമൂലം ഏതായായാലും സ്ത്രീകൾ പൊതുവിൽ നേരിടുന്ന ചൂഷിതാവസ്ഥ ധ്വനീപാഠമാക്കിയ ഈ നാടകം അരങ്ങിലെ ഫെമിനിസ്റ്റ്–ദളിത പക്ഷ വായനയുടെ സാധ്യത വെളിപ്പെടുത്തുന്നു.

ജി ശങ്കരപ്പിള്ളയുടെ രചനക്ക് രംഗപാഠം ഒരുക്കിയത് സ്കൂൾ ഓഫ് ഡ്രാമ ബിരുദധാരിണി എസ് സുധിയാണ്. അതേ സ്ഥാപനത്തിൽ നിന്ന് തന്നെ ബിരുദമെടുത്ത, പ്രശസ്ത ടി വി താരം ശ്രീലത, കുന്തിയായും രബീന്ദ്രഭാരതി സർവകലാശാലയിലെ നാടകവിദ്യാർഥിനി സജിത രാധയായും വേഷമിട്ടു. വ്യവസ്ഥാപിത രംഗവേദിയിലെ സ്ത്രീവിരുദ്ധ സ്വഭാവത്തെ വിമർശിക്കുന്ന ഒരാമുഖം *ഏതോ ചിറകടിയൊച്ചകൾ*ക്കു നൽകിയിട്ടുണ്ട്. നാടകാരംഭത്തിൽ രംഗവേദിയിലേക്ക് വെളിച്ചം അരിച്ചെത്തുമ്പോൾ പ്രേക്ഷകർ കാണുന്നത് ശീർഷാസനത്തിൽ കാലുകൾ പരസ്പരം പിണഞ്ഞു നിൽക്കുന്ന രണ്ടു സ്ത്രീരൂപങ്ങളാണ്. അവർ നടികളാണ്. അരങ്ങിലെ എതിർപാരായണത്തിന് തുടക്കമിടുന്നതിനെ സൂചിപ്പിക്കാൻ സഹായകമായ ഈ ദൃശ്യബിംബങ്ങൾ വഞ്ചിതയായ കാമുകി, പീഡിതയായ ഭാര്യ എന്നിങ്ങനെ– കെട്ടിയാടിമടുത്ത അവർക്കറിയാം ഇതല്ല യഥാർഥ്യമെന്ന്. അബലയും ചപലയുമായ സ്ത്രീകഥാപാത്രങ്ങളെ അരങ്ങെത്തിക്കുന്ന തങ്ങൾ വെറും ഉപകരണങ്ങളാണ്. സംവിധായക പിതൃത്വങ്ങളുടെ കൽപ്പന അനുസരിക്കുന്ന പാവകൾ. നാടകമെന്ന വൃത്തിയിൽ അവരനുഭവിക്കുന്ന ചെടിപ്പും സ്ത്രീകളെന്ന നിലയിൽ സ്വത്വമാർജിക്കാനുള്ള ത്വരയും സമൂഹത്തിന്റെ ഓരങ്ങളിലേക്ക് തങ്ങളെ മാറ്റിയ മൂല്യങ്ങളുടെ നേരെ പുകയുന്ന രോഷവും എല്ലാം ചേർന്ന ചിന്തയായാണ് ഈ നാടകവാതരണത്തിലേക്ക് നയിച്ചതെന്ന് അരങ്ങുഭാഷയിലൂടെ അവരറിയിക്കുന്നു.

ജീവിതത്തിന്റെ സർവരംഗങ്ങളിലും നിറഞ്ഞു നിൽക്കുന്ന പുരുഷക്കോയ്മ അടിച്ചമർത്തുകയും അവഗണിക്കുകയും നിശ്ശബ്ദമാക്കുകയും നിഗൂഹനം ചെയ്യുകയും വലിച്ചെറിയുകയും ചെയ്ത പെൺശബ്ദം, അരങ്ങിൽ ആക്രോശങ്ങളുയർന്ന് വെളിപ്പെടുമെന്നതിന്റെ പ്രഥമസാക്ഷ്യമാണ് *ഏതോ ചിറകടിയൊച്ചകൾ.* സ്ത്രീവിമോചനത്തിന്റെ ആശയങ്ങൾ വ്യാപ

കമാവുകയും പ്രസ്താവസ്വഭാവം ആർജിക്കുകയും ചെയ്യുമ്പോൾ, വൈകാരിക പിന്തുണയുമായി പെണ്ണരങ്ങുകൾ സജീവമാകുമെന്നതിൽ തർക്കമില്ല. അപ്പോൾ പെണ്ണരങ്ങുകളുടെ യാഥാർഥ്യദൗത്യം എന്തായിരിക്കണം? വിപുലമായ അറിവിന്റെയും നേരനുഭവത്തിന്റെയും വെളിച്ചത്തിൽ റോസ്മേരി കെ കർബ് എഴുതുന്നതു ശ്രദ്ധിക്കുക. "Woman Conscious Theatre presents a multi-dimmensional unravelling of women's collective imagination in psychic replay of myth and history. All time is present to it. It emphasizes sociopolitical realities rather than the dilemmas of individual character. Transformation of characters and fragmented personalities illustrate women's multiple reflections. It is polymorphous and antiphierarchial, it not down right anarchistic and iconoclastic." (Rosemary K Curbs Re/cognition, Re/presentation, Re/creation in worman conscious Drama, theatre Journel Oct 85) പുരാണവും ചരിത്രവും പുനർവായനക്കു വിധേയമാക്കുകയെന്നതു പാതിയാകാശത്തിന്റെ ഉടമാവകാശം സ്ഥാപിക്കാനുള്ള പോരാട്ടം തന്നെയാണ്. പുരുഷാധിപത്യമൂല്യങ്ങളാൽ നിയന്ത്രിക്കപ്പെടുന്ന പ്രേക്ഷകലോകത്തിന് അജ്ഞാതമായ സ്ത്രീ അനുഭവങ്ങളുടെ വൻകരകളിൽ നിന്ന് ഭൂപടമയക്കുന്ന സാഹസിക യാത്രക്കാരായി പെണ്ണരങ്ങുകൾ കേരളത്തിലും പ്രത്യക്ഷപ്പെടാനിരിക്കുകയാണ്. മലയാള നാടകവേദിക്ക് ശക്തിയും സൗന്ദര്യവും നൽകി അരങ്ങേറാനിരിക്കുന്ന പെൺകാഴ്ചകൾക്കായി കാത്തിരിക്കുക.

(*മാതൃഭൂമി* വാരാന്തപ്പതിപ്പ്, 1995, ഏപ്രിൽ 9)

19

രംഗവേദിയിലെ അമേച്വർ മാതൃക

കുങ്കറിന്റെ ചോരയിറ്റുവീഴുന്ന തലയ്ക്കുതാഴെ ഉടലുമുളയ്ക്കുന്നതും ഉടലിൽ കാലും കൈയും മുളയ്ക്കുന്നതും കാത്ത് തണ്ണീർപന്തലിന് ചുവട്ടിലെ മറവിൽ, പണ്ട് പനങ്കുടി മലയിലെ അടിയാത്തിപ്പെണ്ണ് കാത്തുനിന്നപോലെ പത്മനാഭൻവൈദ്യരും നിന്നു. ചെറുപ്പക്കാരന്റെ ഉടലറ്റ തല. വീണ്ടും തിരിച്ചുവന്ന ചെറുപ്പക്കാരൻ കുങ്കൻ തന്നെയാണെന്ന് പത്മനാഭൻ വൈദ്യർ ഇപ്പോൾ വിശ്വസിക്കുന്നു. എങ്കിൽ കഴുത്തിന് ചുവട്ടിൽ ഉടൽ വളരും. ഉടലിൽ കൈയും കാലും വിരിഞ്ഞു ഉരുവാകും. നൂറ്റിയൊന്നാം വട്ടം, അല്ലെങ്കിൽ അതിനുമെത്രയോ ശേഷം മാറ്റാനെതിരായി ചിന്തിക്കാൻ...

യു എ ഖാദറിന്റെ തൃക്കോട്ടൂർ കഥകളിൽ ഒന്നായ 'വായേപാതാള'ത്തിന്റെ അവസാനഭാഗമാണ് മേലെ ഉദ്ധരിച്ചത്. തൃക്കോട്ടൂരുകാരുടെ പൈതൃകാവകാശമായ രണ്ട് മിത്തുകളിൽ കാലൂന്നിയാണ് വൈദ്യർ നിൽക്കുന്നത്. പാതാളം ഗുഹകളിലേക്ക് ഇറങ്ങിപ്പോയി. യൗവനം നേടി തിരിച്ചുവന്ന കരിയാത്തനെക്കുറിച്ചുള്ളതാണ് ഒന്ന്. പാതാളവിശേഷങ്ങൾ ചീരുവിനോട് പറയാൻ വാ തുറന്നപാടേ അവന്റെ തല പൊട്ടിത്തെറിച്ചു. ഉപ്പുകുറുക്കാനും സത്യഗ്രഹം നടത്താനും ജാഥ നയിക്കാനും വൈദ്യർക്കൊപ്പം മുഖ്യസ്ഥനായ കുഞ്ഞിക്കേളുക്കുറുപ്പിന്റെ അനുചരന്മാർ, തലയരിഞ്ഞ് കിണറ്റിൽ തള്ളിയത്. എല്ലാ കാലത്തും വാഴും പെരിയോന്റെ പ്രതിരൂപമാണ് കുറുപ്പ്. അധികാരസ്ഥാനങ്ങൾ അയാൾക്കധീനം. അതുകൊണ്ട്, ഗാന്ധിക്കുങ്കർ ചുവന്ന പട്ടുതലയിട്ട് പാതാളം ഗുഹയിലിറങ്ങിപ്പോയി എന്ന് കുറുപ്പിന്റെ കൈക്കാർ പ്രചരിപ്പിച്ചത്, തൃക്കോട്ടൂരുകാർ അപ്പാടെ വിഴുങ്ങുന്നു. കരിയാത്തന്റെ മിത്തുമായി കഥചേർത്ത് അവരാശ്വസിക്കുന്നു. പിന്നീടൊരു നാൾ എഴുത്തും വായനയുമറിയുന്ന

ചെറുപ്പക്കാരനായി കുങ്കർ, ഗ്രാമത്തിൽ പ്രത്യക്ഷപ്പെടുന്നു. നാട്ടുകാർ സംശയിച്ചില്ല. ചോദ്യം ചെയ്തുമില്ല. കരിയാത്തന്റെ കഥ അവർക്കറിയുമല്ലോ. അനാവശ്യ ചോദ്യങ്ങൾ ചോദിച്ച്, തല പൊട്ടിത്തെറിക്കാൻ ഇടവന്നാലോ. വായനശാല പ്രവർത്തനം സംഘടിപ്പിക്കുകയും അനീതികൾക്കെതിരെ നിർഭയം സംസാരിക്കുകയും യുവാക്കളെ സംഘടിപ്പിച്ച് കുറുപ്പിന്റെ ചെയ്തികൾ തുറന്നു കാണിക്കുകയും ചെയ്ത, കുങ്കറെയും സംഘത്തെയും ഉത്സവവേളയിൽ കുറുപ്പിന്റെ ഗുണ്ടകളും പോലീസും ചേർന്ന് ചതിച്ചു കൊല്ലുന്നു. ആ കുരുതി ഭൂമിയിലാണ് ഇപ്പോൾ വൈദ്യർ നിൽക്കുന്നത്. ഗ്രാമത്തിന് ഇനിയും കൈമോശം വന്നിട്ടില്ലാത്ത നൈതികബോധത്തിന്റെ പ്രതീകമാണയാൾ. നാട്ടുകാരുടെ സ്വാതന്ത്ര്യദാഹത്തിൽ മൂർച്ചവെപ്പിച്ച ദേഹം. സ്വരാജ്യത്തിനായി ജയിൽവാസവും മർദനവും സഹിച്ച ഖദർധാരി. സ്വരാജ്യം വന്നു ചേർന്നപ്പോൾ വിലകെട്ടുപോയ ത്യാഗമൂർത്തികളിൽ ഒരാൾ. വൈദ്യർക്കും ഇന്ന് അഭയം മിത്തു തന്നെ–നാടിനെ വിറപ്പിച്ചുവാണ മാറ്റാന്റെ തലയരിയാൻ, അടിയാത്തിപ്പെണ്ണ് നൊന്തുപെറ്റ കരിംകുട്ടി ചെറിയോന്റെ മിത്ത്. കരിങ്കുട്ടി ചെറിയോനെ, നൂറുവട്ടം മാറ്റാൻ ചതിവിൽ കൊന്നു. നൂറുവട്ടവും ഉടലും കൈയും കൈലും മുളച്ചു. നൂറ്റിയൊന്നാം തവണ വാഴും പെരിയോന്റെ തലയാണ് നിലത്തുരുണ്ടത്. അനീതിയും ചൂഷണവും അരങ്ങു തകർക്കുമ്പോൾ, വൈദ്യരെപ്പോലെ തൃക്കോട്ടൂരുകാരും കരിയാത്തനെയും കരിംകുട്ടി ചെറിയോനേയും ഓർക്കുന്നു. മിത്തുകളുടെ താഴ്വരയിൽനിന്ന് ജീവനൗഷധം വലിച്ചെടുക്കുന്ന ഒരു ജനതയുടെ കഥ, വള്ളുവനാടൻ അന്തരീക്ഷത്തിലേക്ക് പറിച്ചുനട്ട്, അപൂർവമായ ഒരു രംഗാനുഭവമാക്കിയിരിക്കുന്നു, കാറൽമണ്ണ എ എസ് സ്മാരക കലാവേദി. *വായേപാതാളത്തിന്റെ* നാടകാവിഷ്കാരം ടി വി വേണുവും രംഗാവിഷ്കാരം നരിപ്പറ്റ രാജുവും നിർവഹിച്ചിരിക്കുന്നു.

രംഗബിംബങ്ങളുടെ ലാവണ്യനൃത്തം

ചരിത്രവും പുരാവൃത്തവും ഇഴചേരുന്ന പ്രമേയത്തിന് അനുയോജ്യമായ അന്തരീക്ഷമൊരുക്കാൻ സംവിധായകന് കഴിഞ്ഞിട്ടുണ്ട്. തീയും വെള്ളവും മണ്ണും വ്യത്യസ്തരൂപഭാവങ്ങളണിഞ്ഞ് പ്രത്യക്ഷപ്പെടുന്നു. നാടകത്തിൽ പലപ്പോഴും ഉപയോഗിക്കുന്ന ഗന്ധവസ്തുക്കൾ വായുവിലൂടെ എത്തി പ്രേക്ഷകരെ ഗതകാലത്തേക്ക് നയിക്കുന്നു. ആകാശം (space) തന്നെ അരങ്ങായി തീർന്നിരിക്കുന്നു. പഞ്ചഭൂതങ്ങളുടെ സാന്നിധ്യം നാടകാവതരണത്തിൽ നിറഞ്ഞുനിൽക്കുന്നു. അരീന വേദിയിലാണ് നാടകം അരങ്ങേറുന്നത്. പ്രേക്ഷകർ വേദിക്കുചുറ്റുമിരുന്നു കാണുന്നു. നടന്മാർ നടുത്തളത്തിലേക്ക് വരുന്നത് പ്രേക്ഷകർക്കിടയിലൊരുക്കിയ വഴിത്താരയിലൂടെ. രംഗഭാഷയുടെ സ്ഥൂലശരീരം നടീനടന്മാരും അവരും സ്പേസും തമ്മിലുള്ള ബന്ധവും അതിലൂടെ ധ്വനിപ്പിക്കാൻ കഴിയുന്ന അർഥങ്ങളുമാണെന്ന നാടകതത്വം ഉൾക്കൊണ്ട ഒരു

സംവിധായകന്റെ കൈപ്പുണ്യം നാടകത്തിൽ പ്രകടം. രംഗബിംബങ്ങളുടെ സമ്യക്പ്രയോഗങ്ങൾ തന്നെ തെളിവ്. തികച്ചും കേരളീയമായ താളവാദ്യവിശേഷങ്ങളും വർണനാദ വൈവിധ്യവും പ്രയോജനപ്പെടുത്തി ഒരുക്കുന്ന രംഗബിംബങ്ങളുടെ ലാവണ്യനൃത്തം വളരെ നാടകങ്ങളിൽ കാണാൻ നാട്ടുകാർക്ക് കഴിഞ്ഞില്ല. കൊടുവാളിന്റെ മൂർച്ച പരിശോധിച്ചുകൊണ്ട്, ഗ്രാമത്തിന്റെ കോണിലേക്ക് കടന്നുവരുന്ന ഗ്രാമവാസിയുടെ ദൃശ്യം മുതൽ കുങ്കറിന്റെ രക്തം നിറച്ച തളികയുമായി പ്രേക്ഷകർക്കു നേരെ നീങ്ങുന്ന സ്ത്രീകളുടെ ദൃശ്യം വരെ ഓരോന്നും നാടകത്തിന്റെ ആന്തരികചൈതന്യത്തെ തെളിയിച്ചെടുക്കുന്നു. ഗ്രാമ ജീവിത ചിത്രങ്ങൾ, സ്വാതന്ത്ര്യസമരത്തിന്റെ വിവിധ ഘട്ടങ്ങൾ, മുഴുത്ത മദ്യപാനിയായി തീർന്ന സ്വാതന്ത്ര്യസമരസേനാനി കുഞ്ഞിക്കണ്ണപ്പണിക്കരുടെ രംഗവരവുകൾ, കാലപരിണാമങ്ങൾക്കിടയിലൂടെ കരിയാത്തനെ തേടിയലയുന്ന ചീരു, സ്ത്രീകളെ തടഞ്ഞു നിർത്തി അവരുടെ കുട്ടയിൽ നിന്ന് ഇളനീരെടുത്ത് ചെത്തിക്കുടിക്കുന്ന കുറുപ്പ്, ചൂഷണത്തിനെതിരെ ശബ്ദമുയർത്തിയ മമ്മൂട്ടിയെ, കുറുപ്പിന്റെ വെപ്പാട്ടിയായ യശോദ വശീകരിച്ചു കൊലക്കളത്തിലേക്ക് നയിക്കുന്നത്, തട്ടകം മുടിച്ചവരോട് കണക്കു ചോദിക്കാൻ ആഹ്വാനം ചെയ്യുന്ന നാടകത്തിന്റെ റിഹേഴ്സലും കുറിപ്പിന്റെയും സംഘത്തിന്റെയും ഗൂഢാലോചനയും ഒരേ രംഗത്തവതരിപ്പിച്ചത്, പാതാളം കാവിലെ ഉത്സവം, കോഴിയങ്കം, മനുഷ്യക്കുരുതി ഇങ്ങനെ ഒട്ടനവധിയുണ്ട്, പ്രേക്ഷകമനസിൽ നിന്ന് മാഞ്ഞുപോകാത്ത ദൃശ്യങ്ങൾ.

നോവലിൽനിന്ന് വ്യത്യസ്തമായാണ് നാടകം അവസാനിക്കുന്നത്. കാത്തുനിൽക്കുന്ന വൈദ്യരുടെ കാലുകളിൽ നിന്ന് വേരുമുളക്കുന്നതായി നോവലിസ്റ്റ്. നാടകത്തിന്റെ ഒടുക്കം ഇങ്ങനെ: കോഴിത്തലകൾക്കും ഇറച്ചിത്തുണ്ടുകൾക്കുമിടയിലൂടെ. കൊലചെയ്യപ്പെട്ട യുവാക്കളുടെ രക്തം കൊണ്ട് നനഞ്ഞ തുണികൾ സ്വശരീരത്തിലെറിഞ്ഞ് ഭ്രാന്തനെപ്പോലെ നീങ്ങുന്ന വൈദ്യരുടെ 'നിണം' കണക്കു പറയിക്കാൻ ആവശ്യപ്പെട്ടുകൊണ്ടിരിക്കുന്ന കുങ്കരുടെ ശിരസ്, കരിങ്കുട്ടീ ചെറിയോന്മാരേ എന്നാർക്കുന്ന ചെറുമി. ദൃശ്യങ്ങളുടെ ഒരു കൊളാഷ് തന്നെ. തുടർന്ന് രക്തവുമായി നടന്മാർക്ക് (പ്രേക്ഷകർക്കും) നേരെ നടന്നടുക്കുന്ന സ്ത്രീകൾ. സ്വീകരിക്കണോ വേണ്ടയോ എന്ന് സന്ദേഹിക്കുന്ന നടന്മാർ. അവരിപ്പോൾ പ്രേക്ഷകരുടെ ഭാഗമായി കഴിഞ്ഞു. ഈയൊരു വ്യതിയാനം സംവിധായകന്റെ നിലപാടുതറ വ്യക്തമാക്കൽ കൂടിയാണ്.

ചില ഉത്തരങ്ങൾ

അർഥപൂർണമായ നാടകവേദിക്കായി അന്വേഷണം തുടരുന്നവർക്ക് ചില ഉത്തരങ്ങൾ വായേ പാതാളത്തിന്റെ രംഗാവതരണം നൽകുന്നുണ്ട്. ഒന്ന്: പുരാണവും പുരാവൃത്തവും പഴം പാട്ടുകളും പ്രാചീന കലാരൂപങ്ങളും നാടകശരീരത്തിൽ ചുട്ടുവെയ്ക്കുന്നതല്ല, തദ്ദേശീയ നാടകവേദി (Indigenous). അത് രംഗാവിഷ്ക്കാരവേളയിൽ സർഗപരവും ജൈവി

കവുമായ സത്തയെന്ന നിലയിൽ രൂപംകൊണ്ടുവരേണ്ടതാണ്. രണ്ട്: ഉത്തമനാടകങ്ങൾ രചിക്കപ്പെടാത്തത് തിയേറ്റർ ക്ഷീണിക്കുന്നതിനുള്ള ഒന്നാമത്തെ കാരണമല്ല. രംഗഭാഷയുടെ നവീനതകൾ പരിചയപ്പെടാൻ കഴിഞ്ഞവർക്ക് നോവലോ കഥയോ കവിതയോ രംഗാവിഷ്ക്കാരത്തിനെടുക്കാം. പുറമെയുള്ള നാടകങ്ങൾ കടംകൊണ്ട്, നമ്മുടെ സാഹചര്യത്തിനു പാകപ്പെടുത്താം. മൂന്ന്: ഒരു കഥ കണ്ടുപിടിക്കാനായി നാടകം കാണുകയെന്ന ശീലത്തിൽ നിന്നു പ്രേക്ഷകർ മുക്തരാകേണ്ടതുണ്ട്. അരങ്ങിന് അതിന്റേതായ ഭാഷയുണ്ട്. നിരന്തരമായ കണ്ടറിവിലൂടെ അവയുടെ അർഥസംവേദനക്ഷമത മനസിലാക്കണം. ഭാഷയ്ക്കു വാക്കുകളെന്നപോലെയാണ് തിയേറ്ററിൽ ദൃശ്യബിംബങ്ങൾ. ഇതുൾക്കൊള്ളാവുന്ന പ്രേക്ഷകർ, നമ്മുടെ നാടകാവിഷ്കാര തന്ത്രങ്ങളുടെ നിരന്തരമായ പുതുക്കൽ ആവശ്യപ്പെടും. നാല്: അമേച്വർ നാടകവേദിയുടെ സാമ്പത്തിക പിൻബലം അതു ഉരുവംകൊള്ളുന്ന ഗ്രാമം തന്നെയാണ്. സ്വന്തം യുവാക്കളുടെ സാഹസികതകളെ കൗതുകപൂർവം പ്രോത്സാഹിപ്പിക്കാനും പരീക്ഷണങ്ങളെ സഹിഷ്ണുതയോടെ സഹിക്കാനും അവർക്കു കഴിയും. അൻപതോളം കലാകാരന്മാരുടെ കളിയൊരുക്കത്തിനു സഹായിക്കുകയും ആദ്യാവതരണത്തിനു ഉത്സവത്തിനെത്തുന്ന പ്രതീതിയോടെ വരികയും ആഹ്ലാദപൂർവം തിരിച്ചുപോവുകയും ചെയ്ത, കാറൽമണ്ണിലെ മൂവായിരത്തോളം വരുന്ന പ്രേക്ഷകർ മറ്റെന്താണ് പ്രഖ്യാപനം ചെയ്യുന്നത്! അഞ്ച്: നല്ലൊരു രംഗാവതരണത്തിനു പ്രേക്ഷകരുടെ തിയേറ്റർ സെൻസിബിലിറ്റിയിൽ കാര്യമായ മാറ്റം വരുത്താനാവുമെന്നു പ്രേക്ഷകരുടെ പിന്നീടുള്ള അനുഭവം വെളിപ്പെടുത്തുന്നു. വാണിജ്യ നാടകങ്ങളെ വിമർശനബുദ്ധ്യാ നേരിടാനുള്ള പരിശീലനം ഇത്തരം രംഗാവതരണങ്ങൾ നൽകും. നല്ല നാടകവേദിയുടെ വളർച്ചയ്ക്കുള്ള ഗ്യാരണ്ടിയും അതാണ്.

(*ദേശാഭിമാനി* വാരിക, 1995, ഒക്ടോബർ 22)

20

കുളമ്പു മനുഷ്യരുടെ കാലം

റുമേനിയൻ നാടകകൃത്ത് യൂജിൻ അയനസ്കോയുടെ പ്രസിദ്ധ നാടകമാണ് 'റിനൊാസറോസ്' (Rhinoceros). മനുഷ്യരുടെ ജീവിവ്യവഹാരങ്ങളിലെല്ലാം പേമാരിപോലെ പെയ്തിറങ്ങിയ ഫാസിസ്റ്റു ഭീകരതയെ സേവിക്കുകയും പാടി സ്തുതിക്കുകയും ചെയ്യുമ്പോൾ പെരുകുന്ന ഭീതിദമായ കാലമാണ് ഈ നാടകത്തിന്റെ അന്തരീക്ഷം. മനുഷ്യർ കണ്ടാമൃഗങ്ങളാകുന്ന കാലമെന്ന് അയനസ്കോ പറഞ്ഞത് ഈ അവസ്ഥയെ കുറിച്ചാണ്. ചൂടുനിണമൊഴുകുന്ന നരബലി കേന്ദ്രങ്ങളിലൂടെ പുളഞ്ഞു പാഞ്ഞ കണ്ടാമൃഗങ്ങൾക്കെതിരെ ഏകനായി പൊരുതുകയാണ് ബെറോജ്നർ എന്ന നായകൻ. മാനവീകതയുടെ കരുത്തായി ഫാസിസ്റ്റ് വാഴ്ചയെ ചെറുക്കുന്ന ഈ കഥാപാത്രം, നിർദയവും മനുഷ്യത്വവിരുദ്ധവുമായ സ്വേച്ഛാധിപത്യത്തിന്റെ ചിട്ടവട്ടങ്ങളെ വെറുത്ത അയനസ്കോയുടെ തന്നെ പ്രതിപുരുഷനാണ്. മാനവികതയുടെ ഉരുക്കുദാർഢ്യവുമായി പൊരുതിയ ആ വ്യക്തിത്വം കേരളത്തിന്റെ അമേചർ നാടകവേദിയിൽ, ജോയ് മാത്യുവിന്റെ നാടകത്തിൽ പ്രത്യക്ഷപ്പെടുന്നു. അനസ്കോയുടെ നാടകത്തിന്റെ പേരും ഘടനയും സ്വീകരിച്ച നാടകകൃത്ത് നാട്ടിൽ വളർന്നു കൊണ്ടിരിക്കുന്ന ഹൈന്ദവഫാസിസത്തിനെതിരെ പ്രതിരോധമുയർത്തുന്ന ശക്തിയായി നാടകത്തെ പുതുക്കിപ്പണിതിരിക്കുന്നു.

ഒരു ലോഡ്ജ് മുറിയിൽ ഒത്തുചേരുന്ന സുഹൃദ്സംഘമാണ് പ്രമേയത്തെ നിയന്ത്രിക്കുന്നത്. അഭയകുമാർ, ഡാനിയേൽ, സുഗുണൻ, ബഷീർ, ഫൽഗുനൻ എന്നിവരാണ് പ്രധാനികൾ. ഇവർക്കൊപ്പം ഏതു കള്ളിയിലേക്കും മാറിമാറി ചവിട്ടാൻ വൈഭവമുള്ള നാൽപതുകളുടെ മദ്ധ്യാഹ്നത്തിലെത്തിയ വർമാജിയും. ഇത്രയും പേരടങ്ങുന്ന സുഹൃദ്സംഘം. അഭയകുമാറിനു കിട്ടിയ ജോലിക്കയറ്റം ആഘോഷിക്കാനവർ ഒത്തുകൂടിയിരിക്കയാണ്.

ഏതു മദ്യപാനസദസ്സിനും ഉണ്ടായേക്കാവുന്ന ഒരു വാക്തർക്കം, അവർക്കിടയിൽ പൊട്ടിമുളക്കുകയും അതു ഗൗരവതരമായ വിഷയത്തിലേക്കു കടക്കുകയും സുഗുണനെയും ദാനിയേലിനെയും രണ്ടു തട്ടിലാക്കുകയും ചെയ്യുന്നു. സുഗുണൻ ആർഷഭാരതസംസ്കാരത്തിന്റെ ഉദ്ഘോഷണം നടത്തുന്നവൻ, അച്ചടക്കവാദി, മൂല്യവാദി, മദ്യം കഴിക്കാത്തവൻ, ദാനിയേൽ ഒരു സിനിക്ക്. മദ്യപാനി. എല്ലാ തരത്തിലുള്ള ഹിപ്പോക്രസിക്കുമെതിരെ ശബ്ദിക്കുന്നവൻ. വാഗ്വാദം നടക്കുന്ന രംഗത്തേക്കു പാഞ്ഞുവന്ന ഒരു കണ്ടാമൃഗം അവസ്ഥയെ ആകമാനം മാറ്റി മറിക്കുന്നു. രാക്ഷസീയമായ ചലനങ്ങളാലും മൃഗീയമായ അലർച്ചകളാലും അരങ്ങിൽ മദിച്ച് എല്ലാം താറുമാറാക്കി അതോടി മറയുന്നു. സുഹൃദ്സംഘം മദ്യമേകിയ അബോധാവസ്ഥയിൽ നിന്നു യാഥാർഥ്യത്തിലേക്കു മടങ്ങി.

അവിടെ പുളച്ചുപാഞ്ഞത് കണ്ടാമൃഗമാണെന്ന് ദാനിയേൽ തിരിച്ചറിയുന്നു. മറ്റുള്ളവർക്കത് വിശ്വസിക്കാനാകുന്നില്ല. ഏതോ പാവം പശു കയറൂരി ഓടിയതാകാമെന്ന് സുഗുണന്റെ വ്യാഖ്യാനം. നഗരത്തിൽ കണ്ടാമൃഗങ്ങൾ പുളച്ചുമദിച്ചു നാശനഷ്ടങ്ങൾ വിതയ്ക്കുമ്പോൾ യുക്തിചിന്താചർച്ചയിൽ ഏർപ്പെടുന്ന കോഫിജീവികൾക്കു നേരെയുള്ള പരിഹാസം കൂടിയാണ് ഈ രംഗം.

ആ രാത്രി ലോഡ്ജിൽ നിന്നു യാത്ര പറഞ്ഞിറങ്ങിയ ദാനിയേൽ, കണ്ടാമൃഗത്തിന്റെ ആക്രമണമേറ്റ് മരിക്കുന്നു. പിന്നങ്ങോട്ട് നാടുമുഴുവൻ നിറഞ്ഞുകൊണ്ടിരിക്കുന്ന കണ്ടാമൃഗങ്ങളുടെ ആക്രമണങ്ങളുടെ ഭീതിയാർന്ന വാർത്തകളാണു നാം കേൾക്കുന്നത്. ദാനിയേലിന്റെ മരണവും സുഹൃത്തുക്കൾ ഓരോരുത്തരായി കണ്ടാമൃഗങ്ങളുടെ പക്ഷം ചേരുന്ന ദുരന്തകാഴ്ചയും അഭയുകമാറിനെ നടുക്കുന്നു.

ദുർഗാഷ്ടമി നാളിൽ സ്വയം പൂജ തുടങ്ങി ധീരേന്ദ്രസ്വാമികളുടെ *റിനോസറൊസ് ഏൻഡ് ദെയർ വാല്യൂസ് ഇൻ അവർ സൊസൈറ്റി* എന്ന ഗ്രന്ഥം വായിച്ച് കണ്ടാമൃഗമായി മാറുന്നു. ചരിത്രത്തിലുടനീളം കണ്ടുവരുന്ന കണ്ടാമൃഗങ്ങളെ വർമാജി ന്യായീകരിക്കുന്നു. രാഷ്ട്രമീമാംസയിൽ അവയുടെ വിലയേറിയ കോൺട്രീബ്യൂഷൻസിനെ പ്രശംസിക്കുന്നു. അഭയന്റെ കാമുകി നന്ദിനി, ആർഷഭാരത സംസ്കാരത്തിന്റെ പുനഃസൃഷ്ടിയിൽ സ്ത്രീകളുടെ പങ്ക് എന്ന വിഷയത്തെക്കുറിച്ച് പേപ്പർ അവതരിപ്പിക്കുകയും കണ്ടാമൃഗങ്ങളുടെ സ്വഭാവശുദ്ധിയിൽ അഭിമാനം കൊള്ളുകയും ചെയ്യുന്നു.

കണ്ടാമൃഗങ്ങൾ ഉപദ്രവകാരികളല്ലെന്ന് സർക്കാർ പത്രക്കുറുപ്പിറക്കുന്നു. റേഡിയോവിൽ വാർത്ത വായിക്കുന്നയാൾ മുരളുകയും അമറുകയും ചെയ്യുന്നു. അങ്ങനെ ചുറ്റുമുള്ളവരെല്ലാം കണ്ടാമൃഗങ്ങളാകുമ്പോഴും അവയ്ക്കെതിരെ പൊരുതുന്ന മനുഷ്യനായി അഭയകുമാറിനെ ദൃശ്യവൽക്കരിച്ചുകൊണ്ട് നാടകം അവസാനിക്കുന്നു.

ഒറ്റക്കൊമ്പും കട്ടിത്തൊലിയും ആക്രമണോത്സുകതയുമുള്ള ഈ മൃഗം ഹൈന്ദവഫാസിസത്തിന്റെ സത്തയെ സ്വാംശീകരിച്ചിരിക്കുന്നു. നാട

കത്തിന്റെ വ്യംഗ്യമര്യാദയിൽ, വളരെ പ്രചരണപരമാകാതെ ഇതു പറയാൻ നാടകത്തിനു കഴിഞ്ഞിരിക്കുന്നു. കണ്ടാമൃഗങ്ങളുയർത്തുന്ന ഭീഷണി ഞെട്ടിപ്പിക്കുന്ന രണ്ടു സന്ദർഭങ്ങളിലൂടെ പ്രേക്ഷകർക്ക് അനുഭവവേദ്യമാകും. കുളമ്പുള്ള സൈക്കിൾ യാത്രക്കാരനെ കണ്ടുമുട്ടുന്ന യുവാവിന്റെ ഞെട്ടലും നന്ദിനിയുടെ ഓഫീസിലുള്ളവർക്കെല്ലാം കണ്ടാമൃഗത്തിന്റെ മുഖമാണെന്നു മനസിലാക്കുന്ന അഭയന്റെ ഞെട്ടലുമാണ് സൂചിപ്പിക്കുന്നത്. നാട്യോചിതമായ സന്ദർഭസൃഷ്ടിയിലെന്ന പോലെ സംഭാഷണങ്ങളിലൂടെയും വർഗീയതയുടെ വിപത്തും അതിനെ ന്യായീകരിക്കുന്നതിലെ കാപട്യവും വെളിപ്പെടുത്തുവാൻ നാടകകൃത്തിനു സാധ്യമാക്കുന്നുണ്ട്.

വർമാജിയുടെ ഒരു സംഭാഷണം ഉദാഹരണമായെടുക്കാം. 'വർമാജി: (അകലേക്ക് നോക്കി, ഹർഷോന്മാദത്തോടെ) നോക്കൂ... അഭയൻ നീ കാണുന്നില്ലേ. അതാ റോഡിലൂടെ അവർ കടന്നുപോകുന്നു. എന്തൊരാഹ്ലാദകരമായ കാഴ്ച. എന്തൊരച്ചടക്കം. എന്തൊരു ക്രമം. ഒരൊറ്റമുഖമുള്ള ജനതയെപോലെ ഒരു വ്യത്യാസവുമില്ലാത്ത സമൂഹം. നോക്കൂ. അവർ കുട്ടികൾക്കും ജനങ്ങൾക്കും കടന്നുപോകാൻ മാത്രമായി അവരുടെ പ്രകടനം നിർത്തിവെച്ചിരിക്കുന്നു. പൊതു ജനസേവനത്തിനൊരു മാതൃക. വളരെ ഉദാരം. ഗംഭീരം എന്നിങ്ങനെയുള്ള സംഭാഷണങ്ങളിലെ പരിഹാസധ്വനി കൊള്ളേണ്ടിടത്തുതന്നെ കൊള്ളുമെന്നുറപ്പ്.

ഇന്ത്യയുടെ മതനിരപേക്ഷ സ്വഭാവത്തെ, ജനതയുടെ നിലനിൽപ്പിനെ മാരകമായി ബാധിച്ചിരിക്കുന്ന വർഗീയതയുടെ വിപത്തിനെതിരെ മലയാളത്തിലെ അമേചർ നാടകവേദി ഉയർത്തുന്ന ചെറുത്തുനിൽപ്പിന്റെ മാതൃകയാണ് *കണ്ടാമൃഗം*. നിരവധി മത്സരവേദികളിൽ അരങ്ങേറി കണ്ടിട്ടുണ്ടെങ്കിലും ഈയിടെ ഗുരുവായൂർ ക്ഷേത്രപരിസരത്ത്, സോബിസൂര്യഗ്രാമത്തിന്റെ സംവിധാനത്തിൽ അറീന സ്റ്റേജിൽ അവതരിപ്പിച്ചുകണ്ടത് കൂടുതൽ അർഥവത്തായി അനുഭവപ്പെട്ടു. കണ്ടാമൃഗങ്ങളുടെ വരവും പോക്കും സംഘട്ടനരംഗങ്ങളും മറ്റും അവതരിപ്പിക്കാൻ വേദിയുടെ വ്യാപ്തി സഹായകരമായി.

നാടകാന്തത്തെക്കുറിച്ച് ഉണ്ടായേക്കാവുന്ന അഭിപ്രായവ്യത്യാസം കൂടെ സൂചിപ്പിക്കാം. കണ്ടാമൃഗങ്ങളുമായുള്ള ഏറ്റുമുട്ടലിൽ ഏകനാണ് അഭയകുമാർ. പൊരുതിക്കൊണ്ടിരിക്കെ, നിങ്ങളിൽ ഒരാൾ, ഒരാളെങ്കിലും എന്നോടൊപ്പം ഉണ്ടായിരുന്നെങ്കിൽ' എന്നയാൾ പ്രേക്ഷകരോട് വിലപിക്കുന്നുണ്ട്. എല്ലാ വിധ ദുരിതങ്ങൾക്കും കാഴ്ചക്കാരായി മാറിനിൽക്കുന്നവരെ ലജ്ജിപ്പിക്കാൻ നായകന്റെ ധീരത സഹായിച്ചേക്കാം. പക്ഷേ വർഗീയ ഫാസിസത്തിനെതിരെ, സംഘടിതമായ ശക്തിയാണ് ഇന്നിന്റെ ആവശ്യം. കണ്ടാമൃഗങ്ങളുടെ അമർച്ചയും ചെറുത്തുനിൽപ്പിന്റെ സംഗീതവുമാണല്ലോ നാടകാന്തത്തിലെ പശ്ചാത്തലസംഗീതം. ചെറുത്തുനിൽപ്പിന്റെ സംഗീതത്തെ സംഘഗാഥയാക്കാൻ കഴിഞ്ഞാൽ പുതിയൊരു അർഥതലമാണു പ്രേക്ഷകർക്കു ലഭിക്കുക. അതു കൂടുതൽ പ്രതീക്ഷാ

നിർഭരവുമാകും. ഇബ്സന്റെ *ഏൻ എനിമി ഓഫ് ദ പീപ്പിൾ*, *ഗണശത്രു*വെന്ന പേരിൽ സിനിമയാക്കിയപ്പോൾ അന്ത്യത്തിൽ ഇപ്രകാരം ഒരു മാറ്റം വരുത്തുക മൂലം, ഡോക്ടറുടെ പോരാട്ടം ഒറ്റയ്ക്കല്ല നൈതിക ബോധമുള്ളവരുടെ പിന്തുണയോടെയാണ് എന്ന അർഥമുണ്ടായത് ഓർക്കുക.

(*ചിന്ത* വാരിക, 1994 ജൂലൈ 29)

21

കോളനികളുടെ വിലാപം

ഷേക്സ്പിയറുടെ *ടെംപസ്റ്റ്* പ്രശ്സതമായ രചനയാണ്. ഒരു ശുഭാന്തനാടകം. എന്തുകൊണ്ട് ശുഭാന്തം? മിലാനിലെ ഡ്യൂക്ക് പ്രോസ്പരോയെ, സഹോദരനായ അന്റോണിയോവും സംഘവും ചേർന്ന് അധികാരഭ്രഷ്ടനാക്കുകയും ഒരു ദ്വീപിലേക്കു നാടുകടത്തുകയും ചെയ്യുന്നു. മിലാനിലെ രാജാവ് അലൻസോ ഈ വഞ്ചനയ്ക്കു കൂട്ടുനിന്നു. ദ്വീപിൽ അവർക്കു ക്ലേശങ്ങൾ സഹിക്കേണ്ടി വന്നു. പക്ഷേ തന്റെ മന്ത്രശക്തി കൊണ്ട് പ്രോസ്പരോ ദ്വീപുനിവാസികളെ കീഴടക്കി. അടിമകളാക്കി. അവരെ വിദ്യയഭ്യസിപ്പിച്ചു ദ്വീപിന്റെ ഉടമ സൈക്രോക്സിനെ ആട്ടിയോടിച്ചു. അവരുടെ തടവിൽനിന്നു ഏരിയലിനെയും സംഘത്തെയും മോചിപ്പിച്ചു. ആയിടെ ഒരു കപ്പൽ യാത്രയ്ക്കിറങ്ങിയ അന്റോണിയോ, അലൻസോ എന്നിവരുടെ സംഘത്തെ ഏരിയലിന്റെ സഹായത്തോടെ കപ്പൽ തകർത്ത് സമുദ്രത്തിലെറിഞ്ഞ് കഷ്ടപ്പെടുത്തി ദ്വീപിലെത്തിക്കുന്നു. എന്നിട്ടവർക്കു മാപ്പു നൽകുന്നു. പ്രണയബദ്ധരായ മിറാൻഡ-ഫെർഡിനാന്റ് (അലാൻസോയുടെ പുത്രൻ)മാരുടെ വിവാഹം നടത്തിക്കൊടുക്കുന്നു. എല്ലാവരും കപ്പൽകയറി നാട്ടിലേക്കു തിരിക്കുന്നു. സർവത്ര ശുഭം.

ആരാണ് നായകൻ? പ്രോസ്പ്പരോ. പ്രതിനായകനോ സംശയമില്ല അന്റോണിയോതന്നെ. എന്നാൽ നാടകത്തിലെ അപരിഷ്കൃത കഥാപാത്രമായി എല്ലാവർക്കും ചിരിക്കാനുള്ള വകയായി പ്രത്യക്ഷപ്പെടുന്ന കാലിബന്റെ പക്ഷത്തുനിന്നു നാടകം വായിച്ചാലോ? വിചിത്രമേ. *ടൈംപ്സ്റ്റ്* ഒരു ദുഃഖാന്തനാടകമായി മാറുന്നു. പ്രതിനായകൻ ആരാവും? പ്രോസ്പരോ തന്നെ. അല്ലാതാര്? ഇത്തരമൊരു പാരായണത്തിന്റെ സാധ്യതയാണ് കാറൽമണ്ണ എ എസ് സ്മാരക കലാവേദി അരങ്ങേറിയ

കൊടുങ്കാറ്റ്. പ്രശസ്തയായ മായാതൊങ്ബർഗ് (ഫിൻലന്റ്) ആണ്, കേരളത്തിലെത്തി ഈ നാടകം സംവിധാനം ചെയ്തിരിക്കുന്നത്. കപ്പൽയാത്രകളിലൂടെ സൂര്യനസ്തമിക്കാത്ത സാമ്രാജ്യം സ്ഥാപിച്ച ഈസ്റ്റിന്ത്യാ കമ്പനിയുടെ പിടിയിൽനിന്നു കോളനികൾ ഒന്നൊന്നായി വിമോചനം നേടിക്കൊണ്ടിരുന്ന, രാഷ്ട്രീയാന്തരീക്ഷത്തിലാണ് ഈ നാടകത്തിന് ഇത്തരമൊരർഥം ഉന്നിദ്രവമാകുന്നത്. നന്മ, തിന്മകളുടെ സംഘട്ടനം, പ്രോസ്പരോയുടെ മന്ത്രശക്തി, ഉദാരമനോഭാവം, മിറാൻഡയുടെ പ്രണയത്തിലെ അലൗകികത ഇങ്ങനെ ചിലതിനെ ചൊല്ലിയുള്ള പരമ്പരാഗത വ്യാഖ്യാനങ്ങളിൽ നിന്നു മോചനം കൂടിയാണ് പുതിയ രംഗവ്യാഖ്യാനം. പ്രോസ്പരോ കൊളോണിയൽ അധിനിവേശത്തിന്റെ പ്രതീകവും കാലിബൻ കോളനിവാസികളുടെ പ്രതിനിധിയും ആയിത്തീരുന്നു. ബീർബോംട്രിയെപ്പോലുള്ള ഇരുപതാം നൂറ്റാണ്ടിലെ പ്രശസ്തമായ ഷേക്സ്പിയർ നടന്മാർ കാലിബാന്റെ റോളിൽ പ്രത്യക്ഷരാകാൻ തുടങ്ങിയതിന്റെ പിന്നിലും ഈ നായകമാറ്റത്തിന്റെ രാഷ്ട്രീയം കാണാം.

ബ്രിട്ടീഷ് സാമ്രാജ്യ വികസനവും ഐർലണ്ടിന്റെ കീഴടങ്ങലുമെന്ന സമകാലികാവസ്ഥയിൽനിന്നു നാടകകൃത്ത്, പുതിയ രംഗവായനക്ക് സാധ്യമാകും വിധത്തിൽ ധാരാളം സുഷിരങ്ങൾ പാഠത്തിൽ, താനറിയാതെ നിക്ഷേപിച്ചിരിക്കുന്നു. സത്യസന്ധനായ ഒരു ചരിത്രകാരനെപോലെ, ദ്വീപിനെക്കുറിച്ചും ദീപുനിവാസികളെക്കുറിച്ചും നാടകത്തിൽ വരുന്ന പരാമർശങ്ങൾ കൊളോണിയൽ ചരിത്രകാരന്മാർ പ്രയോഗിച്ചു പോയിട്ടുള്ളവ തന്നെ. ദ്വീപിനെ വിശേഷിപ്പിക്കുന്നത് മനുഷ്യവാസയോഗ്യമല്ലാത്തത് എന്നാണല്ലോ. അവിടെയുള്ളവരോ? അപരിഷ്കൃതരും പ്രാകൃതരും സംസ്കാരമില്ലാത്തവരും. അധികാരസ്ഥാപനത്തിന് ഭാഷയും ഒരായുധമാകുന്നു. കാലിബനെ തങ്ങൾക്കായി മെരുക്കുന്നതിന്റെ ഭാഗമാണല്ലോ അയാളെ ഭാഷ പഠിപ്പിക്കുന്നത്. വെള്ളക്കാരനോടുള്ള അഭിനിവേശങ്ങളിൽ നിന്നും മിഥ്യാടനങ്ങളിൽ നിന്നും മുക്തനാകുന്ന കാലിബൻ ഇതു വിളിച്ചു പറയുന്നുമുണ്ട്. ഇരുട്ടിന്റെ സന്തതികളും കാടന്മാരുമായ ദ്വീപുനിവാസികളുടെ വികാരങ്ങളെ നിയന്ത്രിക്കാൻ, ഇല്ലാതാക്കാൻ ഉള്ള അധികാരവും കൊളോണിയൽ യജമാനന്റെതാണ്. കാലിബനെ ഷണ്ഡീകരിക്കുന്ന രംഗം ദൃഷ്ടാന്തം.

കേരളീയപഠനത്തിന്റെ പ്രസക്തി

ഇപ്പോൾ പുതിയ വ്യാഖ്യാനവുമായി ഈ നാടകം രംഗത്തെത്തുമ്പോൾ അതിനെ കൂടുതൽ പ്രസക്തമാക്കുന്ന ചരിത്ര-രാഷ്ട്രീയ സാഹചര്യമുണ്ട്. ഒന്ന്, വിദേശ അധിനിവേശത്തിന്റെ അഞ്ഞൂറാം വർഷമാണ് ഇപ്പോൾ ഇന്ത്യ ആചരിക്കുന്നത്. ഈ സ്മരണ, വൈദേശികമായ എല്ലാതരം നുഴഞ്ഞുകയറ്റങ്ങൾക്കും എതിരെയുള്ള രണ്ടാം സ്വാതന്ത്ര്യസമരത്തിന്റെ പ്രചോദനം കൂടിയാണ്. രണ്ട്, വാസ്കോ ഡി ഗാമ കപ്പലിറങ്ങിയത് കേരളതീരത്താണ്. വ്യക്തമായ സൂചനകളിലൂടെ പ്രോസ്പരോ വന്ന

ണയുന്ന ദ്വീപ്, കേരളമാണെന്നു അറിയിക്കാൻ സംവിധായകയ്ക്കു കഴിഞ്ഞിട്ടുണ്ട്. ദ്വീപിന്റെ ഉടമയായ സൈക്രോക്സിൽ നിന്നു പ്രൊസ്പരോ തട്ടിയെടുത്തതാണല്ലോ ദ്വീപ്. സൈക്രോക്സ് ഒരു ദ്രാവിഡ ദേവതയുടെ രൂപത്തിൽ പ്രത്യക്ഷപ്പെടുന്നു. (ഒരു വെള്ളക്കാരൻ ഇന്ത്യക്കാരനെ, ആഫ്രിക്കകാരനെ, റെഡ്ഡിന്ത്യനെ എല്ലാം നോക്കിക്കണ്ടത് ഇങ്ങനെ തന്നെയാകണം) പെറ്റുവീഴുന്ന സമയം കാലിബന്റെ കൈയിൽ നാളികേരമുണ്ട്. ദ്വീപിലെ പ്രധാന വിള അതാണ്. തെങ്ങോലയിൽ നിന്നു ഈർക്കിൽ ഉഴിയുന്നതും കൈ മുറിയുന്നതും മറ്റും മിറാൻഡ–ഫെർഡിനാന്റുമാരുടെ പ്രണയരംഗത്തിൽ കാണാം. തെങ്ങിന്റെ നീര് മദ്യമാകുന്നു. കാലിബന്റെ ഭാഷയിൽ സ്വർഗത്തിലെ വെള്ളം. എല്ലാം കഴിഞ്ഞ്, തിരികെ പോകുന്ന യൂറോപ്യൻ സംഘം കപ്പലിൽ ഇഞ്ചി, ഏലം, കുരുമുളക് എന്നിവ കയറ്റി കൊണ്ടുപോകുന്നതായി ഒരു രംഗം 'മൈം' ചെയ്യുന്നു. ഇങ്ങനെ പല രംഗങ്ങളിലായി കേരളീയാന്തരീക്ഷം ധ്വനിപ്പിച്ചിരിക്കുന്നു.

ഇന്ത്യയുടെ സ്വാതന്ത്ര്യത്തിന്റെ അർഥം സാമ്പത്തികരംഗത്തെ വൈദേശികാധിപത്യം. യഥാർഥ അവകാശികൾ ഇന്നും മോചിതരല്ല ഇങ്ങനെ ചർച്ച ചെയ്യാവുന്ന ചില രാഷ്ട്രീയ നിരീക്ഷണങ്ങളും ഈ രംഗവ്യാഖ്യാനത്തിൽ കാണാം. ദ്വീപു വിട്ടുപോകുന്ന പ്രോസ്പരോ, തന്റെ അറിവും ശാസ്ത്രഗ്രന്ഥങ്ങളും നിയമാവലിയുമെല്ലാം കൈമാറുന്നത്, തനിക്കു ഭൃത്യവേല ചെയ്ത ഏരിയലിനും സംഘത്തിനുമാണ്, സുഗന്ധദ്രവ്യങ്ങൾ കയറ്റിക്കൊണ്ടു പോകുന്നതും ഏരിയലിനു സ്വാതന്ത്ര്യം നൽകുന്നതുമായ രംഗങ്ങൾ വേദിയിൽ അരങ്ങേറുമ്പോൾ എല്ലാറ്റിനും സാക്ഷിയായി, താഴെ മണ്ണിൽ, ജനങ്ങൾക്കൊപ്പം കാലിബൻ അമർഷം പൂണ്ടിരിക്കുന്നു. അയാൾക്കു എതിർക്കണമെന്നുണ്ട്. പക്ഷേ നിസ്സഹായനാണ്. നാടകാവസാനം മിറാൻഡയുടെ മൺപ്രതിമ ഞെരിച്ചുടച്ചു കൊണ്ട് അയാൾ പറയുന്നതും ഇതാണ്: "എന്റെ നിധി, രാജ്യത്തിന്റെ ഭാവി നിർണയിക്കേണ്ടത് നിങ്ങളാണ്, ജനങ്ങളാണ്" എന്ന്.

രംഗവേദി

മെല്ലെ തെളിയുന്ന നീലവെളിച്ചത്തിൽ സമുദ്രായനത്തിന്റെ അകമ്പടി സംഗീതത്തോടെ അലകളിൽ നീങ്ങുന്ന കപ്പലിന്റെ മുകൾത്തട്ടിലെ യാത്രക്കാരെ ചിത്രീകരിക്കുന്ന മനോഹരമായ ആദ്യരംഗം. കളിക്കുന്ന സ്ഥലം അരങ്ങായിരിക്കുന്നു. പിൻകർട്ടൻപോലുമില്ല. പായ്ക്കപ്പലിന്റെ തൂണായി വലിയൊരു മുള, അതുമാത്രമാണു രംഗവസ്തു. ബാക്കിയെല്ലാം മൈം ചെയ്യുന്നു. കൊടുങ്കാറ്റും കപ്പൽച്ഛേദവും മറ്റും. ഇവ പ്രൊസ്പരോയുടെ മന്ത്രശക്തിയുടെ ഫലമാണെന്ന് അടുത്ത രംഗത്തിൽ നിന്നറിയുന്നു. അഭിനയശൈലി പരമാവധി കേരളീയമാക്കാൻ ശ്രമിച്ചിട്ടുണ്ട്. ഏരിയൽ തന്റെ ദൗത്യം കൊടുങ്കാറ്റിളക്കിവിട്ട് കപ്പൽ തകർത്തത് – നിറവേറ്റിയത് എങ്ങനെയെന്നു പാവകളെ ഉപയോഗിച്ചാണ് ആഖ്യാനം ചെയ്യുന്നത്. പാവകളെ കപ്പലിൽനിന്നു എടുത്തെറിയുകയും മുങ്ങിത്താഴുന്നതു

കാണിക്കുകയും മറ്റും ചെയ്യുന്നു. മാണിക്യം ഊതിയൂതി ഉണ്ടാക്കുന്നുവെന്ന സങ്കൽപ്പമുണ്ടല്ലോ? അധികാര കലാപത്തിന് അന്റോണിയോ പ്രേരിപ്പിക്കുന്ന രംഗം ഇപ്രകാരത്തിലാണ് ഒരുങ്ങുന്നത്. നടന്മാർക്ക് സ്വന്തമായി സംഭാഷണം ഉണ്ടാക്കുന്നതടക്കം നൽകിയ സ്വാതന്ത്ര്യത്തിൽ നിന്നാണ് പല രംഗങ്ങളും ഉരുത്തിരിഞ്ഞത്. നാടകത്തിന്റെ വിവിധ ജോലികളിൽ ഏർപ്പെട്ടവരുടെ കൂട്ടായ്മയും ഒരു ഗ്രാമത്തിന്റെ പിന്തുണയും അരങ്ങേറ്റത്തെ ശ്രദ്ധാർഹമാക്കുന്നു.

(*മാതൃഭൂമി* ആഴ്ചപ്പതിപ്പ്, 1997 ജൂൺ 15)

22

കർണഭാരം: ഒരു ദളിത് പാഠം

അഖിലേന്ത്യാതലത്തിൽ ശ്രദ്ധിക്കപ്പെട്ട രംഗാവതരണമാണ് ചന്ദ്രദാസൻ സംവിധാനം ചെയ്ത *കർണഭാരം.* കട്ടക്കിൽ ഉത്കൽ യുവ സാൻസ്കൃതിക് സംഘ് സംഘടിപ്പിച്ച അഖിലേന്ത്യാ അമേചർ നാടകോത്സവം (1996), കുരുക്ഷേത്രത്തിൽ നടന്ന ആൾ ഇന്ത്യ ഇന്റർ യൂണിവേഴ്സിറ്റി ഫെസ്റ്റിവൽ (1994), പാടലീപുത്ര നാട്യമഹോത്സവ് (1997) എന്നിവടങ്ങളിൽ ഒന്നാം സമ്മാനമടക്കം നിരവധി പുരസ്കാരങ്ങൾ. ബാംഗ്ലൂരിൽ കേന്ദ്രസാഹിത്യ അക്കാദമിയുടെ ഫെസ്റ്റിവൽ ഓഫ് ലെറ്റേഴ്സ്, തൃശൂരിൽ കേരള സാഹിത്യ അക്കാദമിയുടെ ആതിഥേയത്വമരുളിയ അഖിലേന്ത്യാ സാഹിത്യസംഗമം അടക്കമുള്ള വേദികളിലെ അരങ്ങേറ്റം. ഭാസവിരചിതമായ *കർണഭാര*ത്തിന്റെ പുതിയ രംഗാവ്യാഖ്യാനമാണ് ചന്ദ്രദാസൻ നിർവഹിക്കുന്നത്.

ഭാസനാടക ചക്രത്തിൽ വലിപ്പം കുറഞ്ഞതെങ്കിലും മുഹൂർത്തത്തിന്റെ ഭാവോജ്ജ്വലതകൊണ്ട് തിളങ്ങുന്ന നാടകമാണ് കർണഭാരം. യുദ്ധമുഖത്ത് പ്രത്യക്ഷപ്പെടുന്ന കർണന്റെ പരിതാപവും കവചകുണ്ഡലദാനവുമാണ് മുഖ്യമായും ക്രിയാംശത്തെ നിർണയിക്കുന്നത്.

കർണന്റെ ഭാരം എന്തെന്ന അന്വേഷണം സംവിധായകരെ വ്യത്യസ്തവ്യഖ്യാനത്തിനു പ്രേരിപ്പിക്കുന്നു. ചന്ദ്രദാസന്റെ വ്യാഖ്യാനത്തിൽ പ്രത്യക്ഷനാകുന്നത് ജന്മത്തിന്റെ ഭാരം പേറുന്ന കർണനാണ്. താഴ്ന്ന കുലത്തിൽ ജനിച്ചവനായി അറിയപ്പെട്ടു വളർന്ന അയാളുടെ ജീവിതഗതി നിയന്ത്രിക്കുന്നത് വിധിയല്ല, ചാതുർവർണ്യവ്യവസ്ഥ തന്നെയാണെന്ന് സംവിധായകൻ സമർഥിക്കുന്നു. ജീവിതകാലം മുഴുവനും ഏറ്റുവാങ്ങിയ അവഗണകൾക്കും പരിഹാസങ്ങൾക്കും മറുപടി പറയാൻ കിട്ടിയ കനകാവസരമാണ് സൈന്യാധിപത്യം എന്നു സ്ഥാപിക്കാൻ

കിട്ടിയ ആ വേളയിൽ പക്ഷേ, അയാളുടെ മനസിൽ നിന്നുയരുന്ന ചോദ്യം.

സൂതപുത്രനോ കർണനോ സൂര്യപുത്രനോ

രാധേയനോ കർണൻ കൗന്തേയനോ എന്നാണ്. ഈ വരികൾ കൂട്ടിച്ചേർത്ത സംവിധായകൻ, രംഗവ്യാഖ്യാനത്തിന് സമകാലികത നൽകുന്നു. സവർണ പ്രത്യയശാസ്ത്ര നീതികളുടെ ആസൂത്രിത ഗൂഢാലോചന ചതിച്ചു കൊല്ലുന്ന ഒരു ധീരദളിതന്റെ പരിവേഷമാണ് കർണനു ലഭിക്കുന്നത്. സൂരപുത്രനോ സൂര്യപുത്രനോ എന്ന സംഘർഷം യുദ്ധരംഗത്തേക്കിറങ്ങുന്ന അയാളിലേക്ക് എറിഞ്ഞു കൊടുത്തതാണല്ലോ. ആ സംഘർഷത്തിൽ നിന്നയാൾക്കു മോചനമില്ല. സവർണമുദ്രയുമായി നാടകത്തിൽ നിലയുറപ്പിച്ച കോറസ് ഇടയ്ക്കിടെ അതോർമിപ്പിച്ചുകൊണ്ടുമിരുന്നു. മറ്റൊരു യുദ്ധക്കളമായി മാറിയ കർണന്റെ വേട്ടയാടുന്ന പൂർവകാല സ്മൃതിയാണ് തേരാളിയായ ശല്യർ. കർണൻ അറിഞ്ഞു ചെയ്ത ഒരു തെറ്റിനുമല്ല ശിക്ഷ അനുഭവിക്കുന്നത്. ഒരു ക്ഷത്രിയകുലജാതയുടെ അപഥസഞ്ചാരത്തിന്റെ പാപവേദന അയാൾക്കു ചുമക്കേണ്ടിവന്നു. ഗുരു പരശുരാമൻ ശപിക്കുന്നുണ്ടല്ലോ. അവിടെയും കർണൻ സ്വയമറിഞ്ഞു. നുണപറയുന്നില്ല. ബ്രാഹ്മണർക്കേ ഞാൻ ഉപദേശം നൽകാറുള്ളൂ. ക്ഷത്രിയരെ പഠിപ്പിക്കാറില്ല എന്നു പറഞ്ഞ ഗുരുവിനോട് 'ഞാൻ ക്ഷത്രിയനല്ല പ്രഭോ' എന്നു മറുപടിയാണ് കർണൻ നൽകിയത്. അപ്പോൾ അതു ശരിയുമായിരുന്നു. എന്നിട്ടാണ് അയാൾ അസ്ത്രവിദ്യ അഭ്യസിക്കുന്നത്.

ജാതിയുടെ പേരിൽ നേരിടേണ്ടിവന്ന പരിഹാസങ്ങളെ ദാനവീര്യവും കർമവീര്യവും കൊണ്ടു ജയിച്ചുനിന്ന ഒരു സൂതപുത്രനെ വെച്ചു പൊറുപ്പിക്കാൻ സവർണശക്തിക്കാകുമോ? യുദ്ധക്കളത്തിലേക്ക് ബ്രാഹ്മണവേഷത്തിൽ എത്തിയ ഇന്ദ്രനു വേണ്ടത് ജന്മനാ നേടിയ കവചകുണ്ഡലങ്ങളായിരുന്നു. കർണനെതിരെ നടക്കുന്ന ഗൂഢാലോചന വ്യക്തമാക്കാൻ സൂത്രധാരൻ, ബ്രാഹ്മണൻ, പരശുരാമൻ മടിയിൽ തലചായ്ച്ചു വിശ്രമിക്കെ തുട തുളയ്ക്കാനെത്തിയ വജ്രമുഖനെന്ന കീടം ഈ മൂന്നു കഥാപാത്രങ്ങളെയും ഒരേ നടൻതന്നെ രംഗത്തെത്തിക്കുന്നു. ബ്രാഹ്മണനെ കളിയാക്കുന്നതിനു കിട്ടിയ സന്ദർഭം നാടകകൃത്തും പാഴാക്കിയിട്ടില്ല. കനകം തരാമെന്നു പറഞ്ഞപ്പോൾ പെട്ടെന്നു അതു വാങ്ങി പൊയ്ക്കളയാമെന്ന് ബ്രാഹ്മണൻ ആലോചിക്കുന്ന രംഗം ഉദാഹരണം. ഭാസൻ ഒരു ദളിതനായിരുന്നു എന്ന പറച്ചിൽ ശരിയായിരിക്കുമോ? കവചകുണ്ഡലങ്ങൾ മതിയെന്ന ബ്രാഹ്മണന്റെ വാശി മനസിലാക്കിയ കർണന്റെ പ്രതികരണം 'കപടബുദ്ധിയായ കൃഷ്ണന്റെ ഉപദേശമാവാം' ഇതെന്നാണ്. പീറ്റർ ബ്രൂക്കിന്റെ മഹാഭാരതത്തിലെ കർണവധരംഗവും ഇത്തരുണത്തിൽ ഓർക്കാവുന്നതാണ്. സവർണാധിപത്യം നിലനിർത്തുന്നതിൽ ഭഗവദ്ഗീത് വഹിക്കുന്ന ആശയപരമായ ദൗത്യം ഇവിടെ പരോക്ഷമായി സൂചിതമാകുന്നു.

പട പാഴല്ല ഭൂവിതർ എന്നു വ്യാഖ്യാനിക്കുന്ന കർണൻ തന്റെ മന

സിനെ പൊതിഞ്ഞുനിന്ന ശത്രുനിര ആശംസാരൂപത്തിൽ ശപിക്കുന്നതായി സംവിധായകൻ വ്യാഖ്യാനിച്ചിരിക്കുന്നു. 'പശുക്കൾക്കും ബ്രാഹ്മണർക്കും അക്ഷയമുണ്ടാവട്ടെ, പതിവ്രതകൾക്ക് അക്ഷയമുണ്ടാവട്ടെ, ഇതാ ഞാൻ പ്രസന്നനായിരിക്കുന്നു." ഇതാണ് നാടകത്തിലെ ആശംസ, രംഗത്തെത്തുമ്പോൾ നടൻ ഈ ആശംസയിലെ അക്ഷയമന്ന വാക്കിലെ 'അ' യെ അമർത്തി ക്ഷയമുണ്ടാവട്ടെ എന്ന മട്ടിലാണ് ഉച്ചരിക്കുന്നത്. ഇതോടെ ആശംസ ശാപമായിത്തീരുന്നു. പശു, ബ്രാഹ്മണർ ഇവ വ്യവസ്ഥയുടെയും പതിവ്രത അമ്മ (കുന്തി) യുടെയും യോദ്ധാക്കൾ യുദ്ധത്തിന്റെയും പ്രതിനിധാനങ്ങളായി മാറുന്നു. നടൻ ഉച്ചരിക്കുന്നിടത്താണ് രംഗഭാഷയിൽ വാക്കിന്റെ അർഥമുത്ഭവിക്കുന്നത്. ഈ അർഥമാറ്റത്തിന്റെ ന്യായവും അതാണ്.

സവർണജാതിക്കാരുടെ ഗൂഢാലോചനയും കർണ്ണൻ അനുഭവിക്കുന്ന സംഘർഷവും വെളിപ്പെടുന്ന രീതിയിൽ രംഗഭാഷ ചിട്ടപ്പെടുത്താൻ സംവിധായകൻ ശ്രമിച്ചിട്ടുണ്ട്. സൂതപുത്രനോ സൂര്യപുത്രനോ എന്ന കോറസിന്റെ ചോദ്യവും അവർ മാറി മാറി പ്രദർശിപ്പിക്കുന്ന പൊയ്മുഖങ്ങളും സവർണ/അവർണ ജാതികളുടെ ദൃശ്യപ്രതീകങ്ങളാണ്. ഒരുവശത്ത് ചുവപ്പ് രൗദ്രഭാവം. അധികാരത്തിന്റെ പകിട്ട്. മറുവശത്ത് പച്ച കരയുന്ന മുഖഭാവം,. ദൈന്യത. ദളിതന്റെ പ്രതീകം. തീവെട്ടികളുടെ പശ്ചാത്തലത്തിൽ കർണന്റെ രംഗവരവിന് ഒരു ട്രൈബൽ ടച്ചു തന്നെയുണ്ട്. വേഷഭൂഷാദികളിലും ഒരാദിമ ഭാവമാണ്. പടയണി, വെളിച്ചപ്പാടു തുള്ളൽ തുടങ്ങിയ ദ്രാവിഡ കലകളുടെ അകമ്പടിയുമുണ്ട്. കവചകുണ്ഡലങ്ങൾ അറുത്തുമാറ്റുന്നതിന് ഒരു ബലിയുടെ ദൃശ്യഭംഗി. നടുമുന്നരങ്ങിൽ സ്ഥാപിച്ചിരിക്കുന്ന കുതിരയെ ലക്ഷ്യമാക്കിയാണ് കർണന്റെ ചലനങ്ങൾ ചിട്ടപ്പെടുത്തിയിരിക്കുന്നത്. ധർമക്ഷേത്രമായ കുരുക്ഷേത്രഭൂമിയിൽ, പൊരുതിയ ഇരുപക്ഷത്തെയും ബ്രാഹ്മണ-ക്ഷത്രിയ നേതൃത്വം കർണന്റെ വീര്യമൃത്യു ആഗ്രഹിച്ചിരുന്നു. അവരുടെ ആഗ്രഹം സഫലമാക്കാനെന്നോണം മരണത്തിലേക്കു സഞ്ചരിക്കുന്ന ദളിതനായ ഒരുവീരന്റെ ആത്മബലിയാകുന്നു കർണഭാരം.

തൃപ്പൂണിത്തുറ ലോകധർമി അരങ്ങേറുന്ന ഈ ഭാസനാടകത്തിന്റെ പരിഭാഷ ശ്രീ കാവാലം നാരായണപ്പണിക്കരുടേതാണ്. സംഗീതം സംവിധാനം രമേശ് വർമ്മ, രാജുകാർമൻ, പ്രേമൻ, ശെൽവൻ എന്നിവർ പ്രധാന വേഷങ്ങളിൽ പ്രത്യക്ഷപ്പെടുന്നു.

(*മാതൃഭൂമി* ആഴ്ചപ്പതിപ്പ്, 1997 നവംബർ 2)

വിമർശപർവം

23

മലയാള നാടകനിരൂപണം

ലോകസാഹിത്യത്തിലെ ഏതു പുതിയ വിമർശനോപാധികളെയും ഉൾക്കൊള്ളാനും മലയാളികൾക്കായി അവതരിപ്പിക്കാനും നമ്മുടെ വിമർശകർ വിമുഖത കാട്ടാറില്ല. പോസ്റ്റുമോഡേൺ പ്രവണതകൾവരെ എത്ര എരിവോടെയാണ് ഇവിടെ ചർച്ചചെയ്യപ്പെടുന്നത്. തർക്കങ്ങൾക്കു മറുപടി നൽകാൻ അടുത്ത കപ്പൽ വരട്ടെ, അതിൽ വരുന്ന പുസ്തകങ്ങൾ വായിക്കട്ടെ എന്ന അവധി പറയേണ്ട ആവശ്യമില്ല. ഇന്നത്തെ വിമർശകർ അത്രവേഗത്തിലും പെട്ടെന്നുമാണു പുസ്തകങ്ങൾ ഇറങ്ങുന്നതും ലഭ്യമാകുന്നതും. എന്നാൽ ഈ വിമർശന സാമഗ്രികൾ ഉപയോഗിക്കുന്നവർ മുഖ്യമായും ഫിക്ഷനിലും കവിതയിലുമാണ് ശ്രദ്ധ കേന്ദ്രീകരിച്ചിരിക്കുന്നത്. വർഷങ്ങളായി മലയാള വിമർശനത്തിന്റെ രീതി ഇതാകുന്നു. നാടകം ഒരു സാഹിത്യമെന്ന മട്ടിൽ ഗണിക്കാൻ ആരും മെനക്കെടുന്നില്ല. സാഹിത്യക്യാമ്പുകളിൽ നാടകത്തെക്കുറിച്ചോ നിരൂപണക്യാമ്പുകളിൽ നാടകനിരൂപണത്തെക്കുറിച്ചോ ചർച്ച ചെയ്യണമെന്നു ആലോചിക്കുന്നുപോലുമില്ല. വിശ്വസാഹിത്യ നിരൂപണത്തിന്റെ സ്ഥിതി ഇതല്ലെന്നു മലയാളത്തിലെ പ്രഗത്ഭരായ നിരൂപകർക്കെങ്കിലും അറിയേണ്ടതാണ്. പുതിയ നാടകങ്ങൾ ഉണ്ടാകുന്നില്ലെന്നു മുട്ടാപ്പോക്കുനയം പറയാം. ഉണ്ടായവയ്ക്കുതന്നെ വേണ്ടത്ര പഠനങ്ങൾ ഉണ്ടായിട്ടുണ്ടോ? സി ജെ യും ശ്രീകണ്ഠൻനായരും കാവാലവും ശങ്കരപ്പിള്ളയും എഴുതിയ നാടകങ്ങൾ എന്തേ സാഹിത്യമെന്ന വകുപ്പിൽ ഉൾപ്പെടുത്തി പഠിക്കാതിരുന്നത്. പി എം താജും നരേന്ദ്രപ്രസാദും പി ബാലചന്ദ്രനും മധു മാസ്റ്ററും ജോയി മാത്യുവും നാടകമെഴുതി തുടങ്ങിയിട്ടു വർഷങ്ങളായി, ഇവരേക്കാൾ എത്രയോ താഴ്ന്ന പ്രതിഭാനിലവാരം പുലർത്തുന്ന കഥാകൃത്തുക്കൾ പ്രസിദ്ധിയിലേക്കുയർന്നു. പലരും നിരൂപക സഹായത്തോ

ടെതന്നെ. അത്തരമൊരനുഗ്രഹം നാടകകൃത്തുക്കളെ തേടിയെത്താതിരുന്നതെന്ത്? അരങ്ങു നിരൂപണമാണ് വേണ്ടതെന്നു വാദിക്കാം അതാണു യഥാർഥ നാടകനിരൂപണം. അതായത് തിയേറ്റർ ക്രിട്ടിസിസം : ശരി, അങ്ങനെ ഒന്നുണ്ടായിട്ടുണ്ടോ ഇതേവരെ മലയാളത്തിൽ? മുൻപേ എഴുതിയതുപോലെ പല പല ന്യായങ്ങളുണ്ടാകും നിരൂപകർക്കു നിരത്തിവെക്കുവാൻ. ഒപ്പം ഈ ലേഖകനു തോന്നിയ രണ്ടുകാരണം കൂടെ ചേർത്തുവെയ്ക്കട്ടെ. അവയിൽ ഒന്ന് മലയാള സാഹിത്യ വിമർശനത്തിൽ ആധിപത്യം ചെലുത്തുന്നത് വിവിധ ഭാഷാ, സാഹിത്യ അധ്യാപകരും വിദ്യാർഥികളുമാണ്. വിമർശനത്തിന്റെ കുരുക്കൾ അവർ ശാസ്ത്രീയമായി അഭ്യസിക്കുന്നു എന്നതു നേരാണ്. എന്നാൽ അവർക്കു ലഭിക്കുന്ന ഓറിയന്റേഷൻ നാടകത്തിനു അനുകൂലമല്ല. നാട്യശാസ്ത്രവും പോയറ്റിക്സും പഠിക്കുന്നുണ്ടെങ്കിലും അതു കവിതാവിമർശനത്തെ ചൊല്ലിയാണ്. (കവിത, നോവൽ, കഥ എന്നപോലെ നാടകത്തിനും ഒരു സ്പെഷൽ പേപ്പർ തയാറാക്കിയിട്ടുണ്ടെങ്കിലും ഇന്നേവരെ, കാലിക്കറ്റ് യൂണിവേഴ്സിറ്റിയിൽ എം എ പഠനമുള്ള ഒരു കോളേജിലും ഈ പേപ്പർ പഠിക്കാനെടുത്തിട്ടില്ലെന്ന വസ്തുത ഇവിടെ ചൂണ്ടിക്കാണിക്കട്ടെ.)

രണ്ടാമത്തെ കാരണം, മറ്റു സാഹിത്യരൂപങ്ങളിൽ നിന്നു വ്യത്യസ്തമായ ഒരു വായനാരീതി നാടകം ആവശ്യപ്പെടുന്നുവെന്നതാണ്. ക്ഷമ, ഭാവന, രംഗപരിചയം ഇത്രയെങ്കിലും ഉണ്ടെങ്കിലേ നാടകവായന, വായനയാകൂ. വായിക്കുമ്പോൾ മനസിൽ അരങ്ങുണരണം. കഥാപാത്രങ്ങളെ അരങ്ങിൽ വിന്യസിച്ചുവേണം മുന്നേറാൻ. ബ്രാക്കറ്റിൽ എഴുതിയതടക്കമുള്ള ഓരോ വിശദാംശങ്ങളുടെയും പ്രാധാന്യം അപ്പോൾ ബോധ്യപ്പെടും. രംഗപരിചയമില്ലാത്തവർക്ക് കഥാപാത്രങ്ങളുടെ വിശകലനവും നാടകത്തിന്റെ വിലയിരുത്തലും ക്ലേശകരമാവും. എന്നല്ല അബദ്ധങ്ങളാവുകയും ചെയ്യും. സംഗീത നാടകത്തിന്റേയോ ബാലെയുടെയോ രംഗസംസ്കാരമുള്ള ഒരാൾക്ക് *ലങ്കാലക്ഷ്മി*യിലെ രാവണനെ, ഉൾക്കൊള്ളാൻ അൽപ്പം പ്രയാസപ്പെടേണ്ടി വരില്ലേ? റിയലിസ്റ്റിക് രംഗ സങ്കേതം മാത്രമറിയുന്ന ഒരാൾ 'വെയിറ്റിങ് ഫോർ ഗോദോ' അല്ലെങ്കിൽ 'ആശ്ചര്യചൂഡാമണി' എന്നിവ പോലെ ശൈലീകരിച്ച അഭിനയരീതി ആവശ്യമുള്ള നാടകങ്ങൾ, വായിക്കുമ്പോൾ ഭാവാന്തരീക്ഷത്തിൽ അതിനുകതുന്ന രംഗഭാഷ ഭാവന ചെയ്യാനാവുന്നെങ്കിലേ നാടകവായന ഫലവത്താവൂ. നാടകം കാണലും ധാരാളം അരങ്ങേറ്റം ഉണ്ടാക്കലും നാടകവിമർശകന് ആവശ്യമാകുന്നു. മൂന്ന്, തിയേറ്റർ ക്രിട്ടിസിസം വികസിപ്പിക്കുന്നത് ആനുകാലികങ്ങൾ അതിനു പ്രാധാന്യം കൊടുത്തു തുടങ്ങിയപ്പോഴാണ്. സ്ഥിരം തിയേറ്ററുകൾ ഉള്ളിടങ്ങളിൽ നാടകവിമർശനം പത്രങ്ങൾക്കും വാരികകൾക്കും ഒഴിവാക്കാനാവാത്ത ഒരിനവുമാണ്. നിർഭാഗ്യവശാൽ, ഒരേ നാടകം തന്നെ ദിവസങ്ങളോളം ഒരേ തിയേറ്ററിൽ അരങ്ങേറുന്ന സ്ഥിരം തിയേറ്ററുകളോ അവിടവിടെ അരങ്ങേറുന്ന നല്ല നാടകങ്ങൾ പരിചയപ്പെടുത്താൻതക്ക നാടക സങ്കേത പരിജ്ഞാനമുള്ള ജേർണലിസ്റ്റുകളോ

മലയാളത്തിൽ ഇല്ല. ഉണ്ടെങ്കിൽ തന്നെ അതിനായി പരിശ്രമിക്കുന്നില്ല. പത്രങ്ങൾ പ്രാധാന്യം നൽകുന്നത് കമേഴ്സ്യൽ നാടകവേദിക്കു പരസ്യം കൊടുക്കുന്നതുപോലെയുള്ള ചില കുറിപ്പുകൾക്കാണ്. സംഗീത നാടക അക്കാദമിയുടെ 'കേളി' ഒഴിച്ചാൽ ദൃശ്യകലാരംഗത്തിനു ഊന്നൽ കൊടുക്കുന്ന ജേർണലുകൾ മലയാളത്തിൽ ഇല്ല തന്നെ.

രണ്ട്

നാടകസാഹിത്യത്തിന്റെയും അരങ്ങിന്റെയും ചരിത്രം, നാടക ലക്ഷണം, നാടകകൃത്തുക്കളെയും സംവിധായകരെയും അഭിനേതാക്കളെയും മറ്റു അണിയറ ശിൽപ്പികളെയും പരിചയപ്പെടുത്തൽ, നാടകസിദ്ധാന്തം ഇങ്ങനെ നാടകവേദിയുമായി ബന്ധപ്പെട്ട മേൽവിഷയങ്ങളെക്കുറിച്ച് എത്ര ഗ്രന്ഥങ്ങൾ കഴിഞ്ഞ കാലയളവിൽ പ്രസിദ്ധീകരിച്ചിട്ടുണ്ട്. ഏറിയാൽ നാൽപ്പത്, അതിൽ കൂടുതൽ കാണില്ല. കേന്ദ്ര സംഗീത നാടക അക്കാദമിയുടെ 'സംഗീത നാടകി'ൽ ഡോ. കെ അയ്യപ്പപ്പണിക്കർ എഴുതിയ *തിയേറ്റർ ക്രിട്ടിസിസം ഇൻ മലയാളം* മടവൂർ ഭാസിയുടെ *മലയാള നാടക സർവസ്വം*, ഈ രംഗത്തു ലേഖകനുള്ള അറിവും പരിചയവും ഇവയെല്ലാം ചേർത്താണ് ഈ കണക്ക്. മലയാള നാടക വിമർശനം ദരിദ്രമെന്നു പറയാൻ ഇനി ഏറെ ആലോചിക്കേണ്ടതില്ലല്ലോ. ഒരു നൂറ്റാണ്ടിന്റെ നാടകാനുഭവത്തെ മുൻനിർത്തിയാണ് ഇതു പറയുന്നത്. പ്രസിദ്ധീകരിച്ചിട്ടുള്ളവയിൽ പ്രധാനമായവ തുടർന്നു ചൂണ്ടിക്കാണിക്കാം.

നാടക ചരിത്ര ഗ്രന്ഥങ്ങളുടെ പേരുതന്നെയാകാം ആദ്യം *മലയാള നാടകസാഹിത്യ ചരിത്രം* (ജി ശങ്കരപ്പിള്ള 1980) *മലയാള നാടകപ്രസ്ഥാനം* (കാട്ടുമാടം നാരായണൻ, 1990) *മലയാള നാടകവേദിയുടെ കഥ* (മടവൂർ ഭാസി, 1996) ഇവയാണു പ്രധാനപ്പെട്ടവ. ജി ശങ്കരപ്പിള്ള നൽകുന്ന കാലഗണനന ഏറെക്കുറെ സ്വീകാര്യമായതും അദ്ദേഹത്തിന്റെ അവലോകനം സത്യസന്ധവും സമഗ്രവുമാണ്. എന്നാൽ നാടകാവതരണത്തിന്റെ ഡോക്കുമെന്റേഷന്റെ കാര്യത്തിൽ ഇപ്പോഴും നാം പുറകിലാണ്. പ്ലേ പ്രൊഡക്ഷൻ നോട്ടുകൾ പ്രസിദ്ധീകരിക്കുന്ന സമ്പ്രദായം മലയാളത്തിൽ ഇനിയും നടപ്പിലായിട്ടില്ല. ഇക്കാര്യത്തിലും എടുത്തു പറയേണ്ടത് ജി ശങ്കരപ്പിള്ളയുടെ *സംവിധായക സങ്കൽപ്പം* എന്ന കൃതിയാണ്. താൻ സംവിധാനം ചെയ്ത നാടകങ്ങളെ സമീപിച്ച രീതി, ഇതിൽ വിശദമാക്കിയിരിക്കുന്നു. മുൻപ് ആട്ടപ്രകാരം ചാക്യാന്മാർ നിർമിച്ചിരുന്നത് ആട്ടത്തിന്റെ ചിട്ട തെറ്റാതിരിക്കാനായിരുന്നുവെങ്കിൽ, ഇന്നു നാടകത്തിന്റെ രംഗപ്രധാനം വിവരിച്ചുവെളിച്ചത്തുകൊണ്ടുവരുന്നത്, പുതിയതലമുറയ്ക്ക് പുതിയ ചിട്ടകൾ നിർമിക്കുന്നതിനെ സഹായിക്കാനാണ്. കേരളത്തിലെ സംഗീത നാടക പ്രസ്ഥാനം, ജനകീയ നാടക സംരംഭങ്ങൾ, അതുല്യരായ അഭിനേതാക്കളുടെയും ഗായകരുടെയും മറ്റും ശൈലികൾ ഇവയെക്കുറിച്ച് ഒരുവിധ ചരിത്ര രേഖയും ചില അനുഭവകഥനങ്ങളല്ലാതെ മലയാളത്തിലില്ല.

നാട്യശാസ്ത്രത്തിന്റെ പ്രയോഗം സമർഥമായി നടത്തിപ്പോരുന്ന നാട്ടിൽ, നാടകലക്ഷണഗ്രന്ഥങ്ങളുടെ കാര്യത്തിലും ക്ഷാമം തന്നെ. നാടകത്തേക്കാൾ ഏറെയൊന്നും പ്രായമില്ലാത്ത നോവലിനും കഥയ്ക്കും ലക്ഷണഗ്രന്ഥങ്ങൾ വളരെ മുൻപു തന്നെ എം പി പോൾ രചിക്കുകയുണ്ടായി. നാടകത്തിലോ നാളുകൾ പിന്നെയും കഴിയേണ്ടി വന്നു. നാടകക്കളരി പ്രസ്ഥാന കാലത്താണ് നാടകം ഗൗരവപൂർവം പഠിക്കേണ്ടതാണെന്ന തോന്നൽ പരക്കെ ഉണ്ടാകുന്നതു തന്നെ. എൻ എൻ പിള്ളയുടെ *നാടകദർപ്പണം* 1971 ൽ പ്രസിദ്ധീകരിച്ചു. പ്രൊസീനിയം വേദിയിൽ പ്രവർത്തിക്കുന്നവർക്ക് ഇത്രമേൽ പ്രയോജനപ്പെടുന്ന മറ്റൊരു കൃതി മലയാളത്തിലില്ല. പിന്നിൽ ഒരു മറ, നിൽക്കാൻ ഒരു തറ, എന്റെ മുന്നിൽ നിങ്ങളും എന്റെ ഉള്ളിൽ ഒരു നാടകവും എന്ന ലളിത നിർവചനത്തെ മുന്നിൽ വെച്ചുകൊണ്ടാണ് ഈ കൃതി തുടങ്ങുന്നതുതന്നെ. നാടകകലയുടെ സകലവശങ്ങളെയും അവതരിപ്പിക്കുന്നതും സമഗ്രത അവകാശപ്പെടാവുന്നതും *രംഗാവതരണം* (1979) എന്ന സമാഹാരത്തിനാണ്. ജി ശങ്കരപ്പിള്ള, അയ്യപ്പപ്പണിക്കർ, കാവാലം, ഓംചേരി, കെ എസ് നാരായണപ്പിള്ള, ജി അരവിന്ദൻ തുടങ്ങി നിരവധിപേരുടെ പരിശ്രമമാണ് പ്രസ്തുത ഗ്രന്ഥം. പൗരസ്ത്യ പാശ്ചാത്യ നാടകപരിചയത്തിന്റെ അടിസ്ഥാനത്തിൽ അരങ്ങിനു പ്രാധാന്യം കൊടുത്ത് ചിട്ടപ്പെടുത്തിയിരിക്കുന്നു.

അരങ്ങു വിമർശനമെന്ന നിലയിലും നാടകത്തെ ദാർശനികമായി സമീപിക്കുന്ന ആദ്യ ഗ്രന്ഥമെന്ന നിലയിലും സ്ഥാനമർഹിക്കുന്നത് സി ജെ തോമസിന്റെ *ഉയരുന്ന യവനിക* (1950) ആണ്. മലയാള നാടകവേദിയിലേക്ക് ആധുനിക പ്രവണതകൾക്ക് കടന്നുവരാനുള്ള കാലമായി എന്ന് ഈ ഗ്രന്ഥത്തിലെ ലേഖനങ്ങൾ സൂചിപ്പിച്ചു. ഇതിനെ പിൻതുടരുന്നതും ലോകനാടകവേദിയിലെ സമകാലിക പ്രവണതകളെ ആഴത്തിലും പരപ്പിലും പരിശോധിക്കുന്നതുമായ നിരവധി ലേഖനങ്ങളും ജി ശങ്കരപ്പിള്ള എഴുതി. അവയുടെ സമാഹാരമാണ് *നാടക ദർശനം* (1990), *ജി ശങ്കരപ്പിള്ളയുടെ ലേഖനങ്ങൾ* (1993) എന്നിവ. എ പി പി നമ്പൂതിരിയുടെ 'നാടകദർശനം കെ എസ് നാരായണപ്പിള്ളയുടെ *ദൃശ്യവേദി,* വയലാ വാസുദേവൻപിള്ളയുടെ *രംഗഭാഷ* എന്നിവ ഇതേ ദൗത്യം നിറവേറ്റുന്നവയാണ്.

ഭാരതീയവും പാശ്ചാത്യവുമായ നാടകസമ്പ്രദായങ്ങളെ പരിചയപ്പെടുത്താനും നാടക പ്രവർത്തകർക്കു പ്രയോജനപ്പെടുത്താനും ഉതകുന്ന കൃതികൾ ഇപ്പോൾ രചിക്കപ്പെടുന്നില്ലെന്നു പറയാം. എം പി ശങ്കുണ്ണി നായരുടെ *നാട്യമണ്ഡപം* ഒഴിച്ചാൽ ഭാരതീയ നാടക സമ്പ്രദായങ്ങളെ അറിയിക്കുന്ന മറ്റൊരു കൃതിയുമില്ല. സാഹിത്യ നിരൂപണ പഠനത്തിന്റെ ഭാഗമായി അരിസ്റ്റോട്ടിലിന്റെ സിദ്ധാന്തങ്ങൾ ചർച്ച ചെയ്യപ്പെടുന്നുണ്ട്. ആധുനികരായ സ്റ്റാനിസ്ലാവ്സ്കി, ഗ്രോട്ടോവ്സ്കി, മെയർഹോൾഡ് തുടങ്ങിയവർ ഇന്നും വളരെ പരിചിതരല്ല. ചില ഒറ്റ ലേഖനങ്ങൾ കണ്ടേക്കാമെന്നു മാത്രം. അവരേക്കാൾ പിന്നീടു വന്ന

ബ്രെർതോൾത്ത് ബ്രെഹ്ത്തിനെയാണ് കൂടുതൽ പരിചയപ്പെടുന്നത്. ബ്രെഹ്തിന്റെ നാടകങ്ങളുടെ പരിഭാഷ, അദ്ദേഹത്തെക്കുറിച്ച് നിരവധി ലേഖനങ്ങൾ കൂടാതെ സച്ചിദാനന്ദന്റെ *ബ്രെഹ്ത്തിന്റെ കല*, ജി ശങ്കരപ്പിള്ളയുടെ *ബെർതോൾത്ത് ബ്രെഹ്ത്* എന്നിവയും ഇതിനു കാരണമായി. പീറ്റർ ബ്രൂക്ക്, റിച്ചാർഡ് ഷെഹ്നർ, ഗ്രൂപ്പ് തിയേറ്റർ പ്രസ്ഥാനം, കർണാടകയിലേയും ബംഗാളിലെയും നാടക പ്രവർത്തനങ്ങൾ ഇങ്ങനെ കേരളത്തിലെ നാടകക്കാർ അറിയേണ്ട നിരവധി കാര്യങ്ങൾ ഇനിയുമുണ്ട്.

വിശ്വനാടക വേദിയിൽ ഒരു പ്രസ്ഥാനമായി അംഗീകാരം നേടുകയും നിരവധി പേരുകളിൽ അറിയപ്പെടുകയും ചെയ്യുന്ന തെരുവുനാടകത്തെക്കുറിച്ചു അറിവു നൽകുന്നതിന് ഉപകരിക്കുന്ന ഗ്രന്ഥങ്ങളാണ് ഈ ലേഖകൻ എഡിറ്റു ചെയ്ത *തെരുവു നാടകം: സിദ്ധാന്തവും പ്രയോഗവും.* എന്ന ഗ്രന്ഥവും ലേഖന സമാഹാരമായ *പ്രേക്ഷകരുടെ അരങ്ങും* ബ്രെഹ്ത്തിന്റെ ജനകീയ മധ്യവർഗത്തിന്റേതെന്നു വിമർശിക്കുകയും മർദിതരുടെ രഹസ്യവേദി പ്രയോഗത്തിലെത്തിക്കുകയും ചെയ്ത ലാറ്റിനമേരിക്കൻ നാടകപ്രവർത്തകനായ ഓഗസ്റ്റോബോളിനെ പരിചയപ്പെടുത്തുന്ന മലയാളത്തിലെ ആദ്യ ലേഖനം രണ്ടാമത്തെ ഗ്രന്ഥത്തിൽ ഉൾപ്പെടുത്തിയിരിക്കുന്നു. കേരളീയ രംഗവേദിയിലെ ആധുനിക പ്രവണതകളെ രേഖപ്പെടുത്തിയ ശ്രദ്ധേയമായ ചില ഗ്രന്ഥങ്ങളാണ് ടി പി സുകുമാരന്റെ *നാടകം: കണ്ണിന്റെ കല*, നരേന്ദ്രപ്രസാദിന്റെ *അരങ്ങും പൊരുളും*, വയലാ വാസുദേവൻ പിള്ളയുടെ *സൂത്രധാരാ എതിലേ എതിലേ* എന്നിവ.

മലയാളത്തിലെ നാടക വിമർശനത്തിന്റെ നില വളരെ അഭിമാനകരമല്ല. കൂടിയാട്ടവും കഥകളിയും തെയ്യവും പടയണിയും സജീവമായി നിലനിൽക്കുന്ന നാട്ടിലെ ആധുനിക രംഗവേദിയുടെ വളർച്ച തന്നെ അഭിമാനകരമല്ലല്ലോ. നാടക പ്രവർത്തകരും അക്കാദമികളും സർക്കാരും സംഘടിതമായി ചിലതെല്ലാം ചെയ്താലല്ലാതെ, നാടകവേദി ഇന്നത്തെ ആലസ്യത്തിൽ നിന്നുണരുകയില്ല. ചില നാടകങ്ങൾ കാണാനും അവയെക്കുറിച്ച് അറിയാനും താൽപ്പര്യമുള്ള ജനങ്ങൾക്ക് ഒരു കുറവും നാട്ടിൽ വന്നിട്ടില്ല. ഇവിടെ നാടകനിരൂപകന്റെ ചുമതല മുഖ്യമായും പ്രേക്ഷക വിദ്യാഭ്യാസമാണ്. അതിനുള്ള 'അരങ്ങ്' ഉണ്ടെങ്കിൽ.

(കൂത്താട്ടുകുളം സി ജെ സ്മാരക സിംപോസിയം)

24

കൗതുകനാടകവേദി ഏഴുപ്രമേയങ്ങൾ

ദൃശ്യങ്ങളും സന്ദേശങ്ങളും പ്രേക്ഷണം ചെയ്യുന്നതിൽ ഉണ്ടായ സാങ്കേതികമുന്നേറ്റങ്ങൾ ആധുനികദൃശ്യമാധ്യമങ്ങളുടെ വളർച്ചയ്ക്കു അതിരുകളില്ലാതായി. മലയാളികളുടെ പുരോഗമന രാഷ്ട്രീയ ഇച്ഛാശക്തി എതിരിട്ടുകൊണ്ടിരിക്കുന്ന നവസാമ്രാജ്യത്വ മൂല്യങ്ങൾ, എതിർപ്പുകളെ നിർവീര്യമാക്കി ഈ ദൃശ്യമാധ്യമങ്ങളൊരുക്കുന്ന ആകാശപഥത്തിലൂടെ നുഴഞ്ഞു കയറിക്കൊണ്ടിരിക്കുകയാണ് (Cultural Penetration). തന്റെ ഇരകളെ ഏകാകികളും നിരായുധരും ചിന്താശൂന്യരുമായ വിധേയരുമാക്കാനുള്ള ശേഷി ടി വി ചാനലുകൾക്കുണ്ട്. മനുഷ്യരെ അതിഥി മുറിയിലെ സ്ഥിരപ്രതിഷ്ഠകളാക്കുക വഴി, നാട്ടിൻപുറങ്ങളിലെ കൂടിച്ചേരലുകളെ അവ അസാധ്യമാക്കി തീർത്തിരിക്കുന്നു. ജനകീയ പ്രതിരോധങ്ങളിൽ നിന്നും ജനവിദ്യാകേന്ദ്രങ്ങളിൽ നിന്നും സാംസ്കാരിക നിലയങ്ങളിൽ നിന്നും നല്ലൊരു പറ്റം ജനങ്ങളെ സിൽവർസ്ക്രീനും മിനിസ്ക്രീനും പിടിച്ചെടുത്തു. സ്വാതന്ത്ര്യസമര പ്രസ്ഥാനത്തിന്റെ അഗ്നിജ്വലിപ്പിച്ചിരുന്ന വായനശാലകളുടെ അനാഥത്വം മറ്റെന്തിന്റെ സാക്ഷ്യമാണ്? സാമൂഹ്യമായ കൂട്ടായ്മകളും ജനാധിപത്യപരമായ ഇടപെടലുകളും നടത്തിപ്പോന്നിരുന്ന യുവത്വം ഭൂതകാലത്തിന്റെ അവശിഷ്ടസ്മൃതിയായി തീർന്നുകൊണ്ടിരിക്കുന്നു. വായനശാല വാർഷികം, സാംസ്കാരിക സമ്മേളനം, സ്പോർട്സ് ആന്റ് ആർട്സ് ക്ലബ് ആഘോഷങ്ങൾ ഇതെല്ലാം പഴഞ്ചൻ ഏർപ്പാട്! നാട്ടിൻപുറത്തിന്റെ നന്മകളെ ബാധിച്ചിരിക്കുന്ന മാന്ദ്യം കനത്ത ഭീഷണിയിലാക്കിയ ഒരു കലയാണ് നാടകം. അമേചർ നാടകാവതരണങ്ങൾ പ്രത്യേകിച്ച്. കാരണം, നാടകം സാമൂഹ്യമായ കൂട്ടായ്മയാണ്, സംഘകലയാണ്.

2. ഗ്രാമജീവിതത്തിലുണ്ടായ സാംസ്കാരികത്തകർച്ചയും പുതിയ ദൃശ്യമാധ്യമങ്ങളുടെ തള്ളിക്കയറ്റവും പരീക്ഷണനാടകങ്ങളുടെ സങ്കേ

തകാലുഷ്യവും ഒരുപോലെ, നാടകസദസ്സിനെ തള്ളിമാറ്റുന്നതിൽ പങ്കു വഹിക്കുന്നുണ്ട്. ഈ ദുർബലമായ ഇടവേളയിലാണ്. നാട്ടിൻപുറങ്ങളെ കീഴടക്കിക്കൊണ്ട് കമേഴ്സ്യൽ നാടകസംഘങ്ങളുടെ വണ്ടികൾ ഓടിക്കയറിയത്. ജനങ്ങളുടെ ദൃശ്യകാംക്ഷയെയും ദുർബലവികാരങ്ങളെയും ഒരുപോലെ ചൂഷണം ചെയ്ത, ഈ വാണിജ്യനാടകസംഘങ്ങൾ, കേരളത്തിലെ പുരോഗമനചായ്വുള്ള പ്രേക്ഷകരെ 'ഹൈജാക്ക്' ചെയ്യുന്നതിൽ വിജയിച്ചു. ജനങ്ങളുടെ സ്വാതന്ത്ര്യബോധവും അഭിലാഷങ്ങളും സൗഹൃദഗ്രാമജീവിതവും പ്രമേയമാക്കി രംഗത്തെത്തിയ നാടകങ്ങളായിരുന്നു, മുപ്പതുകളിലും നാൽപ്പതുകളിലും പ്രത്യേകിച്ചും മലബാർ പ്രദേശത്ത്. അന്നു പ്രചരിച്ചിരുന്ന സംഗീത നാടകങ്ങളിൽ പോലും സന്ദർഭമുണ്ടാക്കി, ഈ പ്രമേയങ്ങളടങ്ങുന്ന പാട്ടുകൾ അവതരിപ്പിച്ചിരുന്നു. കർഷകപ്രസ്ഥാനത്തിന്റെ വളർച്ച, മലബാർ കേന്ദ്രകലാസമിതിയുടെ രൂപീകരണം ഇവ സാമൂഹ്യപ്രതിബദ്ധതയുള്ള നാടകങ്ങളുടെ അരങ്ങേറ്റത്തന് അനുകൂലമായ കാലാവസ്ഥയുണ്ടാക്കി. ഇടശ്ശേരി, ചെറുകാട്, കെ ദാമാദോരൻ, ഉറൂബ്, തിക്കോടിയൻ, കെ ടി മുഹമ്മദ്, ഇവരുടെ രംഗവരവുണ്ടായത് ഇക്കാലത്താണ്. *കൂട്ടുകൃഷി, പാട്ടബാക്കി, നമ്മളൊന്നാണ്, ഇതു ഭൂമിയാണ്, മണ്ണും പെണ്ണും* ഇമ്മാതിരി നാടകങ്ങൾ അത്തരമൊരു സാഹചര്യത്തിലേ വെളിച്ചം കാണൂ. ആ കാലഘട്ടത്തിന്റെ ജനകീയ ഇച്ഛകളെ പ്രതിഫലിപ്പിച്ച നാടകം, ജനങ്ങളുടെ പ്രിയപ്പെട്ട ദൃശ്യകലാരൂപമായി. നാട്ടിൻപുറങ്ങളിൽ, യുവാക്കൾ പെട്രോമാക്സിന്റെ വെളിച്ചത്തിൽ കളിയൊരുക്കം നടത്തുകയും അരങ്ങേറുകയും ചെയ്തു. വലിയൊരു സംഘപ്രവർത്തകനായി അതു വളർന്നു. നാടകത്തിന് വേരുകളുണ്ടാക്കിയത് ഈ നാടക പരിശ്രമങ്ങളായിരുന്നു. വാണിജ്യ കടന്നുകയറ്റങ്ങൾ ഹൈജാക്ക് ചെയ്തത്, ആ പരിശ്രമങ്ങളുടെ ഫലശ്രുതിയെ ആണ്.

3. നാടകക്കളരി പ്രസ്ഥാനവും പരീക്ഷണവും നാടകങ്ങളും എഴുപതുകളുടെയും എൺപതുകളുടെയും നിറവാണ്. തീർച്ചയായും മലയാളനാടകവേദിയെ രൂപപരമായി നവീകരിക്കുന്നതിലും ലോകനാടകത്തിന്റെ പുതുമകളെ കേരളത്തിലെത്തിക്കുന്നതിലും അവയല്ലാതെ, മറ്റൊന്നുമല്ല. കാരണമായത്. വൈരുധ്യാത്മകനാടകവേദിയുടെ ആചാര്യനായ ബ്രെഹ്ത്തിനെപ്പോലും ആത്മാർഥമായി പരിചയപ്പെടാനായത് ഇങ്ങനെയാണ്. നാടകക്കളരികളെയും മറ്റും എഴുപതുകളിലെ ഏതോ പിശാചുപിടിച്ച കാലത്താണ് കേരളത്തിലെ ഇടതുപക്ഷ ബുദ്ധിജീവികളും തള്ളിപ്പറഞ്ഞത്. ക്രിയാത്മകമായി ഇടപെടുന്നതിനല്ല. ഈ നാടകപ്രസ്ഥാനത്തിനു വിദേശപ്പണസഹായമുണ്ട് എന്ന് ആരോപിച്ചു സമയം കളയുന്നതിനായിരുന്നു അവർ ഏറെയും സമയം ചെലവഴിച്ചത്. അതേസമയം പരീക്ഷണവേദിയിലെ കള്ളനാണയങ്ങളെ തെരഞ്ഞുപിടിക്കുന്നതിൽ പരാജയപ്പെടുകയും ചെയ്തു. തദ്ദേശീയ നാടകവേദി (Indigenous Theatre)യെക്കുറിച്ച് അബദ്ധധാരണകൾ പ്രചാരം നേടുകയും പ്രയോഗത്തിൽ വരികയും ചെയ്തു. ആർജിതമായ ദേശീയ കലാസംസ്കാരം,

രംഗപ്രയോഗത്തിന്റെ ഭാഗമാവുകയെന്നത് അപൂർവമായേ സംഭവിച്ചിട്ടുള്ളൂ. ഭൂരിഭാഗവും ചെയ്തത്, ഫോക് ക്ലാസിക് കലകളിൽ നിന്നു ചിലത് അടർത്തിയെടുത്ത്, തൗര്യത്രികത്തിലും വേഷഭൂഷകളിലും ഒട്ടിച്ചുവയ്ക്കലാണ്. അത്തരം നാടകങ്ങൾ ഒരു കയറ്റുമതി ഉൽപ്പന്നമായി തീർന്നുവെങ്കിലും നാട്ടിൻപുറങ്ങളിലെ മത്സരവേദികളെ കുരുത്തോലയുടെ ഭംഗികൊണ്ടും ചെണ്ടയുടെ രൗദ്ര സംഗീതം കൊണ്ടും ആഹ്ലാദിപ്പിച്ചുവെങ്കിലും അവ താൽക്കാലിക വിഭ്രമങ്ങളായി വിലയിരുത്തപ്പെട്ടു. നാടകലയുടെ ചൈതന്യം അവശേഷിപ്പിക്കാനാവാത്ത തിരസ്കരിക്കപ്പെട്ടു. പ്രേക്ഷകരുടെ അഭിരുചി വ്യതിയാനത്തിനു ഈ ബോധപൂർവമായ ശ്രമങ്ങൾക്കു മങ്ങലേറ്റതോടെ നാടകാസ്വാദകരിൽ നല്ല ശതമാനം മറ്റു മാധ്യമങ്ങളിലേയ്ക്കു മുഖംതിരിച്ചു.

4. ഒരു കാര്യം സമ്മതിക്കണം. മലയാളത്തിൽ ഇപ്പോൾ നല്ല നാടകരചനകൾ ഉണ്ടാകുന്നില്ല. സി എൻ ശ്രീകണ്ഠൻ നായർ, ജി ശങ്കരപ്പിള്ള, കാവാലം നാരായണപ്പണിക്കർ, കെ ടി മുഹമ്മദ്, എൻ എൻ പിള്ള, നരേന്ദ്രപ്രസാദ്, ടി എം എബ്രഹാം, പി എം താജ് തുടങ്ങിവരുടെ നാടകങ്ങൾ പ്രൊഫഷണൽ–അമേചർ രംഗവേദികളെ ചലിപ്പിച്ചുകൊണ്ടിരുന്ന കാലം ഓർമ മാത്രം. നാടകമെന്തെന്ന് അറിഞ്ഞവരുടെ നന്മയുള്ള സാന്നിധ്യം അക്കാലത്തുണ്ടായി. 'സമത്വവാദി'യും സി ജെ യുടെ നാടകങ്ങളും അരങ്ങു വെളിച്ചം കണ്ടു. രംഗരചനയിലെ നവീനഭാവുകത്വത്തിന്റെ കാലമായിരുന്നു അത്. നാടകരചനയും രംഗരചനയും പരസ്പരം സ്വാധീനിച്ചും, പൂരിപ്പിച്ചും കഴിഞ്ഞ ഇക്കാലത്തിന്റെ 'ഹാങ്ഓവറി'ലാണ്. എൺപതുകൾ പിന്നിട്ട മധു മാസ്റ്റർ, പി ബാലചന്ദ്രൻ, ജോയ് മാത്യു, വയലാ വാസുദേവൻ പിള്ള, പി എ എം ഹനീഫ്, വി കെ പ്രഭാകരൻ, ജയപ്രകാശ് കുളൂർ ഇങ്ങനെ ചിലരേ എടുത്തുപറയത്തക്ക രചനകൾ കാഴ്ച വെച്ചുള്ളൂ. എന്നാൽ നാടകത്തിന്റെ കുറവുകൊണ്ട് തിയേറ്റർ നിശ്ചലമാകുന്നില്ല. അന്യഭാഷാ നാടകങ്ങൾ പരിഭാഷപ്പെടുത്തിയും മുൻകാല നാടകങ്ങൾക്കു വർത്തമാന കാലാവസ്ഥയ്ക്കു ചേർന്ന രംഗവ്യാഖ്യാനം നൽകിയും കുറവ് നികത്താം. കവിതയും നോവലും രംഗാവിഷ്കാരത്തിനെടുക്കാം. അവശേഷിക്കുന്ന പ്രശ്നം, രംഗാവതരണത്തിന്റെ പുതിയ ഭാഷ എങ്ങനെ കണ്ടെത്താമെന്നതാണ്.

5. നാടകകലയുടെ ജീവനെന്തെന്നു ധരിച്ച ഒരു സംഘം യുവ സംവിധായകരുടെ സാന്നിധ്യം മലയാള നാടകരംഗത്തുണ്ട്. താൽക്കാലിക വിഭ്രമങ്ങളുടെയും പ്രതിസന്ധികളെയും അതിജീവിക്കാനുള്ള തീവ്ര ശ്രമത്തിലാണിവർ. നമ്മുടെ വൻ പ്രതീക്ഷ അർപ്പിക്കാവുന്നതും ഇവരിലാണ്. ജയപ്രകാശ് കാര്യാൽ, പി ഗംഗാധരൻ, ഡി രഘൂത്തമൻ, രമേശ് വർമ, നരിപ്പറ്റ രാജു, ചന്ദ്രദാസൻ, ജോസ് ചിറമ്മൽ, ഇ ടി വർഗീസ്, സോബി സൂര്യഗ്രാമം, ബാബു ആലുവ, പ്രിയൻ, വി വിനോദ്, സുവീരൻ, സതീശ് കെ സതീശ്, ശശി ഇങ്ങനെ ഒട്ടേറെപ്പേർ (ഓർമയിൽ നിന്നെഴുതിയവ. ഇനിയും ഒട്ടേറെപ്പേരുകളുണ്ട്) നിർഭാഗ്യവശാൽ ഇവർക്കറിയാവുന്ന രംഗ

ഭാഷ വളരെ പുതിയതല്ല. എന്നാലത് അവരുടെ മാത്രം പരിമിതിയല്ല. കാരണം തിയേറ്ററിൽ കൂടുതൽ ചെലവഴിക്കാനും പുതുപ്രവണതകളെ അടുത്തറിയാനും ഒരു കേരളീയ നാടകപ്രവർത്തകന് സൗകര്യങ്ങൾ വളരെ ചുരുക്കമാണ്. സാമൂഹികമായ അംഗീകാരവും ഭൗതികമായ നേട്ടവും മറ്റു രംഗങ്ങളിലുള്ളവരെപ്പോലെ അവർക്കു ലഭിക്കുന്നില്ല. പുറം ലോകം കേരളത്തിലെ നാടകപ്രവർത്തകർക്കു മുന്നിൽ വന്നുപെട്ട ഒര വസരം 1977 ലെ കൊച്ചി ദേശീയ നാടകോത്സവമായിരുന്നുവല്ലോ. സൂക്ഷ്മമായി ചിന്തിച്ചാൽ, അവിടെ അരങ്ങേറിയ നാടകങ്ങളുടെ രംഗ ഭാഷാശൈലിയുടെ മേലുള്ള സ്വപ്രയോഗങ്ങളാണ് ഇന്നു കണ്ടുകൊണ്ടി രിക്കുന്നത്. വളരെ കൊട്ടിഘോഷിക്കപ്പെട്ടുവെങ്കിലും സ്കൂൾ ഓഫ് ഡ്രാമ യിൽ നിന്നു ലഭിക്കുന്ന പരിശീലനവും വളരെ നവീനമല്ല എന്നു മനസി ലാക്കണം. ഡ്രാമ സ്കൂളുകളും നാടകക്കളരികളും പ്രതിഭാധനരായ നാടക സംവിധായകരും, ഇങ്ങനെ മൂന്നാണ് നവീന രംഗഭാഷ അവതരി പ്പിക്കാൻ കെൽപ്പുള്ളവർ. തിയേറ്റർസ്കൂളുകളും നാടകക്കളരികളും, ബോധപൂർവമായ ഇടപെടൽ കൊണ്ട് നടത്തിയെടുക്കാവുന്നതാണ്. ഈ രംഗത്തു സമാഹരിക്കാവുന്ന ഇൻഫ്രാസ്ട്രക്ച്ചർ ഒരുക്കിയെടുക്കുകയും അമേചർ രംഗത്തുള്ളവർക്ക് പരിശീലനം നൽകുകയും ചെയ്താൽ, നമ്മുടെ നാടകവേദിയുടെ ഭാഷയെ സമകാലികമാക്കാൻ സാധിച്ചേക്കും. കേരളത്തിന്റെ ദൃശ്യപാരമ്പര്യം സ്വാംശീകരിച്ചും വിദേശമാതൃകകൾ അനുകരിച്ചും ഉൾക്കൊണ്ടും പുതിയ തനതുഭാഷ കണ്ടെടുക്കണം. തൊണ്ണൂറുകൾ കഴിയ്ക്കുമ്പോഴേക്കും അതു സാധ്യമാകുമെന്നു തന്നെ യാണ് എന്റെ പ്രതീക്ഷ.

6. ഏതെല്ലാം പ്രതിസന്ധികൾ വന്നു ഭവിച്ചാലും നാടകം കാണാ നുള്ള താൽപ്പര്യം നശിച്ചുപോവുകയില്ല. പച്ചയായ മനുഷ്യന്റെ ഭാവപ്ര കടനങ്ങൾക്കു മുൻപിലാണ് പ്രേക്ഷകരായി നാമിരുന്നു കൊടുക്കുന്നത്. പത്രഭാഷയിൽ 'ജീവിതത്തിന്റെ തുടിപ്പാണ്' മുന്നിൽ ദർശിക്കുന്നത്. ടി വി മാധ്യമങ്ങളുടെ പ്രളയം തന്നെയുള്ള പാശ്ചാത്യ നാടുകളിൽ ജന ങ്ങൾ, ഈ തുടിപ്പിലേക്കു തിരിച്ചുവന്നു കൊണ്ടിരിക്കുകയാണ്. ഇന്നും നല്ല നാടകങ്ങളാണെങ്കിൽ കാണാൻ ആളുണ്ട്. നാടകത്തിനു വേണ്ട പ്രേക്ഷകർ. സമ്മേളനത്തിലും പൂരപ്പറമ്പിലുമുള്ള ആയിരക്കണക്കിനു വരുന്ന കാണികൾ, യഥാർഥത്തിൽ നല്ല നാടക പ്രേക്ഷകരല്ല. നാടകത്തെ അറിഞ്ഞുവരുന്നവരാണ് സഹൃദയന്മാർ. ഇവരുടെ വിശ്വാസവും സ്നേഹവും പിടിച്ചെടുക്കാൻ അമേചർ സംഘങ്ങൾക്കു കഴിയണമെ ങ്കിൽ, അവയ്ക്കു ആ പ്രദേശങ്ങളിൽ വേരുകളുണ്ടാവണം. ജനങ്ങളോടും കലയോടും ഉള്ള പ്രതിബദ്ധത പ്രധാനമായി കാണുന്നവരാകണം നാട കവും സ്വന്തം ജീവിതവുമായുള്ള ഇണക്കം കാഴ്ചയിലൂടെ തിരിച്ചറിയു ന്നിടത്ത്, കലയെ, കലാകാന്മാരെ സംരക്ഷിക്കാൻ സഹായം നീട്ടുന്നതും അതാതിടത്തെ ജനസംഘങ്ങൾ തന്നെയായിരിക്കുമെന്നതാണ് അനുഭവം.

7. കേരളത്തിലെ നാടകവേദിക്കു ഉന്മേഷമുണ്ടാക്കുന്ന അവസരങ്ങൾ രണ്ടാണെന്ന് മുന്നനുഭവങ്ങൾ ചൂണ്ടിക്കാണിക്കുന്നു.

ഒന്ന്: ഒരു ജനകീയ മുന്നേറ്റത്തിന്റെ ഭാഗമായി നാടകം രംഗത്തെത്തുന്നത് തിയേറ്ററിനെ ഗുണപരമായി സ്വാധീനിക്കുന്നു.

ഉദാ: നമ്പൂതിരി പരിഷ്കരണ പ്രസ്ഥാനം, കർഷകപ്രസ്ഥാനം, ജനകീയ സാംസ്കാരികവേദി, ശാസ്ത്രസാഹിത്യ പരിഷത്ത് ഇവയുടെ ഭാഗമായുണ്ടായ നാടകപ്രവർത്തനങ്ങൾ.

രണ്ട്: അർഥപൂർണമായ നാടകവേദിക്കായുള്ള ബോധപൂർവകമായ പ്രവർത്തനങ്ങളും ഇടപെടലുകളും തിയേറ്ററിനെ പോഷിപ്പിക്കുന്നു.

ഉദാ; മലബാർ കേന്ദ്രകലാസമിതിയും നാടകക്കളരി പ്രസ്ഥാനവും.

ഇതിലാദ്യത്തേത്, നാട്ടിലെ രാഷ്ട്രീയസ്ഥിതിഗതികളുടെ സൃഷ്ടിയെന്ന നിലയിലാണ് സംഭവിക്കുന്നതെങ്കിൽ, രണ്ടാമത്തേത് നാടകകലയെ സ്നേഹിക്കുന്നവരുടെ കൂട്ടായ്മകളിൽ നിന്നും ഉടലെടുക്കുന്നതാണ്. ഇത്തരമൊരു കൂട്ടായ്മയുടെ സാധ്യത അമേചർ നാടകരംഗത്ത് ഇന്നേറെയാണ്.

(*ഇന്ത്യാ റിവ്യൂ*, 1996 ഫെബ്രുവരി 15)

25

കുട്ടികളുടെ നാടകവേദി

രചന, രംഗവേദി, രസികൻ – ഈ മൂന്നു ഘടകങ്ങൾ ചേർന്നതാണ് നാടകവേദി (Theatre). ഇവയിൽ രസികന്മാരുടെ അഥവാ പ്രേക്ഷകരുടെ സ്വഭാവമാണ് രചനയെ സ്വാധീനിക്കുന്നതും രംഗ ഭാഷയെ നിയന്ത്രിക്കുന്നതും. മുഖ്യമായും കുട്ടികളുടെ സദസിനെ മുന്നിൽകണ്ടുകൊണ്ട് ഒരുക്കുന്നതാണ് കുട്ടികളുടെ നാടകം. അത്തരം നാടകങ്ങളുടെ പ്രമേയവും രംഗഭാഷയും കുട്ടികൾക്ക് ഉൾക്കൊള്ളാൻ കഴിയുന്നതാകണം. നാടകം അവതരിപ്പിക്കുന്നതു കുട്ടികളോ കുട്ടികളും മുതിർന്നവരും ചേർന്നോ ആകാം. അരങ്ങിലെ കാഴ്ചകൾ കുട്ടികളോട് സംവദിക്കണമെന്നതു നിർബന്ധം.

കുട്ടികളുടെ നാടകവേദിയെക്കുറിച്ച് പ്രാഥമികമായ ഇത്തരം അറിവുകളിൽ പോലും കടുത്ത ദാരിദ്ര്യമാണ് ഭൂരിപക്ഷം നാടകപ്രവർത്തകർക്കുമുള്ളത്. ഇതിന്റെ വ്യക്തമായ തെളിവാണ് സ്കൂൾ യുവജനോത്സവ നാടകങ്ങൾ. കണ്ണൂരിൽ വെച്ചു കഴിഞ്ഞവർഷം നടന്ന സംസ്ഥാന തല മത്സരത്തിൽ അരങ്ങേറിയ 16 നാടകങ്ങളിൽ നാലെണ്ണം മാത്രമാണ് കുട്ടികളുടെ നാടകമെന്ന സങ്കൽപ്പത്തോട് അൽപ്പമെങ്കിലും നീതി പുലർത്തിയത്. മറ്റുള്ളവയാകട്ടെ, കുട്ടികളുടെ തലയിൽ കെട്ടിയേൽപ്പിച്ച മുതിർന്നവരുടെ നാടകങ്ങളായിരുന്നു. അമേച്വർ നാടകരംഗത്തെ മികച്ച രചനകളായ *ഉച്ചാടനം* (ജി ശങ്കരപ്പിള്ള) *ചെന്നായ്ക്കൾ ചെന്നായ്ക്കൾ* (ജോൺ എബ്രഹാം) *കുടുക്ക അഥവാ വിശക്കുന്നവരുടെ വേദാന്തം* (പി എം താജ്) തുടങ്ങിയ നാടകങ്ങൾ അരങ്ങേറാൻ ശ്വാസം മുട്ടുന്ന കുട്ടികളെയാണ് അവിടെ കണ്ടത്. വർഗീയ പാമ്പിനും പഴയ നിയമത്തിലെ വിമോചന പോരാളി ജൂഡിത്തിനും ഉജ്ജയനിയിലെ കാളിദാസനും ഇടയിൽ പിഞ്ചുകുഞ്ഞുങ്ങൾ കിടന്നു ഞെരിയുന്നത് തികച്ചും സഹതാപജ

നകമായ കാഴ്ചയായിരുന്നു. പത്താം തരത്തിലെ മലയാളം പാഠപുസ്ത കത്തിൽ പഠിക്കാനുള്ള നാടകസംബന്ധിയായ ലേഖനങ്ങൾ ഒരു തവ ണയെങ്കിലും വായിച്ചിട്ടുള്ള ഒരധ്യാപകനും ഇത്തരം നാടകങ്ങൾ കുട്ടി കളെ തല്ലിയേൽപ്പിക്കില്ല. കോൺട്രാക്ട് വ്യവസ്ഥയിൽ പ്രവർത്തിക്കുന്ന നാടകക്കാരുടെ കൈകളിലേക്ക് കുട്ടികളെ തള്ളിവിടുന്ന അധ്യാപകരും കുട്ടികളുടെ നാടകമെന്ന സങ്കൽപ്പത്തോട് നീതി പുലർത്താത്ത നാടക ങ്ങൾക്ക് എ ഗ്രേഡ് നൽകി ജില്ലാ സംസ്ഥാനതല മത്സരങ്ങളിലേക്കു പ്രോത്സാഹിപ്പിച്ചു വിടുന്ന നാടകജഡ്ജിമാരും ശിക്ഷാർഹരാണ്. കുട്ടി കളെക്കൊണ്ട് കഠിനജോലി ചെയ്യിക്കുന്നവർ അർഹിക്കുന്ന ശിക്ഷ.

നാടകാഭിനയത്തിനു വേണ്ടതായ മുഖ്യഘടകങ്ങൾ കുട്ടികളിൽ നിലീനമാണ്. അതിനു വെളിപ്പെടാനുള്ള പ്രേരണ നൽകുകയേ വേണ്ടൂ. കുട്ടിപ്രായത്തിനു സജ്ജമായ രണ്ടു സ്വഭാവങ്ങളുണ്ട്. ഒന്ന് അനുകരി ക്കാനുള്ള വാസന. മുതിർന്ന മനുഷ്യരെയും തനിക്കു ചുറ്റും കാണുന്ന പക്ഷിമൃഗാദികളെയും അവയുടെ ചെയ്തികളെയും സൂക്ഷ്മമായി നിരീ ക്ഷിക്കുകയും സമർഥമായി അനുകരിക്കുകയും ചെയ്യുക. അവർക്ക് അനായാസവൃത്തിയാണ്. അതുപോലെ കയ്യിൽ കിട്ടുന്ന വടിയോ കല്ലോ മരക്കഷ്ണങ്ങളോ എന്തോ ആകട്ടെ, ഭാവനയിൽ അവയെ മറ്റു വസ്തു ക്കളാക്കാനുള്ള സാമർഥ്യം കുട്ടികൾക്കുണ്ട്. ഇതാണു രണ്ടാമത്തെ സ്വഭാ വം. പ്ലാവില തൊപ്പി വച്ച്, വെട്ടിയെടുത്ത ഓലമടൽ കൊണ്ട് വാൾപ്പ യറ്റു നടത്തുന്ന കുട്ടി രാജാക്കന്മാരെ ഓർക്കുക. കളിനേരങ്ങളിൽ, സ്വയ മറിയാതെ, അവർ നാടകാഭിനയം നടത്തിക്കൊണ്ടിരിക്കുകയാണ്. വ്യക്ത്യ ധിഷ്ഠിതവും ആരോപിതവും ആയ ഈ കളിയെക്കുറിച്ച് പീറ്റർ സ്ലൈഡ് എന്ന പണ്ഡിതൻ ഇങ്ങനെ എഴുതി: "ഇത് അലസതയുടെ ഒരു പ്രകടന മല്ല. നേരെമറിച്ച് കുട്ടികളുടെ ചിന്തയുടെയും അന്വേഷണത്തിന്റെയും വിശ്രാന്തിയുടെയും പ്രവർത്തനത്തിന്റെയും ഓർമകളുടെയും ധീരതയു ടെയും സൃഷ്ടിയുടെയും സ്വാംശീകരിക്കലിന്റെയും പ്രവർത്തനമാണ്." (*ചൈൽഡ് ഡ്രാമ* എന്ന ഗ്രന്ഥത്തിൽ നിന്ന്). യഥാർഥത്തിൽ കുട്ടിക ളുടെ നാടകം ഉരുവം കൊള്ളേണ്ടത് അവരുടെ കളികളിൽ നിന്നാണ്. അതൊരു സ്വേച്ഛാപ്രവർത്തനവുമാണ്.

അവരുടെ സഹജവും മൗലികവുമായ സ്വഭാവഗതിയെ അടിസ്ഥാ നപ്പെടുത്തി, അവരുടെ ജീവിതാനുഭവങ്ങളുടെയും പ്രേരണയാൽ ഉണ്ടാ യിവരുന്ന ഒന്നാണത്. മുതിർന്നവർ ഇംപ്രവൈസേഷൻ നടത്തുന്നതു പോലെ ഒരു സർഗാവിഷ്കാരം തന്നെയാണിത്. ഔപചാരിക വിദ്യാഭ്യാ സരീതികളും മുതിർന്നവരുടെ ഇച്ഛകളും നിയന്ത്രിക്കുന്നതും ബഹുജന മാധ്യമങ്ങൾ മലിനീകരിക്കുന്നതുമായ കുട്ടികളുടെ മനസുകളെ സ്വാഭാ വിക പ്രതികരണങ്ങളിലേക്കു തിരിച്ചു കൊണ്ടുവരാൻ പ്രേരിപ്പിക്കുന്ന പ്രവർത്തനമാണ് നാടകം. വാസനാ പ്രകടനത്തിനു സമ്പൂർണമായ അവ സരം നൽകുന്ന ഈ പ്രവർത്തനത്തെ ഔപചാരികതകളോ ചിട്ടവട്ട ങ്ങളോ നിയന്ത്രിക്കരുത്. കുട്ടികളുടെ ഭാവനയുമായി ഇണങ്ങിപ്പോകുന്ന

നാടകബോധ്യമുള്ള ഒരധ്യാപകന്റെ നിർദേശങ്ങളുടെ ചങ്ങാത്തം അവർക്കാവശ്യം.

ഇത്രയും പറഞ്ഞതിൽ നിന്ന് ഒരു കാര്യം വ്യക്തമാകുന്നു. കളിയൊരുക്കത്തിന്റെ ഭാഗമായി ഇന്നു കുട്ടികൾക്കു നൽകി വരുന്ന ഫിസിക്കലൈസേഷൻ അനാവശ്യമാണ്. മുതിർന്നവർക്കു വേണ്ട മെയ്‌വഴക്കം അവർക്കു വേണമെന്നില്ല. നന്നായി വഴങ്ങുന്ന ശരീരവും വികാരസ്തോഭങ്ങൾ മാറി മാറി പ്രകടമാക്കുന്ന മുഖവും അവർക്കു സ്വന്തമാണല്ലോ. അഭിനയത്തിന് ഒരു മുഹൂർത്തം നൽകി നോക്കുക. ഭാവനകൊണ്ട് അവരതിനെ പൊലിപ്പിച്ചെടുക്കുന്നതു പോലെ ആണ്ടുമുഴകി അവർ രംഗസന്ദർഭങ്ങളുണ്ടാക്കും. ആരെങ്കിലും കാണാനോ ആരെയെങ്കിലും ബോധ്യപ്പെടുത്താനോ അല്ലല്ലോ അവർ കളിക്കുന്നത്. പ്രാഥമികമായി നാടകപ്രവർത്തനവും അങ്ങനെയാകണം. കുട്ടികളുടെ നാടകവേദിയിൽ ഗൗരവബുദ്ധിയോടെ ഇടപെടുന്നവർ ആദ്യം പഠിക്കേണ്ടത്, കുട്ടികൾ അവരുടെ കളികളിൽ മെയ്യും മിഴിയും ഉപയോഗിക്കുന്നതെങ്ങനെ എന്നാണ്. അവയെ സംസ്കരിച്ചെടുത്ത് ഒരു രംഗഭാഷയ്ക്കു രൂപം നൽകണം. അതിന് ആവശ്യമായ ആംഗിക, വാചിക പരിശീലനങ്ങൾ ചിട്ടപ്പെടുത്തണം. നാടകത്തിൽ അവരുടെ തന്നെ കളികൾ പ്രയോജനപ്പെടുത്താം. ജി ശങ്കരപ്പിള്ളയുടെ *നിഴൽ പൊന്നുങ്കുടം, മദ്ദളം* ഇവയിൽ വായ്ത്താരികളും കൂട്ടക്കളികളും എ പി പി നമ്പൂതിരിയുടെ *കൊഴിഞ്ഞുവീണ പൂമൊട്ടി*ലെ കുറുക്കൻ കളിയും ഡി പാണിയുടെ *അപ്പമരത്തിലെ* താളപ്രയോഗവും ഉദാഹരണങ്ങളായി ചൂണ്ടിക്കാണിക്കാം.

കുട്ടികളുടെ നാടകത്തിന് തെരഞ്ഞെടുക്കുന്ന പ്രമേയം അവർക്കു മാനസികമായി ദഹിക്കുന്നതാണോ എന്നു കർശനമായി വിലയിരുത്തണം. കാര്യകാരണബന്ധം കണ്ടുപിടിച്ച് നാടകകാര്യം മനസിലാക്കുവാനുള്ള ക്ലേശത്തിലേക്ക് കുട്ടികളെ തള്ളിയിടരുത്. ഋജുവായ സംവേദനം സാധ്യമാക്കണം. വികാരത്തിനും ഭാവനയ്ക്കും മുൻതൂക്കമുള്ള മനസിലേക്ക് യുക്തിചിന്താബന്ധുരമായ വിഷയങ്ങൾ അടിച്ചേൽപ്പിച്ചാൽ, അതു കുട്ടികളെ നാടകകലയിൽ നിന്നു തന്നെ അകറ്റിക്കളയും. ബാല്യം-കൗമാരം-യൗവനം ഇങ്ങനെ കടന്നുപോകുന്ന ഓരോ പ്രായപരിധിയിലും കുട്ടികളുടെ ഇതിവൃത്തപരമായ അഭിനിവേശം വ്യത്യസ്തമായിരിക്കുകയും ചെയ്യും. നാടകാചാര്യനായ ജി ശങ്കരപ്പിള്ളയുടെ ഏതാനും വരികൾ ഇക്കാര്യത്തിലേക്ക് ഉദ്ധരിക്കട്ടെ. അഞ്ചു വയസുവരെയുള്ള കുട്ടികൾ ഇഷ്ടപ്പെടുന്ന വെറും കളികളും വിനോദങ്ങളും മൃഗങ്ങളെയും പക്ഷികളെയും ചുറ്റിപ്പറ്റിയുള്ള കൊച്ചുകഥകളും അതിനു മുകളിലുള്ളവർക്ക് ഇഷ്ടമായില്ലെന്നു വരാം. അവർക്കു രാക്ഷസന്മാരും രാജകുമാരന്മാരും അത്ഭുതങ്ങളും വേണം. എട്ടു വയസു കഴിയുമ്പോൾ തന്റെ ചുറ്റുമുള്ള സമൂഹവുമായി അർഥപൂർണമായി പ്രതിപ്രവർത്തിക്കാൻ അവർ പഠിച്ചുകഴിയും. അപ്പോൾ നീതിസാരകഥകൾ അവനെ സ്വാധീനിക്കാം. അതിനും മുകളിലേക്കു പോകുമ്പോൾ സ്വന്തം പ്രായത്തിലുള്ള മറ്റുള്ള

വരുടെ ജീവിതം മുന്നിൽ കാണാൻ കൗതുകം ജനിക്കുന്നു. അതിലേയും ആദർശവത്കൃതമായ ജീവിതകഥകൾക്ക് പ്രസക്തിയുണ്ട്. ഈ വിധത്തിൽ തങ്ങൾ ഏതു പ്രായപരിധിയിൽ ഉൾപ്പെട്ട കുട്ടികളുടെ സദസാണ് മുന്നിൽ കാണുന്നതെന്ന് നാടകകൃത്തുക്കൾ അറിയണം. അതിനുതക്ക ഇതിവൃത്തസ്വരൂപം കണ്ടെത്തുവാനും അയാൾ ശ്രദ്ധിക്കേണ്ടതാവശ്യം. ഈ പ്രായപരിധികൾ ഏതിൽപ്പെട്ടാലും ശരി, ഇതിവൃത്തത്തിന്റെ വികാസത്തിൽ ബാഹ്യക്രിയാംശത്തിനു തന്നെയാവണം മുൻതൂക്കം. ചിന്താപരമായ ചർച്ചയും സാമൂഹികാധിഷ്ഠിതമായ വിശകലനവും അതിഗൂഢമായ മാനസികാപഗ്രഥനവും പ്രായമായവരുടെ നാടകത്തിനു വേണ്ടി മാറ്റിവയ്ക്കുകയാണ് ഉചിതം.

കുട്ടികളുടെ നാടകത്തിന്റെ ആഖ്യാനഘടനയ്ക്കു തിരയുന്ന നാടകക്കാരൻ പഴങ്കഥകളിലേക്കു ഊട്ടിയിട്ടിറങ്ങണം. കുട്ടികളെ ചുറ്റുമിരുത്തി കഥ പറഞ്ഞു രസിപ്പിക്കുന്ന നാട്ടുമുത്തശ്ശിയാകണം അവരുടെ ആരാധ്യ ദേവത. പഞ്ചതന്ത്ര കഥകളും തെന്നാലിരാമൻ കഥകളും ഈസോപ്പു കഥകളും ആയിരത്തൊന്നു രാവുകളും അടങ്ങിയ കഥാസാഗരതീരത്തു ചെന്നു നിൽക്കുന്നവരെ വിഷയ ദാരിദ്ര്യം അലട്ടുകയില്ല. സമകാലിക പ്രശ്നങ്ങളിലേക്കു കുട്ടികളുടെ മനസുണർത്താൻ. ഈ കഥകളെ അകര സാമഗ്രിയാക്കാം. സാറാ ജോസഫിന്റെ *ചാത്തുമ്മാവന്റെ ചെരിപ്പുകൾ* കെ എം രാഘവൻ നമ്പ്യാരുടെ *ആമയും മുയലും* സി ജി ശാന്തകുമാറിന്റെ *കണ്ണുണ്ടായാൽ പോര കാണണം* തുടങ്ങിയ മാതൃകകൾ ശ്രദ്ധിക്കുക.

ജീവിതത്തിൽവെച്ചു പുലർത്തേണ്ട ആദർശങ്ങൾ, ഉന്നത മൂല്യങ്ങൾ ഇവയെക്കുറിച്ച് കുട്ടികളെ പഠിപ്പിക്കാനും സ്നേഹം, നന്മ, കാരുണ്യം സാഹോദര്യം എന്നിങ്ങനെ മനുഷ്യഗുണങ്ങൾ ഉള്ളവരായി വളരാനും പ്രേരിപ്പിക്കുന്ന മാധ്യമമാണ് കുട്ടികളുടെ നാടകം. ജി ശങ്കരപ്പിള്ളയുടെ *ഒരു കൂട്ടം ഉറുമ്പുകൾ* ഹരിദാസ് കരിവെള്ളൂരിന്റെ *ആൾരൂപങ്ങൾ*, എം കെ മനോഹരന്റെ *ചന്തുവിന്റെ വിശേഷങ്ങൾ*, എൻ ശശിധരന്റെ *മോനുവിന്റെ ആകാശം*, കെ എ മനാഫിന്റെ *ഒരിക്കൽ ഒരിടത്ത്*, കെ വി ഗണേഷിന്റെ *പൊക്കാരം* ഇങ്ങനെ ഒട്ടനവധി നാടകങ്ങൾ ഉദാഹരണമായി ചൂണ്ടിക്കാണിക്കാം. പൊതുവെ ദരിദ്രമായ കുട്ടികളുടെ നാടക ശേഖരത്തിലെ തിളങ്ങുന്ന ഉദാഹരണങ്ങളാണ് ഇവ. കുട്ടികളുടെ ബോധനരീതികളെ ആയാസരഹിതമാക്കുന്നതിനും അവരുടെ വ്യക്തിത്വ വികാസത്തിനും നാടകമെന്ന മാധ്യമം എങ്ങനെ പ്രയോജനപ്പെടുത്താമെന്ന ഗൗരവ പൂർണമായ ആലോചനയിലേക്ക് കേരളീയർ ഇനിയും എത്തിയിട്ടില്ല. ബാലസാഹിത്യ ഇൻസ്റ്റിറ്റ്യൂട്ടിന്റെ പ്രസിദ്ധീകരണങ്ങളാണ് സർക്കാർ പക്ഷത്തു നിന്നുള്ള പങ്കാളിത്തം. സ്കൂൾ ഓഫ് ഡ്രാമയിൽ ചിൽഡ്രൻസ് തിയേറ്റർ കുറെക്കൂടെ വിശാലമായ അർഥത്തിൽ കുട്ടികളുടെ നാടകവേദിക്കായുള്ള അന്വേഷണം ബാലസംഘത്തിന്റെയും ശാസ്ത്ര സാഹിത്യ പരിഷത്തിന്റെയും ഭാഗത്തു നിന്നാണുണ്ടായിട്ടുള്ള

ത്. ബാലോൽസവജാഥയും വേനൽത്തുമ്പികളും വേനൽപ്പറവകളും ഇത്തരത്തിൽ സ്മരണീയമാണ്. പഠനം പാൽ പായസം എന്ന മുദ്രാവാക്യം മുന്നോട്ടു വയ്ക്കുന്നു. അറിവാളുന്നതിലെ ബുദ്ധിപരതയ്ക്ക് ഊന്നൽ നൽകുന്നതാണ് നിലവിലുള്ള ബോധന സമ്പ്രദായം. ഒപ്പം വികാരത്തിനും ഇച്ഛയ്ക്കും സ്ഥാനം നൽകുന്നതാണ് ഈ സംരംഭങ്ങൾ.

കുട്ടികളുടെ നാടകവേദിക്കായുള്ള പരിശ്രമങ്ങളിൽ കുറെ വിലപ്പെട്ടതാണ് തിരുവനന്തപുരത്തു വെഞ്ഞാറമൂട്ടിൽ പ്രവർത്തിക്കുന്ന രംഗപ്രഭാതത്തിന്റേത്. ഇരുപത്തഞ്ചുവർഷമായി ഈ സംഘം രംഗത്തുണ്ട്. എല്ലാദിവസവും ഉച്ചതിരിഞ്ഞ് 5 മുതൽ 7 വരെ കുട്ടികൾ ഇവിടെ നാടകക്കളികളിൽ ഏർപ്പെടുന്നു. മലയാളത്തിലെ പഴങ്കഥകളുടെ ദൃശ്യാവിഷ്കാരം ഒരു പ്രധാനകളിയാണ്. കഥ പറച്ചിലും പാട്ടും അവരഭ്യസിക്കുന്നു. രംഗസാമഗ്രികൾ സ്വന്തമായി ഒരുക്കുന്നു. ഏകദേശം 32 നാടകങ്ങൾ രംഗപ്രഭാതത്തിലെ കുട്ടികൾ അരങ്ങേറ്റിയിട്ടുണ്ട്. തൃപ്പൂണിത്തുറയിലെ ഭാസഭേരിയും ചേറൂരിലെ രംഗചേതനയും കുട്ടികളുടെ നാടകവേദിയിൽ തനതു സംഭാവനകൾ അർപ്പിച്ചിട്ടുണ്ട്. താരതമ്യേന കേരളത്തിലെ കുട്ടികളുടെ നാടക പ്രസ്ഥാനം ദുർബലമാണ്. ഈ നിലയിൽ മാറ്റം വരുത്താൻ ബോധപൂർവം ശ്രമിച്ചാലേ കഴിയൂ. സ്കൂളുകളിലും നാട്ടിൻപുറങ്ങളിലും കുട്ടികൾക്കു നാടക പ്രവർത്തനത്തിൽ ഏർപ്പെടാൻ അവസരങ്ങളുണ്ടാകണം. മനുഷ്യ നന്മയിൽ ഉത്തമ വിശ്വാസവും ഉയർന്ന നാടകബോധവും ഉള്ള ഒരു സംഘം യുവാക്കളെ വളർത്തിയെടുക്കാൻ കുട്ടികളുടെ നാടക പ്രവർത്തനത്തിനു സാധ്യമാകും.

(*അധ്യാപകലോകം* 1996 ജനുവരി)

26

ജനപ്രിയനാടകങ്ങൾ

മലയാളത്തിലെ കമേഴ്സ്യൽ തിയേറ്ററിൽ അരങ്ങേറുന്ന വീട്ടക നാടകങ്ങൾ ലക്ഷ്യമാക്കുന്നത് മധ്യവർഗകാമനകളുടെ തൃപ്തിയാണ്. പ്രേക്ഷകരുടെ ആസ്വാദന നിലവാരത്തിൽ യാതൊരു തരത്തിലുള്ള വിസ്ഫോടനവും അവയുണ്ടാക്കുന്നില്ല. പ്രമേയ പരിഗണന വെച്ച് വിശാലമായ ഒരു വർഗീകരണം നടത്തിയാൽ അത് ഇങ്ങനെയാകാം.

ഒന്ന് – പ്രണയം. ഇത്തരം നാടകങ്ങളുടെ പ്രോബ്ലം അല്ലെങ്കിൽ നാടകയീതയ്ക്ക് ആസ്പദമായ പ്രശ്നം പ്രണയമായിരിക്കും. ആ പ്രണയത്തെ ചുറ്റി പ്രമേയം ഉച്ചകോടിയിലേക്കും പതനത്തിലേക്കും സഞ്ചരിക്കുന്നു. പ്രണയബദ്ധരായ യുവതീയുവാക്കളും മുതിർന്നവരും തമ്മിലുള്ള ഇടച്ചിൽ, കാമുകീകാമുകർ വ്യത്യസ്ത ജാതിയിൽ വ്യത്യസ്ത സാമ്പത്തിക നിലവാരത്തിൽപ്പെട്ടവരാകുമ്പോഴുണ്ടാകുന്ന സംഘർഷം, പ്രേമവും, ദുശ്ശങ്കയും ആദർശപ്രേമവും സമൂഹനിയമങ്ങളും അധികാരവും സ്നേഹബന്ധങ്ങളും ഇങ്ങനെ നിരവധിയാണ് ഇടയുന്ന ദ്വന്ദ്വങ്ങൾ. മുഖ്യ പ്രശ്നം വേറെയായാലും അതിലൊരിഴയായി പ്രണയമുണ്ടാകും (പാട്ടിനും നൃത്തത്തിനും കടന്നു വരാൻ ഒരുറച്ച വഴിയാണല്ലോ ഇത്!)

രണ്ട് – സദാചാരം; സത്യസന്ധരും ക്രിമിനലുകളും സാധാരണ പൗരന്മാരും നിയമവും, സദാചാര വിരുദ്ധരായ പിതാക്കന്മാരും അവരോട് ഇടയുന്ന മക്കളും തുടങ്ങിയ വിരുദ്ധ ശക്തികളാണ് ഇത്തരം നാടകങ്ങളുടെ ജീവൽ കഥാപാത്രങ്ങൾ.

മൂന്ന് – അധികാരം: പൗരസമൂഹത്തിലെ അധികാരസ്ഥാപനങ്ങളും അവയോട് ഏൽക്കേണ്ടിവരുന്ന പീഡിത ജനതയും മനുഷ്യന്റെ അന്തഃരംഗത്തിലെ അധികാരവാസന സൃഷ്ടിക്കുന്ന പ്രശ്നങ്ങൾ ഇവയെല്ലാം വിഷയമാകുന്ന നാടകങ്ങൾ.

നാല് – ആദർശം: വ്യക്തികളുടെയോ ഗ്രൂപ്പുകളുടെയോ ആദർശവും അവ പ്രയോഗതലത്തിലേക്ക് വരുമ്പോഴുണ്ടാകുന്ന പ്രതിസന്ധികളും.

അഞ്ച് – ബഹിഷ്കൃതരുടെ പ്രമേയങ്ങൾ: സമൂഹ ജീവിതത്തിന്റെ മുഖ്യധാരയിൽ നിന്നു മാറ്റി നിർത്തിയവരെ പ്രധാന കഥാപാത്രങ്ങളാക്കുന്ന നാടകങ്ങൾ, കുഷ്ഠരോഗി, വേശ്യ, തെണ്ടി തുടങ്ങി ഉദാഹരണങ്ങൾ.

ആറ് – രാഷ്ട്രീയം: ജനങ്ങൾക്കിടയിൽ വേരോട്ടമുള്ള രാഷ്ട്രീയാഭിപ്രായങ്ങൾ പ്രത്യക്ഷമായോ പരോക്ഷമായോ നാടകത്തിൽ അവതരിപ്പിക്കുന്നവ.

ഏഴ് – സ്വാന്തസുഖായ; സ്വന്തം നേട്ടങ്ങൾക്കായി മറ്റെല്ലാറ്റിനെയും ബലികൊടുക്കുന്ന കരിയറിസ്റ്റുകളെ അവതരിപ്പിക്കുന്നവ.

വിശാലമായ ഒരു വർഗീകരണത്തിനു വഴങ്ങാത്ത ഒറ്റപ്പെട്ട നാടകങ്ങൾ കണ്ടേക്കാമെന്ന് സമ്മതിച്ചാൽ തന്നെ, വാണിജ്യ നാടകക്കാർ ആയ കാലം മുതലേ കളിക്കുന്ന പ്രമേയങ്ങൾ തന്നെയാണ് മേൽപറഞ്ഞവ എന്നും ശ്രദ്ധിക്കുക. പ്രതിഭാധനന്മാർ സൃഷ്ടിച്ച മാതൃകകളുടെ ഈച്ചക്കോപ്പികൾകൊണ്ട് കാലം കഴിക്കാൻ വിധിക്കപ്പെട്ടവർ എന്നു പറയാം. അതാതു കാലത്തെ സമൂഹത്തിന്റെ ചിന്താകാലുഷ്യങ്ങളോ ആശയാഭിലാഷങ്ങളോ വാണിജ്യച്ചേരുവകളോ അരങ്ങിലെത്തിക്കാൻ നാടകസംഘങ്ങൾ ശ്രദ്ധിക്കുന്നു. അറുപതുകളിലെ വിപ്ലവകാരിയും എഴുപതുകളിലെ റെബലും ഇന്നത്തെ അരാഷ്ട്രീയവാദിയും ഭൂതകാലമഹിമയോടെ അരങ്ങത്തെത്തുന്ന നായകനും ഇതിന്റെ പ്രതിഫലനമാണ്.

കുരിശു ചുമക്കുന്നവർ (സി എൽ ജോസ്) *തുലാസ്* (പി എ ഉണ്ണി) *തിരശ്ശീല* (കെ എക്സ് ആന്റോ) *ചിറകുമുറിഞ്ഞ പക്ഷികൾ* (കാലടി ഗോപി). *അർഥം അനർഥം* (മടവൂർ ഭാസി) *കളഭച്ചാർത്ത്* (എൻ എൻ ഗണേഷ്) എന്നീ ആറ് നാടകങ്ങളാണ് ഇവിടെ പരിചയപ്പെടുത്തേണ്ടത്. പ്രത്യേകം പഠനം നടത്തേണ്ട ഏതെങ്കിലും സവിശേഷതകൾ ഉൾക്കൊള്ളുന്ന ഒരു നാടകവും ഇക്കൂട്ടത്തിലില്ല എന്ന് ആദ്യമേ പറഞ്ഞുവെക്കട്ടെ. ആമുഖമായി നൽകിയ വർഗീകരണത്തിൽ ഒന്നാം വിഭാഗത്തിന് ആറാമത്തെ നാടകവും മൂന്നാം ഭാഗത്തിന് മൂന്നും ആറും നാടകങ്ങളും അഞ്ചാം വിഭാഗത്തിന് നാലാമത്തെ നാടകവും ഏഴാം വിഭാഗത്തിന് മൂന്നും അഞ്ചും നാടകങ്ങളും ഉദാഹരണമായെടുക്കാം.

അനുഭവങ്ങളുടെ ആവിഷ്കരണത്തിനുള്ള വെമ്പലിനേക്കാൾ നാടകസംഘങ്ങളുടെ ആവശ്യപ്പെടലിന് മുൻതൂക്കം കൊടുക്കുമ്പോഴുണ്ടാകുന്നവയും ഇക്കൂട്ടത്തിലുണ്ടാകും. സീസൺ നാടകങ്ങൾ എന്നു നാടകസംഘങ്ങൾക്കിടയിൽ തന്നെ പ്രയോഗമുണ്ട്. *കളഭച്ചാർത്തി*നും *തിരശ്ശീല*യ്ക്കുമുള്ള ചില പ്രമേയ സാദൃശ്യങ്ങൾ യാദൃച്ഛികത കൊണ്ടു സംഭവിക്കുന്നത് എന്ന് ആശ്വസിക്കുന്നതിനേക്കാൾ സംഘങ്ങളുടെ ആവശ്യപ്പെടൽ, ഇടച്ചിൽ, പരസ്പരസ്വാധീനം ഇവ കൊണ്ടെല്ലാം ഉണ്ടാകുന്നത് എന്നു വിശ്വസിക്കാനാണ് തോന്നുന്നത്. രണ്ടിലും നായകൻ വാണിജ്യ

വേദിയിലെ ഗ്ലാമർ കഥാപാത്രമായ ഡോക്ടർ. ഇവരുടെ വ്യക്തിത്വം സങ്കീർണമാണ്. പ്രേക്ഷകരെ കൈയിലെടുക്കാനുള്ള തന്ത്രത്തിന്റെ ഭാഗം തന്നെ ഇതും. വാത്സല്യപൂർവം സമീപിച്ചുകൊണ്ടിരുന്ന വളർത്തു മകളെ മാനഭംഗപ്പെടുത്തുംവിധം ദുഷ്ടമനസാണ് *തിരശ്ശീലയി*ലെ ഡോക്ട റുടേത് എന്നോ പശ്ചാത്താപത്തിലേക്കു ചലിക്കുന്ന മാനസികാവസ്ഥ *കളഭചാർത്തി*ലെ ഡോക്ടർക്കുണ്ട് എന്നോ വിശ്വസിക്കാൻ പ്രയാസം. തനിക്കു ഗർഭമുണ്ട് എന്നു നുണപറഞ്ഞാണ് രണ്ടിലെയും കാമുകിമാർ (പ്രസന്നയും നിഷയും) പ്രണയസാഫല്യത്തിന് ശ്രമിക്കുന്നത്. പ്രമേയ ത്തിന്റെ യുക്തിഭദ്രതയേക്കാൾ പ്രേക്ഷകർക്കു ഞെട്ടലുണ്ടാക്കലാണ് പ്രധാന കാര്യം. നാടകങ്ങളുടെ അവസാനത്തെ 'കൂട്ടപ്പൊരിച്ചിൽ' ഇതി നുവേണ്ടിയാണ്. ശരിയായ ഭീകരാവസ്ഥ തന്നെ സൃഷ്ടിക്കപ്പെടും. എന്നിട്ടു ശുഭപര്യവസായിയോ ദുഃഖാന്തമോ ആകും. 'അർഥം അനർഥ'ത്തിന്റെ അവസാന രംഗം നോക്കുക. ജാനുവിന്റെ കൊലപാതകം, വീടുവിട്ട ശേഖ രപ്പണിക്കരും കാമുകനൊത്തിറങ്ങിയ സിന്ധുവും തിരിച്ചെത്തുന്നു. അവൾ നശിപ്പിക്കപ്പെട്ടിരിക്കുന്നു. വാസുദേവപ്പണിക്കർ എന്തിനോ ഒരുങ്ങി തോക്കെടുക്കുന്നു. സംഘർഷം. എന്നിട്ടയാൾ ഹൃദയസ്തംഭനം കൊണ്ടു മരിക്കുന്നു. *തിരശ്ശീലയി*ൽ നിന്ന് (നാലാം രംഗം) അനുജനെ കൊന്നത് ഭാര്യാപിതാവാണെന്ന് രാഘവൻ അറിയുന്നു. അച്ഛനെ മകൾ വിമർശി ക്കുകയും ഉപേക്ഷിക്കുകയും ചെയ്യുന്നു. മകനും അച്ഛനെതിരെ തിരിയു ന്നു. അച്ഛൻ തോക്കുമായി അകത്തു പോകുന്നു. തന്റെ കാമുകിയും അച്ഛന്റെ വളർത്തു മകളുമായ തങ്കത്തെ അച്ഛൻ തന്നെ കളങ്കപ്പെടുത്തി യെന്ന് മകൻ അറിയുന്നു. അച്ഛൻ ആത്മഹത്യ ചെയ്യുന്നു. ഇങ്ങനെ ഏതാനും നിമിഷങ്ങളിൽ സംഭവിക്കുന്ന ഭീകരത 'ആസ്വദിക്കുന്ന' പ്രേക്ഷ കമനസ്സ് ഏതെല്ലാം മാറ്റങ്ങൾക്കു വിധേയമാകുന്നുണ്ടാകുമെന്ന് ഓർക്കു ക. *തുലാസിൽ* കാമുകീകാമുകന്മാരുടെ ജീവിതം സന്തോഷമുള്ളതാ ക്കാൻ, എതിർത്തു നിന്ന കാമുകിയുടെ അച്ഛനെ സൈനഡ് കഴിപ്പിച്ച് ആത്മഹത്യ ചെയ്യിപ്പിക്കുകയാണ് നാടകകൃത്ത്. നാടകത്തിന്റെ അവ താരകനുപോലും സഹിക്കാൻ പറ്റാത്ത സംഭവമായി അത്. (അവതാരി കയിൽ നിന്ന് എല്ലാം മംഗളമായി എന്നു പറയാൻ വയ്യ. നാടകത്തിലെ ഒടുവിലത്തെ സംഭവം പ്രസന്നയുടെ പിതാവ് കൃഷ്ണൻ നമ്പ്യാർ സൈനഡ് കഴിച്ചു ആത്മഹത്യ ചെയ്തു എന്ന അറിയിപ്പാണ്. അമ്മാ തിരി ഒരന്ത്യമുണ്ടാവാൻ മാത്രം ദുഷ്ടതയുള്ള കഥാപാത്രമല്ല കൃഷ്ണൻ നമ്പ്യാർ)

റിയലിസ്റ്റിക് നാടകവേദിയിൽ നല്ല നാടകങ്ങൾ അവതരിപ്പിച്ചിട്ടുള്ള സി എൽ ജോസിന്റെയും കാലടി ഗോപിയുടെയും കൈത്തഴക്കം അവിടെ നൽകിയ നാടകങ്ങളിൽ പ്രകടമല്ല. *ചിറകു മുറിഞ്ഞ പക്ഷി*കളിൽ *അശ്വ മേധ*ത്തിന്റെ പ്രതിധ്വനി ഉണ്ടുതാനും. ഡോക്ടർ സുരേന്ദ്രൻ ഇങ്ങനെ പറയുന്നുണ്ട്. ശരി ഞാൻ തോറ്റിരിക്കുന്നു. പക്ഷേ മുരളീ, കുഷ്ഠരോഗം എല്ലാവർക്കും ശരിരത്തിലാണ്. നിനക്കത് മനസിലുമുണ്ട്. അശ്വമേധ

ത്തിലെ നായികയുടെ ചോദ്യത്തിന്റെ മറ്റൊരു വാഗ്‌രൂപം. ഒരേ ഒരു സ്ത്രീ കഥാപാത്രമേ ഉള്ളൂവെന്നത് ഈ നാടകത്തിന്റെ മറ്റൊരു പ്രത്യേകത യാണെന്ന് *കളഭച്ചാർത്തി*ന്റെയും ഒരേ രംഗത്തുവെച്ചാണ് നാടകം നട ക്കുന്നത് എന്നതിനാൽ രംഗസജ്ജീകരണം എളുപ്പമാണ് എന്ന് *തിരശ്ശീ ല*യിലൂടെയും പുറംചട്ടയിൽ പരസ്യപ്പെടുത്തിയിട്ടുണ്ട്. അതുപോലെ ഈ നാടകത്തിലെ കഥാപാത്രങ്ങൾ കുഷ്ഠരോഗികളാണെന്ന പ്രത്യേകത യുണ്ട് എന്നു *ചിറകു മുറിഞ്ഞ പക്ഷി*കൾക്കു പരസ്യപ്പെടുത്താം. ഒരേ രംഗത്തു വെച്ചു നാടകം നടത്തുന്നത് എന്തുകൊണ്ട്? ഒരു സെറ്റു മതി യെന്ന സൗകര്യം നാടകീയമായ യുക്തിയെ നിരന്തരം ചോദ്യം ചെയ്തു കൊണ്ടിരിക്കുന്ന സംഭവങ്ങൾ ഇതുമൂലം ഉണ്ടാകുന്നു. ഏതു കഥാപാ ത്രത്തിനും എപ്പോഴും രംഗത്തു കയറി വരാം. ഇറങ്ങിപ്പോകാം. അതിഥി മുറിയിലെ അട്ടഹാസങ്ങളിലും ഗൂഢാലോചനയിലും അകത്തുള്ളവർക്ക് ഒരു താൽപ്പര്യവുമില്ല. ആത്മഹത്യയ്ക്കായി ഒരു പെണ്ണു കയറി വാതി ലടച്ചാൽ പുറത്ത് വേദിയിൽ പരക്കം പായുകയും പൊലീസിനെ വിളി ക്കാൻ ഓടുകയും ഫോൺ കറക്കുകയും എല്ലാം ചെയ്യുന്ന രണ്ടു തടിമാ ടൻമാരെ *തുലാസു*പോലുള്ള നാടകത്തിലേ കണ്ടുമുട്ടൂ. എല്ലാറ്റിലും ഉള്ള ഫലിതക്കാരുടെ ഹാസ്യോൽപത്തിക്കായുള്ള ശ്രമങ്ങളും ദ്വയാർഥപ്രയോ ഗങ്ങളും സഹതാപാർഹമാണ്.

കുറ്റം പറയരുതല്ലോ. രചനയിൽ അൽപ്പമെങ്കിലും കൃതഹസ്തത പയറ്റിത്തെളിഞ്ഞവർക്കു തന്നെയാണ്. സി എൽ ജോസിനും കാലടി ഗോപിക്കും നാടകരചനയുടെ മർമ്മമറിയാം. കൂടാതെ കെ ടി മുഹമ്മദും, വൈക്കവും, എസ് എൽ പുരവും മറ്റും ജീവിച്ചിരിപ്പുണ്ട്. ഇവരുടെ മേൽനോട്ടത്തിൽ കേരളത്തിലെ പ്രൊഫഷണൽ കമേഴ്സ്യൽ നാടക വേദിക്കു രചന നടത്തുന്നവർക്ക് നാടകത്തെ കേന്ദ്രീകരിച്ച് ഒരു 'റിഫ്ര ഷർ കോഴ്സ്' നടത്തിയാൽ നന്നായിരിക്കും. സംഗീത നാടക അക്കാദ മിയോ സ്കൂൾ ഓഫ് ഡ്രാമയോ ഇക്കാര്യത്തിനു മുൻകൈയെടുക്കുമോ?

(*മാതൃഭൂമി* ആഴ്ചപ്പതിപ്പ്, 1996 ആഗസ്റ്റ് 17

27

'കമ്യൂണിസ്റ്റാക്കി'യും എപ്പിക് നാടകങ്ങളും

ഏതു കലയുടെയും അധിഷ്ഠാനം സത്യവും സൗന്ദര്യവുമാണ്. നാടകകലയ്ക്കും ഇതു ബാധകം. പ്രമേയം രാഷ്ട്രീയമോ സാമൂഹികമോ അസംബന്ധമോ എന്തോ ആകട്ടെ. നാടകം അതിനെ കലയാക്കി ത്തീർക്കുന്ന നിയമങ്ങൾ അനുസരിച്ചേ പറ്റൂ. ഉദ്ദേശ്യ ശുദ്ധി ഒന്നുകൊണ്ടുമാത്രം ഒരു രാഷ്ട്രീയ നാടകത്തെ, പിന്തുണക്കണമെന്നില്ല. കാരണം വികലമായ മാധ്യമപരിചരണം തന്നെ പ്രതികൂലമായ പ്രതികരണം സൃഷ്ടിച്ചേക്കും. 'തിയേറ്ററിൽ ഒരു സംവാദം' എന്ന വിശേഷണത്തോടെ പ്രസിദ്ധീകരിക്കുകയും നാടകേതരമായ കാരണങ്ങളാൽ ഏറെ വിവാദം സൃഷ്ടിക്കുകയും ചെയ്ത *നിങ്ങളാരെ കമ്യൂണിസ്റ്റാക്കി*യെന്ന നാടകത്തെ പരിചയപ്പെടുത്തുന്നതിന് ആമുഖമായി ഇങ്ങനെ എഴുതിയത് എന്തുകൊണ്ടാണെന്ന് തുടർന്നു വായിക്കവെ മനസിലാകും.

കേരളത്തിലെ കമ്യൂണിസ്റ്റ് പ്രസ്ഥാനത്തിന്റെ ദൗർബല്യങ്ങളെ വിമർശിക്കുന്ന നാടകമാണ് ഇത്. തോപ്പിൽഭാസിയുടെ *നിങ്ങളെന്നെ കമ്യൂണിസ്റ്റാക്കി* എന്ന നാടകത്തിന്റെ ചില രംഗങ്ങൾ വെച്ച് വിചാരണ നടത്തുന്ന ഘടന ഇതിനായി സ്വീകരിച്ചിരുന്നു. വലിയചുടുകാടാണ് പ്രധാന രംഗം. സംസ്ഥാന മുഖ്യമന്ത്രിയായി സത്യപ്രതിജ്ഞ ചെയ്യും മുമ്പ് വലിയ ചുടുകാട്ടിൽ പുഷ്പാർച്ചനക്ക് കമ്യൂണിസ്റ്റുകാരൻ ഗോപാലൻ എത്തുമെന്ന് വിളംബരം ചെയ്ത അതേ ദിവസം തന്നെ മാലയുടെ ശവവുമായി ദത്തുപുത്രി ഭാരതിയും വൃദ്ധനും (കെ പി പത്രോസ്) അവിടെ വരുന്നു. ഇവരുമായി തർക്കത്തിലേർപ്പെടുന്ന വാച്ച് മാൻ ആണ് നാടകത്തെ നയിക്കുന്നത്. ഇടതുപക്ഷ നേതൃനിരയെ സവർണ പ്രത്യയശാസ്ത്രം സ്വാധീനിച്ചിരിക്കുന്നു. അധഃസ്ഥിതന്റെ ചെങ്കൊടി സവർണർ തട്ടിയെടുത്തു. കമ്യൂണിസം വിജയിക്കുമെന്നുറപ്പായപ്പോൾ ജന്മികളും മറ്റും കമ്യൂണിസ്റ്റുകാരായി. കമ്യൂണിസ്റ്റായ ഗോപാലൻ അധഃസ്ഥിത വർഗക്കാരിയായ മാലയെ

പ്രേമിച്ചില്ല. സുമാവലിയെ പ്രേമിച്ച് വിവാഹം കഴിച്ചു. കമ്യൂണിസത്തിനോടൊപ്പം ഗാന്ധി, മേധാപട്കർ തുടങ്ങിവരുടെ ആശയങ്ങൾ ചേർത്തുവെക്കണം. ഇങ്ങനെ കുറേ വിമർശനങ്ങളും നിർദേശങ്ങളും കഥാപാത്രങ്ങളുടെ പറച്ചിലിൽ നിന്നും ആമുഖക്കുറിപ്പുകളിൽ നിന്നുമായി നമുക്കു ലഭിക്കുന്നു.

നിർഭാഗ്യവശാൽ ഈ നല്ല നല്ല ആശയങ്ങൾ നാടകമെന്ന മാധ്യമത്തിന്റെ ഭാഷയിൽ അവതരിപ്പിക്കാൻ നാടകകൃത്തിനു കഴിഞ്ഞിട്ടില്ല. കഥ, കവിത, നോവൽ ഇവയെക്കാൾ രചന ഏറെ ക്ലേശകരമായ മാധ്യമമാണ് നാടകം. അരങ്ങെന്ന മറ്റൊരു മാധ്യമം കൂടെ ഉണ്ടെങ്കിലേ ഫലപ്രാപ്തിയാകുവെന്നത് നാടകകൃത്തിന്റെ ഉത്തരവാദിത്തം കൂട്ടുന്നു. സംഭാഷണം, പാത്രസൃഷ്ടി, നാടകീയ മുഹൂർത്തങ്ങൾ ചമയ്ക്കൽ തുടങ്ങി ഏതു ഘടകങ്ങൾ എടുത്താലും ഈ നാടകകൃത്തിന്റെ പരിചയക്കുറവ് ബോധ്യമാകും. നാടകത്തെ നാടകമാക്കുന്നത് സംഭാഷണമാണല്ലോ. കഥാപാത്രങ്ങളുടെ മനസ്സ് അവർ പരസ്പരം അറിയുന്നതും പ്രേക്ഷകരെ അറിയിക്കുന്നതും സംഭാഷണങ്ങളിലൂടെയാണ്. ഒരാളുടെ സംഭാഷണത്തിന്റെ പ്രതികരണമാണ് മറ്റെയാളുടെ സംഭാഷണം. ഈ നാടകത്തിൽ ഒരു തരം വിളംബരരീതിയാണ് സംഭാഷണത്തിന്. ഒരാൾ നിർത്തുമ്പോൾ മറ്റെയാൾ തുടങ്ങുന്നു. ഒരാൾ 'അങ്ങനെയല്ലേ' എന്നു ചോദിച്ചു നിർത്തുമ്പോൾ 'മറ്റെയാൾ, അതെ' എന്നു പറഞ്ഞു തുടങ്ങുന്നു. മാലയുടെ ശവം വേദിയിൽ കിടത്തി, വൃദ്ധനും ഭാരതിയും നടത്തുന്ന ദൃക്സാക്ഷി വിവരണമാണ് നല്ലൊരു സമയം അപഹരിക്കുന്നത്. ഇതല്ലേ നറേറ്റീവ് ശൈലിയെന്ന് ചോദിക്കാം. എല്ലാ കഥാപാത്രങ്ങളും കൂടാതെ കോറസ്സും ഇങ്ങനെ ആഖ്യാനം ചെയ്താൽ, അതിനെ എന്തിന് നാടകമെന്ന് വിളിക്കണം. ഒരുപക്ഷേ കേരളത്തിൽ പ്രചാരമുള്ള തെരുവുനാടക ശൈലിയോട് അതിപരിചയമുണ്ടാകുക മൂലം സംഭവിച്ചതാകാം. എന്നാൽ ഒരു തെരുവിന് താങ്ങാനാവാത്ത വിഷയഭാരം ഇതിനുണ്ടുതാനും.

കഥാപാത്രങ്ങളെ നോക്കുക, തുടങ്ങുന്നിടത്തു തന്നെയാണ് അവസാനം വരെയും അവർ നിൽക്കുന്നത്. മുൻകൂട്ടി എല്ലാം തീരുമാനിച്ചുറപ്പിച്ചു വന്ന് ചിലതെല്ലാം ചെയ്തു. വന്ന കാര്യം നിർവഹിച്ചു പോവുകയാണവർ. ഒരിക്കലും സാഹചര്യങ്ങൾ അവരെ അങ്ങനെ ആക്കിത്തീർത്തതായി ബോധ്യമാക്കാൻ കഴിയുന്നില്ല. നാടകത്തിലെ മുഹൂർത്തങ്ങൾ അവരിൽ എന്തെങ്കിലും ചലനമുണ്ടാക്കണ്ടേ? വികാരമോ? എപ്പോഴും ക്രോധവും ശകാരവും തന്നെ. ദളിത്–പരിസ്ഥിതി–ഫെമിനിസ്റ്റ് ആശയങ്ങൾ ഇപ്പോൾ പ്രസക്തമാണ് എന്നൊരു കഥാപാത്രം വിളിച്ചു പറഞ്ഞാൽ മതിയോ? അത് പ്രേക്ഷകർ ഉൾക്കൊള്ളാൻ പാകത്തിനു കലാത്മകമായി ചിത്രീകരിക്കേണ്ടേ? അല്ലെങ്കിൽ പഴയ സംഗീതനാടകക്കാർ, ദേശഭക്തിഗാനങ്ങൾ തിരുകി കയറ്റിയിരുന്നതുപോലെ ഒരേർപ്പാടായി ഇതു നിലനിൽക്കും. *പത്രോസിന്റെ കഥ, ജ്വാലഗിരി, അരക്കില്ലം എരിഞ്ഞത്, തണ്ടാന്റെയും പുലയന്റെയും വര* തുടങ്ങി ദഹിച്ചു ചേരാത്ത

ഒരുപാടു സംഭവങ്ങൾ നാടകത്തിന്റെ ഒതുക്കം നഷ്ടപ്പെടുത്തിയിരിക്കുന്നു. ചിലപ്പോൾ സംവിധായകൻ, ചിലപ്പോൾ ഒരു പിന്തിരിപ്പൻ, പിന്നെ വിപ്ലവകാരി, മദ്യപാനി, വ്യഭിചാരി, കൂടെ നിങ്ങളെന്നെ കമ്യൂണിസ്റ്റാക്കി വായിക്കുന്നവൻ എന്നിങ്ങനെ ഒരു വിചിത്ര സൃഷ്ടിയായി വാച്ച്മാൻ നാടകത്തിൽ മുഴച്ചു നിൽക്കുന്നു. യവനികക്കിടയിലൂടെ തലനീട്ടി തത്വജ്ഞാനം ഉപദേശിക്കുകയല്ല. കഥാപാത്രങ്ങളിൽ തന്നെ ആവേശിച്ചിരിക്കുകയാണ് ഇവിടെ നാടകകൃത്ത്. "സമൂഹ്യപ്രശ്നങ്ങൾ നാടകമാക്കണമെന്ന് നാടകകൃത്തിന് ആഗ്രഹമുണ്ട്. എന്നാൽ നാടകകലയെപ്പറ്റി അത്ര പിടിയുമില്ല" എന്ന സി ജെ തോമസിന്റെ പ്രസ്താവം അറിയാതെ തന്നെ നാം ഓർത്തുപോവും.

ഏറെ കൗതുകമുണർത്തുന്നത് *നിങ്ങളെന്നെ കമ്യൂണിസ്റ്റാക്കി*യിലെ ചില രംഗങ്ങൾ ഉദ്ധരിച്ചു കൊണ്ടുള്ള വിചാരണയാണല്ലോ. ഇവയാകട്ടെ രണ്ടു നാടകകൃത്തുക്കളുടെയും ശൈലികളെ താരതമ്യം ചെയ്യാനുള്ള അവസരം കൂടി നൽകുന്നു. തോപ്പിൽ ഭാസിയുടെ ഏറ്റവും ദുർബലരായ കഥാപാത്രങ്ങളിലൊരാളെ, ഗോപാലനെ, കമ്യൂണിസ്റ്റുപ്രസ്ഥാനത്തിന്റെ പ്രതിനിധിയാക്കുക വഴി സത്യത്തിൽ നിന്ന് ഏറെ അകന്നിരിക്കുന്നു സിവിക് ചന്ദ്രന്റെ നാടകം. ആദ്യം പ്രസിദ്ധീകരിച്ചതിൽ നിന്നും വളരെ മാറ്റം പുസ്തകരൂപത്തിന് ലഭിച്ചിട്ടുണ്ട്. ഈ മാറ്റം നാടകസംഘത്തിന്റെ സംഭാവനയാണ് എന്നു നാടകകൃത്തുതന്നെ സമ്മതിക്കുന്നുണ്ട്. കുറച്ചു അരങ്ങുകളിലൂടെ കടന്നുപോയാൽ കുറച്ചു കൂടെ ജീവൻ വച്ചേക്കില്ലേ എന്നു ആശ്വസിക്കാവുന്നതാണ്. നാടകത്തിന്റെ രൂപമല്ല. അതുന്നയിക്കുന്ന രാഷ്ട്രീയമാണ് കാര്യം എന്നു വാദിക്കാം. പക്ഷേ അതിനു നാടകം തന്നെ വേണമെന്നില്ലല്ലോ. ഈ രാഷ്ട്രീയം ലേഖനമമെഴുതിയോ പ്രസംഗിച്ചോ പൊതുജനസമക്ഷം വെക്കാവുന്നതല്ലേ ഉള്ളൂ.

മേൽ നാടകം എപ്പിക് ശൈലിയാണ് അവലംബിച്ചിരിക്കുന്നത് എന്ന അവകാശവാദക്കാർ, ആ ശൈലി എന്തെന്നറിയാൻ അഴകേശൻ രചിച്ച രണ്ട് എപ്പിക് നാടകങ്ങൾ വായിച്ചു നോക്കേണ്ടതുമുണ്ട്. *ആരണ്യഗീതം*, *കയ്യൂർ ഗാഥ* ഇങ്ങനെ രണ്ടു നാടകങ്ങൾ ഇതിലുണ്ട്. ബ്രെഹ്ത്തിയൻ സങ്കേതങ്ങളുടെ ഉപയോഗത്തിനു മോശമല്ലാത്ത മാതൃകയാണ് അവ. സാമൂഹ്യപ്രമേയങ്ങൾ വികാരത്തെയും ബുദ്ധിയെയും ചലിപ്പിക്കും വണ്ണം നാടകമാക്കാമെന്ന് ഈ നാടകങ്ങൾ തെളിയിക്കുന്നു. മറുനാടൻ മലയാളികൾക്കിടയിൽ നാടകപ്രവർത്തനം നടത്തുന്ന അഴകേശൻ, ഭൂത-വർത്തമാനകാല ചരിത്രവുമായി ബന്ധമുള്ള പ്രമേയങ്ങളാണ് സ്വീകരിച്ചിരിക്കുന്നത്. ആദിവാസികളുടെ പ്രത്യേകിച്ചും വയനാട്ടിലെ ജീവിതദുരന്തത്തിന്റെ ആഖ്യാനമാണ് *ആരണ്യഗീതം.* ലോകമെമ്പാടും അടിമകളാക്കപ്പെടുന്ന ജനതയുടെ ചരിത്രവുമായി നാടകം മാറുന്നു. ഇതു ബോധപൂർവം ചെയ്യുന്നതുമാണ്. മെക്സിക്കോവിൽ സ്പെയിൻ ആധിപത്യം സ്ഥാപിക്കുന്നതിൽ വാളും കുരിശും എന്തു പങ്കുവഹിച്ചുവെന്ന് ചില ദൃശ്യങ്ങളിലൂടെ വ്യക്തമാക്കുന്നു. കെ പാനൂരിന്റെ ഗ്രന്ഥങ്ങൾ അവലംബിച്ചു

വെന്നു നാടകകൃത്ത് പറയുന്നുണ്ടല്ലോ. വള്ളിയൂർക്കാവിലെ അടിമച്ച ന്തയും ആദിവാസികൾക്കിടയിലെ പട്ടിണി മരണവും വെളിച്ചത്തുകൊണ്ടു വന്ന അദ്ദേഹത്തിന്റെ ഛായ വൃദ്ധനു കിട്ടിയിരിക്കുന്നു. ഭൂപരിഷ്ക്കരണ നിയമത്തിന്റെയും പശ്ചിമഘട്ട പദ്ധതിയുടെയും ഇരകളായ ആദിവാസി കളുടെ ദയനീയ ജീവിതത്തിലേക്ക് നാടകരംഗങ്ങൾ പ്രേക്ഷകരെ നയി ക്കുന്നു. എപ്പിസോഡിക് മാതൃകയിലുള്ള ഈ സമരനാടകത്തിൽ സംഘർഷഭാവം ഉടനീളം ഉണ്ട്. ആദിവാസിസംഗീതത്തിൽ നിന്നുള്ള ഉചിതതാളങ്ങളുടെപ്രയോഗം നാടകത്തിന് തദ്ദേശീയത നൽകുന്നുമുണ്ട്.

കയ്യൂരിലെ രക്തസാക്ഷികളുടെ കഥയാണ് പതിനഞ്ച് എപ്പിസോ ഡുകളായി അരങ്ങേറുന്ന *കയ്യൂർഗാഥ*. നോവലും സിനിമയും റേഡിയോ നാടകവും മറ്റുമായി മലയാളത്തിൽ പ്രത്യക്ഷപ്പെട്ടിട്ടുള്ള പ്രസിദ്ധമായ പ്രമേയം. രക്തസാക്ഷിത്വസ്തൂപത്തിന്റെ പശ്ചാത്തലത്തിൽ നാടകം തുട ങ്ങുന്നു. ചോരയും ചൂടും പോരാട്ടവും നിറഞ്ഞ കാലത്തിൽനിന്നു എത്തിയ വൃദ്ധനാണ് – കർഷകനായ അമ്പു – നാടകം അവതരിപ്പിക്കു ന്നത്. ഡിസ്കോ ഡാൻസുമായി സ്തൂപത്തിൽ മാല ചാർത്താനെത്തുന്ന പിന്മുറക്കാരെയും രക്തസാക്ഷികളെ വിറ്റുണ്ണുന്ന നേതാക്കന്മാരെയും തുറ ന്നുകാട്ടുന്നു. ആദർശപ്രചോദിതമായ ഭൂതകാലം നമ്മിൽ വന്നു നിറയാൻ സഹായകരമാവുന്ന ആമുഖരംഗം ശ്രദ്ധേയമാണ്. ഡോക്യുമെന്റേഷൻ രീതിയും നിർദേശാത്മക രംഗവസ്തുക്കളുമുള്ള നാടകം ചരിത്രത്തോട് സത്യസന്ധത പുലർത്തുന്നു. യഥാർഥവും അയഥാർഥവുമായ അഭിന യരീതിയും ആംഗികാഭിനയവും അവലംബിച്ചിരിക്കുന്നു. അരങ്ങേറ്റത്തിനു ശേഷമുള്ള അക്ഷരരൂപമായതു കൊണ്ടാവാം, രംഗനിർദേശങ്ങൾ വിശ ദമായിത്തന്നെ നൽകിയിരിക്കുന്നു. അവതരിപ്പിക്കാൻ ഉദ്ദേശിക്കുന്നവർക്ക് ഇത് സഹായകമാകും. ടി എം പി നെടുങ്ങാടിയുടെ അവതാരിക നാടക ത്തിലേക്കുള്ള പ്രവേശത്തിന് ആശയപരമായ അടിത്തറ നൽകുന്നു.

(*മാതൃഭൂമി* ആഴ്ചപ്പതിപ്പ് 1996 നവംബർ 17)

www.ingramcontent.com/pod-product-compliance
Lightning Source LLC
LaVergne TN
LVHW100816051026
849519LV00006B/2093